'जोहार मायबाप जोहार' या कादंबरीस मिळालेले पुरस्कार

नानासाहेब वरणगांवकर पुरस्कार खामगांव
उत्कृष्ट कादंबरी

बुलढाणा साहित्य सभा पुरस्कार बुलढाणा
उत्कृष्ट कादंबरी

दक्षिण महाराष्ट्र साहित्य सभा पुरस्कार कोल्हापूर
उत्कृष्ट कादंबरी

संत गाडगेबाबा महाराज, कोल्हापूर
उत्कृष्ट ग्रंथ पुरस्कार

अभिप्राय

तत्कालीन सामाजिक परिस्थितीचे दर्शन घडवत असताना, चोखोबांनी दिलेल्या परीक्षांचे वाचन करताना डोळ्यांतून नकळत अश्रू येतात, हे या कादंबरीचे यश आहे असे मला वाटते.

बहुतेक प्रकरणांच्या शेवटच्या परिच्छेदात श्री विठ्ठल व रुक्मिणी यांच्यातील भक्ताविषयीचा संवाद व भावी काळातील घटनांचा अंदाज हे या कादंबरीचे वैशिष्ट्यच म्हणावे लागेल. श्री संत चोखोबा यांच्यावरील ही कादंबरी निश्चितच वाचक, संशोधक व अभ्यासक यांना उपयुक्त ठरेल, असा मला विश्वास आहे.

अजूनही समाजात असलेली जातिविषमता व जातिभेद दूर करण्यासाठी या कादंबरीचा निश्चितच उपयोग होईल, असे माझे मत आहे.

१५-२-२०११ **-प्रा. मधुकर कस्तुरे**

मी गेले सहा महिने आजारी आहे. मला सतत ऑक्सिजन लावूनच निजावं लागतं. पाच मिनिटंसुद्धा मी ऑक्सिजन लावल्याशिवाय राहू शकत नाही. माझ्या भाचीने मला तुमचं 'जोहार मायबाप जोहार' हे पुस्तक आणून दिलं. मी त्या मास्कसकट उठून बसले आणि दहा मिनिटांत दोन-तीन पानं मी वाचून काढली. तेवढ्यानं मला थकवा आला; पण माझी उत्सुकता आणखी वाढली. त्यानंतर रोजच मी दहा मिनिटे उठून बसून, ऑक्सिजनचा मास्क लावून वाचायला सुरुवात केली. हळूहळू म्हणजे आठ दिवसांतच हा वेळ १०ची १५, १५ची २० मिनिटं असा वाढत गेला आणि एके दिवशी वाचता वाचता मी माझा ऑक्सिजन मास्क कधी काढून बाजूला ठेवला मला कळलंच नाही. जवळजवळ अर्धा तास मास्क न लावता, उठून बसून मी तुमचं पुस्तक वाचत होते. आता हाही दिनक्रम रोजचा झाला. आणि रोजच अर्ध्या तासासाठी मास्क बाजूला ठेवून माझं तुमच्या पुस्तकाचं वाचन सुरू झालं. मी उठून बसले आहे आणि मास्कही काढून ठेवला आहे हे बघून माझा मुलगा खूप रागावला; पण 'ही कमाल असेल तर या पुस्तकाचीच' असं डॉक्टरांनी सांगितल्यावर तो शांत झाला. मंजुश्रीताई, मी आता अगदी तासभरसुद्धा बिन मास्कची राहू शकते. हे सगळं श्रेय तुमचं आणि तुमच्या या कादंबरीचं.'

'ताई, मी आतापर्यंत ऐकलं होतं की, मिरॅकल्स होतात. संगीत, स्वर, संस्कृतचे मंत्र यात चमत्कार घडवायची ताकद आहे. हेही ऐकलं होतं; पण आज मिरॅकल होताना मी प्रत्यक्ष पाहतोय. अनुभवतोय. तुमचं पुस्तक वाचताना माझ्या आईच्या प्रकृतीत पडलेला हा फरक म्हणजे चमत्कारच आहे आणि एखाद्याच्या लिखाणात एवढी ताकद असते हे मी प्रथमच अनुभवतोय. ताई, तुमचा आणि तुमच्या या कादंबरीचा मी शतश: आभारी आहे. तुम्ही माझी आई मला परत मिळवून दिलीत!

–अनिता राजगुरू (हुतात्मा राजगुरू यांची स्नुषा)

आपल्या स्नेहीजनांना पुस्तके भेट द्या

संत परंपरेतील महान विठ्ठलभक्त संत चोखामेळा
यांच्या आयुष्यावरील मनोवेधक कादंबरी

जोहार मायबाप जोहार

मंजुश्री गोखले

मेहता पब्लिशिंग हाऊस

Please contact us at **Mehta Publishing House,** Pune 411030.
© +91 020-24476924 / 24460313 / Mob. No. 9545000513
Email : production@mehtapublishinghouse.com
Website : www.mehtapublishinghouse.com

- *या पुस्तकातील लेखकाची मते, घटना, वर्णने ही त्या लेखकाची असून त्याच्याशी प्रकाशक सहमत असतीलच असे नाही.*

JOHAR MAI BAAP JOHAR by MANJUSHREE GOKHALE

जोहार माय बाप जोहार : मंजुश्री गोखले / कादंबरी

Email : author@mehtapublishinghouse.com

प्रकाशक : सुनील अनिल मेहता, मेहता पब्लिशिंग हाऊस, १९४१, सदाशिव पेठ, माडीवाले कॉलनी, पुणे – ४११०३०.

मुद्रक : ट्रिनिटी अॅकॅडमी फॉर कॉर्पोरेट ट्रेनिंग लिमिटेड

मुखपृष्ठ : चंद्रमोहन कुलकर्णी

प्रकाशनकाल : जानेवारी, २०११ / एप्रिल, २०१२ / पुनर्मुद्रण : सप्टेंबर, २०१६

किंमत : ₹ ३२०

P Book ISBN 9788184981964
E Book ISBN 9789386175342
E Books available on : amazonkindle Apple Books Google Play Books

---

जीवनात संतप्रवृत्तीनं वागणाऱ्या
सगळ्याच उपेक्षितांना
हा जोहार अर्पण!

प्रस्तावना

मध्ययुगीन मराठी वाङ्मयेतिहासात संत चोखामेळा आणि त्यांचा परिवार यांची जी त्रोटक माहिती मिळते ती संक्षेपाने अशी आहे :

हा परिवार मंगळवेढ्याचा. तीर्थक्षेत्रे हिंडून आल्यावर त्याला आपल्या गावानजिकच्याच पंढरीचा महिमा अधिक जाणवला. यातिहीन म्हणून जी बोचरी वागणूक मिळत होती तिचा विसर वारकरी संप्रदायामुळे पडला. पंढरपूर येथे भक्तश्रेष्ठ नामदेवरायांचे हरिकीर्तन ऐकले आणि हरिनामाशी एकरूप झाले. त्यांना विसावा मिळाला. 'पंढरीचे सुख नाही त्रिभुवनी। प्रत्यक्ष चक्रपाणी उभे असे' अशा भावनेने त्यांच्या 'मनाचे कष्ट दूर झाले'. पंढरीत 'सर्वांनी यावे, शुद्ध होऊन जावे' असा त्यांना अनुभव आला. 'विठ्ठल, विठ्ठल गजरी। अवघी दुमदुमली पंढरी ।।' हा आनंद पाहत आणि घेत असतानाच त्यांना वाटले. .... निवृत्ती, ज्ञानदेव, सोपान, मुक्ताबाई, जनाबाई, नामदेव अशा जाणत्या वैष्णवांसह वावरावे, हरिचरणी आणि हरिभक्तांशीही मिठी घालावी. तशी त्यांनी घातली आणि ते रूपकात्मक रचना करू लागले. कोण तो सावळा? कोण तो ओवळा? असा प्रश्न विचारू लागले. 'आत्मा तो निर्मळ' अशी समज त्यांनी स्पृश्यास्पृश्यता मानणाऱ्यांना दिली. अनंतभटाने त्यांची वाणी लिहून घेतली. त्यामुळे 'ऊस डोंगा परि रस नव्हे डोंगा । काय भुललासी वरलिया रंगा ।।' अशी त्यांची व्यथा वेदना सर्वांसमोर आली. सकलसंत गाथेत चोखोबांचे ३४९ अभंग आज आहेत.

चोखोबा परिवाराची कविता ही यादवकालीन मराठी संतवाणीच्या कक्षा रुंदावणारी ठरली. या परिवाराला नामदेवरायांचे गुरुत्त्व लाभले. त्यामुळे वैष्णवपरिवारात सामील होऊन ही मंडळी आत्मविश्वासाने वावरली.

मंगळवेढ्याच्या गावकूस बांधणीच्यावेळी वेठबिगार म्हणून या कुटुंबाला कामाला लावले गेले. त्यावेळी कुसू कोसळून चोखोबांनी प्राण गमावले. त्यांच्या

अस्थी नामदेवरायांनी पंढरपुरात आणून स्वहस्ते त्यांना पंढरीच्या महाद्वारी समाधी दिली आणि कालांतराने आपणही त्या समाधीनजिक सपरिवार समाधी ग्रहण केली.

महाराष्ट्रात मराठी भाषेच्या आदिकाळाचे जे धार्मिक मन्वंतर घडले, त्यात संत नामदेव परिवार आणि संत चोखामेळा परिवार यांचा महत्त्वाचा वाटा आहे. आजही संत नामदेवांच्या पालखीबरोबर संत चोखोबांची पालखी चालते.

चोखोबांविषयी मराठीत फार थोडे लिहिले गेले. त्यांची गाथा प्रकाशित आहे, पण अधिक संस्करणे नाहीत. चिकित्सक आवृत्ती नाही. सर्वच वारकरी संतांच्या वाणीची मूळ हस्तलिखिते उपलब्ध नसल्यामुळे चिकित्सक गाथासंहिता प्राप्त होणे अवघडही होऊन बसले आहे.

संत स्वत:विषयी फार कमी बोलतात. काही थोड्याच संतांनी आत्मपर थोडीशी अभंगरचना केली. त्यापैकी संत नामदेव, संत चोखामेळा हे आहेत.

संतांच्या अभंग गाथांपेक्षा त्यांच्या विषयांच्या चमत्कार कथाच अधिक प्रसिद्ध आहेत. त्यांनाही लोकश्रद्धेबरोबर, संत काव्यांचा काही आधार मिळतो. त्याचे महत्त्व स्वयंसिद्ध आहे.

संतवाङ्मय हे उदात्त मानवी मूल्ये जतन करणारे आहे. संत हे नरनारायण आहेत. ते सर्वसामान्य लोकांत वावरले, त्यांच्या भाषेत बोलले हे खरे. पण त्यांना तुमच्या, आमच्या सामान्य जीवनाचे आजचे निकष लावणे उचित ठरत नाही. संतांनी आपला प्रपंचही परमार्थमय केला. त्यांना पद-प्रतिष्ठा-पैसा, प्रसिद्धी, राजमान्यता अशी कुठलीच लालसा कधी शिवली नाही. त्यांनी कधीच कुणाचा अननुय केला नाही की, कुणाच्या कुठल्या अभिनिवेशाला, स्वार्थपराण्यातेला गोंजारले नाही.

महामानव म्हणून संतजीवनाचा शोध आणि बोध घ्यायचा असतो. सौ. मंजुश्री गोखले यांनी हा सारासार विचार केला आणि संतजीवने आपल्यापुढे कादंबरीसारख्या आधुनिक माध्यमांतून ठेवण्याचा प्रांजळ प्रयत्न केला असे म्हणता येते.

संत ज्ञानदेव, संत नामदेव, संत जनाबाई, अनंत भट इत्यादींचा चोखामेळा परिवाराच्या जीवनसंघर्षात महत्त्वाचा भाग आहे. तो त्यांनी स्वत: फार नोंदवून ठेवलेला नाही. पण कथागोष्टीतून लोकमानसाने तो श्रद्धापूर्वक ध्यानी ठेवलेला आहे. लेखिकेने या साऱ्या लोकसाहित्याचा चांगला उपयोग करून तत्कालीन वातावरण आणि प्रसंग सजीव करण्याचा प्रयत्न केला आहे.

सौ. मंजुश्री गोखले यांनी 'जोहार मायबाप जोहार' ही संत चोखोबांवरची कादंबरी लिहिताना चोखोबांच्या आयुष्याशी निगडीत असलेले प्रसंग खूप छान रंगवले आहेत. विशेषत: चोखोबांना बैलाच्या पायाला बांधले जाते तो प्रसंग. दीपमाळा बांधण्याचा प्रसंग, चोखोबांच्या मृत्यूचा प्रसंग, त्यांची समाधी बांधली

जाते तो प्रसंग. हे प्रसंग वाचताना दृश्य स्वरूपात ते डोळ्यांसमोर उभे राहतात. चोखोबाचे संत परिवारात स्वागत होणे, त्याची प्रतिमा जागृत होऊन त्याला अभंग रचता येणे या प्रसंगाबरोबरच त्याला मारहाण होते, त्या वेळच्या प्रसंगात तत्कालीन सामाजिक परिस्थितीचे नेमके चित्रण येते. हे प्रसंग चितारण्यासाठी लेखिकेला काही काल्पनिक पात्रे उभी करावी लागली. पण ती पात्रे त्या त्या प्रसंगात अशी चपखल बसली की, त्याच्यामुळे ते प्रसंग अधिक उठावदार झाले आहेत. त्याचबरोबर चोखोबाच्या आयुष्याचा जीवनपट उलगडताना चोखोबा-सोयरा, सावित्री, नामदेव, अनंतभट, ज्ञानेश्वर इ. व्यक्तिरेखा आपापल्या वैशिष्ट्यांनुसार सुरेख उभ्या राहतात.

कादंबरीचा काळ हा सात-आठशे वर्षांपूर्वीचा. त्या काळातील सामाजिक परिस्थितीचे भान लेखिकेने नीट ठेवले आहे. संत चोखामेळा आणि परिवार, तत्कालीन पंढरपुरातील समाज व्यवस्था, समाज, मन, सामाजिक परंपरा, वर्णव्यवस्था, यांचे चित्रण करताना लेखिकेने नीरक्षीरविवेक ठेवला आहे. चोखोबांच्या आयुष्यातील आनंदाचे प्रसंग वाचताना जसे आनंदाश्रूंनी डोळे भरून येतात, तसेच दुःखाचे प्रसंग वाचताना मन भरून आल्याशिवाय राहत नाही.

चोखोबांच्या व्यक्तिरेखेत त्यांची निखळ निरागसता, त्यांची प्रांजलभक्ती, स्वतःबद्दलचे नेमके भान यामुळे या कादंबरीचा नायक असलेला चोखोबा मनात घर करतो. चोखोबांचे नाट्यपूर्ण जीवन दृश्य स्वरूपात डोळ्यांसमोर उभे राहते, हे लेखिकेच्या ओघवत्या भाषा शैलीचे यश म्हणावे लागेल. भाषेची परिणामकता यावरून सिद्ध होते. एकूणच 'जोहार मायबाप जोहार' म्हणणारा चोखोबा जोहार घालताघालता आपल्या हृदयात कधी जागा मिळवितो ते कळत नाही, हे कादंबरीचे यश आहे.

कादंबरी लेखनासाठी तत्कालीन सामाजिक वातावरण निर्मिती आवश्यक. ती करीत असताना काही काल्पनिक पात्रांचा आधार घ्यावा लागणार. ललित लेखनात थोडे स्वातंत्र्य घेता येते. पण संतविषयक लेखन करताना विशेष भान ठेवायला हवे.

मंजुश्री गोखले यांनी स्वतःच म्हटले आहे, "हे सगळे करत असताना चोखोबांच्या संतपदाला, भक्तिप्रामाण्याला आणि निखालस प्रामाणिकपणाला कुठेही धक्का लागून चालणार नाही." लेखिकेने अशी जाणीव ठेवून लिहिले आहे. त्यामुळे ही कादंबरी वाचनीय तर झालेली आहेच, परंतु ती चोखोबा परिवाराचे संतसंगमय सफल जीवन प्रभावीरीतीने सादर करणार आहे.

– डॉ. अशोक कामत

(अध्यक्ष, संत नामदेव अध्यासन, पुणे विद्यापीठ)

मनोगत

पुण्याच्या संत नामदेव अध्यासनाचे अध्यक्ष डॉ.अशोक कामत यांनी पुणे विद्यापीठात होणाऱ्या 'संत चोखामेळा' यांच्यावरच्या परिसंवादाला मला आमंत्रित केलं. माझ्या दृष्टीनं तो फार मोठा बहुमान होता. त्या परिसंवादात मला 'संत चोखामेळा' या विषयावर चाळीस एक मिनिटाचा निबंध वाचायचा होता. कामत सरांनी माझ्यावर टाकलेला विश्वास आणि पुणे विद्यापीठात मी करत असलेलं कोल्हापूरचं प्रतिनिधित्व या दोन गोष्टींचा विचार करून मी 'संत चोखामेळा' यांच्या चरित्राचा खूपच अभ्यास केला. तो अभ्यास करत असताना संत चोखामेळा यांच्या विलक्षण जीवन चरित्राचा, त्यांच्या जीवनात घडलेल्या अनेक नाट्यमय प्रसंगांचा आणि अस्पृश्य असूनही संत श्रेष्ठत्त्वाच्या पदापर्यंत पोहचलेल्या त्यांच्या विलक्षण प्रतिभेचा एक वेगळाच साक्षात्कार मला झाला. त्यांच्या जीवनात घडलेल्या या अतार्किक घटनांनी मला जणू झपाटले.

काही श्रेष्ठ अभ्यासकांना विचारून संत साहित्याचा मागोवा घेतल्यावर असं लक्षात आलं की, संत चोखामेळा यांच्यावर अभ्यासपूर्ण असे संशोधनपर बरेच लिखाण झालेले आहे. पण अशा लिखाणापर्यंत सामान्य रसिक वाचक पोहचू शकत नाहीत. चोखोबांच्यावर ललित लिखाण असे फार थोडे झालेले आहे, हे ही लक्षात आले. संत चोखामेळा यांच्यावर एक कादंबरी लिहावी असे मनाला वाटत राहिले. निबंध वाचण्यासाठीचा केलेला सगळा अभ्यास हाताशी होताच. 'तुकयाची आवली' या कादंबरीला मिळालेले रसिक वाचकांचे पाठबळही पाठीशी होतेच. डॉ.कामत सरांसारखे दिग्गज अभ्यासक मार्ग दाखवायला तत्पर होते आणि संत चोखामेळा यांच्यासारख्या श्रेष्ठ संतांची आयुष्यभर झालेली उपेक्षा माझ्या संवेदनशील मनाला खुणावत होती. सर्वसामान्य रसिक वाचकांच्या मनात संत चोखामेळा यांच्याबद्दल एक मानाचे स्थान निर्माण व्हावे, अशीही आस मनाला लागून राहिली

होती. या पाच गोष्टी एकत्र आल्या आणि मग मला भगवद्‌गीतेतला एक श्लोक आठवला

अधिष्ठानं तथा कर्ता
करणंच पृथविक्स्वधम् ।
विविधाश्च पृथकचेष्टा ।
दैवं चैवात्र पश्चमम् ।

आणि मग मात्र ठरवलं, चोखामेळा यांच्या जीवनावर कादंबरी लिहायची. संत चोखामेळा यांच्या जीवनाचा अभ्यास असला, तरी त्याला कादंबरीचे स्वरूप देणं तसं कठीण होतं. अभ्यास एकट्या चोखोबांचा होता. कादंबरीत अनेक पात्रे, प्रसंग, संघर्ष सगळं येणं गरजेचं होतं. पुन्हा हे सगळं करत असताना चोखोबांच्या संतपदाला, भक्ती प्रामाण्यतेला आणि निखालस प्रांजलपणाला कुठंही धक्का लागून चालणार नव्हतं. म्हणूनच ही कादंबरी लिहित असताना माझे गुरू, माझे मार्गदर्शक डॉ.अशोक कामत यांच्याबरोबरच माझी मैत्रीण श्रीमती श्यामला देसाई आणि सौ. नीलांबरी कुलकर्णी यांना मी भरपूर त्रास दिला.

जसजशी कादंबरी लिहित गेले, तसतसे प्रसंग सुचत गेले. काही अडलेले प्रसंग मार्गी लावण्यासाठी चर्चा करण्यात माझी मैत्रीण आणि लेखनिक सौ.सुमेधा कुलकर्णी हिची मोलाची साथ लाभली. चोखोबांच्या जीवनातील कांही प्रसंग रेखाटताना भावनाविवश व्हायला होत होतं. सत्तावीस प्रकरणांची ही कादंबरी संत चोखामेळा यांच्या उपेक्षित पण विलक्षण जीवनप्रवाहाला न्याय देण्यास समर्थ ठरेल, या विश्वासाने वाचकांच्या हाती देत आहे.

कादंबरीमध्ये चोखोबांचे संपूर्ण जीवन गुंफायचे म्हटल्यानंतर चोखामेळा, त्यांचा संपूर्ण परिवार म्हणजे त्यांचे आई-वडील, सुदाम-सावित्री, त्यांची पत्नी सोयरा, बहीण निर्मळा, मेहुणा बंका आणि पुत्र कर्ममेळा याचंबरोबर तत्कालीन समाज व्यवस्थेप्रमाणे, त्या त्या वेळी, त्या त्या प्रसंगात चोखोबांच्या संपर्कात आलेल्या इतर काही व्यक्ती, तसेच चोखोबांचा समकालीन संत परिवार यांचा उल्लेख त्यांच्या स्वभाव वैशिष्ट्यांप्रमाणे येणं अपरिहार्य होतं. त्या, त्या प्रसंगातून या व्यक्तीरेखा उभी करण्याचा प्रामाणिक प्रयत्न इथे केला आहे. तसेच चोखोबांचे आई-वडील सावित्री-सुदाम यांच्या नावाबद्दल संत अभ्यासकांत काही मतभेद आहेत. काही अभ्यासकांनी त्यांच्या आईचे नाव मीरा आणि वडिलांचे नाव निवृत्ती असल्याचे सांगितले आहे. परंतु, बहुमत सर्वमान्य हा दाखला ग्राह्य धरून चोखोबांच्या आई-वडिलांचे नाव सावित्री-सुदाम असेच कायम ठेवले आहे. चोखोबांच्या आयुष्यातील इतर प्रसंग जे कादंबरीत विशेषत्वाने उल्लेखले आहेत ते चोखामेळा-सोयरा, संत नामदेव, संत जनाबाई यांच्या अभंगातून मिळालेल्या दाखल्यानुसार

आणि संदर्भानुसार योजलेले आहेत.

आवली लिहिताना हाताशी काही नव्हतं. तिच्या वडिलांचे नाव आणि संत तुकारामांची द्वितीय पत्नी या व्यतिरिक्त कोणताही संदर्भ हाताशी नव्हता. त्यामुळं तिचं जीवन किंवा तिचं आयुष्य उभं करताना, हरकतीचे मुद्दे फारसे उपस्थित केले जातील याची शक्यता फार कमी होती. तिच्यावर आतापर्यंत काही लिहिलं गेलंलं नव्हतं. त्यामुळे असेलही कदाचित पण मी जशी रंगवली, तशीच आवली रसिक वाचकांना आवडली. परंतु, चोखोबांच्या बाबतीत असं नव्हतं. संत साहित्याच्या अभ्यासकांनी संशोधन करून मिळवलेली आणि चोखोबांच्या समकालीन संतांच्या अभंगातून मिळालेली माहिती असली, तरी ती अपूर्ण आणि अर्धवट होती. पण अपूर्ण का होईना, माहिती होती. तरीही चोखोबांचा जन्म कधी, कुठं झाला. त्यांची पत्नी, त्यांच्याआधी निर्वतली की नंतर, त्यांचा मुलगा कर्ममेळ्याचे पुढे काय झाले, असे कादंबरीसाठी महत्त्वाचे ठरणारे प्रश्न अनुत्तरितच होते. अपुरी का होईना पण माहिती असल्यामुळे, व्यवच्छेदकतेला जागाही होती. म्हणूनच चोखोबा लिहिताना अनेकवेळा, अनेक गोष्टींचे प्रचंड भान ठेवून साकल्याने विचार करावा लागला. तरीही काही त्रुटी, काही उणिवा नक्कीच राहिल्या असतील. काही चुकाही झाल्या असतील, पण एका उपेक्षित संताला न्याय मिळवून देणे ही या पाठीमागची प्रांजल भावना समजून घेऊन माझे रसिक वाचक मला माफ करतील, असा मला विश्वास वाटतो.

संत चोखामेळा यांच्या विलक्षण आयुष्यापेक्षाही त्यांचा मृत्यू आणि मृत्यू उपरांत त्यांच्या अस्थीतून येणारी भक्तीची साक्ष जास्त विलक्षण आहे. तत्कालीन परिस्थिती, चमत्काराकडे झुकलेली ही घटना मला सत्यत्वाच्या कसोटीवरती घासून सिद्ध करावी असे वाटले. म्हणून माझे मित्र डॉ. प्रदीप पवार, डॉ. पी. जी. कुलकर्णी यांच्याशी चर्चा करून चोखोबांचा मृत्यू उपरांत घडलेला आहे, तो चमत्कार विज्ञानाधिष्ठित केला. तसेच वारकरी संप्रदायाची समग्र माहिती आणि तत्त्वे यांचा समग्र उहापोह मुद्दामच एका प्रकरणामध्ये म्हणजे चौथ्या प्रकरणामध्ये केला, तो वारकरी संप्रदायाची संपूर्ण माहिती रसिक वाचकांना व्हावी या हेतूनेच. चोखोबांच्या जीवनावरची ही कादंबरी परिपूर्ण रूपात रसिक वाचकांच्या हाती द्यावी यासाठीच हा सगळा अट्टाहास. माझ्या रसिक वाचकांनी जसे आवलीला भरभरून प्रेम दिले, न्याय दिला तसेच संत चोखामेळा यांच्या जीवनातील 'जोहार मायबाप जोहार' याही कादंबरीला देतील या विश्वासानं ही कादंबरी रसिक वाचकांच्या हाती सुपूर्द करत आहे. वाचकांनी माझा विश्वास सार्थ ठरवावा ही नम्र विनंती.

मंजुश्री गोखले

ऋणनिर्देश

'जोहार मायबाप जोहार' संत चोखोबांच्यावरची कादंबरी लिहिण्याचा संकल्प सोडला अन् मग मात्र त्यात अनंत अडचणी दिसू लागल्या. डॉ.अशोक कामत यांना बोलूनही दाखवल्या. पण त्या शंका-कुशंकांनी ना ते स्वत: विचलित झाले ना त्यांनी मला विचलित होऊ दिलं. उलट 'तुम्ही हे काम निष्ठेने आणि परिणामकारकरीत्या कराल' असा विश्वास त्यांनी मला दिला. खरे तर चोखोबांच्या चरित्राचा अभ्यास करण्यासाठी त्यांनीच मला उद्युक्त केलं होतं आणि आता चोखोबा लिहायला घेतल्यानंतर ते सर्वथा, सदैव माझ्या पाठीशी ठाम उभे राहिले. चोखोबा लिहिताना कुठेतरी, काहीतरी अडलं की, मी त्यांना कधीही फोन करून त्यांना त्रास द्यायची. पण माझ्यासमोर उभ्या ठाकलेल्या प्रश्नांची उकल करण्याचे, माझ्या मनातल्या शंकांची उकल करण्याचे काम त्यांनी अत्यंत मायेनं केले. एवढंच नव्हे, तर मला चोखोबाबद्दल काही माहिती पुरविणे, संदर्भासाठी ग्रंथ सुचविणे हे ही ते माझ्यासाठी करत राहिले. त्यांच्या ऋणातच राहणे मी पसंत करीन. माझी लेखनिक मैत्रीण सौ.सुमेधा कुलकर्णी हिनं त्रास घेऊन माझ्या घरी लिहायला येण्यात ठेवलेलं सातत्य, लिखाणातला नेटकेपणा, चुकून विसरल्या गेलेल्या कांही मुद्यांची करून दिलेली आठवण, तिच्या सहकार्याशिवाय 'जोहार मायबाप जोहार' ही कादंबरी पूर्ण होणं सर्वथा अशक्य होतं. त्या काळात असं घडेल का? त्या काळात असं असेल का? असे प्रश्न सतत विचारून माझी मैत्रीण श्रीमती श्यामला देसाई आणि सौ.नीलांबरी कुलकर्णी यांना मी सतत हैराण केलं. या कादंबरीच्या पहिल्या वाचक डॉ.सौ. कमलताई हर्डीकर यांनी कादंबरीविषयी काढलेल्या प्रशंसोद्गारामुळेही कादंबरी मेहता पब्लिशिंग हाऊस यांच्याकडे पाठविण्याचे धाडस मला झाले. या सगळ्यांच्या ऋणातून उतराई होणे अशक्यही आहे आणि अयोग्यही आहे.

मेहता पब्लिशिंग हाऊसचे श्री. अनिलभाई मेहता आणि सुनीलभाई मेहता यांनी माझं हे लिखाण वाचकांपुढे आणलं. मी त्यांची आभारी आहे. दीपक झेरॉक्सचे श्री. दीपक फाटक यांनी डी.टी.पी. वेळेत पूर्ण करून दिलं. मी त्यांचीही आभारी आहे. प्रसिद्ध चित्रकार श्री.चंद्रमोहन कुलकर्णी यांनी या कादंबरीला अनुलक्षून समर्पक असे देखणे मुखपृष्ठ काढले. मी त्यांची ऋणी आहे.

ही कादंबरी लिहिण्यासाठी कै.सौ.पद्मावती श्रोत्रिय यांच्या 'संत चोखामेळा आणि परिवार, विवेचक अभ्यास' या प्रबंधाचे खूप मोठे साहाय्य लाभले. त्यांच्या स्मृतीस मी अभिवादन करते. तसेच संत साहित्याचे अभ्यासक श्री.स.भा.कदम यांनी संपादित केलेल्या 'श्री संत चोखामेळा चरित्र व अभंग' या पुस्तकाचेही या कादंबरी लेखनात फार मोठे योगदान आहे. माझी त्यांना विनम्र आदरांजली. करवीर नगर वाचन मंदिर, कोल्हापूर येथील ग्रंथपाल सौ.वासंती लिमये यांनी संदर्भ ग्रंथ शोधून दिले नसते, तर ही कादंबरी पूर्णत्वाला गेली नसती. मी त्यांची अत्यंत ऋणी आहे. डॉ.ल.रा.नसिराबादकर, डॉ.सदानंद मोरे यांचेही वेळोवेळी बहुमोल मार्गदर्शन लाभले. मी त्यांचीही आभारी आहे.

ज्या सगळ्यांच्या पाठबळाने, योगदानाने आणि आशीर्वादाने 'जोहार मायबाप जोहार' ही कादंबरी लिहून पूर्ण झाली, त्या सगळ्या ज्ञात-अज्ञात सहृदयांना सौ.मंजुश्रीचा हा मन:पूर्वक....

जोहार !!!

1

“चोखा, ए चोखा, अरे माझ्या बाळा, अरं पुरं की आता माती कालवायचं. कालधरनं ह्योच उद्योग करत बसलायस, काय तानभूक न्हायी, कामकाज न्हायी. काय करतोयस तरी काय रं एवढी माती कालवून? अरे माझ्या सोन्या, ऊठ आता. तुझा बा गेलाय पाटलाकडं, काय तरी ढोर मेलंय म्हणून! जा तू बी जरा, बघूनशान ये.”

सावित्री केव्हापासून चोखाच्या मागे लागली होती. पण त्याचं मुळीच लक्ष नव्हतं. माती कालवण्यात तो अगदी गुंग झाला होता. सावित्रीला आता मात्र त्याचा राग यायला लागला. मी मघापासून सांगतिय पण हा मात्र ढिम्म. तिकडं याचा बाप जाताना सांगून गेलाय की, चोखाला लावून दे. म्हणजे दोघं मिळून ढोर ओढत आणू. पण हे पोरगं ऐकेल, तर शपथ. कालपासनं त्याचा ह्यो माती कालवण्याचाच उद्योग चाललाय. काय करतो एवढं कुणास ठावूक? शेवटी सावित्री करवादली. “ए चोखा, अरं उठतोस का आता? का घिऊ चुलीतलं लाकूड?”

मायचं हे निर्वाणीचं बोलणं ऐकून शेवटी नाईलाजानं चोखा उठला. आता उठलो नाही तर धडगत नव्हती. त्यानं हात धुतले. चड्डीला पुसले. तेवढाच एक कपडा त्याच्या अंगावर होता. मायकडं बघत रागारागानं तो मुकाट चालू लागला. त्याला आता पाटलाच्या वाड्यावर जायचं होतं. त्याचा बा तिकडंच गेला होता. फुफाट्यातनं चोखा अनवाणी चालला होता. पायाला चटके बसत होते. पण त्याचं मुळी लक्षच नव्हतं. त्याचं सगळं लक्ष एकवटलं होतं, त्यानं कालवून ठेवलेल्या मातीत. खरं तर आज त्याचं ठरवलेलं काम संपलं असतं. पण मध्येच मायनं हे

काम सांगितलं. त्यामुळं त्याला त्यातून उठणं भाग पडलं. आता बा बरोबर घरी परतलो की पहिल्यांदा ते काम पूर्ण करायचं असा त्यानं मनाशी निश्चय केला. त्याच विचारात त्याची पावलं भराभर पडू लागली.

श्रीपती पाटलाचं ढोर मेलं होतं. चोखाचा बा आणि शित्या मांग दोघंही तिकडंच गेले होते. आता ती दोघं ते ढोर सोलणार होते. त्याची चामडी शित्या घेऊन जाणार होता, तर त्यातल्या मटणाचे वाटे करून महार आळीला आणि मांग आळीला वाटले जाणार होते. इतर सवर्ण समाजाला घाणेरडं वाटणारं हे काम ही महार-मांग जमात मन लावून करत होती. ते त्यांचं पारंपरिक काम होतं, हे तर खरंच पण त्या कामाचे पैसे मिळून वर मटण पण मिळत असे. फक्त ते ढोर कुठल्या तरी घाणेरड्या रोगानं मेलेलं नसलं, म्हणजे झालं. ही गावकीची रीत होती. हा भावकीचा रिवाज होता. ही गावाची परंपरा होती. आणि म्हणूनच कसलाही विरोध किंवा द्रोह न करता, नाक न मुरडता ती परंपरा पाळली जात होती. गावकीचं रहाटगाडगं असं एका संथ लयीत फिरत होतं. मंगळवेढा त्याला अपवाद नव्हता.

सावित्री भराभरा काम उरकत होती. आता दोघंजण घरी येतील आणि मग आल्यावर हे पोरगं लागेल नाचायला. 'माय भूक लागली, माय भूक लागली', म्हणून. एक तर सकाळधरनं त्यानं काही खाल्लेलं नाही. त्यातच ती परसातली माती उकरून काढून ती भिजवून, मळून काही तरी करत बसला होता. काय करत होता इतका वेळ हा? खरंच, काय चाललंय काय याचं कालपासनं? एकदा बघायला पाहिजे. सावित्रीचे हात भराभर चालत होते मन मात्र चोखाजवळ घुटमळत होतं. ते पोर होतंच तसं लाघवी, असेल दहा-बारा वर्षाचं. खरं तर रंग काळा, नाक नकटंच म्हणावं असं, किंचित पुढे आलेले दात आणि शरीर काटकुळं. पण या सगळ्या रंगरूपावर मात करायचं ते त्याचं प्रसन्न हसणं आणि भोकरासारखे काळेभोर डोळे, त्यातले नितळ भाव, स्वच्छपणा, निरागसता. त्यातच कायम त्याचा चेहरा शांत आणि प्रसन्न असायचा. सावित्रीला त्याचंच मोठं अप्रूप वाटायचं. दिवसभराच्या कामानं कितीही दमला, उन्हातून कितीही वणवण फिरला, भुकेनं कितीही कासावीस झाला तरी चोखाच्या चेहऱ्यावरचं ते प्रसन्न हसू आणि डोळ्यातले शांत भाव तसेच असायचे. विचारांच्या नादात सावित्री परसदारी गेली. परसू तसं फार मोठं नव्हतं. असेल दोन अंकण. पण त्यातही सावित्रीनं नीटनेटकेपणानं भाजीपाला लावला होता. तऱ्हेतऱ्हेचे वेल चढवले होते. रोजचा भाजीपाला यातनं निघत होता. एक भोपळा काढायला आला होता. कारली, दोडके वेलीवर डुलत होते. आपल्या मेहनतीच्या ह्या फळांकडं एकदा डोळेभरून बघून

सावित्री परसाच्या कोपऱ्यात गेली. तिथंच त्या कोपऱ्यात कालचा संपूर्ण दिवस चोखा काहीतरी करत होता. सावित्रीनं पुढं होऊन पाहिलं. माती उकरून, ती चाळून, मळून ठेवलेली होती. त्या मळलेल्या मातीला एक काही तरी आकार दिलेला दिसत होता. काय असावं ते? बुजगावणं? छे, नव्हे? मग ठकी? छे, छे, काही तरी ठकीसारखं कमरेवर हात ठेवून उभारलेलं दिसत होतं. कमरेवर हात? कमरेवर हात? अगंबाई, हा विठोबा तर नव्हे? या पोरानं काय विठ्ठलाची मूर्ती करायला घेतली की काय? सावित्री एकटक त्या आकाराला न्याहाळत होती. होय! ती विठ्ठलाचीच मूर्ती होती. अजून ती पूर्ण व्हायची होती. पण जेवढी झाली होती, त्यात कमालीचा सुबकपणा होता, नेमकेपणा होता. सावित्रीला पोराचं कौतुक वाटलं. असं होतं तर? कालपासनं हे पोर या कामात गुंतलेलं होतं होय? पोराच्या कलाकारीचं तर सावित्रीला कौतिक वाटलचं, पण त्याच्या मनातील भावनेचं अप्रूप जास्त वाटलं तिला. तिचा चोखा, तिचा चोखामेळा. तिचा लाडका चोखा. सावित्रीला आठवला त्याचा जन्म....

सुदाम येसकर मेहुणपुरात राहणारा महार जमातीतला एक सत्शील तरुण. त्याच्याशी सावित्रीचं लग्न झालं, तेव्हा तिला खूपच आनंद झाला होता. कारण सुदाम येसकर निर्व्यसनी होता. त्यांच्या जातीत तर ती नवलाचीच गोष्ट होती. महार जातीतला असूनही सुदाम येसकर दारवा पीत नव्हता. गावकीची कामं करून तो सरळ विठ्ठल मंदिराच्या दाराशी जाऊन बसायचा. तो दारवा पीत नव्हता, गंजिफा खेळत नव्हता. सावित्रीला तर आपल्या या गुणी नवऱ्याला कुठं ठेवू आणि कुठं नको असं व्हायचं. तसा त्यांचा संसार सुखाचा चालला होता. पण लग्नाला चार/पाच वर्षे उलटून गेली, तरी सावित्रीची कूस उजवत नव्हती. दारात, घरात इवली पावलं उमटत नव्हती. अंगणातल्या चिऊ-काऊंना घास मिळत नव्हता. घरात सांड-लवंड होत नव्हती. सावित्री आणि सुदामा या सगळ्याकडं डोळे लावून बसली होती. पण अजून ती वेळ येत नव्हती. तशातच आता गावकीची कामं पण वाढली होती. मुलखात यवन घुसखोरी करत होते. गावात लुटालूट करत होते. त्यामुळं गावात गस्त घालायची, निरोप पोचवायचे, सांगावे सांगायचे, काही सरकारी कागदपत्रांची ने-आण करायची अशी कामं लागत होती, त्यात महार जात ही बारा बलुतेदारातली पहिल्या ओळीतल्या मानाची जात होती.

बलुतेदाराचे हक्क कमीच मिळत होते. कामं मात्र भरपूर होती. त्यातच ब्राम्हण आणि क्षत्रिय समाजाकडून हाड-हुड करून घ्यावं लागे. गावाची स्वच्छता करताना आपली सावलीशुद्धा त्यांच्यावर पडणार नाही, याची काळजी घ्यावी लागे. त्यांच्या विहीरी वेगळया, पाणवठे वेगळे. तिथंही शिवाशिव होतीच. शिव्यांची

लाखोली आणि तिरस्काराच्या थुंक्या तर रोजच झेलायला लागत असत. पण त्यातही रघुनाथ भट, श्रीपती पाटील यांच्यासारखी चांगली मंडळी होती. समाजरथाचा गाडा चातुवर्ण्याच्या चाकांवर तसा सुरळीत चालत होता.

अशातच मेहुणपुरी इथं राहणारी ही सावित्री आणि सुदाम आपल्याही संसाराचा गाडा ओढत होती. पण त्याचबरोबर आपल्या अंगणात इवलीशी पावलं कधी दुडूदुडू धावतील याचीही ती दोघे वाट बघत होती. सुदाम येसकर पापभीरू, देवभोळा होता. पंढरपुरच्या वारीची चाल त्याच्या घराण्यात होती. तो ही वारकरीच होता. विठूरायावर भक्ती होती. म्हणूनच त्याच्यावर विश्वास ठेवून हे दोघे पती-पत्नी आपले पुढयात आलेले आयुष्य सुखासमाधानानं जगत होती. ना कसली तक्रार, ना कसली कुरकुर, ना कसली भांडणं, ना कसले वाद. कामात वेळ कसाही जायचा. पण थोडे फुरसतीचे, विसाव्याचे क्षण मिळाले की मात्र सावित्रीला आपली कूस अजून रिकामीच आहे याचं वाईट वाटायचं.

दिवसभर काम करून दमलेला सुदाम, सावित्रीचा चेहरा वाचायचा जणू. तिची घायाळ अवस्था, आस लागलेलं मन त्याला कळून यायचं. मग सावित्रीचा चेहरा ओंजळीत घेऊन तो तिची समजूत काढायचा.

"सावित्री, उगा झुरू नगंस? अग त्या इठूरायाच्या मनात असंल तसं हुईल. त्यो हाय आपल्याकडं बघणारा. त्याच्यावर इश्वास ठेव. त्यो कुनालाच रिकाम्या हातानं धाडीत न्हाई. तू उगी वायट वाटून घेऊ नगसं!"

सुदामानं तशी समजूत काढली की सावित्रीलाही हुरूप वाटायचा. 'खरंच एक ना एक दिवस माझी कूस उजवेल. तो इठूराया हाय पाठीशी.' ती ही स्वत:लाच दिलासा द्यायची. उत्साहानं पुन्हा कामाला लागायची.

असेच दिवस चालले होते. कोरेगावच्या बुधाजी पाटलाकडनं सांगावा आला होता. कोरेगावचा हा पाटील फार धार्मिक होता. त्याची विठ्ठलभक्ती पंचक्रोशीत प्रसिद्ध होती. पंढरपुरच्या प्रत्येक वारीला तर तो जातच असे, पण घरात आणलेली कोणतीही वस्तू किंवा शेतात पिकलेलं कोणतंही धान्य तो पंढरपुरच्या विठोबाला दाखवल्याशिवाय वापरत नसे किंवा खातही नसे. याही वेळी त्याने असेच केले. या वर्षी त्याच्या शेतातील झाडांना अमाप आंबे आले. त्यातील काही निवडक आणि उत्तम आंबे मोजून त्याने पंढरपुरच्या विठोबासाठी बाजूला काढून ठेवले. सुदाम येसकराला सांगावा धाडला की, ये आणि ते आंबे पंढरपुरला नेऊन दे. शिवाय आंबे जास्त आहेत ते तुला एकट्याला नेता येणार नाहीत. तेव्हा बायकोला घेऊन ये, असाही त्यात निरोप होता. त्या निरोपाप्रमाणे दोघे – सुदाम आणि सावित्री, पाटलांच्या घरी पोचले आणि आंब्याच्या त्या दोन बुट्टया एकेकट्यानं

डोक्यावर घेऊन त्यांनी पंढरपुराकडे चालायला सुरुवात केली.

मे महिन्यातले ते कडक उन्हाळयाचे दिवस. वरून अंग भाजणारं ऊन आणि खाली पायाची सालटी सोलणारा फुफाटा. अशा कडक उन्हात सुदाम आणि सावित्री दोघेजण अनवाणी पायाने पंढरपुरची वाट चालायला लागले.

उन्ह मी म्हणत होतं. तहानेनं घसा कोरडा पडला होता. पण वाटेत असं कुठलंही पाणी पिण्याची त्यांना मुभा नव्हती. नदी किंवा ओढा वाटेत लागला तरी त्यातला एक थेंब त्यांचा त्यांना पिता येणार नव्हता. कुणातरी वाटसरूला हाकारून, त्याची अजीजी करून मिनतवाऱ्या केल्यावर तो पाणी द्यायला तयार झाला, तर त्यांची तहान भागत असे. दिवसभर चालायचं. एखादं गाव आलं की, भाकर तुकडा मागून आणायचा, खायचा, पाणी मागून प्यायचं आणि पुन्हा चालायचं. रात्र झाली, की कुठल्या तरी गावाजवळ, पण गावाबाहेर आणि तरीही गावाच्या सोबतीनं, एखाद्या झाडाखाली रात्र काढायची आणि पुन्हा दिवस उजाडला की निघायचं. तापलेल्या फुफाट्यातनं चालून सावित्रीच्या पायाला पोपडे आले. मग झाडाची पानं पावलांना बांधून चालायचं, पण चालायचं होतं.

असं मजल-दरमजल करत उन्हाची, फुफाट्याची, सोसाट्याच्या वाऱ्याची तमा न बाळगता सुदाम आणि सावित्री पंढरपुरजवळ आले. भर मध्यान्ह झाली होती. सूर्य डोक्यावर नुसता तळपत होता. सावित्रीला तो उन्हाचा चटका सहन झाला नाही. सुदामला हाक मारून तिनं थांबवलं. क्षणभर झाडाखाली बसू या का म्हणून विनवणी केली. तिचा चेहरा बघून सुदामला तिची कणव आली. तिच्याबद्दलची माया काळजात जणू उफाळून वर आली. तिच्या म्हणण्याला होकार देत, त्याने एका झाडाखाली आपली डोक्यावरची आंब्याची पाटी उतरवली. खाली ठेवली. सावित्रिच्याही डोक्यावरची पाटी उतरवून त्यानं बाजूला ठेवली. दोघंही श्रांत, क्लांत ते थकलेले जीव त्या झाडाच्या सावलीला जरा विसावले. त्या गारगार सावलीनंही जणू त्यांना आपलंसं केलं. शांतपणे डोळे मिटून घेऊन दोघं बसली.

अचानक एक आवाज आला. ''माई, मी दोन दिवसांचा उपाशी आहे. मला काही तरी खायला द्या. माझ्याच्यानं आता दोन पावलंदेखील चालवत नाहीय. या गरीब ब्राह्मणाला काही तरी पोटाला द्या. तुम्हाला पुण्य लाभेल. देव तुमचं भलं करेल.''

आवाजासरशी दोघांनी डोळे उघडून समोर पाहिलं. एक दीनवाणा माणूस त्यांच्यापुढे हात पसरून उभा होता. त्याचा डोक्याचा घेरा, त्यातली शेंडी, सोगा खांद्यावर घेऊन नेसलेलं फाटकं धोतर, अंगातली फाटकी बंडी तो ब्राम्हण असल्याची साक्ष देत होते. त्याचा चेहरा दीनवाणा होता. शरीरानं तो अत्यंत कृश

होता. पण त्याचं भव्य कपाळ, त्यावर लावलेलं उभं गंध आणि त्याचे तेजस्वी पण स्नेहार्द्र डोळे त्याच्या बुद्धिमानतेची आणि प्रेमळपणाची साक्ष देत होते. त्याला तसं समोर उभं पाहून सुदाम-सावित्री एकदम उठून उभे राहिले. त्याच्यापुढे हात जोडून त्या दोघांनी त्याला वंदन केलं. त्यांना जागं झालेलं पाहून तो ब्राह्मण पुन्हा म्हणाला,

"माई, मला काही तरी खायला दे. मला दोन दिवस काही खायला मिळालेलं नाही. मला भूक लागलीय. मला खायला दे" त्याचं ते बोलणं ऐकून ती दोघे विचारात पडली. 'आपण महार, हा ब्राह्मण. हा आपल्या हातचं कसं खाणार? आणि आपल्याजवळ तरी असं काय आहे की, ते आपण त्याला खायला देणार? हे आंबे आहेत, पण ते आपले नव्हेत. जी गोष्ट आपली नाही, त्यावर आपला काहीच अधिकार नाही. ही बुधाजी पाटलाची ठेव आहे आणि ती पंढरीच्या विठुरायापर्यंत पोहचवायची आहे. मग आपला त्यावर काय हक्क?'

शेवटी सुदामनं बोलायचं धाडस केलंन आणि म्हणाला, "महाराज, आपण आमच्याकडे खायला मागून आमच्यावर लई उपकारच केलेलं हायेत. पण आम्ही महार, तुम्ही ब्राह्मण. तुम्हाला आमच्या हातचं चालायचं न्हाई! आणि आम्ही दरिद्री. आम्ही तुम्हाला काय वो देणार?"

सुदामाचं बोलणं ऐकून तो ब्राह्मण निराश झाला. एवढ्यात त्याचं लक्ष तिथे जवळच ठेवलेल्या टोपल्याकडं गेलं. त्या टोपल्यावर पटकूर झाकलेलं होतं. त्यामुळे त्यात काय आहे हे वरून दिसत नव्हतं. पण त्याच्या आकारावरून त्यात काही तरी फळं आहेत, हे समजत होतं.

त्या टोपल्याकडं बोट दाखवत तो ब्राह्मण पुन्हा म्हणाला, "यात काय आहे? यात काही तरी फळं दिसताहेत. त्यातलं एखादं फळ मला द्या. मला तेवढं पुरेसं आहे." त्याने पुन्हा अजिजीच्या स्वरात आपले म्हणणे मांडले. त्याच्या स्वरात अजिजी होती खरी, पण त्याचे डोळे? त्यातलं तेज तसूभरही कमी झालं नव्हतं! त्याचा गोरापान रंग उन्हानं काळवंडला होता. तो विनवणी करत होता खरं, पण त्यात लाचारी नव्हती. त्याच्या विनवणीतही एक लोभस भाव होता. एक लाडिक आर्जव होतं.

सावित्री त्याचं ते लोभस रूप बघतच राहिली. त्याचा तो लोभसवाणा भाव, त्याची लाडिक आर्जवं मनात साठवावीत, हृदयात जपून ठेवावीत, त्याच्या डोळ्यातलं तेज आपल्या शरीरात सामावून घ्यावं असं तिला वाटायला लागलं. अनवधानानं ती बोलून गेली, "घ्या महाराज, घ्या एक आंबा घ्या आणि आम्हाला आशीर्वाद द्या. बामनाचा आशीर्वाद खरा ठरतो म्हनत्यात. बामनाला जेवायला

वाढण्यात महापुण्य असतया म्हनत्यात. तवा ते पुण्य आमाला लाभू दे. ह्यो घ्या, एक आंबा!'' असं म्हणत, सुदाम तिला 'अगं ऽ अगं' करतोय तोवर तिनं टोपलीतला एक आंबा त्या ब्राह्मणाच्या ओंजळीत टाकला. त्या ब्राह्मणाच्या चेहऱ्यावर हास्य पसरलं. त्या हास्यातही एक लोभस, प्रसन्न भाव होता. तो आंबा झेलून त्यानं आपल्या डाव्या हातात धरला.

सुदाम-सावित्री त्याच्या पुढं नमस्काराला वाकली होती. त्यानं प्रसन्नतेनं आशीर्वाद दिला.

''पुत्रवती भव! तुला घराण्याचं नाव मोठं करणारा मुलगा होईल!'' असा आशीर्वाद देऊन तो ब्राह्मण झपाट्यानं वळला आणि त्यानं तो आंबा खायला सुरुवात केली. त्याच्या आशीर्वादानं हरकलेली, आनंदानं अस्मान ठेंगणं झालेली सावित्री स्वत:शीच लाजली. 'बामनाचा आशीर्वाद खरा ठरतो म्हनं. म्हणजे मला बाळ व्हनार, मी आई व्हनार! माझी कूस उजवनार!' तिच्या मनात एक शहारणारं वादळ उठलं.

तिला सुदामनं भानावर आणलं. दोघांनी टोपल्या उचलल्या, डोक्यावर घेतल्या आणि दोघं वाट चालू लागली. दोन पावलं जातायत तोवर पाठीमागून हाक आली, ''माई ऽऽ थांब जरा!''

'आता आनी काय? आता ह्येला आजून एखादा आंबा पायजे की काय?' सावित्रीच्या मनात आलं. सुदामही थांबला. दोघंही पुन्हा मागे वळली. समोर दोन हात अंतरावर तोच ब्राह्मण उभा होता. त्याच्या हातात तोच आंबा होता. पण अर्धवट चोखलेला आणि डोळ्यात मात्र त्या तेजस्वितेबरोबरच एक लाडिक मिस्कीलता होती. त्याचा चेहरा पाहिल्यावर सावित्रीला आठवली पाटलाच्या पडवीत भिंतीवर लावलेली तसबीर. गवळणींच्या खोड्या काढणाऱ्या खट्याळ श्रीकृष्णाची.

तोच तो ब्राह्मण म्हणाला, ''माई, हे घे तुझा आंबा. मला नको तो. तो आंबट आहे, अजून कच्चा आहे तो. घे हा परत!'' असं म्हणत त्यानं तो आंबा परत सावित्रीच्या ओटीत टाकला आणि तो परत वळला.

सुदाम-सावित्री काहीतरी बोलणार, विचारणार, तोवर तो झपझप चालत वळणावर दिसेनासा झाला. दोघं मुकाट बसली आणि एकमेकांशी एक अक्षरही न बोलता त्यांनी पंढरपुरची वाट धरली.

पंढरपुरला पोहचल्यावर ते विठ्ठलाच्या मंदिराजवळ आले. तिथल्या बडव्यांची भेट घेऊन त्यांनी बुधाजी पाटलानं आंबे दिल्याचं सांगितलं. बडव्यांनी किती आंबे दिलेत असं विचारल्यावर सुदामनं सव्वाशे असं सांगितलं. बडव्यांनी आंबे मोजले. तेव्हा त्यात एक आंबा कमी भरला. तो कुठं गेला असं बडव्यांनी विचारल्यावर

सावित्रीनं सगळी खरी कथा सांगितली. पण बडव्यांचा त्यावर विश्वास बसला नाही. त्यांनी या दोघांना शिवीगाळ करून हाकलून दिलं. मंदिराच्या कळसाला नमस्कार करून दोघं पंढरपूर गावाच्याबाहेर आले. कसं का होईना, पण काम झालं होतं. देवाला आंबे पोहचले होते. मन शांतवलं होतं. पण शरीर मात्र शिणलं होतं. पायातून वेदना बोलायला लागली होती. दुपार उलटून गेली होती. दोघंही रस्त्याच्या कडेला एका झाडाखाली विसावली. सुदामनं दोन घरी जाऊन भाकर आणि पाणी मागून आणलं. दोघांनी पाण्याबरोबरच भाकर तुकडा खाल्ला. तोवर अंधारही पडायला लागला होता. भाकर तुकडा खाऊन झाल्यावर, डोईवर चुंबळ म्हणून घेतलेलं पटकून तिथंच त्यांनी झाडाखाली अंथरलं आणि त्यावर अंग टाकलं. धरणीचं अंथरूण आणि आकाशाचं पांघरूण करून ती दोघं झोपली.

पौर्णिमा जवळ आली असावी. नुकताच उगवलेला चंद्र लालसर दिसत होता. हवेतला उष्माही बराच कमी झाला होता. आकाशही बऱ्यापैकी निरभ्र होतं. दोन दिवस वणवण करून, चालून दोघंही दमली होती. सुदामला तर लगेचच झोप लागली. पण सावित्री मात्र जागीच होती. चंद्र आता आणखीच तेजस्वी दिसत होता, त्या ब्राह्मणाच्या डोळ्यासारखा. सावित्रीला उगीचच आठवलं. आपल्या वेडेपणाचं तिला हसूच आलं. तिनं कूस बदलली. पश्चिमेचा थंडगार वारा अंगावर येताच ती शहारली. पाय पोटाशी मुडपून घेऊन ती निजली. तिला झोप लागली. आकाशात चंद्र तसाच तेजानं निथळत होता.

पण त्या तेजातही एक मार्दव होतं. एक लाघव होतं. एक लोभसपणा होता. एक स्नेहार्द्रताही होती. तो चंद्र जणू सावित्रीकडं काही तरी मागत होता. पण त्या मागण्यात अजिजी नव्हती. एक लाडिक हट्ट होता. एक लाघवी अधिकार होता आणि डोळ्यात होता एक खट्याळपणा. कपाळाची भव्यता त्याच्या विद्वत्तेत भर घालत होती. खरं पण ती विद्वताही अहंकारी नव्हती. सावित्रीला वाटलं, तो ब्राह्मणच चंद्र आहे, तर कधी वाटलं त्या चंद्रात ब्राह्मणाचा चेहरा आहे. कधी तिला तो चंद्र जवळ आलेला दिसायचा. कधी दूर दूर. एकदा तर तो चंद्र अगदी निकट आला. अगदी, अगदी निकट. त्याच ते भव्य कपाळ, त्याचे उष्ण श्वासही जणू सावित्रीला जाणवले. त्याच्या डोळ्यातलं ते तेज आपल्या भवताली पसरलंय, त्या तेजानं आपल्याला पुरतं वेढून टाकलंय, ते तेज अगदी आपल्या आरपार जातंय असं तिला जाणवलं. त्याच्या डोळ्यातलं ते तेज निर्व्याज होतं. आपलं सर्वांगही त्या तेजानं तेजाळतंय आणि त्या तेजाचा एक प्रज्वलित कण आपल्या मनात, आपल्या हृदयात, हृदयाच्या खोल खोल कप्प्यात उतरतोय असा एक विलक्षण भास तिला झाला. गाढ झोपेत असलेली सावित्री दचकून, धडपडत

उठून बसली. तिचं सर्वांग घामानं भिजलं होतं. तिच्या छातीतली धडधड तिलाच ऐकायला येत होती. आसमंत शांत, शांत होता. वारा पडला होता. चंद्र शांत होता. चांदण्या थकल्या होत्या, पण त्या स्तब्धतेतही एक आवाज होता. त्या शांततेलाही एक आवाजाचा नाद होता. त्या नीरव शांततेत सावित्रीला तो नाद स्पष्ट ऐकू आला. "विठ्ठलऽऽ विठ्ठलऽऽ जय हरी विठ्ठलऽऽ! विठ्ठलऽऽ विठ्ठलऽऽ जय हरी विठ्ठलऽऽ!"

सावित्री उठून बसली. तिनं आपला चेहरा, मान पुसली. अनवधानाने तिचं लक्ष आकाशाकडं गेलं. चंद्र पुसट झाला होता. पक्षांची किलबिल ऐकू यायला लागली होती. झुंजूमुंजू व्हायला लागलं होतं. सावित्रीनं चेहऱ्यावरून पदर फिरवला. केसांवरून हात फिरवला. सुदाम शांत झोपला होता. सावित्रीला आपल्या नवऱ्याचं कौतुक वाटलं. किती राबतोय बिचारा! पण त्याचा जीव रमवायला, त्याला घराची ओढ लागायला आपण त्याला एक बाळ देऊ शकत नाही, याचही तिला वैषम्य वाटलं. अचानक तिला त्या ब्राह्मणाचा आशीर्वाद आठवला. आठवलं ते रात्री स्वप्नात पाहिलेलं तेजाचं आरपार जाणं आणि आठवला तो नीरव शांततेत घुमणारा विठ्ठलाचा गजर. तिनं अभावितपणे हात जोडले. डोळे मिटले. मंदिराच्या कळसाला लांबून नमस्कार केला आणि तिनं सुदामला उठवलं.

दोघंजण चालत गावाकडं परतली. घरी आल्यावर त्यांचा रोजचा दिनक्रम चालू झाला. रोजचा कामाचा रामरगाडा उपसता उपसता महिना कधी उलटला ते कळलंच नाही. अचानक सावित्रीच्या लक्षात आलं. क्षणभर तिला खरंच वाटलं नाही. पण एक दिवस ढोराच्या चामड्याच्या वासानं तिला मळमळून आलं. पोटात ढवळून आलं आणि तिला भडभडून उलटी झाली. त्यानंतर मात्र तिच्या पोटात काही ठरेना. एरवी काम करताना कुणी गाणं गुणगुणायला लागलं की तिला वाटायचं त्या माणसाचं कामात लक्ष नाही. पण अलीकडं तिलाच काम करताना अभंग, ओव्या म्हणायचा नाद लागला. विठ्ठलनामाचा जप तर तिला अतीव गोड वाटायला लागला. जसजसे दिवस जायला लागले, तसतशी विठ्ठलनामाची माधुरी आणखीच वाढलीय असं तिला वाटायला लागलं. तिचं वाढलेलं पोट आणि चेहऱ्यावरचं तेज बघून सुदामला आकाश ठेंगणं झालं. आता त्याच्या घरात एक बाळ येणार होतं. त्याच्या थकल्या जीवाला एक नवचैतन्य मिळणार होतं. त्याला कुणीतरी इवल्या इवल्या हातानं मिठी मारणार होतं. बोबड्या बोलानं 'बाबा' म्हणणारं होतं. घरात दुडूदुडू धावणार होतं. अंगणभर फिरणार होतं. सुदाम त्या क्षणाची वाट बघत होता.

आणि एके दिवशी सावित्रीच्या पोटात दुखायला लागलं. सुदामनं धावत

जाऊन गंगा सुईणीला बोलावलं. गंगाच्या हाताला यश होतं आणि तसंच झालं. सावित्रीनं एका गोंडस मुलाला जन्म दिला. काळ्या विठोबासारखं, ते काळं इवलसं पोर, जन्मत: क्षणभर रडलं आणि मग मात्र मुठी चोखत लुकलुकत्या डोळ्यानं टुकूटुकू बघत राहिलं. गंगानं त्याला सावित्रीच्या ओटीत ठेवलं आणि त्या क्षणी सावित्रीला आठवलं, त्या ब्राह्मणानं तो चोखलेला आंबा असाच आपल्या ओटीत टाकला होता. आपण घरी आल्यावर तो खाल्ला. त्याला एक वेगळीच माधुरी होती. त्या चोखून टाकलेल्या आंब्याचा प्रसाद आणि त्या ब्राह्मणानं दिलेला आशीर्वाद याचंच हे फळ आहे. सावित्रीची मनोमन खात्री पटली आणि तत्क्षणी तिनं त्या बाळाचं नाव ठरवलं – 'चोखामेळा.'

कर कटेवर ठेवून विटेवर उभा असलेला तो काळा विठ्ठल हे सारं अपूर्वाईनं बघत होता. त्याच्या भक्तमेळ्यात आणखी एक मोलाची भर पडणार होती. त्याला ते नावही खूप आवडलेलं होतं. चोखामेळा – मलिन असूनही जो चोख आहे, तो 'चोखामेळा.' अपवित्र असूनही जो पवित्र आहे – तो चोखामेळा. विठ्ठलालाही आनंद झाला होता. हा आनंद वाटून घेण्यासाठी, मनातल्या या गोष्टी बोलण्यासाठी तो वाट पाहत होता एका भक्त शिरोमणीची. तो आला की, या सगळ्या भावना तो त्याच्यासमवेत वाटून घेणार होता. चोखामेळाबद्दलही बोलणार होता. त्या गोष्टीला थोडा अवकाश होता, पण सध्या तरी विठ्ठल आनंदात होता आणि तेवढं रुक्मिणीला पुरेसं होतं.

2

चोखा जसजसा मोठा होऊ लागला तसं त्याला आवरताआवरता सावित्रीला दिवस पुरेना. तर सुदामालाही आपल्या या पोराला कुठं ठेवू आणि कुठं नको असं झालं. गावकीची काम भरभर आटोपून तो लवकर घरी यायचा. या पोराशी खेळायचा, त्याचे लाड करायचा. विठोबाच्या रंगाचं हे काळं-सावळं पोर बुद्धीनं तल्लख होतं, पण स्वभावानं मात्र शांत होतं. शेजार-पाजारच्या मुलांत मिसळायला त्याला फारसं आवडायचही नाही. खेळ नीट सुरू असेपर्यंत तो खेळायचा. पण वाद आणि भांडणं सुरू झाली की, तो त्यातनं बाहेर पडायचा ते थेट घरी यायचा. इतर मुलासारखं भांडणं करणं, शिव्या देणं, वसवस करणं त्याला अजिबात आवडायचं नाही. त्याच्याजवळ एक लाकडी बाहुला होता. सुदामनं तो येसाजी बुधाकडून आणला होता, चोखाला खेळायला. येसाजी बुधा लाकडी खेळणी करून ती गावोगाव फिरून विकत असे. सुदामनं त्याचा गोठा लखख आरशांसारखा स्वच्छ केला आणि त्या बदल्यात हा लाकडी बाहुला घेतला होता. चोखाला तो फार आवडायचा. त्या बाहुल्याला रोज अंघोळ घालून, तो मायकडून मागून घेतलेलं एक चिरगुट त्याला नेसवायचा. इबिक घासून त्या बाहुल्याला तो गंध लावायचा, तेही उभं! मग कमरेवर हात ठेवलेला तो बाहुला विठोबासारखा दिसायचा. त्या सावळ्या विठोबाचं त्याला भारी वेड होतं. त्यांच्या घरात वारी होतीच. त्या वारीतल्या गमती-जमती सुदाम त्याला सांगायचा. विठ्ठलाच्या नामघोषाने आसमंत कसा दुमदुमून जातो याचं वर्णन सांगायचा. चोखाला या सगळ्या गोष्टींचं अप्रूप वाटायचं. चोखा मग तासन्‌तास त्या विठोबाकडे पाहत बसायचा किंवा

त्याच्याशी काहीबाही बोलत बसायचा. सावित्रीला या गोष्टीचं फारसं कवतिक वाटायचं नाही. पण बाहेर जाऊन, पोरांच्यात भांडण करत बसण्यापेक्षा बरं म्हणून ती दुर्लक्षच करायची. चोखा असाच वाढत होता, दिवसेंदिवस! त्याच्या एका गोष्टींचा मात्र सावित्रीला त्रास व्हायचा. तो जशी त्या बाहुल्याला रोज अंघोळ घालत असे, तशीच त्यालाही मायनं रोज अंघोळ घालायची यासाठी तो हट्ट करायचा. सावित्रीनं कितीही आणि काहीही सांगितलं तरी ऐकायचा नाही. प्रसंगी मार खायचा. जेवायचा नाही. उपाशी राहायचा, पण अंघोळ मात्र रोज करायचा. आसपासची त्याच्या वयाची पोरं दोन काय, पण पाच-सहा दिवसही अंघोळ करत नसतं. चोखाचा रोजच्या अंघोळीचा हट्ट बघून ती मात्र त्याला 'भटा-बामणावाणी वागतुया' म्हणून चिडवायची. पण चोखा आपला अंघोळीचा हट्ट सोडायचा नाही.

चोखाच्या पाठीवर सावित्रीला पुन्हा दिवस गेले आणि यथावकाश तिनं एका गोड मुलीला जन्म दिला. आपली न उजवणारी कूस एक तर चोखाच्या जन्मामुळे उजवली, वांझपणाचा आपल्यावर बसणारा शिक्का चोखामुळे पुसला ही सावित्रीची धारणा होतीच. पण चोखाच्या पाठीवर आणखी एक मुलगी झाल्याने चोखा तिचा आणखीनच लाडाचा बनला. त्यामुळंच दारिद्र्यानं आणि गरीबीनं नाडलेलं असलं तरी आई-वडिलांच्या छत्र-छायेनं आणि कोड-कौतुकानं चोखाचं बालपण असं समृद्ध आणि सुनिश्चिततेत सरलं.

चोखा आणि त्याची धाकटी बहीण निर्मळा हळूहळू मोठी होऊ लागली. निर्मळा आईच्या हाताखाली मदतीला येऊ लागली आणि चोखा बापाच्या. आता गावकीच्या काही कामकाजात सुदाम चोखाला मदतीला नेऊ लागला. विशेषत: आपल्याबरोबर रस्ता झाडताना तो चोखाला बरोबर नेत असे. कारण एक म्हणजे ते काम चोखाला फार आवडे आणि दुसरं म्हणजे रस्ता झाडण्याचं काम चोखा अगदी मन लावून आणि स्वच्छ करीत असे. त्यातही विशेषत: ब्राह्मण आळी झाडायला त्याला मनापासून आवडे आणि तेही सकाळी लवकर.

एक दिवस सुदामनं त्याला याचं कारण विचारलं, तेव्हा चोखा म्हणाला, "मला लयी आवडतं बामणआळी लोटायला. आनी सकाळी-सकाळी तर लयीच. कारण सकाळी-सकाळी समद्या बामनआळीत त्या समद्या घरातनं अभंग, देवाची गाणी, आनी काय तरी देवाचं मंत्र ऐकायला येतात. ते ऐकायला मला लयी आवडतं." चोखानं दिलेलं हे उत्तर ऐकून सुदामचा ऊर अभिमानानं भरून आला. त्याचं पोर इतर महारांच्या पोरांपेक्षा वेगळं होतं निश्चित. तेव्हापासून ब्राह्मणआळी चोखानं झाडायची हे जणू नक्की झालं.

तशातच कुलकर्ण्यांची माई, कृष्णाजीपंतांच्या शारदावहिनी, आबाजी कुलकर्ण्यांच्या

सुभद्राताई यांना चोखाच्या स्वच्छ रस्ता लोटण्याचं भारी कवतिक. चोखाचा रस्ता लोटून झाला की, यातलं कुणी ना कुणी चोखाला कवतिकानं काही-बाही खायला देई. तिखटाच्या पाण्याबरोबर भाकरी खाणाऱ्या चोखाला त्यांनी दिलेलं ते अपूर्वाईचं असेच, पण त्याहीपेक्षा त्या ब्राह्मण स्त्रियांना अपूर्वाई वाटायची ती याची की, दिलेला तो खाऊ अधाशासारखा तिथंच न खाता चोखा तो आपल्या धाकट्या बहिणीसाठी राखून ठेवायचा याची आणि एकदा मग हे कळल्यावर त्या ब्राह्मण स्त्रिया त्याला खाण्यासाठी वेगळा आणि घरी बहिणीला नेण्यासाठी वेगळा असा खाऊ द्यायला लागल्या. पुढेपुढे तर सणावारी शिजलेलं गोड-धोड चोखासाठी राखून बाजूला ठेवलं जाऊ लागलं. आपल्या मेहनतीनं, प्रामाणिकपणानं आणि अभिजात लाघवीपणानं चोखानं ब्राह्मण स्त्रियांच्या मनातही आपल्याबद्दल एक आपुलकीची जागा निर्माण केली, तेही लहान वयातच. रस्त्यानं जाता-येता त्यातलं कुणी सावित्रीला भेटलं की, तिच्याजवळ त्या स्त्रिया चोखाबद्दल चांगलं बोलायच्या. लांबून का होईना पण आपल्या लेकाच्या कवतिकाचे चार शब्द त्यांच्या तोंडातून कानावर पडले की, सावित्रीला भरून यायचं. पोराविषयीच्या अभिमानानं ऊर भरून यायचा. आणि मग तिला शब्द आठवायचे त्या ब्राह्मणाचे, 'तुमच्या घराण्याचं नाव मोठं करणारा मुलगा तुला होईल!' ते आठवलं की सावित्रीला वाटायचं, "खरंच! खरंच तसं होणार आहे. ह्ये इतरांपरीस वेगळं असलेलं माझं पोर घराण्याचं नाव नक्की मोठं करणार आहे. नक्की मोठं करणार आहे!" या विचारानं मग चोखावरच्या तिच्या मायेत आणखी भर पडायची.

तो घरी आला की, ती त्याची अलाबला घ्यायची. कुठनं तरी तांदूळ मागून आणून त्याला आवडतो, म्हणून भात करायची. त्याला कुठं ठेवू आणि कुठं नको असं तिला व्हायचं आणि सावित्रीच्या तोंडून, मग ब्राह्मण आळीत होणारं चोखाचं कवतिक ऐकलं की, सुदामची अवस्थाही त्यापेक्षा वेगळी नसायची. आपल्या अंगभूत स्वभाव वैशिष्ट्यांना असं तेजाळत चोखामेळा हळूहळू मोठा होत होता.

अशातच एक दिवस मंगळवेढ्यांच्या सरदाराचा सांगावा सुदाम येसकरला म्हणजे चोखाच्या बापाला आला. त्या सरदारानं सुदाम येसकरला बोलावलं होतं. यवनांच्या स्वाऱ्या होत होत्या. मेहुणपुराच्या सरपंचाकडून त्या सरदाराला सुदामचा प्रामाणिकपणा, त्याची कामावरची निष्ठा आणि तत्परता कळली होती. तसेच जंगल पांदीतले, ओहोळ-ओढ्यातले रस्ते, वाटा सुदामला माहीत होत्या. म्हणूनच सरदाराने त्याला बोलावणं पाठवलं होतं. त्या सरदाराला भेटून सुदाम आला, तो नाचतचं. त्या सरदारानं मंगळवेढ्यात एक वर्षभरासाठी त्याची निरोप्या म्हणून नेमणूक केली होती. पगार, कपडालत्ता, धान्य मिळणार होतं. शिवाय राहायला

महार वस्तीतच एक खोपटं! आणखी काय पाहिजे. ही गोष्ट त्यानं येऊन सावित्रीला सांगितली. दोघांना साहजिकच आनंद झाला होता. पण त्या आनंदापेक्षाही मोठा आनंद म्हणजे मेहुणपुरापेक्षा मंगळवेढ्यापासून पंढरपूर जवळ पडणारं होतं. दरवर्षी वारी करता येणार होती. विठोबाच्याजवळ राहता येणार होतं. दोघांनी आनंदानं बिऱ्हाड हलविण्याची तयारी केली. सामानसुमानं बांधलं. होतंच काय म्हणा सामानसुमान! दोन-चार गाडगी-मडकी, एक-दोन तपेली, चार-सहा अंथरूण-पांघरूण, दोन वाकळा, एक बाजलं, दोन-चार घागरी. झालं सामानसुमान. पण त्या प्रत्येक वस्तूत सावित्रीचा जीव होता. प्रत्येक वस्तूमागे एक आठवण निगडित होती. तिनं काळजीपूर्वक सगळं सामान गोळा केलं. सुदामनं लहूची बैलगाडी सांगितली होती. त्यात ते नीटपणे भरलं. पुढं चांगलं भविष्य खुणावत होतं. तरीही राहती झोपडी सोडताना सावित्रीला दुःख झालंच. अनंत आठवणी होत्या त्या झोपडीत. त्यात प्रामुख्याने चोखाचा आणि निर्मळाचा जन्म. तिनं निग्रहानं डोळे पुसले. एकवार मागे वळून झोपडीला नमस्कार केला आणि ती बैलगाडीमागे पाठोपाठ चालू लागली.

चोखाला मात्र आपण मंगळवेढ्याला चाललोय याचा खूपच आनंद झाला होता. मंगळवेढा गावही मेहुणपुरापेक्षा मोठं होतं. तिथून पंढरपूर जवळ होतं. आणि मुख्य म्हणजे मंगळवेढ्याहून पंढरपुरला सहज जाता येत होतं. पंढरपूर जवळ असल्यानं विठ्ठलाची भक्ती गावात रुजली होती आणि चोखाला त्याचंच अप्रूप वाटत होतं. म्हणूनच बैलगाडीत बसल्याबसल्या तो निर्मळाला, आपल्या धाकट्या बहिणीला आपले बेत ऐकवत होता. काहीबाही सांगत होता. तिला त्यातलं फारसं काही कळलं नाही. पण आपण नवीन गावात जातोय याचा दादाला खूपखूप आनंद झालाय, एवढं तिच्या लक्षात आलं आणि तिला आनंदित व्हायला तेवढं कारण पुरेसं होतं. आपली दोन्ही पोरं चेहरे खुलवून बसली आहेत हे बघून जुनी झोपडी, जुनं गाव सोडल्याची सावित्रीचीही खंत कुठल्याकुठे पळाली आणि पोरांच्या आनंदात तीही सहभागी झाली.

मजल-दरमजल करत हे कुटुंब मंगळवेढ्याला पोचलं. मंगळवेढ्याची वेस आपलं उत्स्फूर्तपणे स्वागत करते आहे, असंच चोखाला वाटलं. कदाचित ते खरंही असावं. कारण चोखामेळ्याच्या आगमनानं, त्याच्या तिथल्या वास्तव्यानं, साऱ्या मंगळवेढ्यालाच एक पुण्याई मिळणार होती. हे भविष्य त्या वेशीला दिसलं असावं. मंगळवेढ्याला पोहचल्यावर सरदाराने नेमलेल्या कामगिरीवर सुदाम रुजू झाला, तर सावित्रीचा तोच दिनक्रम चालू राहिला. बदललं होतं ते गाव, ठिकाण. काम तेच होतं. चोखा आता एकटाच रस्ता झाडणीच्या कामावर जाऊ लागला.

त्याचा सरळ स्वभाव, जातीनं बहाल केलेली नम्रता, नीटनेटकं काम करण्याची त्याची पद्धत, यामुळे इथेही त्यानं आपुलकी जमवली. जिव्हाळा गोळा केला. सुदाम येसकरनं सरदाराचं काम वर्षभर केलं. आता यवनांच्या स्वाऱ्या जरा थंडावल्या होत्या. त्यामुळे सुदाम त्या सरदाराच्या कामातून मोकळा झाला होता. आता तोही गावकीच्या कामकाजात लागला. सुदाम येसकर आणि त्याचा मुलगा चोखामेळा दोघं अतिशय तत्परतेनं आणि नेटकेपणानं काम करतात असा विश्वास भावकीत निर्माण झाला. हळूहळू चोखामेळा मंगळवेढ्यात रमला. त्यातचं तिथं निनादणारे विठ्ठलभक्तीचे स्वर, अभंगाचे सूर, विठ्ठलनामाचा होणारा गजर, पावलापावलांवर भेटणारे टाळ-चिपळ्या घेऊन विठ्ठलाची भजने म्हणत हिंडणारे वारकरी आणि या साऱ्यांमुळे पवित्र झालेलं ते मंगळवेढ्याचं वातावरण चोखाच्या विठ्ठलभक्तीला पूरक ठरलं. त्याच्या विठ्ठलवेड्या मनाला जणू तिथं दिलासा मिळाला. आपण योग्य त्या ठिकाणी आलो आहोत अशी एक भावना, असा एक विश्वास त्याच्या मनानं घेतला आणि विठ्ठलाच्या दर्शनापेक्षाही विठ्ठलनामाचीच ओढ त्याला अधिक वाटू लागली. विठ्ठलाचं दर्शन होणं, तर केवळ अशक्य होतं. त्याच्या जातीनंच त्याच्यावर हे बंधन घातलं होतं. पण प्रत्यक्ष विठ्ठलाचं दर्शन झालं नाही, तरी त्याचं दर्शन घेणाऱ्याचं दर्शन घेणं ही गोष्टही काही कमी महत्त्वाची नव्हती आणि आत्ता या पोरवयात, केवळ विठ्ठलावर प्रेम करणाऱ्या चोखाच्या दृष्टीनं ते फार महत्त्वाचं होतं, फार मोठं होतं. अशारीतीने चोखामेळा, सुदाम-सावित्री सगळीजण आपापल्या परीनं मंगळवेढ्यात रमली. स्थिरावली. त्यांच्याही आयुष्याला स्थैर्य आलं. एक प्रकारचं समाधान, एक प्रकारची निश्चिंतता लाभली.

मंगळवेढ्यातही एक विठ्ठलाचं मंदिर होतं. त्या मंदिराच्या आतली सगळी स्वच्छता म्हादा गुरव करत असे, तर त्या मंदिराच्या अंगणातली, परिसराची स्वच्छता ही पोरवयाच्या चोखानं बा कडनं मागून आपल्या अंगावर घेतली होती. त्याचं मन लावून काम करणं, अगदी वेळेवर पोचणं, काम नीटनेटकेपणानं करणं, रोज काम संपवून मगच घरी जाणं, मंदिराचं आवार आरशासारखं लख्ख ठेवणं हे त्या गुरवाला फार, फार आवडायचं. तो चोखाशी बोलायचा, त्याची विचारपूस करायचा. त्याला विठोबाचा अंगारा द्यायचा, तीर्थ द्यायचा. चोखाची विठोबावर असलेली श्रद्धा पाहून गुरवालाही कौतुक वाटायचं. तर गुरवाच्या तोंडून विठ्ठलाची भजनं ऐकताऐकता चोखाचा शीण नाहीसा व्हायचा. आता चोखाचा दिनक्रम ठरलेला असायचा. सकाळी लवकर उठून तो आधी आपलं अंगण, आपला परिसर झाडायचा. नंतर स्वच्छ अंघोळ करून, फाटके असले तरी स्वच्छ

धुतलेले कपडे घालायचा. कपाळावर गंध लावून, विठोबाच्या मूर्तीला नमस्कार करून हे बारा-तेरा वर्षाचं पोर आपल्या रस्ते झाडण्याच्या कामावर रूजू व्हायचं. गावातल्या ब्राह्मण आळी, वैश्य आळी, व्यापारी पेठ अशा सगळ्या गल्ल्या, रस्ते झाडून झाले की, चोखा विठ्ठल मंदिराकडे जायचा. रस्ता झाडताना त्याच्या समवेत असलेली त्याची दोस्त मंडळी, मंगू, शित्या, रामा, बाळू, जगन, लहू, धना ही सगळीजण रस्ते झाडून झाले की, चावडीकडं पळायची आणि तिथल्या वडाच्या पारावर बसून गंजिफा खेळायची. पण चोखा त्यांच्यात कधी जात नसे. तो थेट विठ्ठल मंदिर गाठायचा आणि मग अगदी संध्याकाळ होईपर्यंत तो मन लावून त्या मंदिराचं आवार झाडत बसायचा. त्या मंदिराच्या आवारात उगवलेलं तण न् तण काढायचा. काटे, काचा, बोचणारे खडे नीट गोळा करायचा. थोडावेळ ते पोर जेवायला फक्त घरी जात असे. तो पुन्हा मंदिराच्या कामगिरीवर हजर होत असे, ते अगदी दिवस मावळेपर्यंत. दिवस मावळला की चोखा घरी जाई. तोवर गावकीची इतर काही कामं करून सुदामपण आलेला असे. मग दोघं बसून काहीबाही गप्पा मारत. कधी भजनं म्हणत. सावित्रीनं हाक मारली की, दोघं जेवायला उठत. जेवणं झाली की, विठ्ठलाचं नामस्मरण करत चोखा झोपी जात असे. त्याच्या या दिनक्रमात बदल क्वचितच होत असे असेच दिवस चालले होते. आणि तो प्रसंग घडला. त्या प्रसंगानं चोखाचा विठ्ठलावरचा विश्वास आणखीनच पक्का झाला.

झाले होते असे, म्हादा गुरव त्या विठ्ठल मंदिराची सारी व्यवस्था बघत असे. मंदिर आतून स्वच्छ ठेवणे, विठोबाची अंघोळ, त्याची पूजा बांधणे, त्याला अभिषेक, प्रसाद, नैवेद्य, कुणी महापूजा – अभिषेक सांगितला तर तो करणे, कुणी नैवेद्य दिला तर तो दाखवून, प्रसाद वाटून ती भांडीकुंडी परत करणे, अशी कामे तो करत असे. आणि म्हादा गुरव हे कामकाज नीट करतो की नाही याकडे मंदिराच्या सहा विश्वस्तांपैकी एक केसोपंत कुलकर्णी लक्ष ठेवीत असत. तसंच मंदिराच्या दानपेटीत जमा झालेली रोजची दान-दक्षिणा ही मंदिराच्या खजिन्यात जमा होत असे. गेली कित्येक वर्षे हे कामकाज अगदी नीटपणे चालले होते.

पण त्या दिवशी एक आक्रित घडलं. मंगळवेढ्याच्या सरदाराच्या लेकीचा वाढदिवस होता. त्यानं विठोबाच्या दर्शनाला कुटुंबासह येऊन लेकीच्या हस्ते दानपेटीत एक चांदीची मोहर टाकली. सरदार मंदिरात येणार म्हणून स्वत: केसोपंत कुलकर्णी तिथे जातीने हजर होते. त्यांच्यासमोरच सरदाराने दानपेटीत चांदीची मोहर टाकली. सरदारचे दर्शन घेऊन झाले. गुरवाने तीर्थप्रसाद-अंगारा दिला. त्या दिवशी संध्याकाळी दानपेटीतील दान-दक्षिणा मंदिराच्या खजिन्यात

जमा करतेवेळी ती चांदीची मोहर त्यात आढळली नाही. साहजिकच आळ गुरवावर आला. म्हादा गुरव प्रामाणिक, निष्ठेने आणि भक्तीने काम करणारा. त्यालाही धक्काच बसला. त्याला काही सुचेना. केसोपंतांनी त्याला मोहर परत आणण्यासाठी दोन दिवसांची मुदत दिली. गुरवाला अन्न गोड लागेना की पाणी घोटवेना. रात्री झोप येईना, की त्याच्या डोळ्याचं पाणी खळेना. त्याची ही घायाळ अवस्था चोखाच्या लक्षात आली.

त्यानं गुरवाला कारण विचारलं. कारण कळताच चोखा म्हणाला, "म्हादेवदादा काळजी करू नकोस. तुझ्याकडं अजून पुरा दिवस आणि पुरी रात्र आहे. तो विठ्ठल सर्वज्ञानी आहे. भक्तांचा पाठीराखा आहे. तू त्यालाच साकडं घाल. नामस्मरण करत रहा. तो तुझ्यावर आलेलं हे किटाळ नक्की दूर करेल. माझ्यावर विश्वास ठेव."

चोखाचं हे बोलण, ऐकून का कोण जाणे पण म्हादाला धीर आला. त्याने चोखाचं ऐकायचं ठरवलं. लगेचच अंघोळ करून त्यानं नामस्मरण सुरू केलं. प्रत्येक श्वासागणिक जणू तो विठ्ठलाचंच नाव घेत होता. ना त्याने अन्न घेतलं, ना पाणी. मात्र नामस्मरण करताकरता मंदिरातले, आपले दैनंदिन कार्यक्रमही तो करतच राहिला. तो दिवस तसाच गेला. रात्रीही गुरव मंदिरातच थांबला. तोंडातून उमटणारं विठ्ठलाचं नामस्मरण काही त्यानं थांबवलं नाही. केसोपंतांनी दिलेली मुदत दुसऱ्या दिवशी सकाळी संपत होती.

सकाळ उजाडली. पंचमंडळी जमली होती. आज म्हादाचा फैसला होता. पंचमंडळींना दाखवण्यासाठी केसोपंतांनी मंदिरातील दानपेटी उचलून आणली होती. ती चौकोनी आकाराची लाकडी दानपेटी. खरं तर एकदा तिच्या, वरच्या बाजूला असलेल्या खाचेतून पैसे आत टाकले की, पेटीचे कुलूप उघडल्याशिवाय ते काढणे अवघड. बरं! त्या कुलपाची किल्ली केसोपंतांकडे. ते ही रोज चार विश्वस्तांसमोरच ती पेटी उघडत. असे असताना त्यातली चांदीची मोहर काढून घेणे गुरवालाच काय पण कुणालाही अशक्य होते, याची कल्पना पंचमंडळींना आली. पण दिवसभर ती पेटी गुरवाच्या ताब्यात असायची. त्यामुळे त्यातून गहाळ झालेल्या पैशाची नैतिक जबाबदारी त्याच्यावरच होती आणि याच मुद्यांवर गुरवाला शिक्षा करावी की, नाही याबद्दल पंचमंडळीच्यांत चर्चा चालू होती. एवढयात मंदिराचे एक विश्वस्त दामूशेट केसोपंतांना म्हणाले, "केसोपंत पुन्हा एकदा दानपेटी खोला आणि त्यात चांदीची मोहर नसल्याची आमची खात्री पटवा. म्हादाला काय शिक्षा करायची ते मगच ठरवू." केसोपंत पुढे सरसावले. त्यांनी जानव्यातली किल्ली काढून दानपेटीचे कुलूप उघडले आणि आतील नाणी

आपल्या पसरलेल्या पंचावर ओतली. खळ्खळ् करीत नाणी पंचांवर पडली. त्यात ती चांदीची मोहर नव्हती. विजयी मुद्रेनं पंचांकडं पाहत केसोपंतांनी ती पेटी दोन-तीनदा गदागदा हलवली. उलटीपालटी केली. खणकन् ती चांदीची मोहोर केसोपंतांच्या पंचावर पडली. सगळ्यांचे डोळे विस्फारले.

म्हादाला तर हर्ष वायू व्हायचा बाकी राहिला. "सापडली, सापडलीऽऽ! चांदीची मोहोर सापडली. देवा, विठूराया माझी, या तुझ्या भक्ताची तू लाज राखलीस. माझ्यावरचा चोरीचा आरोप खोटा होता हेच तूच शाबित केलंस! देवाऽ विठ्ठला। तूच मला वाचवलंस! तूच मला वाचवलंस!" म्हादा आनंदाने नाचत म्हणाला.

दामूशेटनी त्या पेटीत डोकावून पाहिले. त्या पेटीला असलेल्या खाचेखेरीज कोपऱ्यात आणखी एक खाच होती आणि ती चांदीची मोहोर त्या दुसऱ्या खाचेत अडकली होती. आळ मात्र म्हादावर आला होता. पण प्रकरण मिटलं होतं. विठ्ठलानंच मिटवलं होतं. म्हादा निर्दोष होता हेही सिद्ध झालं होतं. पंचमंडळी आणि विश्वस्तही उठून गेले. केसोपंतांनाही म्हादावर आपण आळ घेतला म्हणून वाईट वाटले. म्हादाच्या खांद्यावर थोपटून त्यांनी जणू ती भावनाच व्यक्त केली. सगळीजण मंदिरातून गेली. म्हादा एकटा मंदिरात उरला आणि पाणी भरल्या डोळ्यानं त्यानं विठोबाला साष्टांग नमस्कार घातला. नमस्कार घालून तो परत फिरतोय तोवर त्याला मंदिराच्या आवारात शिरणारा चोखा दिसला. त्याला बघितल्याबरोबर म्हादा त्याच्याकडं धावला. भावनेच्या भरात शिवाशिवीचा विचारही न करता त्यानं चोखोबाला मिठी मारली.

"चोखाऽऽ चोखा, तू म्हणालास ते खरंच झालं बघ! विठूरायानंच ही बिलामत टाळली. विठूरायावरचा तुझा विश्वास खरा ठरला बघ. अरे मोहोर सापडली. माझ्यावरचा आळ गेला. चोखाऽ चोखा हे सगळं तुझ्यामुळं घडलं बघ. 'तूच मला मार्ग दाखवलास. तू लई शहाणा हायेस बघ. लई शहाणा!' असं म्हणत गुरवानं डोळे पुसले.

चोखाला काय करावं कळेना. गुरव निर्दोष सुटला म्हणून आनंद व्यक्त करावा की त्यानं येऊन आपल्याला मिठी मारली म्हणून भीती? शेवटी परंपरेनं भावनेवर मात केली. "ते बेस झालं म्हादाकाका. पर तुमी मला शिवलासा की? मला मिठी मारलीसा! अवं काय हे?" चोखानं असं विचारताच म्हादाला भान आलं. पण स्वत:ला सावरून तो म्हणाला, "असू दे! मी आता घराकडं जाऊन अंघोळच करणार हाय. परं तुझं श्रेय तुला द्यायला नको का? चोखा हे समदं तुझ्यामुळं झालं बघ, तुझ्यामुळं!" असं म्हणत पुन्हा एकदा चोखाच्या पाठीवरून हात फिरवत

म्हादानं घराची वाट धरली.

चोखानं आवारातनंच कळसाला नमस्कार केला. विठ्ठलावरचा त्याचा विश्वास आणखी शतपटीनं वाढला होता. तर नामस्मरणानं देवालाही मिळवता येतं याबद्दल त्याची खात्री पटली होती. खरं तर त्यानं म्हादाला जेव्हा ते सांगितलं, तेव्हा त्याच्याही मनात धाकधूकच होती. कारण ते सांगत असताना ती कसोटी ठरणार होती म्हादाच्या प्रामाणिकतेची, परीक्षा होणार होती देवाच्या भक्तवत्सलपणाची आणि कौल लागणार होता तो चोखाच्या विठ्ठलावरच्या विश्वासाच्या, नामस्मरणाच्या सामर्थ्याचा. पण या सगळ्या परीक्षेत जसा विठ्ठल पास झाला होता, तसा म्हादापण आणि सगळ्यात महत्त्वाचं म्हणजे म्हादा निर्दोष सुटला याही पेक्षा आपला देवावरचा विश्वास सार्थ ठरला याचं प्रचंड समाधान चोखाला मिळालं होतं. कसा कोण जाणे पण या प्रसंगानं चोखा मोठा झाला. कळता झाला होता एवढं निश्चित.

चोखामेळ्याचा आपल्यावरचा विश्वास बघून कर कटेवर ठेवून विटेवर उभा असणारा तो विठ्ठलही सुखावला, प्रसन्न झाला. का कोण जाणे, पण या पोरानं आपल्यावर टाकलेला विश्वास अनाठायी नाही हे सिद्ध करण्याची एक ओढ त्याला लागून राहिली. गुरव तर निर्दोष होताच, पण ते प्रकटपणे सिद्ध व्हायला हवं होतं. विठ्ठलाला फार काही करावंच लागलं नाही. जे केलं अगदी थोडं, पण त्यामुळं चोखोबा मात्र त्याच्या खूप जवळ आला. अगदी हृदयापर्यंत आणि विठ्ठलालाही तेच हवं होतं.

3

चोखा जसा जाणता झाला, तशी विठ्ठलावरची त्याची श्रद्धा आणखी वाढली. नुसतीच वाढली नाही; तर डोळस झाली. विठ्ठल नामावर त्याचे अतिशय प्रेम बसले. दारवा न पिणाऱ्या, गंजिफा न खेळणाऱ्या, मित्र जमवून कुटाळक्या न करणाऱ्या आपल्या ह्या पोराचा सावित्रीला मोठा अभिमान वाटे. आपलं पोर हे चारचौघांपेक्षा वेगळं आहे, हे तिच्यातल्या आईच्या नजरेनं कधीच ओळखलं होतं. म्हणूनच नित्यनेमानं मंदिरात जाऊन, झाडलोट करून संध्याकाळी घरी येणारा चोखा गेले दोन दिवस मंदिरातून लवकर घरी येतोय आणि परसदारी माती उकरून ती मळून घेत काही तरी करत बसतोय याचं तिला नवल वाटतं होतं. खरं तर गुरं उचलण्याच्या किंवा गुरं सोलण्याच्या कामगिरीवर ती त्याला शक्यतो पाठवायची नाही. कारण ते काम करून आलं की, चोखा पुन्हा अंघोळ करायचा. पण आज अगदी नाईलाजानं तिनं श्रीपती पाटलाकडं त्याला पाठवला होता. आज सुदामच्या मदतीला कुणी नव्हतं. शित्या मांग ढोर सोलून झाल्यावर चामडं घेऊन जाणार होता. उरलेलं सगळं काम सुदामला एकट्यालाच करावं लागणार होतं. चार वेळा सांगूनही चोखा त्या मातीतून उठेना, तेव्हा शेवटी तिनं रागानं त्याला सांगितलं, तशी नाईलाजानं तो श्रीपतीच्या घरी गेला होता. हे पोरगं गेले दोन दिवस तिथं परसात काय करतंय ते बघायला सावित्री गेली आणि तिला दिसली, चोखानं अर्धवट बनवलेली विठ्ठलाची मूर्ती. मनात त्याचं कौतुक करत सावित्री त्या मूर्तीकडे काही क्षण पाहातच राहिली. एवढयात तिला निर्मळाची हाक ऐकू आली. तेव्हा ती मूर्ती तिथंच तशीच ठेवून सावित्री आत आली. चुलीवर ठेवलेलं भाताचं

आधण उतू जात होतं, तिच्या चोखावरच्या मायेसारखं. सावित्री रांधायला बसली.

सुदाम आणि चोखा परत आले. आल्यावर चोखानं परत अंघोळ केली आणि मगच तो जेवायला बसला. त्याच ते अंघोळीचं वेड सावित्रीला माहीत होतं. पण चोखाच्या या अति स्वच्छतेच्या पायी त्याचं त्याच्या जातीतील इतर मुलांशी पटत नसे. त्या मुलांचा घाणेरडेपणा चोखाला आवडत नसे. ती मुलं चार-चार दिवस अंघोळ करत नसत. त्यांच्या अंगाला एक प्रकारची दुर्गंधी येत असे. त्यामुळे चोखा त्यांच्यात मिसळायचं टाळत असे. तो आपल्यात मिसळत नाही, याचा तर मुलांना राग होताच. पण तो आपल्याच जातीतला, भावकीतला असूनही आपल्याला घाणेरडे म्हणतो, याचा त्यांना जास्त राग येत असे. त्यामुळे ती मुलं चोखाची जिरवायची संधीच बघत असत. आताही तसेच झाले. सुदामबरोबर गुराचं कातडं सोलून चोखा घरी आला. अंघोळ करून जेवायला बसतो तोच पोरांचा गल्लका बाहेर ऐकायला आला. सावित्रीने बाहेर येऊन पाहिले तो, ती पोर चोखाला बोलावत होती. आवाज ऐकून चोखाही बाहेर आला.

त्याला बघितल्यावर मंगू म्हणाला, "काय रे चोखा, भटा-बामणावाणी रोज अंघोळ करून टिमकी वाजवतोस, आनी आज गेलासच ना ढोर सोलायला? आता कुठं गेली रं तुझी सोच्यता?" मंगूचं बोलणं ऐकल्यावर धन्याला जोर चढला. "काय रे चोखा गंध लावून मिरवतोस, आम्हाला घाणेरडं म्हणतोस, सोताला लई सोच्य म्हनतोस? मग ढोर सोलताना कुठं गेलीवती तुझी सोच्चता? का आदि त्या मेलेल्या ढोराला बी अंघोळ घातलीस?" धन्याच्या या बोलण्यावर सगळी फिदीफिदी हसली.

शेवटी संता सावित्रीला म्हणाला, "मावशी, या तुझ्या चोखाला सांग, भटा बामनावानी रोज अंघोळ करून गंध लावून येतोय. वर आमाला घाणेरडे हाईसा म्हणतोय? असं वागायला ह्यो काय बामनाचा हाय व्हय? म्हाराचाच हाय ना शेवटी? मंग त्याला ताकीद दे. चला रं!" असं म्हणत ती सगळी मुलं निघून गेली.

सावित्रीनं चोखाकडे पाहिलं. काही विशेष घडलंच नाही, अशी त्याची मुद्रा होती. तिनं कपाळावर हात मारला आणि चोखाला हाताला धरून आत घेऊन गेली. त्यानंतरही चोखा शांतपणे जेवला. त्या मुलांनी काढलेल्या भांडणाचा, चिडवल्याचा कसलाही मागमूस त्याच्या चेहऱ्यावर नव्हता. सावित्रीनं काही विचारायला तोंड उघडलं, तर तिला हातानं थोपवत चोखा म्हणाला, "माय, तू नको लक्ष देऊ. अगं त्यानला काय समजतंय? कळत न्हायी म्हणून बोलतात. तू काढून टाक ते डोक्यातनं. मला आनी जरा भात वाढ." असं सावित्रीला शांतपणे सांगत

चोखा निवांत जेवू लागला.

त्याचा तो शांतपणा बघून सावित्रीला वाटलं, खरंच! कुठल्या मातीचा हा बनला आहे? आणि तिला आठवला तो त्या ब्राह्मणाचा आशीर्वाद. 'त्याचे तेजस्वी डोळे, भव्य कपाळ, रात्री त्या झाडाखाली आपण निजलो असताना त्या तेजानं आपल्याला वेढून टाकलंय, ते तेज आपल्या आरपार जातयं असं आपल्याला पडलेलं स्वप्न!' सावित्री शहारली. त्या रात्री खरोखरं ते स्वप्न होतं? तो भास होता की...? मनात विचार आला आणि सावित्री नखशिखान्त थरारली! खरं तर अशा घटना घडणं, काही नवीन किंवा नवलाचं नव्हतं. पण मग आपल्यालाच असं का होतंय? खरंच होतंय की हे ही आपल्या मनाचे खेळ आहेत? मनाचे खेळ आहेत तर रोजच्या रोज अंघोळ करण्याचा, स्वच्छ राहण्याचा, गंध लावण्याचा हा भटा-बामनाचा रिवाज चोखात कुठून आला? साऱ्या चित्रविचित्र प्रश्नांनी सावित्रीला वेढून टाकलं. ते सगळे प्रश्न तिच्याभोवती फेर धरून नाचू लागले. त्यातून सुटण्याचा मार्ग गवसेना. त्या सैरभैर अवस्थेत, गोंधळलेल्या मन:स्थितीत सावित्रीनं लाकूड म्हणून चुलीतला निखारा ओढला. चर्रकन् तिचा हात भाजला. विस्कटलेलं मन थाऱ्यावर आलं. तिनं चूल विझवली. त्या दोघांची जेवणं कधीच झाली होती. सावित्रीनं इस्तारी घेतली, त्यावर एवढं भाताचं ढेकूळ घेतलं. त्यावर कोरड्यास घातलं आणि शून्य मनानं ती जेवू लागली.

चोखानं जेवण आटोपले आणि तो त्याच्या अर्धवट टाकलेल्या उद्योगाकडं गेला. म्हादा गुरवानं चोरीच्या आरोपातून सुटल्यावर चोखाला लांबूनच विठ्ठलाची मूर्ती दाखवली होती. कर कटेवर ठेवून विटेवर उभा असलेला, तो सावळा विठ्ठल इतक्या दुरून बघून देखील चोखाला त्याचे वेडच लागले जणू. ती मूर्ती बघून आल्यावर, तर त्याच्या मनानंच घेतलं की, तशी मूर्ती बनवायची. तो त्या धडपडीला लागला.

एक दिवस खपून त्यानं परसातल्या एका कोपऱ्यातली माती उकरली. ती चाळली आणि चांगली मळली. मग त्याला तो आकार देत होता. तोवर ते काम मधेच टाकून तो, बा कडं गेला. आता त्याला ते काम पूर्ण करायचं होतं. त्यानं पुन्हा ती मूर्ती बनवण्याचं काम पुढं सुरू केलं. तोवर त्याची धाकटी बहीण निर्मळा आली. तिच्याशी बोलताबोलता, तिच्या प्रश्नांना उत्तरे देता देता दोघंही त्या मातीत रंगून गेली आणि बघताबघता त्या मातीतून एक सुंदर अशी विठ्ठलाची मूर्ती तयार झाली. त्या मूर्तीकडे तो एकटक बघत राहिला. खरकटं पाणी ओतायला परसदारी आलेल्या सावित्रीनं चोखाच्या हातातली ती नीटस मूर्ती पाहिली. त्याचं ते भान हरपणं पाहिलं आणि त्या मूर्तीकडे तो एकटक लावून पाहणं पण पाहिलं.

त्याच्याकडे स्नेहार्द्र नजरेनं पाहतापाहता सावित्रीच्या लक्षात आलं, चोखा आता मोठा होतोय. त्याच्या ओठा-गालांवर लव दिसायला लागलीय. खरंच चोखा आता मोठा व्हायला लागलाय.

चोखा मोठा झाला, तरी त्याच्या दिनक्रमात बदल झाला नाही. रोजची गावकीची, महारकीची सगळी गलिच्छ काम करून आल्यावर तो अंघोळ करायचा, गंध लावायचा आणि नित्यनेमानं विठ्ठलाचं नामस्मरण करत काही वेळ बसायचा. भावकीतल्या पोरांनीही आताशा त्याचा नाद सोडला होता. तर उलट भावकीतले काही वृद्ध मात्र चोखाला नावाजत असायचे. चोखाही त्यांच्यात जाऊन मिसळायचा, बसायचा. त्यांच्याकडून काही अनुभवाचे बोल त्याला ऐकायला मिळायचे. यातले बहुतेकजण वारकरी होते. पंढरपुरला नित्यनेमानं जायचे आणि परत आले की, तिथल्या सगळ्या नवनवीन वार्ता सांगायचे. पंढरपूर पुण्यनगरी होती. तिथं खूप विद्वान आणि मोठी मंडळी कायम यायची. त्यांच्याबद्दलही ते सांगायचे. या सगळ्यात एका गोष्टीबद्दल मात्र एकवाक्यता असायची की, काही पुण्य मिळवायचं असेल, काही चांगलं ऐकायचं, करायचं असेल तर पंढरपुरला जायला हवं. तिथं गेलं, की जीवनाचं सोनं होतं आणि आयुष्याचं कल्याण. माणसानं जन्मावं आणि एकदा तरी पंढरपुरला जावं. तो विठोबा काही सगळ्यांना दिसत नाही. पण त्याच्या मंदिराच्या कळसाचं दर्शन घेतलं, तरी हजार पापांचा नाश होतो, महापुण्य लाभतं. या सगळ्या गोष्टी ऐकून चोखाला मात्र पंढरपुरची अतिशय ओढ लागली. उठता-बसता, खाता-पिता, झोपता-जागता त्याला पंढरपूर दिसायला लागलं. कधी न पाहिलेलं पण आत्यंतिक मायेनं बोलवणारं. कसं असेल पंढरपूर? कसा असेल तिथला विठ्ठल? कसे असतील तिथले लोक? त्याच्या मनानं एकच ध्यास घेतला. पंढरपुरला जावं. पंढरपुरला जावं!

चोखाने पंढरपुरला जायचे ठरवले तशी सावित्रीला काळजी वाटायला लागली. पंढरपूर लांब आहे. तो एकटाच जाणार? वाटेत काही झालं-बिलं तर? शेवटी कितीही मोठं झालं, तरी आईला आपलं पोर लहानचं.

तिनं आपली काळजी सुदामला बोलून दाखवली. तर सुदाम हसायला लागला आणि म्हणाला, "सावू, अगं येडी का खुळी तू? अगं आपला चोखा आता लहान न्हायी राहिला. चांगला मोठा झालाय, बापय गडी. ते काय न्हानगं प्वार हाय व्हाय, त्याची अशी काळजी करायला? आनी जाऊन कुठं जातयं? पंढरीलाच न्हवं? अगं मग ते किती लांब हाय? हितं तर हाय तीन घंट्यावर! आंनी पंढरीला म्हंजी देवालाच चाललाय न्हवं त्यो? मगं काय बी वाईट-वंगाळ इचार मनात सुदीक आणू नगंस! काय व्हंत न्हायी, जाऊ दे त्याला."

सुदामनंच असा पवित्रा घेतल्यावर सावित्रीचा नाईलाज झाला. तरीशुद्धा तिनं चोखाबरोबर दोन-चार भाकरी चढच दिल्या. सतरा सूचना केल्या. हजारदा जपून जाण्याबद्दल सांगितलं. तिच्या प्रत्येक सूचनेला शांतपणे 'होऽ होऽ!' करून चोखा निघाला. निघाला पंढरपुरला, जे कसं आहे हे पाहण्याची अपार उत्सुकता त्याला लागून राहिली होती. ज्या पंढरपुराबद्दल एक आंतरिक ओढ त्याला लागून राहिली होती. का कुणास ठाऊक, पण आपल्या आयुष्याला प्रकाशाच्या वाटेकडे नेणारं हे पंढरपूर आहे अशी एक अनामिक आस त्याला लागून राहिली होती. तिथं त्याचा विठ्ठल होता. तिथे विद्वानांचे बोल होते. संतांची संगत होती. विठ्ठलाची भक्ती होती. त्या पंढरपुरला चोखा निघाला होता.

मजल-दरमजल करत चोखा पंढरपुरला पोहचला. रस्त्यात कितीतरी लोक त्याला भेटले. त्यातले काही पंढरपुरला चालले होते. तर काही पंढरपुरहून परतत होते. चोखाला एका गोष्टीचं नवल वाटलं. पंढरपुराहून परतलेल्या लोकांच्या पायावर डोकं ठेवून पंढरपुरला जाणारे लोक नमस्कार करत होते. तर ते यांना उठवून उराशी धरत होते. सर्व जाती, धर्म, पंथातले लोक होते त्यात. पण कुणीच कुणाचा विटाळ मानत नव्हते. एकमेकांना उराउरी भेटण्यात त्यांना ना जात अडवू शकत होती, ना धर्म. चोखाला ही गोष्टच नवीन होती. गावात हाडत-हुडत करून घेण्याची, शिवीगाळ ऐकण्याची सवय असलेला चोखा इतरांचं बघून तोही पंढरपुराहून येणाऱ्या एका वारकऱ्यांच्या पाया पडला. तेव्हा त्या वारकऱ्याने चोख्यालाही मिठी मारली. त्याच्या पायावर डोकं टेकतानाच चोखाला प्रचंड भीती वाटत होती. न जाणो त्याने लाथेने ठोकरलं तर? पण चोखाला त्यानं उठवून आपल्या छातीशी लावलं आणि चोखा नखशिखान्त थरारला, ‘‘अहो, अहो महाराज, काय करताय ह्ये? अहो म्या म्हार हाय. मी म्हाराचा हाय.'' चोखा एकदम कासावीस होऊन म्हणाला.

‘‘अरे बाबा, या पंढरीच्या राज्यात कुणी महार नाही, कुणी ब्राह्मण नाही, कुणी मराठा नाही की कुणी वैश्य! अरे या भागवत धर्माच्या झेंड्याखाली आपण सगळे सारखेच. आपल्या सगळ्यांशी एकच जात, वारकरी. आपल्या सगळ्यांचा एकच धर्म, विठ्ठलाची भक्ती. आणि आपल्या सगळ्याचं एकच दैवत, तो पंढरीचा विठ्ठल. तेव्हा येऽ ये! कसलाही संकोच किंवा कोणत्याही जाती धर्माचा विधी निषेध न बाळगता ये आणि मला उराउरी भेट. म्हणजे माझ्या उरातला, हृदयातला विठ्ठल, तुझ्या हृदयातल्या विठ्ठलाला भेटेल. ये पोरा ये!'' असं म्हणत त्या वृद्ध वारकऱ्यानं चोखाला मिठी मारली. चोखाच्या हृदयाची स्पंदनं वाढली. त्याच्या सर्वांगाला कंप सुटला. कंठ दाटून आला. त्याच्या डोळ्यातून अश्रू अनिर्बंधपणे

वाहू लागले. त्या वृद्धाच्या मिठीत, कुशीत शिरून चोखा एखाद्या लहान मुलासारखा ढसाढसा रडू लागला. तो वृद्ध वारकरी त्याला थोपटत होता. पण चोखाचे हुंदके थांबत नव्हते. शेवटी तो त्या वारकऱ्यांच्या पावलांवर कोसळला. जणू आपल्या अश्रूंनी तो त्या वारकऱ्यांचे चरण धूत होता. त्याचं सारं अंग हुंदक्यांनी गदगदत होतं. त्याच ते गदगदून रडणं बघून त्या वारकऱ्यालाही भरून आलं. त्यानं चोखाच्या खांद्याला धरून त्याला उभं केलं. आणि त्याला आपल्या मिठीत घेतलं. त्या वृद्ध वारकऱ्याच्या डोळ्यांतूनही अश्रू वाहू लागले आणि त्याच्या कुशीत गदगदून रडणाऱ्या चोखाच्या मस्तकावर पडू लागले. त्या अश्रूंनी जणू चोखाच्या मनातली सगळी किल्मिषं, सगळ्या शंका, सगळ्या तक्रारी धुऊन काढल्या. चोखाची जी काही थोडीफार मलीनता होती, तीही त्या अश्रूंनी धुऊन काढली. चोखामेळा जणू अगदी अंतर्बाह्य पवित्र झाला.

पण एक मात्र झालं, त्या वृद्ध वारकऱ्याच्या थोपटण्यानं चोखानं अनावर झालेलं रडणं आवरलं. आपण कोण, कुठले आणि काय करतो आहोत याचे त्याला भानं आलं. आणि चटका बसावा तसा तो त्या वारकऱ्याच्या मिठीतून दूर झाला. त्या वारकऱ्यालाही याचं नवलं वाटलं! "का रं बाबा? असा चटका बसावा तसा मागं फिरलास? काय झालं तुला असं एकाएकी?" त्यानं विचारलं.

"न्हायी बाबा, म्या कोन-कुटला याचं भान आलं मला! माझ्या हातनं लयी मोठं पाप घडलं गा! म्या तुमालो शिवलो, निसतं शिवलो न्हायी तर तुम्हाला मिठी बी मारली. बाबा मला माफ करा! मी लयी मोठं पाप केलंया, मी लयी पापी हाय. लयी पापी हाय!" असं म्हणत चोखा स्वत:च्या गालावर फडाफडा मारून घ्यायला लागला.

ते पाहून पुन्हा त्या वारकऱ्यानं त्याचे हात धरले. "अरे, अरे हे काय करतोस? अरे कोणतं पाप घडलंय तुझ्या हातून? सांग मला. पण असा त्रागा करू नकोस." त्या वारकऱ्यानं त्याची पुन्हा समजूत घातली. चोखा आता बराच सावरला होता. "बाबा तुम्ही कोण?"

चोखानं त्या वारकऱ्याला प्रश्न केला. "कारे बाबा? असं कां विचारतोस? अरे आम्ही पाटील, मी मराठा आहे जातीनं!" त्या वारकऱ्यानं हसतच उत्तर दिलं.

"व्हय ना? मग तर म्या लईच पाप केलं या! अव म्या महार हाय! चोखा महार! आणि असं असून म्या तुमाला शिवलो. तुम्हाला विटाळलयं म्या! महाराज आता तुमी अदुगर अंघोळ करून घ्या. नाहीतर तुमच्या भावकीतले तुमचा छळ करतील. तुमच्यावर बहिष्कार टाकतील. माझ्यामुळे, माझ्या पापामुळं तुम्हाला ह्यो तरास व्हनार! मीच पापी हाय. मीच चांडाळ हाय!" असं म्हणत चोखा पुन्हा

गालफडात मारून घेऊ लागला.

तसं त्या वारकऱ्यानं पुन्हा त्याचे हात धरले. आणि म्हणाला, "चोखा, हे खरं आहे, की मी मराठा आणि तू महार. पण या विठ्ठलाच्या राज्यात, या भागवत धर्मात तसलं काही नाही बघ. इथं ना कुणी मराठा, ना महार, ना ब्राह्मण, ना चांभार. आपण सगळे सारखेचं आहोत इथं! या भागवत धर्माच्या झेंड्याखाली एक नवीन राज्य उदयाला येतंय. भक्तीचं राज्य आणि आपण वारकरी, सगळे वारकरी त्या राज्याचे सरदार आहोत. इथं कुणी लहान नाही, कुणी मोठा नाही. तेव्हा या राज्यात जात, धर्म, शिवाशिव, विटाळ या गोष्टी बोलूशुद्धा नकोस. ज्ञानोबा माउलीनं मानव जातीवर केलेले हे फार मोठे उपकार आहेत. चोखा तूही वारकरीचं ना? तुझ्या ही घरात पंढरपुरच्या वारीची चाल आहे ना?" तो वृद्ध वारकरी काय बोलत होता ते चोखाला काहीचं कळलं नाही. शेवटचा प्रश्न मात्र त्याला कळला. "व्हय जी, आमी वारकरीच. आमच्यापन घरात वारीची चाल हाय. पण आमी आधी तिकडं हुतो. लई लांब. बुलढाण्याजवळ. त्यामुळं आमाला पंढरीची वारी जमायची न्हायी. आता हितं आलोय. मंगळवेढ्याला. म्हणून तर मी आता चाललोय पंढरीला!" चोखानं सविस्तर उत्तर दिलं.

"अरे, मग तू आमच्यातलाच झालास. आपण सगळे वारकरी. सगळेच भागवतधर्मी. तेव्हा हे पाप-बिप मनातनं काढून टाक आणि निःशंक मनानं पंढरपुरला जा. तो सावळ्या आहेच तिथं." त्या वृद्ध वारकऱ्यानं सांगितलं. तो जायला वळणार एवढ्यात चोखाला एकदम आठवलं, त्यानं पुन्हा त्या वारकऱ्याला थांबवलं. म्हणाला, "महाराज, तुम्ही आता काय सांगत व्हतात? आपण सगळी एक आहोत? हे कुणी शिकवलं तुम्हाला? आणि कसला धर्म, धर्म म्हणत होता तुम्ही? मला जरा सगळं बैजवार सांगा की!"

चोखाची उत्सुकता बघून त्या वृद्ध वारकऱ्याला हसूचं आलं. म्हणाला, "अरे तुला तर काहीच माहीती दिसत नाही. तू आता पंढरपुरला जातोच हायेस, तर नामदेव तुला माझ्यापेक्षा जास्त चांगली माहीती सांगेल. मी तुला मला माहीती आहे, तेवढी माहीती सांगतो, चल!"

दोघंही झाडाखाली बसली. तिथं त्या वारकऱ्यानं चोखाला भागवत धर्माची सगळी माहीती सांगितली. ज्ञानेश्वरांची सगळी माहीती सांगितली. आणि कोणतं खास उद्दिष्ट डोळ्यापुढं ठेवून ज्ञानोबा माउलीनं या धर्माचा अतिशय मोठ्या प्रमाणावर पुनरुद्धार केला हेही सांगितलं. ते ऐकून चोखाला धन्य वाटलं. ज्ञानोबा माउली ब्राह्मण असूनशुद्धा सर्व जाती-धर्माच्या लोकांना उराशी घेते. हे ऐकल्यावर तर त्याला आश्चर्यानं थक्क होण्याची पाळी आली. कारण ब्राह्मणांबद्दलचा त्याचा

अनुभव फार विचित्र होता. त्याची सावलीही पडू न देणारे, ती चुकून पडल्यास किंवा पडू नये म्हणून कुत्र्यासारखं हाड-हाड करणारे असे भट-बामन त्यानं पाहिले, अनुभवले होते. आणि इथं म्हणजे नवलच होतं. एक ब्राह्मण आपल्या भावंडांसह या शूद्र जातीत मिसळत होता. त्याच्याशी जवळ बसून गप्पा मारत होता. त्यांना उरा उरी भेटत होता. 'हा ब्राह्मण म्हणजे या युगातला चमत्कार असणार!' चोखाची खात्रीच पटली.

त्यानं भीतभीत त्या वारकऱ्याला विचारलं, ''महाराज, तुमचं हे ज्ञानोबा माउली मला पण भेटतील?'' तो वारकरी प्रसन्न हसला, म्हणाला, ''कां नाही भेटणार? सध्या तरी त्यांचा मुक्काम पंढरपुरातच आहे म्हणे, तेव्हा तुला ते तिथं असले तर नक्कीच भेटतील. अरे बाबा, तो कुणी राजा-महाराजा नव्हे न भेटायला! अरे संत आहे तो. देवाचं लेकरू आहे ते. त्याच्याबरोबर त्याची भावंड, निवृत्तीनाथ, सोपान आणि मुक्ताई ही पण असतात. आणि हो तुला आणखीनं विश्वास बसावा म्हणून सांगतो, शिंपी जातीचा एक तरुण असेल, साधारण तुझ्या एवढा, नामदेव शिंपी त्याचं नाव. तो या ज्ञानेश्वरांबरोबर नेहमी असतो. अगदी ज्ञानोबा माउलीचा सखाच आहे म्हणेनास! तू आता पंढरपुरला जातोच आहेस, तर तिथे नामदेवाला जरूर भेट. मग तर झालं.'' त्या वृद्धाचं ते बोलणं ऐकून चोखाला कधी एकदा पंढरपूर गाठतोय असं झालं! कधी एकदा पंढरपूर गाठतोय आणि मंदिराच्या कळसाबरोबरच या सजीव देवाचं दर्शन घेतोय असं त्याला झालं. तो लगबगीनं उठला. त्या वृद्धाच्या पायावर त्यानं पुन्हा एकदा डोकं ठेवलं आणि येतो म्हणून त्यांना सांगत तो झपाट्यानं वळून चालू लागला देखील. त्या वृद्धानं हात हलवून निरोप दिलेला पाहयलाही चोखा थांबला नाही. त्याच्या मनाची अधीरता त्याच्या देहबोलीतून स्पष्ट दिसत होती.

चालताचालता चोखा त्या वृद्धानं सांगितलेल्या गोष्टीचा विचार करत होता. अजूनही ते त्याला असत्यचं वाटत होतं. 'असं कधी असतं का?' त्याच्या मनानं प्रश्न केला. 'छे: असं कधी कुठं या पृथ्वीतलावर असणंच शक्य नाही. मग तो मघाशी भेटलेला म्हातारा वारकरी? छे, तो पण शुद्रच असणार. म्हणूनच मला शिवू दिलं. पण मग रस्त्याने जाणारे इतर वारकरी? ते कसे ओळखपाळख नसताना एकमेकांना पाया पडत होते. उराउरी भेटत होते. छे, काहीतरी गोंधळ आहे खास! आपण आता निघालोच आहोत पंढरपुरला, तर प्रत्यक्ष बघून खात्रीच करून घेऊ.' चोखा स्वत:लाच प्रश्न विचारत होता. आणि स्वत:च त्या प्रश्नांची उत्तरं देत होता. आणि त्या उत्तरातून पुन्हा प्रश्न निर्माण करत होता. त्याच्या गोंधळलेल्या मन:स्थितीतचेच ते द्योतक होतं.

मजलदरमजल करीत चोखा पंढरपुरला पोहचला. त्यानं या आधी पाहिलेलंच दृश्य त्याला रस्त्यात सर्रास दिसत होतं. वारकरी कोणत्याही जाती धर्माचे असू देत ते एकमेकांना उराउरी भेटत होते. एकमेकांच्या पायावर डोकं ठेवत होते. त्यात कुठंही शिवाशिव नव्हती, विटाळ चांडाळ नव्हता. जाती धर्माचा भेदभावही नव्हता. हे सगळं असं पाहतपाहत चोखा चालला असताना, त्याला एक विलक्षण दृश्य बघायला मिळालं. एक वारकरी, दुसऱ्या वारकऱ्याला भेटला, उराउरी भेट झाली आणि मग तो वारकरी डोक्याचा रुमाल जमिनीवर अंथरून नमाज पढायलाही बसला. चोखा ते बघून थक्क झाला.

एक यवन आणि वारकरी. तोही विठ्ठलाच्या दर्शनाला? त्याला राहवलं नाही. त्या यवनाचा नमाज पढून झाल्यावर तो उठून उभा राहिला. चोखा त्याच्याजवळ गेला. चोखा त्याला काही विचारणार तोच त्यानं चोखाच्या पायावर डोकं ठेवलं आणि उठून त्याला मिठी मारली. हृदयाशी धरले. चोखा गहिवरला. भरल्या आवाजात त्यानं त्या यवनाला विचारले, "अरे भाऊ, तुला एक विचारू?" ते ऐकून आणि त्याच्या डोळ्यातलं आश्चर्य बघून तो यवन म्हणाला, "मला माहीती आहे तू काय विचारणार आहेस ते? मी मुसलमान असून या देवाला, या वारीला कसा जातो, हेच विचारणार आहेस ना तू? मग बच्चा ऐक. ऐक मेरे भाई ऐक! अरे या पंढरीचा महिमाच असा आहे की, तिथं धर्म, जात, पंथ सगळे सगळे भेद गळून पडतात. एकदा तिथं गेलेला माणूस मग कोणत्याच धर्माचा, जातीचा राहत नाही. त्याचा एकच धर्म बनतो, वारकरी. त्याची एकच जात बनते वारकरी. मी एकदा माझ्या अब्बूबरोबर इथं आलो होतो. इथं आलो आणि मग येतंच राहिलो. येतच राहिलो. या पंढरीचं, या पंढरीच्या विठोबाचं गारूडचं तसं आहे, बाबा. तू आता बघशीलच आणि त्याच्या त्याच गारूडाचं वर्णन जेव्हा ज्ञानेश्वर-नामदेव आपल्या भजन-कीर्तनातून करतात ना? तेव्हा आपण भारावल्यासारखं इथं येतच राहतो बघ. जा बाबा, तूही घे तो अनुभव! एकदा घे आणि मग सतत घेतच राहशील बघ! जा बाबा जा!" त्या यवनानं चोखाच्या खांद्यावर थोपटलं आणि तो चालू लागला. भारावल्यासारखा चोखा तिथेच उभा राहिला कितीतरी वेळ!

आता मात्र त्याची उत्सुकता शिगेला पोहचली आणि या सगळ्या उत्सुकतेत सर्वात मोठी उत्सुकता त्याला लागली होती ती नामदेव शिंपी नावाच्या त्या व्यक्तीला भेटण्याची. अशी उत्सुकतेची अनेक कवाडे घेऊन चोखा पंढरपुरच्या वाटेला लागला. चालतचालत तो पंढरपुरच्या वेशीवर पोहोचला. वाटेत चंद्रभागा आडवी आली. तिला हात जोडून त्यानं नमस्कार केला. चंद्रभागेच्या काठावर गर्दी होती. चोखालाही वाटलं, आपण पण जरा डुबकी मारावी. निदान हातपाय धुऊन,

चेहऱ्यावर पाणी मारावं, पण त्याचं धाडस झालं नाही. न जाणो इथं या पंढरपुरात नदीच्या पाण्यालाही आपला विटाळ झाला तर? हा विचार येताच त्यानं हात-पाय धुवायचा विचार बदलला. सभोवती मान फिरवून त्यानं एकदा निरीक्षण केलं. त्याला दिसला मंदिराचा कळस! चोखा पंढरपुरात पोहचला तेव्हा सूर्य डोक्यावर होता. त्या उन्हात चंद्रभागेचं पाणी जसं चमकत होतं, तसाच मंदिराचा कळसही चमकत होता. चोखाचे डोळे भरून आले. मनात एक समाधानाची लहर उठली. हृदय शांतवलं. गळा भरून आला. भरल्या डोळ्यानं, समाधानी मनानं, शांत हृदयानं आणि भरल्या गळ्यानं त्यानं कळसाला हात जोडले. डोळे मिटले, डोळ्यातून अश्रू ओघळले! चोखाच्या मिटल्या डोळ्यासमोर कर, कटेवर ठेवून विटेवर उभी असलेली, विठ्ठलाची सावळी मूर्ती उभी राहिली आणि त्याची जणू समाधी लागली. चोखाच्या मनातले, आनंदाचे भाव जणू त्याच्या चेहऱ्यावर ओघळले. आणि ते बघून एक विठ्ठलभक्त त्याच्या पायाशी झुकला. चोखाची समाधी मोडली ती त्याच्या पावलाला झालेल्या कुणाच्यातरी स्पर्शानं. चोखाने डोळे उघडले.

कुणीतरी त्याच्या पावलांवर वाकले होते. "अरे, अरे, ह्ये काय करतोस बाबा? माझी...माझी लायकी न्हायी तेवढी! ऊठ ऽ ऊठ! कोण बाबा तू? ऊठ, आनी माझ्या नको पाया पडू. कशापायी माझ्या पाया पडतोस बाबा तू?" चोखानं काहीसं अस्वस्थ होऊन विचारलं.

"कशापायी काय विचारताय बाबा? आहे तुमचा चेहराच सांगतोय की, तुम्हाला पांडुरंग दिसला! मग तुमच्या पाया नको पडायला?" त्या माणसानं उलटं विचारलं.

"पर बाबा कोण तू? आनी तिथं देवळात जाऊन देवाच्या पाया पडण्याऐवजी माझ्या पाया कशाला पडतोस?" चोखानं पुन्हा विचारलं. तसा तो समोरचा माणूस हसला आणि म्हणाला, "अरे बाबा, आपल्याला सूर्यापर्यंत पोहचता येतं का? नाही. मग आपण किरणांनाच सूर्य मानतो ना? तसंच आहे हे! तुझ्या डोळ्यांत मला पांडुरंग भेटल्याचं समाधान दिसलं, म्हणून म्हटलं तुझ्याच पायावर डोकं ठेवावं! समजलं!"

चोखाला फारसं काही समजलं नाही. पण त्यानं मान हलवली. पण पुन्हा विचारलंच, "अरं बाबा, मी महाराचा हाय! तू कोण? कुठला? कुणापैकी म्हणायचा?"

चोखाचे हे प्रश्न ऐकल्यावर त्या माणसाच्या चेहऱ्यावर एकदम ओळखच उमटली. म्हणाला, "तू महाराचा म्हणजे तू चोखामेळा होय ना?" चोखाला पुन्हा

नवलं वाटलं. या माणसाला माझं नाव कसं माहीत? आनी तेही त्यानं जातीवरनं कसं ओळखलं? खरं तर नावावरनं जात कळती. हितं तर जातीवरनं नाव ओळखलं यानं? उलटाच कारभार दिसतोय सगळा. चोखा अस्वस्थ झाला. मघापासनं हा आपल्यालाच प्रश्नावर प्रश्न विचारतोय पर आपलं नाव सांगत नाही. ते काही - नाही. आता याला आधी नाव सांगायला लावायचं. चोखानं मनाशी निश्चय केला.

"काय रं बाबा, तू माझं नाव कसं जाणतोस? कुणी सांगितलं तुला?" चोखानं अधीरपणे विचारल.

"विठ्ठलानं!" तो माणूस उद्गारला. "कुणी? कुणी? कुणी म्हटलास?" चोखानं नवलानं विचारलं.

"विठ्ठलानं! त्या-त्या पांडुरंगानं! त्यानं सांगितलं मला!" तो माणूस हसत बोलला.

आता मात्र चोखाला राग यायला लागला. "असं कां? त्या विठ्ठलानं तुला माझं नाव सांगितलं कां? कोन रं तू त्या विठ्ठलाचा? सेनापती की प्रधान? आनी काय हे? असा हायेस तरी कोण तू? आनी तुझं नाव तरी काय? आँ?" चोखानं जरा रागातचं विचारलं. आता मात्र त्या माणसाला चोखाची दया आली असावी. मस्करी आता पुरे झाली. असं त्याला वाटलं असेल.

चोखाच्या खांद्यावर हात ठेवून तो म्हणाला, "चोखोबा, मी, मी नामदेव, मी नामदेव शिंपी!"

त्या माणसानं असं सांगितलं आणि चोखा बघतच राहिला. बेताची उंची, काळा-सावळा चेहरा, झोकदार नाक, बारीकशी मिशी, प्रसन्न हसणारे, ओठ आणि प्रेमाचा वर्षाव करणारे डोळे. त्या डोळ्यात पाहिलं आणि क्षणात चोखाला ओळख पटली. नामदेव, नामदेव शिंपी. ज्ञानोबा माउलीचा सखाच जणू. आणि तो साक्षात् आपल्यासमोर उभा आहे. त्याचे हात आपल्या खांद्यावर आहेत आणि त्याचे डोळे आपल्यावर मायेचा वर्षाव करत आहेत. प्रत्यक्ष-अप्रत्यक्ष पांडुरंग भेटल्याचा आनंद चोखाला झाला. तो त्याच्या चेहऱ्यावर पसरला.

दुसऱ्या क्षणाला चोखानं नामदेवाच्या पायावर लोळण घेतली आणि आपल्या डोळ्यातून अनिर्बंधपणे वाहणाऱ्या अश्रूंनी त्याची पावलं भिजवली. "देवा-नामदेवा-नामदेवा-नामया" या उद्‌गाराखेरीज चोखाच्या तोंडून दुसरा उदगार निघत नव्हता. चोखाची ती भारावल्यासरखी अवस्था नामदेवांनी ओळखली. त्यांनी चोखाच्या खांद्याला धरून उठवले आणि त्याला हृदयाशी धरले. चोखा सर्वांगानं शहारला. त्याला वाटलं आपला श्वास इथंच थांबला, तर किती छान होईल. नामदेव आणि

चोखामेळाची ती भेट पाहण्यासाठी जणू साऱ्या सृष्टीचे नेत्र एकवटले होते. वारा वाहतावाहता थांबला. त्या दोघांना क्षणभर पाहिले आणि पुन्हा वाहायला लागला. तळपणारा सूर्य क्षणभर शीतल झाला. या दोघांची मिठी डोळे भरून पाहिली आणि पुन्हा तेजाने तळपू लागला. नामदेव-चोखोबांची ती भेट दोघांच्याही दृष्टीनं अप्रूपाची होती. अपूर्वाईची होती. कवतिकाची होती आणि त्यातही चोखाच्या दृष्टीनं ती मोठी विलक्षण घटना होती. कारण या एका भेटीनं त्याच्या आयुष्याला एक विलक्षण कलाटणी मिळणार होती.

कर कटेवर ठेवून विटेवर उभ्या असलेल्या त्या विठ्ठलालाही अतिशय आनंद झाला होता. चोखामेळा त्याच्या परिवारात सामील होण्यासाठी त्याला नामदेव भेटणं अतिशय आवश्यक होतं. नामदेवाशी कालंच तसं विठ्ठलाचं बोलणं झालं होतं. आणि विठ्ठलाच्या भक्तपरिवारात सामील व्हायला चोखामेळा अगदी योग्य माणूस आहे, अशी नामदेवाचीही खात्री होती. म्हणूनच पंढरपुरच्या रस्त्यानं रमतगमत चाललेल्या चोखाला, त्या विठूरायानं एका वद्ध वारकऱ्याचं रूप घेऊन पंढरपुरची ओढ लावली. तिथल्या धर्मनिरपेक्षतेची अर्धवट माहीती सांगून त्याची उत्सुकता वाढवली. ज्ञानोबा राया आणि नामदेवाचं नाव सांगून त्याची अधीरता वाढवली. त्याच्या मनात उत्कट भक्ती, पण त्याचबरोबर अपार उत्सुकता जागवली आणि आता नामदेवानं त्याची भेट घेतली. चोखाच्या आयुष्याचा इवलासा प्रवाह आता भक्तीगंगेमध्ये मिसळण्याच्या मार्गावर येत होता. चोखामेळा आणि नामदेव यांची ती भेट डोळे भरून पाहताना विठ्ठलाचेही भान हरपले होते.

4

नामदेवांनी मिठीत घेतलं आणि चोखा जणू सगळा, सर्वांगानं शांत. शांत झाला. ब्राह्मण-मराठा समाजाकडून सोसलेले अत्याचार, वैश्य-वाण्यांनी दिलेला त्रास, सगळ्यांनी केलेले हुडुतहुडुत, परंपरेने अंगावर पडत आलेलं सगळंसगळं घाणेरडं काम, रोज अंघोळ करतो म्हणून भावकीतल्या लोकांनी, मित्रांनी केलेला अपमान, अवहेलना यातून त्या विठ्ठलाची लागलेली ओढ हे सगळंसगळं घेऊन चोखा नामदेवाच्या मिठीत विरघळला. दुधात खडीसाखरेचा खडा विरघळावा तसा. नामदेवाच्या मिठीत कितीतरी वेळ चोखा स्फुंदत होता आणि काही न बोलता निःशब्दपणे नामदेव चोखाच्या पाठीवरून हात फिरवत होता. अगदी मूकपणे. पण त्या स्पर्शालाही एक आवाज होता, एक नाद होता, एक भाषा होती, एक लय होती. 'विठ्ठल-विठ्ठल!' नामदेवांच्या स्पर्शातून चोखाला ती लय जाणवली. त्याच्या शरीरात भिनली. मनात उतरली आणि हृदयात रूतून बसली. नामदेवांचा स्पर्श, त्यांचा श्वास, त्यांची नजर, त्याचं प्रसन्न हास्य, सगळ्यासगळ्यातून तो एकच नाद जणू उमटत होता. 'विठ्ठल-विठ्ठल' तो नाद झिरपतझिरपत चोखाच्या शरीरभर पसरला आणि एखादं गारूड व्हावं, तसा त्या नादानं चोखाच्या सर्वांगाचा जणू ताबा घेतला. चोखामेळा आता जणू सावित्री-सुदामचा राहिलाच नाही. तो विठ्ठलमय झाला. त्याचं जनकत्व घेतलं जणू स्वतः विठ्ठलानं आणि त्याचं पालकत्व घेतलं जणू नामदेवानं. चोखाचा जणू पुनर्जन्म झाला आणि या घटनेनं चोखा एकदम उल्हासित झाला. ताजातवाना, टवटवीत झाला, पाकळीवरच्या दवासारखा. आणि पुनःपुन्हा नामदेवाच्या मिठीत विरघळायला सिद्ध झाला.

या मिठीतून पहिल्यांदा भान आले नामदेवाला. कितीतरी वेळ चोखामेळा आपल्या मिठीत स्फुंदतो आहे, याची त्यांना जाणीव झाली. त्यांनी पुन्हा एकवार त्याच्या पाठीवरून मायेनं हात फिरवला आणि मोठ्या प्रयासानं त्याला आपल्या मिठीतून बाजूला केले. चोखाचे डोळे भरले होते. नाकपुड्या, ओठ थरथरत होते आणि मिटल्या डोळ्यातून अविरत अश्रू वाहत होते. नामदेवांनी चोखाला पुन्हा सावध केले आणि त्याच्या हाताला धरून ते त्याला रस्त्याच्या कडेला घेऊन आले. भारल्यासारखा चोखा त्यांच्याबरोबर चालत होता. ''चोखोबा, अहो चोखोबा, अहो डोळे तरी उघडा, आमच्याशी काही तरी बोला. अहो चोखोबाऽऽ!''

नामदेवांच्या हाकांनी चोखा सावध झाला. त्यानं डोळे उघडले. पाण्यांनी भरलेल्या त्याच्या डोळ्यांना पहिल्यांदा नामदेवांची आकृती धूसर दिसली. त्यानं खांद्यावरच्या सोग्यानं डोळे पुसले. मग मात्र त्याला नामदेव स्पष्ट दिसले. प्रसन्न हसू, स्नेह उधळणारे शांत डोळे, डोक्यावर पगडी, कपाळावर गंध आणि चेहऱ्यावरचे ते आश्वासक भाव. नामदेव, ज्ञानोबा माउलीचा सखा असल्याचं चोखानं ऐकलं होतं. पण नामदेवांना आता नीट पाहिल्यावर नामदेव विठ्ठलाचाही सखा असणार, याची त्याला खात्री पटली. आपली कोणती तरी पूर्वजन्मीची पुण्याई म्हणून आपली आणि नामदेवांची गाठ पडली, याबद्दल त्याला शंका राहिली नाही. नामदेवांच्या त्या दर्शनाने, त्या स्पर्शाने चोखा जणू नामदेवाचा सखा बनला.

चोखाच्या चेहऱ्यावरचे हे बदलणारे भाव नामदेव हसऱ्या मुद्रेनं न्याहाळत होते. विठ्ठलाच्या चेहऱ्यावरचे, त्या काळ्या दगडाच्या मूर्तीच्या चेहऱ्यावरचे भाव वाचणाऱ्या नामदेवांना चोखाच्या चेहऱ्यावरचे भाव वाचणं मुळीच अवघड नव्हते. चोखाचा चेहरा त्याच्या मनासारखाच लख्ख होता. आणि त्याच्या मनात उद्‌भवणारे सारेसारे विचार एखाद्या चित्रलिपीप्रमाणे त्याच्या चेहऱ्यावर उमटत होते.

नामदेव आपल्याकडे हसऱ्या चेहऱ्यानं पाहताहेत हे चोखाच्या लक्षात आलं. तो किंचित लाजला. आपल्या मनातली नामदेवाबद्दलची विभूती भावना त्यांनी ओळखली या विचारानं त्याला एकीकडं बरंही वाटत होतं, तर दुसरीकडे आपण पकडले गेलो की काय या शंकेनं शरमही वाटत होती. आपल्याकडे नामदेव एकटक पाहताहेत, आपला चेहरा वाचताहेत हे चोखाच्या लक्षात आलं आणि नामदेवांच्या नजरेतून होणारा स्नेहाचा वर्षावही असह्य झाल्यामुळं चोखा पुन्हा खाली बसला आणि त्यानं नामदेवाचे पाय धरले. ''देवा, मला शहाणं करा. मला काही शिकवा. मला मार्ग दाखवा.'' असं व्याकुळ वाणीनं म्हणत चोखा पुन्हा नामदेवांच्या चरणांवर मस्तक टेकवून बसून राहिला.

आता मात्र नामदेवांना त्याची दयाही आली आणि त्याच्याबद्दल मायाही वाटली. त्यांनी चोखाच्या खांद्याला धरून पुन्हा उभं केलं आणि म्हणाले, "चोखोबा, तुमची घायाळ अवस्था मला समजली. माझ्या मतीप्रमाणे मी तुम्हाला नक्की मार्गदर्शन करेन. पण हे पुन्हा:पुन्हा पायावर डोकं ठेवू नका. चोखोबा, तुमची योग्यता फार मोठी आहे. पुन्हा:पुन्हा माझ्या पायावर डोकं टेकवून मला सारखं असं लाजवू नका. चला, आपण त्या पाराच्या कट्ट्यावर बसू या, चला!" असं म्हणत नामदेवांनी चोखाला वडाच्या पारकट्ट्याकडे नेले. तिथं माणसांची बरीच गर्दी होती. अंगाचा संकोच करून चोखा त्यातून चालत निघाला. चोखा आता बराच सावरला होता. नामदेवही बरेच निवांत दिसत होते.

"हं! बोला चोखोबा, पंढरीला कसं काय येणं केलंत? तुमच्यातही वारीची चाल आहे का?" नामदेवांनी चोखोबांना बोलतं करायच्या इराद्यानं प्रश्न केला.

"होय देवा, आम्हीही वारकरीच. पण इतके वर्ष दूर तिकडे बुलढाण्याकडे होतो. त्यामुळे मनात असूनही पंढरपुरला येता आलं न्हायी. आता आम्ही इकडं मंगळवेढ्याला आलो आहे. मी, चोखामेळा. सुदाम येसकर आणि सावित्रीचा मुलगा. मला विठ्ठलाची लयी भक्ती करायची हाय. माझं रोजचं कामकाज करून मी रोज विठ्ठलाचं नाव घेतो. पर माझ्या मनाला समाधान न्हायी. माझं मन कशातच नीट लागत न्हायी. त्यातच गावकीच्या कामात भट-बामनं लयीच हाडत-हुडत करत्यात. मला वाईट वाटतया. पर मी काहीच करू शकत न्हायी. देवा, तुम्ही मला मिठी मारलीत. मला जवळ घेतलंत. माझा विटाळ तुम्ही मानला न्हाईत. मला हाड-हुडं केलं न्हायी. मला लयी बरं वाटलं. तिकडं गावाकडं आमची सावलीसुदिक अंगावर पडली, तर परत अंघोळ करतात. तुमाला माझा विटाळ होणार नाही, असं तुम्ही म्हणालात. देवा, तुमी शिंपी, मी महार. मग हे असं कसं काय?"

चोखा मनातल्या सगळ्या वेदना, व्यथा, शंका सारं, सारं नामदेवांसमोर सांडत होता. त्याच्या स्वरातलं दुःख, त्याच्या मनाची घायाळ अवस्था बघून नामदेव गहिवरले. चोखाच्या खांद्यावर हात ठेवून त्यांनी त्याला थांबवला. म्हणाले, "चोखोबा तुमच्या सगळ्या प्रश्नांची उत्तर आहेत माझ्याकडे. नव्हे मला ती विठूरायानंच सांगितली आहेत आणि ज्ञानोबा माउलीनं माझ्याकडून ती घोटवून घेतली आहेत. तीच मी तुम्हाला सांगतो. चला, आपण जरा झाडाच्या गार सावलीला बसू या. तुम्ही चालून-थकून-दमून आला आहात. काही भाकर तुकडा खाऊन घ्या. मगच आपण बोलू. चला!" असं म्हणून नामदेव चोखाला दुसऱ्या झाडाखाली घेऊन आले. पारकट्ट्यावर बरीच लोकं होती. ती सगळी नामदेवाशी बोलायला, त्याच्या पायावर डोकं ठेवायला धडपडत होती. तिथं निवांत बोलता येणार नव्हतं. म्हणून

नामदेवांनी चोखाचा हात धरला आणि त्या वर्दळीपासून दूर थोड्या अंतरावर असलेल्या एका गर्द सावलीच्या झाडाखाली ते त्याला घेऊन आले.

चोखानं भाकरीचं गाठोडं सोडलं. मायनं भाकरी आणि डाळीचं कोरड्यास दिलं होतं. बरोबर कांदा होता. चोखानं त्यातली एक भाकर उचलली. त्यावर एवढं कोरड्यास ठेवलं. एक कांदा ठेवला आणि देवाला नैवेद्य दाखवावा, तसं त्यानं ती भाकरी नामदेवाच्या पुढं धरली. त्याच्या चेहऱ्यावर अजिजी होती अन् डोळ्यात भीती पण! न जाणो नामदेव अचानक 'मला चालत नाही' म्हणाले तर? आपण महाराच्या घरचं, महाराच्या हातचं खातंच नाही म्हणाले तर? नामदेवाने चोखाच्या नजरेतली भीती ओळखली. प्रसन्न हसून त्यांनी हात पुढं केला. चोखाच्या हातातली भाकरी आपल्या हातात घेतली. ती भक्तीभावानं कपाळाजवळ नेली. क्षणभर डोळे मिटले आणि नामदेवांनी ती भाकरी, एका महाराच्या घरची भाकरी अत्यंत आवडीने आणि प्रसन्न मनाने खायला सुरुवात केली.

चोखा सर्वांगाने थरारला. तो नामदेवांकडे एकटक बघत होता. नामदेवांना भाकरी देऊ केल्यानंतर त्याची त्यालाच भीती वाटत होती. वारकरी म्हणून त्याला मिठीत घेणारे नामदेव त्यांच्या घरची भाकरी खातील का? त्याला धास्ती वाटत होती. पण नामदेवांनी भाकरी घेतली. त्यांनी भाकरी हातात घेतल्यानंतर चोखाला हायसं वाटलं. पण त्यांनी ती भाकरी कपाळाजवळ नेली, त्याचं कारण त्याला कळलं नाही. त्यानं विचारलं, "देवा माझ्या हातची भाकरी तुम्ही घेतलीत, पर ती कपाळाजवळ का नेलीत मला कळलं नाही?" नामदेव हलकेच हसले, म्हणाले, "चोखोबा, अहो ते अन्न आहे, आणि अन्न हे परब्रह्म! मग त्याचा सन्मान नको का करायला? त्या अन्नाला, त्या परब्रह्माला नमस्कार करूनच खायला सुरुवात करायची! म्हणून मी ती भाकरी कपाळाजवळ नेली." असं म्हणून नामदेवांनी पुन्हा भाकरी खायला सुरुवात केली. चोखानं दिलेली, एका महाराच्या घरची ती भाकरी आणि नामदेव मन लावून खात होते.

चोखा ते दृश्य डोळे भरून बघत होता. मनात साठवत होता. हृदयात उतरवत होता. ते बघत असताना त्याला स्वत:ला खाण्याचंही भान राहिलं नव्हतं. आता हे सगळं मायला जाऊन सांगायचं! तू दिलेली भाकरी नामदेवांनी खाल्ली, असं सांगितल्यावर तिचा आनंदित झालेला चेहरा त्याला आताच डोळ्यासमोर दिसायला लागला. खाताखाता नामदेवाचं त्याच्याकडं लक्ष गेलं. चोखा खात नाहीय, नुसतीच हातात भाकरी धरून बसलाय हे बघितल्यावर नामदेवांना नवल वाटलं. "चोखोबा खाताय ना?"

त्यांच्या या प्रश्नानं चोखा भानावर आला. आपल्या हातात भाकरी तशीच आहे

आणि भाकरी खाणाऱ्या नामदेवाकडे एकटक पाहताना आपण पकडले गेलो, याची जाणीव होऊन त्याला किंचित शरमल्यासारखं झालं. त्यानं खाली बघून भराभरा भाकरी खायला सुरुवात केली. हे करत असताना आपण वाजवीपेक्षा जास्त भरभर खातोय, याचंही त्याला भान नव्हतं आणि ते बघून नामदेवांना पुन्हा हसू फुटलं. ते चोखाला म्हणाले, "चोखोबा, काय पाहताय एवढं? भाकरी खाताना कधी कुणाला पाहिलं नाही की काय?" चोखोबा लाजला आणि म्हणाला, "देवा, भाकरी खाताना लयी जणांना बघितलंय. पर महाराची भाकरी, एक दुसऱ्या जातीतला माणूस खाताना पहिल्यांदा बघतोय देवा! आनी खरं सांगू, तुमच्याबरोबर भाकरी खाताना आज माझी पण वेगळ्या चवीची भाकरी लागतीय. जरा जास्तच गोड लागतीय!"

चोखोबांचे हे बोलणं ऐकून नामदेव प्रसन्न हसले. मग मात्र कुणीच बोललं नाही. दोघांनीही भाकरी संपवली. हात धुतले. धोतऱ्याच्या सोग्यानं तोंड पुसत नामदेव म्हणाले, "चोखोबा, तुमची आई मोठी सुगरण दिसते. तिनं डाळ खूप छान बनवली होती!" ते ऐकून चोखाला धन्यता वाटली. आपण हे सगळं मायला जाऊन सांगायचंच असा पुन्हा एकदा निर्वाळा त्याच्या मनानं दिला.

चोखानं सगळं गोळा केलं. उरलेली भाकरी पुन्हा पटकुरात बांधली आणि तो नामदेवाकडे बघत बसला. त्यांच्या चेहऱ्यावरून उत्सुकता ओसंडून वाहत होती. नामदेवांना ती स्पष्ट दिसली. "बोला चोखोबा, विचारा काय विचारायचं आहे? काय प्रश्न आहेत तुमच्या मनात? काय खदखदतंय तुमच्या मनात? विचारा!"

नामदेवांच्या मनकवडेपणाचं चोखाला नवलं वाटलं. पण त्याला कुठं माहीती होतं, की त्याचा काळा सावळा चेहरा विलक्षण बोलका आहे ते? पण नामदेवाच्या आश्वासक स्वरांनी चोखाला धीर आला. 'विचारू की नको, विचारू की नको?' असं करताकरता त्यानं धाडकन् एकदम विचारलं, "देवा, ह्ये भागवत धर्म-भागवत धर्म म्हणजे काय आहे हो? आनी या धर्मात जाती भेदाचं वावडं कसं नाही? शिवाशिव नाही, विटाळ-चांडाळ नाही, कुणी महार नाही की कुणी चांभार? हे असलं धर्माच्या विरोधात वागूनशुद्धा त्यानला कुणी काहीच म्हणत नाही, हे कसं काय? आणि या भागवत धर्मात माझ्यासारखा महार जातीचा माणूस आला, तर त्याला घेतील काय? आणि हा भागवत धर्म, भागवत धर्म जे काही आहे तो कुणी सांगितलाय? आणि त्यात कुणाला पण देवाची भक्ती करता येते म्हणे? हे कसं शक्य आहे? देवा, जिथं आमची सावली अंगावर पडली तरी हे भट, बामन, मराठा अंघोळ करत्यात. मग या धर्माला तसलं काही बंधन न्हायी का? देवा पंढरपुरला येतायेता मी रस्त्यानं बघत होतो. वारकरी दिसला की कुणी

पण कुणालाही मिठी मारतं होतं. जात न्हायी-पात नाही, विटाळ न्हायी, चांडाळ न्हायी, हे काय म्हणायचं? विचार करूनकरून माझ्या डोक्याचा पार भुगा झालाय बघा आणि आता तुम्ही माझ्याजवळची भाकरी खाल्लीत, म्हटल्यावर तर ते फुटायचंच बाकी आहे. तेव्हा देवा, मी तुमचे पाय धरतो. पण माझ्या डोक्यातला गुंता एवढा सोडवा.'' इतकं बोलल्यावर चोखानं जरा दम घेतला.

चोखा बोलत असताना नामदेव एकटक त्याच्याकडं बघत होते. त्याच्या चेहऱ्यावरची अजिजी, डोळ्यांतली व्याकुळता आणि त्याच्या प्रत्येक स्वरातल्या सच्चेपणाची त्यांना साक्ष पटत होती. सगळं जाणून घेण्याची त्याची आस किती सखोल आहे, हेही त्यांना कळून चुकलं आणि महार जातीतला असलेला हा माणूस या ज्ञानलालसेपोटी खूप मोठा होणार आहे, याचीच खात्री त्यांना पटली. चोखोबाची संभ्रमित अवस्था त्यांच्या लक्षात आली. मनात उद्‌भवलेल्या प्रश्नांच्या वादळाची उत्तरे ऐकण्यासाठी त्याच्या देहाचा कणन्‌कण जणू उमलून आला होता. आणि ती उत्तरे मिळाली नाहीत तर जणू त्याचे धैर्य लोप पावणार होते. अवसान गळणार होते. त्याची ती घायाळ अवस्था बघितली आणि नामदेवाला ज्ञानेश्वर माउलींचे बोल आठवले,

''संमोह विभ्रम माझे। गिळीत धैर्याची आविसे।
तेथ देव्हडे भोंवत वळसे। अज्ञानाचे।।''

किती समर्पक सांगितलं होतं, ज्ञानेश्वर माउलीनं. चोखोबाची ती विभ्रमावस्था बघून नामदेवांना करुणा वाटली. त्यांनी मनोमन ठरवलं की, या सैरभैर झालेल्या, व्याकूळ झालेल्या चोखोबाला आपण या संभ्रमावस्थेतून सोडवायचे. त्यांच्या मनात निर्माण झालेला विचारांचा, प्रश्नांचा, शंकाकुशंकांचा गोंधळ निपटून टाकायचा आणि त्यांच्या मनात उद्‌भवलेला प्रश्नांचा अंधार दूर करून त्याठिकाणी ज्ञानाचा प्रकाश निर्माण करायचा आणि या व्याकुळल्या अवस्थेतून चोखोबांची सुटका करायची. हे एकदा नक्की झाल्यावर नामदेवांची मुद्रा प्रसन्न झाली. त्यांच्या डोक्यात एकप्रकारचे आश्वासन उमटले आणि हसू बनून ते चेहऱ्यावर ओघळले. समोर व्याकूळ होऊन बसलेल्या चोखोबांच्या खांद्यावर त्यांनी किंचित थोपटल्यासारखे केले. नामदेवांच्या त्या स्निग्ध आणि आश्वासक स्पर्शाने चोखोबा अंतर्बाह्य थरारला पण एकदाच. मग मात्र त्यांच्या अंगाला सुटलेली थरथर थांबली. त्यांच्या हृदयात होणारी कालवाकालव थांबली. त्यांचं उन्मळत असलेलं मन शांत झालं. सैरभैर झालेली बुद्धी एका जागी स्थिर झाली. पण त्याचे कान मात्र आसुसले. इतके की, जणू सगळ्या शरीराला कान फुटले. त्याच्या शरीरातला कणन्‌कण अंतर्बाह्य फुलून आला. नामदेवांनी चोखोबाची ही अवस्थापण ओळखली. आता जास्त

थांबण्यात, जास्त ताणण्यात अर्थ नाही, हे त्यांच्या लक्षात आले. त्यांनी क्षणभर डोळे मिटले. ज्ञानेश्वर माउलींचे स्मरण केले. विठूरायाला मनोमन दंडवत घातला आणि डोळे उघडून सस्मित मुद्रेनं त्यांनी बोलायला सुरवात केली.

"चोखोबा, तुमची संभ्रमावस्था, तुमची व्याकुळता मी पाहिली आणि मला तुमची ज्ञानलालसा बघून अतिशय आनंद झाला. परंपरेविरुद्ध पोहण्याचं सामर्थ्य बहुधा कुणाच्यातच नसतं. पण निदान परंपरांचा अर्थ विचारण्याचं धाडस तुम्ही केलंत याचंच मला कौतुक वाटतंय. चोखोबा, हे वारकरी जात, धर्म मानत नाहीत. शिवाशिव, विटाळ-चांडाळ मानत नाहीत, याचंच तुम्हाला नवल वाटतंय ना? अहो चोखोबा, त्यात नवल ते कसलं? ही भागवत धर्माची शिकवण आहे आणि तो भागवतधर्म ज्यांनी अंगीकारला आहे, ज्यांनी स्वीकारला आहे ते त्या धर्माची शिकवण पाळतात. म्हणून ते जाती, धर्म भेद मानत नाहीत. विटाळ-चांडाळ मानत नाहीत. शिवाशिव पाळत नाहीत!" नामदेव काही क्षण बोलायचे थांबले. चोखाच्या एका प्रश्नाचं उत्तर त्याला मिळालं होतं. पण त्या उत्तरानंच पुन्हा असंख्य प्रश्न निर्माण केले होते. त्याच्या मनातले हे प्रश्न त्याच्या चेहऱ्यावरही उमटले.

त्याच्या डोळ्यातही उतरले आणि मनकवड्या नामदेवांनी ते वाचलेशुद्धा. पुन्हा सस्मित मुद्रेनं नामदेवानीच विचारले, "बोला चोखोबा, आता पुढे काय विचारायचंय? विचारा! निःसंकोचपणे विचारा. अहो, एकदा गुरु आज्ञेनं तुमच्या शंकांचं निरसन करण्याची भूमिका घेतली आहे ती नीट पार नको का पाडायला? बोला चोखोबा बोला!"

नामदेवांनीच असं सांगितल्यावर चोखाची भीड चेपली. म्हणाला, "देवा, हा भागवत धर्म म्हणजे काय? मी हिंदू धर्म, यवन धर्म असे धर्म ऐकले होते. पण हा भागवत धर्म कुठून आला? आणि तो कुणी आणला? त्याची तत्त्वं कुणी बनवली? त्या तत्त्वांचे अर्थ काय? आणि ती तत्त्व लोकांपर्यंत कुणी पोहचवली? नामदेवा, आज जिकडं तिकडं भागवत धर्म, भागवत धर्म असं ऐकायला मिळतंय. जो तो उठतोय तो भागवत धर्म म्हणतोय. देवा, धर्मामुळं माणूस माणसापासून दुरावतो, दूर जातो म्हणतात, पण हितं तर काई येगळंच दिसतंय. हा भागवत धर्म जेव्हापासून आलाय, तेव्हापासून माणसं एकमेकांच्या जवळच येत्यात. एकमेकांना मिठी मारूनच भेटतात. देवा, माझ्या डोक्यात पार गोंधळ उडलाय. प्रश्नांच नुसता गुंताच झालाय. एक प्रश्न सोडवावा तर दुसरा तयार! एकेकदा या प्रश्नामुळं देवा मला झोप लागत नाही. त्या विठूरायाचं नाव घेतलं की जरा बरं वाटतं बघा. मग तेच करतो झालं! पण देवा तुम्ही माझे गुरु व्हा, आणि मला या गुंत्यातनं सोडवा." चोखोबा काकुळतीला येऊन बोलत होता. आणि

त्याच्या प्रत्येक शब्दागणिक नामदेवांना त्याच्यातल्या उत्कट ज्ञानलालसेची जाणीव होत होती. महार समाजात जन्मूनही त्याची ही उत्कट ज्ञानपिपासा पाहिल्यावर, ज्ञानोबा माउलीनं भक्तीमार्ग सर्वांसाठी मोकळा केल्याचं सार्थक आता झालं, असं नामदेवांना वाटलं. ही गोष्ट ज्ञानोबा माउलीला सांगितलीच पाहिजे, असं त्यांच्या मनानं घेतलं. त्यांनी चोखोबाकडं पाहिलं. एक असीम उत्सुकता त्याच्या चेहऱ्यावरून ओसंडून वाहत होती. विठ्ठलाबद्दलची प्रीती तर त्यातून प्रतीत होतच होती. पण त्याला आता भक्तीचीही जोड मिळाली होती. विठ्ठलाला एक निष्ठावान भक्त मिळणार होता. वारकरी संप्रदायाला एक खंदा पाईक मिळणार होता. संतांच्या मांदियाळीत आणखी एका अप्रूपाची भर पडणार होती. महार समाजात जन्मलेला हा चोखामेळा त्याचा, त्याच्या घराचा, त्याच्या कुळाचा, त्याच्या जातीचा उद्धार करणार होता. त्यांचा उद्धारकर्ता ठरणार होता. चोखोबाच्या डोळ्यातले ज्ञानलालसेचे भाव आणि चेहऱ्यावर उमटलेला भक्तीचा फुलोरा हेच सांगत होते. चोखोबाच्या विधिलिखितामुळे आणि गुरु आज्ञेने का होईना पण या सगळ्याला निमित्तमात्र नामदेव होणार होता. आणि नामदेवाला याचंच अप्रूप होतं. भागवत धर्माच्या प्रसारासाठी आणि प्रचारासाठी सारं आयुष्य वेचायचं, असं नामदेवानी ठरवलं होतं. त्याचा प्रचार तळागाळातल्या, समाजाच्या अगदी तळातल्या जातीजमातीपर्यंत पोहचवायचा होता. आणि महार समाजातला चोखोबा भागवत धर्माची महती आणि माहीती जाणून घेण्यासाठी आग्रही होता. नामदेवाच्या ध्येयाला मिळालेलं हे यशच होते हे नि:संशय! म्हणूनच नामदेव प्रसन्न होतो. आणि जितक्या आतुरतेनं चोखोबा भागवत धर्माची माहीती जाणून घेण्यास उत्सुक होता, तितक्याच उत्सुकतेनं नामदेव त्याला ती माहीती, ते ज्ञान देण्यास आतुर होते. शिष्य शिकायला उतावळा होता, तर गुरु शिकवायला उत्सुक होता. मग ज्ञान सुगंधाप्रमाणं दरवळत राहिलं, त्यात नवल ते काय?

"ऐका चोखोबा, त्या विठाई माउलीच्या कृपेने आणि ज्ञानेश्वर माउलीच्या आज्ञेनं मी तुमच्या सर्व शंकांचे निरसन करायचा प्रयत्न करतो. तो विठ्ठलच मला यात यश देईल." नामदेवांनी बोलायला सुरुवात केली आणि सारी चराचर सृष्टी जणू कान देऊन ऐकायला लागली. वारा वाहायचा थांबला; सूर्यानंही आपले डोळे झाकले आणि सारं तेज, सारे प्राण कानात आणून तो ऐकायला लागला. चोखोबाची अवस्थाही याहून वेगळी नव्हती. त्याच्या तर साऱ्या इंद्रियानांच जणू कान आले होते. त्याच्या सगळ्या, सगळ्या जाणिवा जणू आसुसल्या होत्या, नामदेवांच्या तोंडातून पडणाऱ्या अमृतधारा प्राशन करण्यासाठी. आज त्याच्या आयुष्याला एक नवे अस्तित्व मिळणार होते. आचाराला नवा आकार लाभणार

होता. त्याच्या मनात भरलेल्या अंध:काराला प्रकाशात बदलण्याची एक नवीन किमया घडणार होती. चोखोबा या सगळ्यासगळ्या परिवर्तनासाठी तयार होऊन बसला होता.

नामदेव बोलायला लागले. "चोखोबा, सगळ्या विठ्ठल भक्तांनी, वारकऱ्यांनी आपलासा केलेला भागवत धर्म, सर्वश्रेष्ठ भक्त असणाऱ्या पुंडलिकाने सुस्थापित केला. पुंडलिकाची विठ्ठलावर जेवढी भक्ती होती, तेवढाच त्याचा विठ्ठलावरचा अधिकारही मोठा होता. म्हणूनच आई-वडिलांच्या परमसेवेत गुंतलेल्या पुंडलिकाला भेटायला जेव्हा विठ्ठल स्वत: त्याच्या घरी गेला, तेव्हा एक वीट विठ्ठलाकडं टाकून पुंडलिकाने त्याला त्यावर उभे रहायला सांगितले आणि विठ्ठल विटेवर उभा आहे ते आजतागायत. पुंडलिकाने भक्तांसाठी त्या विठ्ठलाला तसाच विटेवर उभा ठेवला, हे विठ्ठलभक्तांवर त्यानं केलेले मोठे उपकार तर आहेतच पण त्याचबरोबर भागवतधर्मासारखा सर्वसमावेशक धर्म संस्थापित करून पुंडलिकाने संपूर्ण मानवजातीवर जे उपकार केलेत, त्याबद्दल सारी मानवजात त्याची ऋणी राहील. त्याच्या या कार्यामुळं भागवत धर्म हा एक असा सर्वसमावेशक, सर्वव्यापक धर्म ठरला. हीच विशाल दृष्टी बाळगून ज्ञानेश्वर माउलींनी या भागवत धर्माचे पुनरूज्जीवन केले आणि चोखोबा, चंद्रभागेच्या या वाळवंटात भागवत धर्माच्या झेंड्याखाली भक्तीचा थाट असलेलं असं आध्यात्मिक लोकशाहीचं राज्य उदयाला आलं. या राज्यातल्या सगळ्या पेठा या भक्तीच्या पेठा आहेत. भक्तीच्या या पेठेत विठ्ठलनामाचे अमाप असे पीक येतं आहे. चोखोबा, पंढरी हे भूलोकीचं, या पृथ्वीतलावरचं वैकुंठ आहे तर विठूराया हा या वैकुंठीचा राणा आहे. तो भक्तीचा भुकेला आणि भक्तांचा तहानलेला आहे. तो सर्वांच्यात वसलेला आहे. अगदी सर्वांच्यात." नामदेवांनी काही क्षण बोलणे थांबवले.

चकित मुद्रेने, विस्फारल्या डोळ्यानं आणि आसुसल्या कानानं त्याचं बोलणं ऐकत असलेला चोखोबा त्यांच्या त्या शेवटच्या वाक्यानं दचकला. "काय सांगता देवा?" तो पंढरीचा विठूराया सर्वांच्यात वसलेला आहे? सर्वांच्यात? अगदी माझ्यात शुद्धा?" चोखोबानं अविश्वासानं प्रश्न केला आणि नामदेवांना हसू आलं. आपण असं सांगितल्यावर चोखोबा अविश्वासून असा प्रश्न विचारणार याची नामदेवांनी अटकळ केलेलीच होती. ती अटकळ खरी ठरली म्हणून त्यांना हसू आलं आणि आपण वेड्यासारखा प्रश्न केला, म्हणून नामदेव हसले असं वाटून, चोखोबाला लाज वाटली. तो संकोचून गेला. तो संकोच त्याच्या चेहऱ्यावर उमटला. नामदेवांनी तो वाचला आणि म्हणाले, "नाही चोखोबा, संकोच करू नका. अहो तुम्हाला हा प्रश्न पडला, त्यात काहीच नवल नाही. पण तो विठूराया

सगळ्याच्यात अगदी सगळ्यांच्यात, तुमच्यात, माझ्यात या आसपासच्या माणसांच्यात, अगदी या झाडात, त्या गाय-बैलांतही वसलेला आहे आणि हेच भागवत धर्म सांगतो. हे तर भागवत धर्माचं तत्त्व आहे.''

वारकरी एकमेकांना भेटले की, ते शिवाशिव, विटाळ-चांडाळ जातीभेद का मानत नाहीत, याचा चोखोबांला उलगडा झाला. पण मग ते एकमेकांना उराउरी का भेटत असतील? चोखोबांच्या मनात त्या उत्तरातून पुन्हा नवा प्रश्न निर्माण झाला.

''त्याचं असं आहे चोखोबा, एकदा तुमच्या माझ्या हृदयात तो विठ्ठल आहे हे मान्य केल्यावर आपण सगळी एकाच पातळीवर येतो. सगळी सारखीच ठरतो आणि मग एकाच्या हृदयात वसलेला तो परमेश्वर, दुसऱ्याच्या हृदयात वसलेल्या परमेश्वराला भेटण्यासाठी मग कुठूनकुठून आलेले वारकरी उराउरी भेटतात आणि मग एकमेकांच्या पायावर डोकं टेकवत त्या हृदयातल्या परमेश्वराला नमस्कार करतात. त्याक्षणी त्यांची एकच जात असते, वारकरी. त्यांचा एकच धर्म असतो, भागवत धर्म. चोखोबाची जणू समाधी लागली होती. त्याची ती भावावस्था पाहण्यासाठी नामदेव क्षणभर थांबले. चोखोबांने डोळे उघडले. अंधारातून चाचपडत, ठेचकळत जावं आणि अचानक लख्ख प्रकाशांत वाट उजळून निघावी, तसं चोखोबांला झालं. मनातल्या बहुतेक सगळ्या शंकांचं निरसनं झालं होतं. तरीही भागवत धर्माबद्दल अजून माहीती जाणून घ्यायची इच्छाही होती.

''नामया, तुमचं बोलणं ऐकलं आणि प्रत्यक्ष त्या विठूरायाशी बोलतोय, असा मला भास झाला. देवा, आणखी कोणकोणती तत्त्व आहेत या भागवत धर्मात?'' चोखोबानं पुन्हा उत्सुकतेनं विचारलं.

''चोखोबा! भागवत धर्माची - वारकरी संप्रदायाची एक वेगळीच परंपरा आहे. वेद प्रामाण्य, भक्ती प्रामाण्य असा हा भागवत धर्म. यात विठ्ठलभक्तीची मिरासदारी आहे. नामाचा महिमा हे त्याचे मूलतत्त्व आहे. आत्मा हाच ईश्वर आणि ईश्वर म्हणजेच आत्मा असं सांगणारा अद्वैतवाद हा याचं प्रमाण आहे आणि सगळ्यात महत्त्वाचं म्हणजे धर्म-जाती निरपेक्ष अध्यात्मदृष्टी ही याची मूळ संकल्पना आहे. सामाजिक समतेची ग्वाही हे या संप्रदायाचं वचन आहे. या वारकऱ्यांचा विठ्ठल हा जसा देव आहे, तसाच तो त्यांचा सखाही आहे. ती त्यांची माउली आहे, तो त्यांचा पिता आहे. विठ्ठलाची ही पंढरी हे या वारकऱ्याचं माहेरघर आहे, चोखोबा. आणि 'रामकृष्ण हरी' हा मंत्र या संप्रदायाचा महामंत्र आहे, उद्घोष आहे. म्हणूनच चोखोबा,

"अंतरी निर्मळ, वाचेचा रसाळ। त्याच्या गळा माळ असो नसो।"

अशा कुणालाही सामावून घेण्याची विशालता या भागवत धर्मात आहे.

चोखोबा, तुम्हीही वारकरी आहात, विठ्ठलाचे भक्त आहात. आजपासून अगदी आतापासून तुम्ही आमचे झालात. भागवत धर्माचे झालात. आणि भागवत धर्म तुमचा झाला. चोखोबा तुमच्या माझ्या हृदयात असणारा परमेश्वर एकच आहे. म्हणून आपण एकच आहोत. ती विठ्ठल माउली आपल्या सर्वांची आई आहे. चोखोबा आपण महार आहोत. जातीहीन आहोत, समाजाकडून उपेक्षिले गेलेले आहोत. असं कधीही वाटलं ना चोखोबा की या चंद्रभागेच्या वाळवंटात या! या वाळवंटात तुम्हाला भक्तीचा झरा सापडेल, जाती धर्माच्या पलीकडं असलेला निर्मळ झरा सापडेल. त्यातल्या पाण्यानं आपली तहान भागवा. त्या विठ्ठलाचं नामस्मरण करा आणि जा पुन्हा आपल्या गावाला." नामदेवांनी असं आमंत्रण दिले, अशी ग्वाही दिली की, चोखोबा गहिवरलाच. त्यांच्या डोळ्यातून अश्रूंच्या धारा वाहू लागल्या. भावविवश होऊन त्यांनी नामदेवांच्या पायावर डोकं टेकवलं. नामदेवांनी उचलून त्याला छातीशी धरलं. कितीतरी वेळ चोखोबा नामदेवाच्या मिठीत होता, पण आता त्याच्या शरीराला कंप सुटला नव्हता. आईच्या कुशीत ज्या विश्वासानं बाळ विसावतं त्याच विश्वासानं चोखोबा नामदेवांच्या कुशीत विसावला होता.

काही क्षण तसेच गेले. नामदेवांनी चोखोबाच्या पाठीवर थोपटलं. चोखोबा सावध झाला. मोठ्या प्रयासानं त्यानं स्वतःला आवरलं. नामदेवांनी चोखोबाच्या खांद्याला धरून त्याला सामोरं केलं. चोखोबाच्या डोळ्यातून अविरत अश्रूधारा वाहत होत्या. पण आता त्याचे डोळे शांतवले होते. सद्‌गदित होऊन चोखोबानी नामदेवांचे हात धरले. काही क्षण त्या हाताकडे तो एकटक पाहत राहिला. त्याला आवेग आवरेना. त्याच्या डोळ्यात अपार उत्सुकता दाटली.

आणि अचानक त्यांनी आनंदल्या स्वरांत नामदेवांना प्रश्न केला, "नामदेवा, मी-मी भागवत संप्रदायात आलो तर - तर मला विठ्ठलाचं दर्शन घेता येईल? मला-मला त्या पांडुरंगाच्या मंदिरात जाता येईल?" गदगदल्या स्वरात चोखोबांनी प्रश्न केला. त्याचा सगळा जीव जणू त्याच्या डोळ्यांत साठला होता. आसुसलेले ते डोळे नामदेवाच्या उत्तराची वाट बघत होते.

एक क्षण - एकच क्षण नामदेवांचा चेहरा काहीसा उतरला. त्यावर एक विलक्षण खंत, एक विलक्षण घायाळ भाव उमटला. दुसऱ्या क्षणाला त्यांनी स्वतःला सावरले. म्हणाले, "चोखोबा, तुम्ही ना लहान मुलांसारखे आहात

बघा!! त्याला कसं समजूत पटावी, म्हणून एखादी गोष्ट दिली, की लगेच पुढची गोष्ट ते मागत तसं तुमचं आहे. अहो, चंद्रभागेच्या या वाळवंटात त्या विठाई माउलीचा गजर दुमदुमत असताना आणि त्या गजरात देहभान हरपून नाचणाऱ्या वारकऱ्यात प्रत्यक्ष विठ्ठल असताना तुम्हाला ती दगडाची मूर्ती पाहायची काय आस लागून राहिली आहे? हजारो, लाखो सजीव मूर्ती विठ्ठलाच्या नामस्मरणांत तल्लीन होऊन तिथं नाचत असताना त्यातली तल्लीनता आपल्यात उतरून आपणही त्यातलीच एक सजीव मूर्ती बनावं, असं वाटायचं सोडून त्या काळया दगडाच्या निर्जीव मूर्तीचं काय तुम्हाला दर्शन घ्यायचंय? चोखोबा, तुम्ही मगाशी कळसाला नमस्कार करत असताना मला तुमच्या नजरेत विठ्ठल, प्रत्यक्ष पांडुरंग दिसला. मग तो तुमच्या जवळच असताना तुम्हाला त्याचं वेगळं आणिक दर्शन कशापायी हवंय चोखोबा? तुम्ही भागवत धर्मात येणारं आहात ना? या भक्तीच्या झेंड्याखाली येणार आहात ना? मग 'आत्मा' हाच ईश्वर आणि ईश्वर हाच आत्मा, असं अद्वैत सांगणारं भागवत धर्माचं तत्त्व असताना तुम्हाला हे द्वैत कशापायी हवंय? चोखोबा, देव भावाचा भुकेला आहे. भक्तीचा तहानलेला आहे. तो दर्शन घेणाऱ्यांना तर पावतोच, पण ज्यांच्या हृदयात, मनात तो आहे त्यांना जास्त पावतो. बोला चोखोबा, मग आता तुम्ही काय विचार केलात?'' नामदेवांची सुस्पष्ट वाणी, खणखणीत आवाज, स्वरातली तीव्रता, चोखोबांना समजावण्याची उत्कट भावना सारं सारं ऐकलं, पाहिलं आणि पावसाची मोठी सर येऊन जावी आणि मग आभाळं कसं निरभ्र व्हावं तसं चोखोबाचं मन निरभ्र झालं. नामदेवांच्या वाणीच्या वर्षावात तर ते न्हाऊन निघालंच, पण पाणी पिऊन तृप्त झालेल्या धरणीप्रमाणे ते शांतवलंशुद्धा.

चोखोबाच्या डोक्यात लख्ख प्रकाश पडला. आपण किती आणि कसे वेडे होतो, हेच जणू त्याला कळालं. त्याला लागलेली विठ्ठलाची ओढ शांतवली, त्याच्या दर्शनाची आस थंडावली. नामदेवांनी ते त्याच्या शांत झालेल्या चेहऱ्यांवरून ओळखलं. त्याच्या खांद्यावर पुन्हा एकदा त्यांनी थोपटलं. त्यांच्या त्या उबदार स्पर्शानं तर चोखा अवघा शांत झाला. त्याला भान आलं, जाण आली. त्यानं नामदेवांना पुन्हा नमस्कार केला. त्यांना मंगळवेढ्याला येण्याचं अगत्यानं आमंत्रण दिलं. नव्हे, ते त्यांच्याकडून कबूलही करून घेतलं. चोखोबाला तसं वचन देऊन नामदेवांनी त्याचा निरोप घेतला. चटपटीतपणे पावलं टाकत जाणारी नामदेवांची पाठमोरी मूर्ती चोखोबा कितीतरी वेळ न्याहाळत होता. अगदी ते दिसेनासे होईपर्यंत. त्यानंही आता परतायचं ठरवलं. पण पंढरपुरला आलेला चोखा आणि पंढरपुरातून जाणारा चोखा यात प्रचंड फरक होता. गोंधळलेल्या मनानं, धास्तावलेल्या

हृदयानं, प्रश्नांच्या गुंत्यामुळे भांबावलेल्या डोळ्यानं, चाचपडत पावलं टाकत पंढरपुरला आलेला चोखा परत जाताना मात्र स्वच्छ विचारानं, भारलेल्या हृदयानं, भरलेल्या मनानं आणि ठाम विचारानं, निश्चयी आणि दमदार पावलं टाकत परतीच्या रस्त्याला लागला. त्याच्या डोक्यातला विचारांचा गोंधळ पुसला जाऊन, तिथं एक सुस्पष्ट चित्र उमटलं होतं. प्रश्नांचा गुंता संपून विचारांना एक निश्चित दिशा मिळाली होती. फक्त घडलेली सगळी घटना कधी एकदा आई-बाबांना जाऊन सांगतोय असं त्याला झालं होतं आणि याच उत्साहात आतुरतेनं त्याची पावलं भराभरा पडत होती. त्याच्या पावलांना गती होती पण विस्कळीतपणा नव्हता. आतुरता होती पण बालिशपणा नव्हता. आत्मविश्वास होता, पण गोंधळ नव्हता. मंगळवेढ्यापासनं पंढरपुरला आलेला चोखा एक वेगळाच चोखा बनून परत मंगळवेढ्याला चालला होता. एक वेगळाच चोखा बनून.

चोखोबाची आणि नामदेवाची झालेली ही भेट कर कटेवर ठेवून विटेवर उभा असलेला तो पांडुरंग पाहत होता आणि पाहतापाहता त्याचे एवढे भान हरपले की, तो क्षणभर त्या दोघांच्या तिथं, ती दोघं बसलेल्या झाडाखाली जाऊन पोहचला. नामदेवांची वाणी ऐकताना चोखोबाची लागलेली समाधी, त्याच्या डोक्यातला कमीकमी होत जाणारा विचारांचा गोंधळ आणि प्रफुल्लित होत जाणारा चोखोबाचा चेहरा. हे सगळं प्रत्यक्ष याची देही याची डोळा पाहताना तो विठूरायाशुद्धा काही क्षण आपण कोण आहोत हे विसरला आणि अचानक भानावर येऊन मूर्तीत परतला. तेवढ्या क्षणभरातही त्यानं पाहिलेली चोखोबाची उन्मनी अवस्था त्याच्या डोळ्यासमोरून हलत नव्हती. चोखोबा स्वत:चं अस्तित्व विसरून भक्ताच्या भूमिकेत शिरत असल्याचे ते लक्षण होते. आणि पंढरपुरातून परत जाणारा चोखोबा कुणी वेगळाच होता. भक्तांच्या मांदियाळीत जाऊन बसण्याचा त्याचा निश्चय आणि त्या निश्चयाचा ठामपणा, हे त्याच्या प्रत्येक हालचालीतून प्रतीत होत होतं. विठ्ठलाच्या चेहऱ्यावरचे आनंदी भाव निरखणारी रुक्मिणी मात्र हा घटकाभरात कुठं जाऊन आला, या कोड्यात पडली होती.

5

चोखा मंगळवेढ्याला पोचला; तो एका उन्मनी अवस्थेतच. त्याचं बोलणं, त्याचं चालणं, त्याचं वागणं, त्याचं हसणं सगळं सगळंच बदललेलं होतं आणि हे सावित्रीला पदोपदी जाणवत होतं. आपला पूर्वीचा अल्लड, नेहमी बडबडणारा, घरात सतत प्रश्न विचारणारा, सदा हसरा चोखा आता काहीसा गंभीर, विचारी, पोक्त, समंजस, अधिक शहाणा झाल्याचं तिला जाणवत होतं. तरीही पंढरपुरच्या रस्त्याला लागल्यापासून ते मंगळवेढ्याला परत येईपर्यंतच्या संपूर्ण प्रवासातल्या घडलेल्या घटना सांगतानाचा त्याचा उत्साह अवर्णनीय होता. विशेषत: नामदेवांशी त्याची झालेली भेट सांगताना तर तो इतका भावविवश झाला होता की, एक क्षण असा आला की, त्याच्या तोंडातून शब्द फुटेना. पण नामदेवांशी आपली भेट झाल्यावर आपल्याला कसं वाटलं, आपण नामदेवांना प्रश्न विचारून कसं भंडावून सोडलं आणि नामदेवांनी आपल्या प्रश्नांची उत्तरं कशी छान दिली हे सांगत असताना मात्र त्याचा भरीव आवाज, नामदेवांनी सांगितलेली माहीती पुन्हा सांगत असतानाची त्याची भाषा आणि विचारांची सखोलता पाहिल्यावर आपला चोखा आता मोठा झाला. मोठा म्हणजे अगदी लग्न करण्यासारखा असं का कोण जाणे सावित्रीला वाटून गेलं. आणि तिच्या मनात क्षणभर आलेला तो विचार तिच्या मनानं अगदी उचलून धरला आणि खरोखरच सावित्री चोखोबाचं लगीन करायच्या मागं लागली.

चोखोबाचं लग्न! तिच्या चोखोबाचं! तिच्या लाडक्या चोखाचं. तिच्या चोखाचं लग्न म्हणजे सावित्रीच्या आयुष्यातील आनंदाची पर्वणीच. मुळात सुदाम येसकर

त्याच्या समाजातलं आदराचं स्थान मिळवलेला, धार्मिक आणि पापभीरू म्हणून लोकप्रिय असलेला, तर आपल्या चोख कामानं, स्वच्छ आचार-विचारानं, ज्ञानाच्या सखोलतेनं भावकीमध्ये सगळ्यांचा लाडका असलेला सुदाम आणि सावित्रीचा लाडका लेक चोखा. त्याचं लग्न म्हटल्यावर, नुसत्या त्या विचारानं सावित्रीला जणू हजार हत्तीचं बळ आलं. आपल्या घरी येणारी सून कशी असावी या विचारापेक्षाशुद्धा, आपल्या चोखाची बायको कशी असावी, याचाच विचार सावित्री जास्त करायला लागली. त्यादृष्टीनं तिनं भावकीतल्या आणि आसपासच्या त्यांच्या जातीतल्या मुली एकएक करून आठवल्या. कोणत्या ना कोणत्या तरी कार्यक्रमाच्या निमित्तानं, भावकीच्या समारंभाच्या किंवा सण, उत्सवाच्या, जत्रेच्या निमित्तानं आसपासच्या गावातल्या मुली तिला माहीत होत्या. त्यातली एकेक तिनं आठवायला सुरुवात केली. पण तिच्या डोळ्यासमोर आलेल्या मुलीची आणि चोखाची तिनं मनोमन जोडी लावून बघितली की ती मुलगी एकदम बाद व्हायची. चोखाशी तिची जोडी जमायचीच नाही आणि शोभायची देखील नाही. असं करताकरता सावित्रीच्या डोळ्यासमोर अचानक सोयरा आली. शेजारच्या गावातली यमाजीची मुलगी. सुदाम आणि यमाजी दोघंजण चांगले मित्र होते. सरकार, दरबारची काही कागदपत्रे, काही निरोप, काही महत्त्वाचे संदेश, काही वस्तू पोहचविण्यासाठी सुदाम येसकरबरोबर यमाजी जायचा. तोही सरळमार्गी, धार्मिक, पंढरीची वारी करणारा असा होता. एक पान खाण्याशिवाय त्याला इतर कसलंही व्यसन नव्हतं. त्याची मुलगी सोयरा. काळीसावळीच पण नीटस बांध्याची, काळ्याभोर टपोऱ्या डोळ्याची सोयरा. म्हसोबाच्या जत्रेमध्ये सावित्रीनं तिला पाहिली होती. चोखाच्या लग्नाचं त्यावेळी काही मनात नव्हतं. तिला पाहिली तेव्हाही ती सावित्रीला आवडली होती. सावित्री मनोमन खुश झाली. चोखाला चांगली बायको शोधण्याचा तिचा शोध संपला होता. आपण मनात योजलेली ही कल्पना सुदामला कधी सांगतो असं सावित्रीला होऊन गेलं.

आणि संध्याकाळी गावकीची कामं आटोपून सुदाम घरी आल्यावर त्याला गूळ-पाणी देतादेता सावित्रीनं आपल्या मनातली योजना त्याला ऐकवली. त्यालाही ती योजना पसंत पडली. यमाजीला तर तो ओळखत होताच, पण अधेमधे कधीतरी त्यानं सोयरालाही पाहिलं होतं. पण याहीपेक्षा सावित्रीच्या शहाणपणावर त्याचा विश्वास होता. त्यामुळंच तिनं घेतलेला निर्णय रास्तच असणार, अशी त्याची खात्री होती. त्यामुळंच चोखाशी बोलून ही योजना जरूर पुढं न्यावी, अशी परवानगी त्यानं सावित्रीला दिली. सावित्रीच्या उत्साहाला उधाण यायला तेवढंही पुरेसं होतं. एखादा चांगलासा दिवस बघून यमाजी आणि त्याच्या बायकोजवळ हा

विषय काढायचा असं तिनं मनोमन ठरवून टाकलं. आता चोखा घरी आला की, त्याच्याशी या विषयावर बोलायचं आणि मगच पुढची हालचाल करायची, असा बेत तिनं मनाशी योजला. आणि हा बेत तडीस जाईपर्यंत कोणालाही अगदी निर्मळेलाशुद्धा बोलायचं नाही, असं तिनं मनाशी पकं केलं. तिचा तो बेत लवकर तडीस न्यायचं परमेश्वराच्याही मनात असावं. त्यानंतर लगेचच दहा/बारा दिवसांनी मंगळवेढयाला सुदामच्या भावकीतच एक लग्न ठरलं. या लग्नाला अर्थातच यमाजी आणि त्याच्या घरची मंडळी येणारच होती. त्यांच्याबरोबर साहजिकच सोयराही येणार होती. तिच्या नकळत मुलीला पाहता येणार होते. पण त्यापूर्वी हे सगळे चोखोबाच्या कानावर घालायला हवे होते. त्याचा कल पाहावा लागणार होता. म्हणजे मग त्यालाही कल्पना देता आली असती. सावित्रीने ठरवले, लवकरात लवकर हा विषय चोखोबांजवळ काढायचा.

त्यादिवशी गावाची सगळी कामे आटोपून चोखोबा दुपारचा जेवायला घरी आला. दुपारनंतर त्याला आज विशेष काम नव्हते. त्यामुळे तलाठ्याची वर्दी देऊन तो घरी परतला होता. आईला त्याने तसे सांगितले आणि तो जेवायला बसला. तो जरासा निवांत आहे असे बघून सावित्रीने विषय काढला. आपल्या सरळमार्गी मुलाला लग्नाला कसे तयार करायचे हे आयाना सांगावे लागतं नाही. चोखोबा जेवायला बसला आणि पानात वांग्याची भाजी बघून खूश झाला. त्याला वांग्याची भाजी अतिशय आवडायची. सावित्री करायचीही छान. नेहमीप्रमाणंच चाखतमाखत वांग्याची भाजी खात चोखा आईला म्हणाला, ''आये, तू वांग्याची भाजी लई छान करते बघ. तुझ्यासारखी वांग्याची भाजी कुणालाच येणार नाही.'' चोखाच्या या बोलण्याचा धागा पकडून सावित्रीनं बोलायला सुरुवात केली. ''का रे बाबा, चोखा? माझ्या सुनेला येईल, की असली भाजी करायला. मी शिकवीन तिला असली भाजी करायला. ती करंल।'' सावित्रीचं ते बोलणं ऐकून चोखा हसायलाचं लागला. तो हसणार हे तिला माहीतीच होतं. त्याच्याकडे कृतककोपानं बघत सावित्री पुन्हा म्हणाली, ''हसतोस काय? आता खरचं तुझं लगीन करणार हाये मी! तुझ्यासाठी पोरगी मी बघून ठेवलीय. तू तयार हाईस न्हवं?'' सावित्रीचं ते बोलणं ऐकून चोखाच्या चेहऱ्यावर काहीसे लाजरे भाव उमटले. सावित्रीनं पानात वाढलेला भात कालवत खाली बघून तो म्हणाला, ''काही तरी बोलू नकोस आये। माझं एवढया लवकर कशाला लगीन करती तू?'' चोखाचं ते लाजणं, काहीसं गंभीर होणं बघून सावित्रीला हसूच आलं. तोंडाला पदर लावून तिनं ते हसू आवरलं आणि चोखोबाला काहीशा गंभीरतेनं, मायेनं ओथंबलेल्या स्वरानं म्हणाली, ''चोखोबा, मी तुला खरंच इचारते, तू आता लगीन करावंस अशी माझी आणि

तुझ्या बा ची देखील इच्छा आहे. पोरा, आता माझ्याच्यानं समदं कामकाज होतं नाही रं. तुम्ही दोघं बी दिसभर भाईर असता. घरात माझ्यासोबत कुणीतरी असावं, जिवाला काही दुखलं खुपलं, कुणी तरी बघणारं असावं. जिवाभावाच्या काही चार गोष्टी बोलायला कुणी तरी असावं, असं लई, लई वाटत बघ. म्हणून सांगते चोखोबा, तू आता लगीन कर. आपल्या भावकीतल्याच यमाजीची पोरगी सोयरा आमी बघून ठेवलीय. तुला माझं म्हणणं पटलं असलं, तर हैबतीच्या लेकीच्या लग्नाला यमाजी घरच्या मंडळीना घेऊन येणार हाय. तवा तिला नजरेखालनं घालूया आणि पसंत पडली, तर पुढचा विषय काढूया. तवा चोखा, माझ्या लेकरा तुझं काय म्हणणं हाये यावर?''

सावित्रीचं बोलणं ऐकून चोखोबा काही काळ गप्प राहिला. पण आईचं बोलणं त्याला पटल्याचं त्याच्या चेहऱ्यावरून दिसतं होतं. काही क्षण गप्प राहून नंतर त्यानं एकदा नजर उचलून आईकडं पाहिलं, आणि खाली मान घालून तो पुटपुटला, "आई, तुझ्या आणि बाच्या शब्दाभाईर मी न्हाई. तुम्हाला जे योग्य वाटलं ते तुम्ही करा.'' एवढं बोलून चोखानं ताटात हात धुतले आणि तो बाहेर पडला. आपल्या लेकाचं सावित्रीला कौतुक वाटलं. त्याच्याकडनं अशी लाजरी संमती मिळताच सावित्रीचा आनंद गगनात मावेना. चोखाच्या लग्नातले सनईचौघडयाचे सूर तिच्या कानात आतापासूनच रूंजी घालू लागले. आपलं पोरगं लग्नाला तयार झालं, ही बातमी सुदामच्या कानावर कधी एकदा घालते, असं तिला झालं. निर्मळा तर परकरी पोरं, तिला हे कळल्यानंतर तर ती आनंदानं नाचायलाच लागली. सुदामलाही समाधान वाटले. चोखाच्या सहज संमतीने सुरुवात तर चांगली झाली होती. आणि ज्याची सुरवात चांगली त्याचा शेवटही चांगलाच. सावित्रीच्या मनानं जणू कौल दिला. हैबतीच्या मुलीच्या लग्नाला अजून चार दिवस बाकी होते. या चार दिवसात सावित्रीला दुसरं काही सुचत नव्हतं. यमाजी आणि त्याच्या बायकोजवळ कसा विषय काढायचा? काय बोलायचं? कसं बोलायचं? मुलगी बघायला जायला कोणता दिवस ठरवायचा याची वारंवार उजळणी ती आपल्या मनाशी करत होती. हे तीन/चार दिवसशुद्धा लवकर सरत नाहीत, असं तिला वाटू लागलं. शेवटी एकदाचा हैबतीच्या लेकीच्या लग्नाचा दिवस उजाडला. खरं तर लग्न दुपारनंतर होतं. बाळंभट्टानं तोच मुहूर्त काढून दिला होता. पण सावित्री सकाळीच हैबतीच्या घरी गेली होती. सारजाला, हैबतीच्या बायकोला मदत करण्याच्या निमित्ताने तिनं लगीनघर गाठलं होतं. बायका बायकांच्या त्या गोतावळयात यमाजीची बायको, हौसा आणि तिची लेक सोयरा दोघी आलेल्याच होत्या. जात्यावर बसून गव्हाचा रवा काढत बसलेल्या हौसाला बघून सावित्री तिला मदत

करण्याच्या मिषाने तिथं बसली. इकडंच्या तिकडच्या गप्पा मारत असतानाच सोयरा तिथं आली. तिच्याकडं बघून सहज बोलल्यागत करून सावित्रीनं हौसाला विचारलं, "लेक मोठी झाली, की तुमची आता! लग्नाला आली, कुठं काय जागा बघितलाय का?" सावित्रीचा सहज आविर्भाव हौसाला जवळीक करायला पुरेसा होता. सलगीनं ती म्हणाली, "जागा मोप बघितल्यात, पर मनाजोगतं एक बी न्हायी. कुनाला कसला आजार हाय, तर कुनाला कसलं व्यसन! कुणाला काय कामधंदाच नाही तर कुणाचं काय? आमच्या बाकी काय शर्ती न्हायीत. पण साधासुधा चार पैकं कमावणारा, व्यसनं नसलेला, असा तरी मुलगा पाहिजे। बघू या कवा गावतोय त्यो। पोरीचे तीळ-तांदूळ कुठं लिहिलं असतीलं तिथंच पडतील." एवढं बोलून हौसा बोलायची थांबली. तिचा प्रत्येक शब्द ऐकून सावित्रीला मनात आनंदाच्या उकळया फुटत होत्या. हौसाच बोलणं ऐकून सहज बोलल्यासारखं करून सावित्री म्हणाली, "तुमाला चालत असल, तर माझा पोरगा चोखोबा लग्नाचा आहे. तुमच्या या सगळ्या शर्तीत बसणारा आहे. तुमची काय हरकत नसेल तर, तुमची मुलगी नजरेखालनं घालायला आम्ही एकदा येतो." सावित्रीचं हे बोलणं ऐकून हौसाला साहजिकच आनंद झाला. चोखोबाबद्दल चार चांगल्या गोष्टी तिच्याही कानावर आल्या होत्या. आपल्या मनमिळाऊ आणि समंजस पोरीला चोखोबासारखा नवरा मिळायला हवा, असं कित्येकदा तिच्याही मनात आलं होतं. आज सावित्रीनं आपणहून विषय काढला. तिनं तत्काळ संमती दिली. आणि येत्या आठवडयातच मुलगी बघायला जाण्याचा बेत दोघीनी मिळून नक्की केला.

हौसाचं अजून जात्यावरचं काम संपलं नव्हतं. पण सावित्रीचं काम झालं होतं. 'लगोलग येतेच' असं हौसाला सांगून ती तिथंन उठली आणि तिनं तडक बाहेरचा मांडव गाठला. मांडवात सुदाम आणि भावकीतले चार-पाच जण गप्पा मारत बसले होते. सावित्रीला आलेली बघून सुदाम त्या मंडळीतून उठून बाजूला आला. तो जवळ आल्यावर सावित्रीनं त्याला घडलेली सगळी हकीकत सांगितली. त्याला विचारून दिवस पक्का केला. आणि चारच दिवसांनी सोयराला बघायला जायचं नक्की झालं.

मांडवातनं सावित्री घरी आली, ती आपल्या दारात मांडव घालायची स्वप्नं बघतंच. तिच्या मनानं आतापासनंच आखणी करायला सुरुवात केली. सोयरा तर आधी तिला पसंत होतीच, पण हैबतीच्या मुलीच्या लग्नात तिचं नीटनेटकं दिसणं, समंजस, शालीन वागणं पाहिल्यावर तिला सोयरा अधिकच आवडून गेली. आपल्या लाडक्या लेकाला, चोखोबाला हीच मुलगी बायको म्हणून योग्य आहे,

नव्हे ती त्याच्यासाठीच जन्मली आहे असा कौलच तिच्या मनानं दिला. त्यामुळं मांडवातून घरी आल्यापासनं ती सारखं तिच्याविषयी आणि चोखोबाच्या लग्नाविषयीच बोलत होती. तिला जणू दुसरा विषय नव्हता, दुसरं व्यवधान नव्हतं.

आईनं लग्नाचा विषय काढताच चोखा खरं म्हणजे संकोचून गेला होता. आपलं लग्न याबद्दल खरं म्हणजे त्यानं काही विचारच केला नव्हता. आपली रोजची नेमून दिलेली कामं, अचानक निघणारी गावकीची आणि सरकार दरबारची कामं, विठ्ठलाची भक्ती आणि रोज रात्री देवळात चालणारी भजनं या आपल्या दैनंदिन कामामध्ये चोखा इतका व्यस्त होता, की आपलं लग्नाच वय झालंय, आपल्या बरोबरीच्या मित्रमंडळींची लग्न झाली, त्यांना एक-दोन पोरं झाली, याकडे त्याचं लक्षच नव्हतं. मायनं जेव्हा त्याला विचारलं, तेव्हा खरं तर पहिल्यांदा तो दचकला आणि नंतर संकोचला. आपलंही लग्न करायचं आहे, हे ज्ञान त्याला जणू नव्यानं झालं. अर्थात ते तर कधी तरी करायचं होतं. पण मायची कैफियत ऐकल्यावर तिची तक्रार, तिचं मागणं रास्त आहे, हे त्याला पटलं होतं. मग लग्न कधी तरी करायचंच आहे, मग मायचं ऐकून आताच का करू नये? त्याच्या मनात हा विचार उमटला, रुजला आणि त्याच्या मनानं तो स्वीकारला देखील. संकोचत का होईना, पण त्यानं मायला संमती दिली आणि आपली संमती ऐकल्यावर मायचा उजळलेला चेहरा बघून आपण घेतलेला निर्णय योग्यच होता, असा दिलासा त्याच्या मनानं दिला. हैबतीच्या मुलीच्या लग्नात त्या नीटनेटक्या सोयराला इकडं तिकडं वावरताना बघून आपल्या मायच्या हुशारीचा त्याला अभिमान वाटला. मागं कधीतरी त्याच्या मित्राच्या, धनाजीच्या लग्नाच्यावेळी, कुणीतरी चेष्टेतच चोखोबाला त्याच्या बायकोविषयीच्या अपेक्षेबद्दल छेडलं होतं. तेव्हा काही क्षण आपल्या लग्नाचा आणि बायकोविषयीच्या अपेक्षांचा विचार करत असताना क्षणभर डोळ्यासमोर उमटलेली, मनानं रेखाटलेली जी मूर्ती होती, सोयरा तशीच होती. त्याच्याही नकळत चोखोबाच्या मनात सोयराविषयीचे विचार तरंगू लागले. मनाच्या कोपऱ्यात कुठंतरी मृदुल तारा झंकारू लागल्या. कोमल भावनांची फुलं मंद गंधासह दरवळू लागली.

अखेर तो दिवस उजाडला. सुदाम-सावित्री आणि चोखोबा तिघंही जण यमाजीच्या घरी मुलगी पाहण्यासाठी म्हणून गेले. यमाजी आणि सुदामा तर मित्रच होते. हौसाची आणि सावित्रीची ओळख झालेली होती. त्यामुळं औपचारिकतेची, परकेपणाची भावना लगेचच गळून गेली आणि एकमेकांचे चांगले स्नेही असल्याप्रमाणे सगळ्यांच्या गप्पा-टप्पा सुरू झाल्या. संकोचून बसले होते, ते मात्र चोखोबा आणि सोयरा, आणि अर्थात ते साहजिकच होते. फराळ झाला. यमाजीनं आणि हौसानं

या मंडळींचं चांगलं आगतस्वागत केलं. फराळ झाल्यानंतर सावित्रीनं पेढ्याचा पुडा, केळीची फणी, भेंड-बत्ताशाची पुडी, पान सुपारी असं सगळं कुंकू लावून सोयराच्या ओटीत घातलं. दोघांनी एकमेकांना काही वेगळी पसंती सांगायचा प्रश्न नव्हता. दोन्ही कुटुंबातल्या सगळ्याच व्यक्तींच्या चेहऱ्यावर ती उमटलेलीच होती. घरी परतल्यावर बाळंभटाला विचारून साखरपुड्याचा दिवस कळवतो, असं सांगून यमाजीचा आणि हौसाचा निरोप घेऊन मंडळी परतली. परतताना सावित्रीच्या तोंडात सतत सोयराचं नाव होतं. ती दिसते कशी, बोलते कशी, हसते कशी गोड, तिनं आपण विचारलेल्या प्रश्नांची न घाबरता कशी पटापटा उत्तरे दिली. तिनं ज्ञानेश्वरांच्या ओव्या कशा म्हणून दाखवल्या, हे आणि असंच सगळं सावित्री बोलत होती. सुदाम मात्र यमाजी कामाला कसा चोख आहे, तोही कसा धार्मिक आहे, पानसुपारीशिवाय त्याला कसलंही व्यसन नाही, सरकार दरबारी त्याच्या कशा ओळखी आहेत याचंच वर्णन करत होता. सावित्री आणि सुदाम एकमेकांना असंच काहीबाही सांगत होते, काहीबाही बोलत होते. चोखोबाचं मात्र दोघांच्याही बोलण्याकडे विशेष लक्ष नव्हतं. काळसर सावळ्या वर्णाची शिडशिडीत बांध्याची, नाकी डोळी नीटस असलेली सोयरा त्याच्या नजरेसमोर तरळत होती. तिला जेव्हा बैठकीत बोलवलं, तेव्हा तिची बसण्याची ढब, तिच्या शरीराचा डौल तर दाखवत होतीच, पण त्याचबरोबर तिची शालीनता आणि नम्रताही दिसत होती. बैठकीत ती बसलेली असताना मध्येच कुणीतरी काहीसं बोललं आणि ती एकदम खुदकन् हसली. चोखोबाचं लक्ष तिच्याकडं गेलं. नाकापर्यंत पदर ओढून घेऊन बसल्यामुळे चोखोबाला तिचा सगळा चेहरा दिसला नाही, तरी तिचे एकसारख्या ओळीत असलेले पांढरे शुभ्र दात, त्याभोवती असलेली किंचित जाडसर ओठांची महिरप तेवढी दिसली. हसल्यामुळं तिच्या हनुवटीवरचं गोंदण अधिकच गहिरं झालं. क्षणभर चोखोबाच्या काळजाचा ठोका चुकला. घरी परतत असताना हेच दृश्य राहूनराहून चोखोबाच्या नजरेसमोर येत होतं आणि पुन्हा:पुन्हा काळजाचा ठोका चुकवत होतं.

मंडळी घरी परतली. तो दिवस संपतो न् संपतो तोच बाळंभटाला भेटून साखरपुड्याचा मुहूर्त काढून आणण्याचा लकडा दुसऱ्या दिवशीपासूनच सावित्रीनं सुदामच्या मागे लावला. खरं तर सुदामला सावित्रीच्या या उतावळेपणाचं हसूच आलं. पण त्यानं ते दाबलं. आधीच तो लगोलग बाळंभटाकडे गेला नाही, म्हणून सावित्री चिडली होती. सुदामच्या हसण्यानं त्यात भर पडली असती. शेवटी जेवण झाल्यावर तिनं सुदामला बसूच दिलं नाही. त्याला बळेबळे धाडलाच बाळंभटाकडे. खरं तर ही बाळंभटाच्या विश्रांतीची वेळ होती. अर्थात याचवेळी तो निवांत भेटत

असे, हेही तितकंच खरं होतं. सुदामनं बाळंभटाचं दारं वाजवलं. बाळंभट नुकताच जेवून उठला होता. हात धुवून धोतराच्या सोग्याने तोंड पुसत तो बाहेर आला. दारात सुदाम येसकर महाराला पाहताच त्याच्या कपाळावर आठी चढली. बाळंभटाला समोर पाहताच सुदामने जोहार घातला.

"काय रे येसकरा! आता यावेळी मध्यान्हीचा तू कुठं? तरी बरे, माझे जेवण झाले होते हो! न पेक्षा तुझ्याशी बोलल्यावर मला पुन्हा स्नान करून जेवावे लागले असते. बोल कशासाठी आलास?" बाळंभटाने त्याच्या अनुनासिक स्वरात विचारले.

बोलणे सुरू करण्यापूर्वी सुदामनं त्याला पुन्हा एकदा जोहार घातला. सुदाम म्हणाला, "देवा, उलीसं काम होतं! लेकाला पोरगी बघितली हाय, दोघांची चौकट जुळती का बघून साखरसाडीचा मुहुरत काढून पायजे होता. तेवढा काढून दिलात तर लै मेहरबानी हुईल!" अजिजीने सुदामने सांगितल.

"दोन मण लाकडं फोडून द्यावी लागतील? आहे कबूल!" सुदामने मूकपणे मान हलवली आणि तो पायरीवर टेकला.

बाळंभटाने भिंतीतले फडताळं उघडले. त्यातले पंचांग काढले. बोरू आणि शाईची कुपी काढली. पंचांगात ठेवलेला कागदाचा तुकडा काढून तो सोप्यावर ठेवलेल्या लिखाणाच्या मेजासमोर बसला. "हं! बोल शिंच्या! काय नाव तुझ्या पोराचं?" बाळंभटानं पुन्हा अनुनासिक स्वरात विचारले.

"जी! चोखामेळा जी!" सुदाम म्हणाला.

बाळंभटानं त्या कागदावर उभ्या आडव्या रेघोट्या मारल्या, त्यात काहीतरी लिहिलं आणि पुन्हा कपाळाला आठ्या घालून सुदामकडं पाहत विचारलं, "आणि पोरीचं नाव काय?"

"जी! सोयरा. सोयरा नाव हाय तिचं देवा!" सुदामनं माहीती पुरवली.

बाळंभटानं पुन्हा कागदावर उभ्या आडव्या रेघोट्या मारल्या, त्यात काही लिहिलं व पुन्हा काही आकडेमोड केली. मग मान डोलवतं तो म्हणाला, "जमते. चौकट चांगली जमते. सून मोठी चलाख आहे तुझी. पोराचा संसार उत्तम करेल. तुझं पोरगंही मोठं हुशार आहे. तुझ्या घराण्याचं नाव काढेल. चांगला संसार होईल दोघांचा. दहा दिवसानंतरचा साखरसाडीला मुहूर्त चांगला आहे आणि सव्वा महिन्यानंतर लग्न!" बाळंभटानं सगळं शिस्तीत सांगितलं.

आणि आत बघून आवाज दिला, "अहो! ऐकलं कां? येसकर महार आलेला आहे. तुम्ही ताक देणार होतात ना? त्याला द्या. आणि तो दोन मण लाकडे फोडून देणार आहे. त्या दिवशी त्याच्या भोजनाची व्यवस्था करा." असं म्हणून पुन्हा

सुदामकडे वळून बाळंभट म्हणाला, ''झाले का येसकरा तुझे समाधान?'' ''जी!'' सुदामने खाली बघून मान हलवली आणि म्हणाला, ''देवा, तेवढं लगीन लावायचं?'' सुदामने चाचरत विचारले.

''येईन हो मी! दोन पायली तांदूळ घेईन! बघ तुला कबूल आहे का? कबूल असेल तर येईन लगीन लावायला.'' बाळंभटाने आपली बाजू स्पष्ट केली.

''कबूल हाय देवा! देवा, लई उपकार झालं बघा? येतो मी. जोहार!'' असं म्हणत बाळंभटाला पुन्हा जोहार घालून सुदाम उभा राहिला. तोवर भटिणीनं मातीच्या लोटकीतून ताक आणून ओसरीवर ठेवलं.

बाळंभटानं ते तिथून पायरीवर ठेवलं आणि म्हणाला, ''ये हो आता! हे ताक घे! उद्या लाकडं फोडावयास यायचे विसरू नकोस. आणि हो, लग्नाचे दोन दिवस आधी मला सांगावा धाड!'' असं म्हणून बाळंभटाने सुदामला निरोप दिला.

बाळंभट तसा चांगला होता. हाडत-हुडूत करत असे, पण प्रेमळही होता. फारसा लोभीही नव्हता. देणं-घेणं पटलं, की पुढचं सगळं तो शिस्तीत करत असे. तोंडभरून बोलतही असे. ताकाची लोटी घेऊन परतणाऱ्या सुदामाच्या मनात हेच विचार डोकावत होते. तो घरी आला. सावित्री त्याची वाट बघत दारातच थांबली होती.

सुदामला पाहताच ती लगबगीनं पुढं आली. ''काय झालं? काय म्हटला बाळंभट? काय सांगितलं त्यानं? त्यानं कधीचा मुहुरत काढून दिला? लगीन कधी करा म्हटला?'' सावित्री एका मागोमाग एक प्रश्न विचारत होती. सुदामच्या हातात ताकाची लोटली आहे, तो उन्हातून आलाय, त्याला गूळ-पाणी विचारावं याचं कशाचंच भान तिला नव्हतं.

''अगं, हो! हो! हो! ही ताकाची लोटली तर घे आधी! भटिणीनं दिली हाय. मला आत तर येऊ दिशील? पाणी बिणी तर दे मला! का नुसते सवाल करत बसशील?'' सुदामनं सावित्रीला भानावर आणली. सावित्रीलाही आपली चूक पटकन् कळली. तिनं सुदामच्या हातातली ताकाची लोटली घेतली आणि ती आत आली. तिनं सुदामला गुळाचा खडा आणि पाणी आणून दिलं आणि त्याच्यासमोर अशी बसून राहिली, जणू काही तिचा सगळा जीव तिने कानात गोळा केला आहे. तिच्या चेहऱ्यावरची आतुरता बघून सुदामला हसूच आलं. कसेबसे ते आवरून बाळंभटाने जे काही सांगितले होते, ते त्याने सगळे बैजवार सावित्रीला सांगितले. साखरसाडीचा मुहूर्त दहा दिवसानंतरचाच निघाला. सावित्रीचा आनंद गगनात मावेना. काय करू, काय नको? किती बोलू, किती नको? असं तिला होऊन गेलं. ''या बया? धा दिसानंतर लगीच? बाई! बाई! बाई! मोप तयारी कराया हवी!

कशी काम उरकायची सगळी? घर सारवाया पाहिजे, धान्य धुन्य आणाया पाहिजे, गोड धोड कराया पाहिजे? साखरसाडी, आहेर माहेर! तुमच्या दोघांचा तर काई उपयोग नाही. मलाच सगळं कराया हवं. मी बोलत काय बसले आता? तुमाला शाप सांगते, आता मला तुमच्याशी बोलाया आज्याबात येळ नाही. मला सारखंसारखं हाका मारू नका. निर्मळे! अग एक निर्मळे, चल बाई, आपल्याला तयारीला लागाया हवं!'' सावित्रीला आता काय करू आणि काय नको असं झालं होतं. तिचा तो ओसंडून वाहणारा उत्साह बघून सुदामला तिचं कौतुक वाटलं. तिच्या चेहऱ्यावर आजच तिच्या लेकाचा, चोखोबाचा साखरपुडा असल्याचा आनंद दिसत होता. त्या आनंदाची, उत्साहाची लागण सुदामलशुद्धा झाली. त्याच्याही चेहऱ्यावर आनंद फुलून आला.

निर्मळा तर आनंदानं नाचायलाच लागली. तिच्या चोखादादाचं लग्न! मायच्या म्हणण्याप्रमाणं काम पुष्कळ होतं. पण नवीन कपडे, गोड धोड जेवण, पाहुणे रावळे अशी गंमत पण तितकीच येणार होती. तिच्या दृष्टीनं हेच महत्त्वाचं होतं. निर्मळेला मदतीला घेऊन सावित्रीला मात्र सगळी तयारी करायची होती. निर्मळेला सावित्री कामाची यादी सांगत होती. आणि निर्मळा नुसतीच बागडत होती. सुदाम त्यांचा हा कल्लोळ हसऱ्या चेहऱ्यानं बघत बसला होता. एवढ्यात चोखोबा आला. आल्याआल्या सावित्रीनं त्याला ही बातमी सांगितली. कितीही तटस्थ रहायचं म्हटलं, तरी चोखोबा काहीसा संकोचलाच. हातपाय धुवायच्या निमित्तानं तो पटकन् परसात गेला. पायावर पाणी ओतून घेताघेता त्याचं सहज कोपऱ्यात लक्ष गेलं. निर्मळेनं कुठूनशा आणलेल्या जास्वंदीच्या झाडाच्या फांदीवर एक इवलीशी कळी पानाआडून डोकावत होती. पदराआडून दिसणारा सोयराचा तो हसरा चेहरा त्याला आठवला. काही क्षण तो त्यातच गुंतला.

एवढ्यात, ''आरं दादा पानी पायावर वत की! बाजूला कशाला वतायला लागलास?'' निर्मळेनं विचारलेल्या या प्रश्नानं तो खाडकन् भानावर आला. स्वत:च्या वेडेपणाला स्वत:शीच हसून त्यानं तिथून निर्मळेवर हात उगारल्याचा अभिनय केला. निर्मळा पटकन् आत पळाली. किंचित हसत चोखोबा आत आला. पण घरात येईपर्यंत राहूनराहून त्याची नजर त्या जास्वंदीच्या कळीकडे वळत होती.

चोखोबाचं लग्न ही गोष्ट पांडुरंगाच्या दृष्टीनंही महत्त्वाची होती. कारण लग्न झाल्यानंतर चोखोबा स्थिरावणार होता. अधिक शांत आणि अधिक समंजसपणे तो पांडुरंगाच्या भक्तीकडे वळणार होता. त्यांच्या जमातीत कुणी केलं नसेल, असं महान कार्य त्याच्या हातून घडणारं होतं. हे सगळं होण्यासाठी त्याचं लग्न होणं

आवश्यक होतं आणि आता ते ठरलं होतं. पांडुरंगाला आनंद झाला होता. ज्ञानेश्वरांना होणाऱ्या विरोधाची चिंता करणारा, नामदेवांना होणाऱ्या त्रासाची काळजी करणारा हा आपला नवरा घटकेत दुःखी, घटकेत चिंताक्रांत तर घटकेत आनंदी कसा होतो, याचा विचार रुक्मिणी करत होती आणि आपल्या चेहऱ्यावरचे बदलणारे भाव बघून रुक्मिणी कोड्यात पडते याची त्या पांडुरंगाला गंमत वाटत होती.

6

दहा दिवसांनी गूळ-भात आणि साखरपुडा करायचा आहे, असा सुदामकडून निरोप आला आणि सोयराच्या घरात आनंदाचे वातावरण पसरले. खरं तर यमाजीचीही फार दिवसांपासून इच्छा होती. आपली ही लाडा कौतुकाची हुशार लेक सुदामच्या समंजस, सरळमार्गी मुलाला द्यावी असं त्याला खूप दिवसांपासून वाटत होतं. पण आपण विचारलं आणि सुदाम नाही म्हटला तर? अशीही भीती एकीकडे वाटत होती. त्यामुळे आपल्या मनातली ही इच्छा त्यानं आपल्या मनातच ठेवली होती. पण त्याच्या मनात होतं, तेच देवाच्या मनात असावं. म्हणून तर हा योग जुळून आला होता. ही आनंदाची बातमी त्यानं हौसाला सांगितली. तिलाही खूप आनंद झाला. त्या आनंदाबरोबरच तिला काहीसं दडपणही आलं. त्यांच्या जातीच्या रिवाजानुसार साखरपुडा मुलीच्या घरी म्हणजे सोयराच्या घरी व्हायचा होता. माणसं जमणार होती. साखरपुड्याच्या तयारीबरोबर जेवणाचीही तयारी करावी लागणार होती. भावकी बोलवावी लागणार होती. या सगळ्याच्या आधी ही बातमी सोयरालाही सांगावी लागणार होती. हे लक्षात येताच हौसाने सोयराला हाक मारली.

परसदारी भांडी घासत बसलेल्या सोयराचं आईच्या हाकेकडे लक्षच नव्हतं. डोणीत साठलेल्या पाण्यात ती स्वत:चा चेहरा निरखीत होती. अचानक, त्या प्रतिबिंबात आपल्या शेजारी स्वत:च्या चेहऱ्याशेजारी तिला चोखोबाचा चेहरा दिसू लागला. एकदम ती दचकली आणि नंतर मात्र लाजली. सुदामकाका, त्यांची बायको आणि मुलगा आपल्याला बघायला येत आहेत हे आईनं ज्या दिवशी तिला सांगितलं तो दिवस तिला आठवला. सकाळपासूनच तिच्या काळजात विचित्र

हुरहुर लागून राहिली होती.

"आपली सोयरा त्या मंडळींना पसंत पडली तर देण्याघेण्यात हे लगीन काही मोडत नाही. सुदाम येसकर लयी चांगला हाय." तिचे बाबा हे आईला सांगत असताना तिने ऐकले होते. नाकी डोळी नीटस असलेली दहा जणीत उठून दिसणारी आपली लाडकी लेक सोयरा, सुदाम आणि सावित्रीला नक्की पसंत पडेल हे बोलणं ऐकताना सोयराला मात्र, कसा असेल तो चोखोबा? अशी हुरहुर लागून राहिली होती. तिचं सगळं आवरून, आईनं तिला तयार करून बसवली आणि इथून उठायचं नाही अशी सक्त ताकीद दिली. जेव्हा 'मंडळी आली, मंडळी आली' असा बाहेर पुकारा झाला, तेव्हा न राहवून बसल्या जागेवरून ती उठली आणि कुडाच्या भिंतीला बोट जाईल एवढं भोक होते, त्याला तिनं डोळा लावला. सुदामकाकाला ती ओळखत होतीच. तो बऱ्याचदा तिच्या घरी येऊन गेला होता. बरोबर एक बाई होती. ती बहुधा सुदामकाकांची बायको सावित्री असावी. आणि बरोबर आणखी एकजण होता. का कुणास ठाऊक, तोच चोखोबा असावा असं सोयराला वाटून गेलं. त्याचा शांत चेहरा, स्निग्ध नजर, ओठाच्या कोपऱ्यात साठून राहिले असं वाटणारं मंद हसू. त्याला बघितल्यावर सोयराच्या हृदयाचे ठोके वाढले. आपल्याला असं का होतंय हे तिला कळेना! बैठकीत बोलावल्यावर तिला मान खाली घालून बसायचं होतं. आईची तशी सक्त ताकीद होती. नाकापर्यंत पदर ओढून घेऊन ती खाली मान घालून बसली होती. तिच्या खाली वळवलेल्या नजरेला चोखोबाची पावलं तेवढी दिसत होती. फुगीर बोटांच्या महिरपीनं सजलेली, बोटांना शोभतील अशीच फुगीर पावलं. आता पाण्याच्या प्रतिबिंबात त्याचा चेहरा पाहताना सोयराला आठवली, ती सुदामकाकांच्या प्रश्नाला ती उत्तरे देत असतानाची चोखोबाची तिच्याकडे वळलेली कौतुकाची नजर. पदराआडनंच हळूच एक कटाक्ष टाकून तिनं ती नजर आपल्या टपोऱ्या डोळ्यांनी टिपली होती. ती नजर आठवून आताही तिला लाज वाटली.

एवढ्यात, "सोयरा, अग ए सोयरा!" अशी आईची हाक तिला ऐकायला आली. डोणीच्या पाण्यात दिसणारं चोखोबाचं प्रतिबिंब जणू कुणी तरी पाहील या भितीनं दचकून जाऊन तिनं राखेचा हात गडबडीनं डोणीत बुडवला. पाणी हललं, चोखोबाचं प्रतिबिंब अदृश्य झालं खरं, पण हाताची राख सगळी पाण्यात मिसळली. एक तर भांडी घासून झाली नव्हती, दुसरं आईच्या हाकेला ओ दिली नव्हती कारण ती ऐकायलाच आली नव्हती आणि तिसरं डोणीतलं पाणी सगळं खराब झालं होतं. आता भरपूर ओरडा बसणार होता खास! नेसूच्या परकराला हात पुसत सोयरा पळाली ते थेट आईच्या पुढ्यात जाऊन उभी राहिली. पण आईच्या चेहऱ्यावर रागावल्याचं कसलंही चिन्ह नव्हतं. उलट ती आनंदात दिसत होती.

सोयराला पुढ्यात बघून हौसानं तिच्या चेहऱ्यावरून हात फिरवून कानशिलावरून बोट मोडली. "माझी गुणाची बाय ती! अगं पोरी, कुठं होतीस तू? किती हाळ्या मारल्या. अग येसकरांचा सांगावा आलाय. त्यांना तू पसंत हायेस. आणि धा दिसांनी गूळ भाताचा आणि साखरसाडीचा मुहुरत काढलाय त्यांनी. पोरी नशीब काढलंस बघ. सुदाम भाऊजी आणि सावित्रीवहिनी दोघं बी लयी चांगली हायीत. त्यांचा लेक चोखोबा, तो बी लई चांगला हायी. भावकीत त्याचं लयी नाव चांगलं हाय. तुला चांगलं सासर मिळालं बघ पोरी. खरं तर आता आपल्याला लयी कामं हैत. तू जरा घराकडं बघ. वरच्या आळीला जाऊन मी जरा बायजाक्काला आणि गुजामावशीला सांगून येतो. चार दिस त्या मदतीला आल्या म्हंजी बरं हुईल!" एवढं सगळं भडाभडा बोलून हौसा घराबाहेर पडलीशुद्धा. पण सोयराचं कुठं लक्ष होतं. 'येसकरांचा सांगावा आलाय आणि आपन त्यानला पसंत आहोत. दहा दिवसांनी साखरपुडा आहे.' एवढ्या तीनच गोष्टी तिनं ऐकल्या. पुढचं काही तिनं ऐकलच नाही. पण डोणीच्या पाण्यात आपल्या शेजारी आपण पाहिलेलं प्रतिबिंब हा भास होता, आपल्या मनाचा खेळ होता की काही दैवी संकेत याचा तिला संभ्रम पडला. काहीही असो ती लाजली आणि स्वत:शी खुदकन् हसली.

साखरपुड्याचा दिवस उजाडला. सुदाम सावित्री, चोखोबा आणि त्यांच्या भावकीतली दहा-बारा जण अशी यमाजीच्या घरी आली. यमाजी आणि सुदाम या दोघांचाही मित्र त्यांच्या भावकीतलाच एक जण शंकर त्यांनी मध्यस्थ म्हणून काम पाहिले. दोन्हीकडच्या मंडळींना त्याने हा संबंध मान्य आहे का विचारून घेतले. दोघांनीही मान्यता दिली आणि त्यानंतर साखरपुड्याचा कार्यक्रम सुरू झाला. कोण काय करणार, कोण काय करणार मध्यस्थाने विचारून घेतले. एकमेकांच्या संमतीने ठरवाठरवी झाली.

"मला परकर-झंपर!" आईचा पदर धरून निर्मळानं हट्ट केला. सगळी हसली. "बरं! बरं! तुला घ्याचं की परकर झंपर!" यमाजीनं आश्वासन दिलं. तशी निर्मळा आनंदानं नाचू लागली. सगळं ठरलं. मध्यस्थानं विडे मांडले, सुपारी फोडली. आहेर-माहेर झाले. चोखोबाला पाटावर बसवून कपाळाला कुंकू-अक्षत लावण्यात आली. चोखोबाला पूर्ण पेहराव करून यमाजीनं घसघशीत आहेर केला. त्याच्या तोंडात सगळ्यांनी साखर घातली. गोड साखर खाऊन खाऊन त्याच्या तोंडाला जणू मिठ्ठी बसली. शेवटीशेवटी साखर खाताना त्याचा चेहरा कसनुसा व्हायला लागला. कुडाच्या दाराच्या फटीतून हे सगळं बघणाऱ्या सोयराला गंमत वाटत होती. साखर घालणारी सगळीजण संपली असं वाटून चोखोबा पाटावरून उठायला आणि भावकीतला एक म्हातारा लटपटत्या पावलानं आणि थरथरत्या

हातानं साखर घालायला जायला एकच गाठ पडली आणि ती साखर चोखोबाच्या तोंडात पडण्याऐवजी त्याच्या खांद्याचा धक्का लागून त्याच्या डोक्यावर उधळली गेली. हे सगळं चोरून पाहणाऱ्या सोयराला हसू आवरलं नाही. ती खुदकन् हसली. तिच्या हसण्याचा नाद चोखोबाच्या कानावर पडला. त्यानं चमकून आवाजाच्या रोखानं पाहिलं. दोन टपोरे डोळे कुडाच्या भिंतीतून त्याला न्याहाळत असल्याचं त्याच्या लक्षात आलं. क्षणभर त्या डोळ्यांशी त्याची नजरानजर झाली आणि नंतर ते डोळे तिथून अदृश्य झाले खरे, पण त्या खुदकन हसण्याचा नाद चोखोबाच्या कानात रेंगाळत राहिला, किती तरी वेळ!

हा समारंभ झाल्यानंतर सोयराला बैठकीत बोलवण्यात आलं. डाळिंबी रंगाचं जरीकाठाचं लुगडं तिच्या गर्द सावळया वर्णावर खुलून दिसत होतं. चालताना पायात येणारा साडीचा घोळ आवरताना तिची त्रेधातिरपीट उडत होती. ती खोलीच्या दाराशी आल्यावर निर्मळेनं तिला हाताला धरून बाहेर आणलं. आणि पाटावर बसवली. नाकापर्यंत पदर ओढून घेऊन बसलेल्या सोयराचा अर्धाच चेहरा चोखोबाला दिसत होता. अवघं दोन खणाचं ते घर. त्यात सगळी मंडळी दाटीवाटीनं उभी होती. तिला हळद-कुंकू लावायचं, ओटी भरायची म्हणून बायकामंडळी पुढं होती. त्यामुळं साहजिकच पुरुष मंडळींना पाठीमागचं स्थान होतं. त्यातच एका कोपऱ्यात चोखोबा उभा राहिलेला होता. तिथून त्याला सोयराचा पदराने अर्धवट झाकलेलाच चेहरा तेवढा दिसत होता. आणि त्यातून दिसत होती शुक्राच्या चांदणीशी स्पर्धा करणारी तिच्या नाकातली चमकी. महिरपीगत असलेले किंचित जाडसर ओठ आणि हनुवटीवरचं अधिकच गहिरं झालेलं गोंदण. तेवढयानंही त्याच्या हृदयामध्ये हुरहूर निर्माण केली हे निश्चित. सोयरा येऊन पाटावर बसली. ओल्या कुंकवात नाणं बुडवून सावित्रीनं तो तिच्या कपाळावर लावला. साखर साडी, पाच फळे घेऊन तिची ओटी भरली. तिची अलाबला घेतली आणि तिच्या तोंडात साखर घातली. ओटी तशीच पदरात ठेवून सोयरानं सावित्रीच्या पायावर डोकं ठेवून नमस्कार केला. तिच्या मस्तकावर हात ठेवून सावित्रीनं तिला आशीर्वाद दिला. नंतर तिच्या तोंडात साखर घालण्यासाठी बाकीच्या बायकांची झुंबड उडाली. साखर खाताखाता सोयराची पुरेवाट झाली. धड नाहीही म्हणता येत नव्हतं आणि धड खाववतही नव्हतं. तिची ही तारांबळ चोखोबा त्या कोपऱ्यात उभा राहून मिस्कील नजरेनं पाहत होता. सोयराची आई हौसा तिच्या तोंडात साखर घालण्यासाठी पुढं आली. सोयराची हनुवटी किंचित वर उचलून तिनं लेकीचा चेहरा डोळे भरून एकदा न्याहाळला. आईच्या डोळ्यांतून ओसंडून वाहणारी माया पाहतापाहता सोयराची नजर सरकली आणि चोखोबाच्या नजरेला भिडली.

चोखोबाच्या नजरेतलं मिस्कील हास्य बघून सोयरानं आपली नजर वळवली. पण तेवढया एका क्षणात आपली उडणारी तारांबळ पाहणारा एक खोडकर भाव तिला त्याच्या नजरेत दिसला आणि सोयरा चक्क लाजली.

साखर भरवण्याचा कार्यक्रम संपला. सोयराने आणि चोखोबाने सगळ्यांच्या पायावर डोकं ठेवून नमस्कार केला. साखरपुडयाचा कार्यक्रम संपला आणि मंडळी जेवणाकडं वळली. हौसानं आणि यमाजीनं जेवणाचा बेतदेखील चांगला केला होता. गुळाचा सांजा, भात, आमटी यावर मंडळींनी मनापासून ताव मारला. चोखोबा-सोयराची जोडी एकमेकांना शोभत होती. दोन घरं जोडली गेली होती. नवीन स्नेहबंध जोडले जाणार होते. दोघांचा संसार सुखाचा होऊ दे असा पोटभरून आशीर्वाद देत मंडळी पानावरनं उठली. साखरपुडयाचा समारंभ छान पार पडला. बाळंभटानं सांगितल्याप्रमाणं आता सव्वा महिन्यानंतर लग्नाचा दिवस ठरला होता. जेवणंखाणं झाल्यावर पानाच्या चंच्या सुटल्या आणि पान खात मंडळी लग्नाबद्दल चर्चा करू लागली. दिवस मावळला, तशी सगळ्यांना परतायची घाई झाली. बाकी सगळी मंडळी घरी परतली. चोखोबा, सावित्री, सुदाम, निर्मळा मागे राहिली. हौसाचं शालीन बोलणं, घरंदाज वागणं, समंजस स्वभाव सावित्रीला आवडला. असेच संस्कार तिनं सोयरावर केले असतील याची तिला खात्री पटली. आपल्या मुलाला अगदी योग्य जोडीदारीण मिळाली याचा तिला अतिशय आनंद झाला. यमाजी आणि हौसानंशुद्धा हौसेहौसेनं सगळं केलं होतं. सावित्रीलाही जरीकाठी लुगडं दिलं होतं. सुदामालाही पेहराव केला होता. लाडा कौतुकाचा आपला एकुलता एक लेक, त्याच्या लग्नाच्या निमित्तानं आपली सगळी हौसमौज पुरवली जाणार होती याचा सावित्रीला आनंद झाला होता. निर्मळा तर आनंदानं नाचत होती. कबूल केल्याप्रमाणं हौसानं तिलाही परकर-झंपर दिलं होतं. पुन्हा लग्नात मिळणार होतं ते वेगळंच. त्यामुळं तर ती नुसती हरखली होती. त्यातच तिला तिची वहिनी सोयरा खूपच आवडली होती. निर्मळा सारखी तिच्या अवतीभोवती बागडत होती. शेवटी जेव्हा सावित्रीनं हाक मारली, तेव्हा निर्मळेनं सोयराला सोडलं. सुदाम आणि त्याच्या घरची मंडळी गावाकडं परतणार होती. यमाजीनं उराउरी भेटून सुदामला आणि चोखोबाला निरोप दिला. हौसानं सावित्रीला कुंकू लावलं. दोघींनी एकमेकींचा निरोप घेतला. सोयरा आणि चोखोबा सगळ्यांच्या पाया पडले. आणि मंडळी परतली.

सुदामनं यमाजीच्या गावी येण्यासाठी सावजी पाटलाची बैलगाडी सांगितली होती. मंडळी बैलगाडीत बसली. बैलगाडी निघाली. हौसा आणि यमाजी दोघेजण या मंडळीना निरोप देण्यासाठी बैलगाडीबरोबर चार पावलं चालत आले. तो

रिवाजही होता आणि अगत्यही होतं. चोखोबाचं लक्ष मात्र घराच्या दरवाजाआड उभा राहून आपल्या भोकर डोळ्यांनी हळूच चोरून पाहणाऱ्या सोयराकडं होतं. बैलगाडी वळणावर वळेपर्यंत ते डोळे त्याचा पाठलाग करत होते. जणू त्याला विनवत होते, 'धनी लौकर या, आणि मला घेऊन जा! मी तुमची वाट पाहते आहे.' सुदामनं बैलांना हाक घातली. आणि बैलांच्या पायाला गती आली. काही वेळ तसाच गेला. कुणीच काही बोलत नव्हतं. सगळ्यांचीच मन आनंदानं भरली होती. एरवी सतत बडबडणारी निर्मळा कंटाळून पेंगुळली होती. त्यामुळं तिचीही बडबड बंद होती. काही वेळ असाच गेला. अचानक सुदामनं बैलाचा कासरा खेचला नव्हे, त्याला तो खेचावा लागला. त्या बैलगाडीच्या वाटेवर, समोर भगवी कफनी घातलेला एक साधू उभा होता. "अल्लख!" त्यानं आवाज दिला. समोर साधूला बघून मंडळी खाली उतरली. त्याच्या पाया पडली. चोखोबा त्याच्या समोर नमस्कारासाठी वाकला तर साधूनं त्याच्या खांद्याला धरून त्याला उभा केला. सगळी दचकली. "या साधूनं आपल्याला स्पर्श केला?" चोखोबाही दचकला. "साधू महाराज, तुम्हाला ठावं न्हायी आमी कोन आहोत! तुम्ही मला शिवलात, तुम्हाला माझा विटाळ झाला. आता तुम्हाला परत अंघोळ करावी लागणार?" हात जोडून चोखोबानं वस्तुस्थिती सांगितली.

साधूच्या चेहऱ्यावर हास्य उमटले. तो म्हणाला, "मला माहीत आहे तू शूद्र आहेस, पण तू जातीनं शूद्र असलास, तरी कर्मानं श्रेष्ठ ठरणार आहेस. एका महान विभूतीचा सहवास तुला लाभणार असून त्याच्यामुळेच तू कर्माने श्रेष्ठ ठरणार आहेस. तुझ्या जातीमध्ये आजवर कुणी केले नाही, असे श्रेष्ठ कर्म तुझ्या हातून घडणार आहे. तुझ्या या पुण्याईचा लाभ तुझ्या परिवाराला मिळणार आहे. श्रेष्ठ भक्तांमध्ये तुझी गणना होणार आहे. तू सरस्वतीचा पुत्र ठरणार आहेस. प्रत्यक्ष परमेश्वरालाही तुझ्या संगतीचा मोह पडेल, असे पुण्य तुला लाभणार आहे. म्हणूनच तू अति शूद्र असूनही तुझी गणना श्रेष्ठ भक्तांमध्ये होणार आहे!"

साधूचं ते बोलणं ऐकून चोखोबाचे डोळे पाणावले. सोयराशी साखरपुडा करून आपण परततो काय? वाटेत हा साधू भेटतो काय? आणि आपल्याबद्दल असं काही भविष्य सांगतो काय? सगळच अतर्क्य होतं. तो साधूही तसा कुणी भोंदू दिसतं नव्हता. आपल्या सोनेरी केसांच्या जटा त्याने शंकरासारख्या डोक्यावर बांधल्या होत्या. तसेच सोनेरी कुरळे केस त्याच्या मानेवर रुळत होते. काळीभोर दाढी त्याच्या उभट चेहऱ्याला शोभत होती. त्याचे पिंगट, तेजस्वी डोळे त्याच्या सखोल ज्ञानाची साक्ष देत होते. त्याचं बोलणं अगदी मृदू आणि लाघवी होतं. तरीही त्यात एक प्रकारची हुकूमत होती. त्याच्या तोंडातून बाहेर पडणारा प्रत्येक

शब्द न शब्द चोखोबा जीव एकवटून ऐकत होता. साखरपुडा करून परतत असताना साधूचं हे भेटणं, चोखोबाला तो शुभशकुनच वाटला. काही क्षण साधू बोलायचा थांबला. त्यानं क्षणभर डोळे मिटून घेतले. पण त्याच्या मुद्रेवरून चोखोबाला असं वाटलं, की तो भविष्याचा वेध घेतो आहे. चोखोबा हात जोडून तसाच उभा होता.

साधूनं पुढं बोलायला सुरुवात केली. "चोखोबा, तुला एक विलक्षण गोष्ट आज सांगतो, तू तुझ्या कर्मानं तर मोठा होशीलच, श्रेष्ठ भक्त ठरशीलच ठरशील, पण या सगळ्या पुण्याईवर तुझा विलक्षण मृत्यू मात करेल. तुझ्या मृत्यूमुळे, तुझ्या मृत्यूनंतर तू दिगंत कीर्ती पावशील. त्यावेळी तुझी खरी श्रेष्ठता लोकांना कळेल. भक्तीची पुण्याई, विचारांची खोली, शब्दांची समृद्धी आणि दीर्घायुषी यातून तुझे आयुष्य फळेल, फुलेल असा माझा तुला आशीर्वाद आहे." असं बोलून आशीर्वादासाठी आपला उजवा हात उंचावून तो साधू चोखोबांकडे पाठ करून झपझप चालायला लागला. त्याला पुन्हा नमस्कार करण्याचे चोखोबाला भानही राहिले नाही. आणि जेव्हा भान आले, तेव्हा तो दिसेनासा झाला होता. खरं तर दूर दूरवर वस्ती नव्हती. रस्त्याच्या दुतर्फा काहीसा ओसाडच भाग होता. तरीही तो साधू कोणालाच दिसला नाही. असा कसा दिसेनासा झाला तो? कुणालाच काही कळेनासं झालं होतं. क्षणभर कुणाला काहीच सुचेना. तो साधूही विलक्षण होता आणि त्यानं सांगितलेलं चोखोबाचं भविष्य तितकंच विलक्षण होतं. सुदाम-सावित्रीला ते एकून आनंद झाला की त्यांचा पोरगा घराण्याचं नाव काढेल. चोखोबा मात्र हे सगळं ऐकून अंतर्बाह्य थरारून गेला. साधूनं उच्चारलेला प्रत्येक शब्द न शब्द त्याच्या जाणिवेची सगळी कवाडं उघडून गेला होता. साखरपुडयाच्या वेळी त्याची असलेली मन:स्थिती आणि आताची त्याची मन:स्थिती यामध्ये जमीन-अस्मानाचा फरक होता. तरीही त्याच्या मनामध्ये या दोन्हीही जाणिवा दोन समांतर रेषांप्रमाणे समांतर पातळीवर जाग्या होत्या. कदाचित यापुढेही चोखोबाचं सगळं आयुष्य याच दोन समान पातळयांवर घडत जाणार होतं.

तो प्रसंगच तसा विलक्षण होता. अचानक तो साधू सामोरा येतो काय, कुणी काहीही न विचारता, न सांगता चोखोबाला भविष्य सांगतो काय? आणि ते भविष्यही असं विलक्षण की ऐकणाऱ्यानं अंतर्बाह्य थरारून जावं आणि असं भविष्य सांगून झाल्यावर कुणाला काही कळायच्या आतच तो पुन्हा नाहीसा होतो काय! सगळंच गूढ होतं. न समजणारं होतं. जाणिवेच्या पलीकडचं होत. काही वेळापूर्वी साखरपुडा झाला म्हणून आनंदलेला, भावी वधूचा डोळ्यांनी निरोप घेताना रोमांचित झालेला चोखोबा पाठोपाठ घडलेल्या या गूढ घटनेने चकित

झाला, मूक झाला. साधूनं सांगितलेली भविष्यवाणी आणि त्यात सगळंच अद्भूत, अगम्य, अनाकलनीय. साधूनं सांगितलेली भविष्यवाणी आणि त्यातल्या प्रत्येक शब्दाचा अन्वयार्थ लावण्यात चोखा इतका गढून गेला की, सावित्रीनं त्याला हाताला धरून बैलगाडीत बसवल्याचंही त्याला भान नाही. साधूच्या त्या भविष्यवाणीनं त्याच्या दृष्टीत तर बदल केलाच होता, पण सर्वसामान्यांसारखं सरळ जीवन जगू पाहणाऱ्या चोखोबाला आपल्या आयुष्याचा वेगळा विचार करणेही भाग पडले होते आणि जेव्हा हा विचार चोखोबाच्या मनात आला त्याक्षणी त्याला नामदेवांची प्रकर्षाने आठवण झाली. आता जर नामदेव भेटतील, तर साधूनं सांगितलेल्या प्रत्येक शब्दांचा अन्वयार्थ त्यांना विचारता आला असता. का कोण जाणे, चोखोबाला नामदेवांना भेटायची ओढ लागली. "आपण नामदेवांना भेटून आलो तर? त्यांना हे सगळे सांगितले तर? अजूनी लग्नाला महिनाभर अवकाश आहे. तोवर आपण मध्येच पंढरपुरला जाऊन आलो तर? माय काय म्हणेल? ती जाऊ देईल का? नामदेव पंढरपुरात असतील का? असलेच तर आपल्याला भेटण्याएवढा वेळ त्यांच्याकडे असेल का? मायला विचारलं तर ती पंढरपुरला सोडेल का? आणि तिनं सोडलं नाही तर? मनाची ही अवस्था आणि अस्वस्थता अशीच घेऊन आपण महिनाभर काढू शकू का? लग्नाला उभं राहू शकू का? लग्नाच्या त्या सगळ्या सोहळ्यात आपलं लक्ष लागेल का? काय करावं? कसं करावं? चोखोबाच्या मनामध्ये असे प्रश्नांचे वादळ निर्माण झाले. त्या वादळाचे चक्रीवादळ झाले आणि चोखोबा त्यात गरगरत राहिला. त्यातल्या एकाही प्रश्नाचं उत्तर त्याला सापडत नव्हतं. आणि ती मिळवायची म्हणजे नामदेवांना भेटायलाच हवं होतं. हे कसं घडावं?' चोखोबा विचार करू लागला. विचार करता करता चोखोबाला एक युक्ती सुचली. नामदेवांचे नाव सगळ्या पंचक्रोशीत गाजतच होते. चोखोबाने पंढरपुरात नामदेवांशी झालेली भेट मायला सांगितलीच होती. तेव्हा मायला पण खूप आनंद झाला होता. याच गोष्टीचा आधार घेऊन आपल्या लग्नाचे आवतण नामदेवांना द्यायला पंढरपुरला जाऊन येतो असे मायला सांगून पंढरपुरला जाऊन नामदेवांची भेट घ्यावी, त्यांच्याशी मोकळेपणाने बोलावे आणि खरेच त्यांना लग्नाचे आमंत्रण देऊन लगोलग मंगळवेढ्यास परतावे असा त्याने मनोमन बेत केला. हा बेत तडीस गेला तर आपल्या मनातला सगळा गोंधळ कमी होईल. सगळ्या प्रश्नांची उत्तरे मिळतील. नामदेवांना आवतण पण देता येईल. फक्त हे सगळं मायला पटायला पाहिजे. आपल्या मनात अशी सगळी योजना पक्की केल्यावर चोखोबाला जरा बरं वाटलं. मगासपासून काहीसा चिंतित आणि कोणत्याशा दडपणाखाली असल्यासारखा दिसणारा त्याचा चेहरा जरासा उजळला. त्याच्या

चेहऱ्यावरचे हे फेरफार सावित्री बैलगाडीत बसल्याबसल्या लक्ष देऊन पाहत होती. साधूनं भविष्य सांगितल्यानंतर काहीसा उजळलेला आणि नंतर स्वत:च्या मनातल्या विचारांशी लढणारा चोखोबाचा चेहरा ती कधीची निरखत होती. त्याचा चेहरा उजळलेला बघून तिला जरा बरे वाटले. ती चोखोबाला काही विचारणार एवढ्यात चोखोबाच म्हणाला, ''माय माझ्या मनात एक विचार आलेला हाय, मला असं वाटतंय की माझ्या लग्नाचं आमंत्रण नामदेवांना जाऊन देऊन यावं. माझ्या लग्नाला ते नक्की येतील. त्यांच्यासारख्या सत्पुरुषाचा आशीर्वाद घ्यावा आणि मगच संसाराला सुरुवात करावी. तू म्हणत असशील, तर मी लगोलग पंढरपुरला जाऊन येईन म्हणतो.'' हे सांगत असताना चोखोबाचा उजळलेला चेहरा बघून सावित्रीला जरा बरं वाटलं. खरं तर चोखोबाचा साखरपुडा करून आनंदात घरी परतणाऱ्या तिच्या कुटुंबाला साधूची ही अनपेक्षित भेट आणि त्यानं सांगितलेली ती भविष्यवाणी म्हणजे त्या आनंदात एक आश्चर्याचा धक्काच होता. त्यानं चोखाबाचं सांगितलेलं सगळं भविष्य जरी चोखोबाला श्रेष्ठत्व देणारं असलं तरीशुद्धा, ते ऐकल्यापासून चोखोबा काहीसा अंतर्मुख झाल्याने ती जरा अस्वस्थच होती. भविष्यवाणीचा काही वेगळा विचार केल्यामुळं साखरपुड्याच्या आनंदावर विरजण पडते की काय? असं तिच्या मनात येऊन गेलं होतं. पण आताचा चोखोबाचा उजळलेला चेहरा पाहून तिनं त्याच्या पंढरपुरला जाण्याच्या बेताला तत्काळ संमती दिली. आणि आपण दिलेल्या संमतीने चोखोबाचा चेहरा आणखी उजळलेला बघून तिला आणखी आनंद झाला. निश्चिंत मनानं तिनं डोळे मिटून घेतले आणि मनातल्या मनात चोखोबाच्या लग्नाचे बेत करू लागली.

सुदाम आणि त्याची घरची लोकं बैलगाडीतून रस्त्याला लागली आणि सोयराच्या घरात मुलाकडच्या मंडळीबद्दल चर्चा सुरू झाली. सुदाम येसकर कसा सरळमार्गी मनुष्य आहे, सावित्री किती मायाळू आहे, चोखोबा कसा समंजस आणि नम्र वाटला अशी लोकांच्यात चर्चा सुरू होती. आपल्या सासरच्या मंडळींचं कौतुक ऐकून सोयराला खूप आनंद होत होता. साखर खाऊन कंटाळलेला, कोपऱ्यात बसून मिस्कील हसणारा, ती दाराआडून चोरून पाहत असता तिच्याकडं रोखून पाहणारा, जेवायला बसल्यानंतर केलेल्या आग्रहाने संकोचणारा आणि जाताना नजरेनं निरोप घेणारा चोखोबा राहूनराहून तिच्या नजरेसमोर येत होता. घरची मंडळी सुदामच्या आणि चोखोबाच्या निर्व्यसनीपणाचं कौतुक करत होती आणि सोयराला आपल्या भाग्याचा हेवा वाटत होता. तिच्या बरोबरीच्या काही मैत्रिणींची लग्नं झाली होती. प्रत्येकीच्या नवऱ्याला काही न् काही व्यसन होतं. कुणाला बिडीकाडीचं तर कुणाला पान तंबाखूचं. कुणी गांजा ओढत होतं, तर कुणी दारवा

पीत होतं. कुणी गंजिफा खेळत होतं तर कुणी जुगार. प्रत्येकाच्या ह्या कोणत्या न् कोणत्या तरी व्यसनामुळं तिच्या या मैत्रिणी कुठे ना कुठे तरी दुःखी होत्या. म्हणूनच चोखोबाला कसलंही व्यसन नव्हतं ही गोष्ट तिच्यादृष्टीनं फार फार सुखाची आणि आनंदाची होती. आणि सोयरासारख्या संसाराची आवड असणाऱ्या मुलीला अतिशय आनंद व्हायला एवढीही गोष्ट पुरेशी होती. आपल्या सुखी संसाराची स्वप्न रंगवत बसलेल्या सोयराकडं कौतुकानं बघणाऱ्या हौसाच्या मनात मात्र आलं. 'आज पोरीची दृष्टच काढायला पाहिजे?'

चोखोबाचा साखरपुडा आनंदानं बघणाऱ्या विठूरायाला आनंद तर झाला होताच, पण चोखोबानं संसार एके संसार करत राहावं हे कर कटेवर ठेवून विटेवर उभ्या असलेल्या पांडुरंगाला मुळीच मान्य नव्हतं. म्हणूनच साखरपुड्याच्या आठवणीत गढून गेलेल्या चोखोबाला पुन्हा भानावर आणण्यासाठी पांडुरंगानं साधू होऊन चोखोबाची ती भविष्यवाणी सांगितली होती. आणि ती सांगितल्यावर त्या विवक्षित क्षणी चोखोबाला नामदेवांची आठवण झाली, हे पाहिल्यावर आपली योजना सफल झाल्याचे त्याच्या लक्षात आले. तो प्रसन्न झाला. क्षुद्र जातीत जन्मलेल्या त्याच्या या भक्ताकडून त्याला काही लोकोत्तर कार्य करून घ्यायचे होते. म्हणूनच त्यानं पूर्णपणे संसारात बुडून जावं आणि ईप्सित कार्यापासून ढळावं हे पांडुरंगाला मान्य नव्हतं. यासाठीच संसार आणि भक्ती या दोन समांतर पातळ्यांवर त्याच्या जीवनाची वाटचाल होणं आवश्यक होतं. या दोन समांतर पातळ्यांवर जगता येण्यासाठी त्याची मानसिक बैठक तयार व्हावी यासाठी त्याला नामदेवांची संगत सतत लाभणं नितांत गरजेचं होतं. चोखोबाची अशी मानसिकता तयार करण्याचं काम फक्त नामदेवच करू शकत होते. म्हणूनच मनाच्या गोंधळलेल्या स्थितीत चोखोबाला नामदेवांचीच आठवण झाली हे बघून आपण आखून दिलेल्या मार्गानं चोखोबा जातो आहे असा विश्वास पांडुरंगाला वाटला. हेच व्हायला हवं होतं, हेच होणारही होतं. चोखोबाच्या ललाटीचं भविष्य हेच होतं.

चोखोबांचा साखरपुडा आनंदानं बघणारा भक्तवेडा हा आपला नवरा मध्येच कुठेतरी उठून जातो काय, लगेच परत येतो काय? आणि आल्यावर काहीतरी योजना सफल झाल्याच्या आनंदात प्रसन्नपणे हसतो काय? रुक्मिणीला काहीच कळलं नाही. काही विचारायला जावं, तर त्याला भक्तांच्या मेळाव्यातनं वेळ नसतो आणि वेळ असलाच तरीही तो उत्तर देईलच आणि खरं उत्तर देईल याचीही खात्री तिला नसायची. त्यामुळं काहीही न बोलता, न विचारता त्याच्या काय काय लीला चालल्या आहेत हे पाहत बसणं एवढचं तिच्या हातात होतं. तिनं तेच करायचं ठरवलं.

7

पंढरपुरला जाऊन नामदेवांना लग्नाचं आवतण देण्याची मायनं परवानगी दिलेली बघून चोखोबाचा जीव सुपाएवढा झाला. तिच्या त्या परवानगीने नामदेवासारख्या संत माणसाचा लग्नाला आशीर्वाद मिळणार होताच, पण त्या साधूनं सांगितलेल्या भविष्यवाणीबद्दल चोखोबांच्या मनात निर्माण झालेला विचारांचा गोंधळही कमी होणार होता. त्याच्या मनात उद्भवलेल्या प्रश्नांची उत्तरं त्याला मिळणार होती. मंगळवेढ्याला परतल्यावर मोठ्या उत्साहानं चोखोबा पंढरपुरला जायच्या तयारीला लागला. तिथं गेल्यावर नामदेवांशी काय बोलायचं, कसं बोलायचं याचा विचार करत असताना मध्ये कुठेतरी सोयराचा चेहरा त्यात डोकावे. क्षणभर चोखोबाला विचारांच्या गोंधळातून तेवढाच विसावा मिळायचा. एकेक क्षण, एकेक प्रश्न गोळा करत चोखोबा पंढरपुरच्या रस्त्याला लागला. आज चोखोबाला पंढरपुरचा रस्ता अगदी ओळखीचा वाटत होता. विचारांच्या आणि प्रश्नांच्या गोंधळातून मार्ग काढत चोखोबा जेव्हा पहिल्यांदा पंढरपुरला आला होता, तेव्हा त्याच्यासमोर फक्त मळलेली पायवाट, अंधारलेल्या दिशा होत्या. पण आज तसं नव्हतं. आज पायवाट मळलेली होतीच, पण तीवर चोखोबाच्या पावलांचेही ठसे होते. आणि त्या ठशांना मार्ग दाखवणारे नामदेवांच्या पायांचेही ठसे त्यात होते. आज दिशा अंधारलेल्या नव्हत्या. पण चोखोबाच्या मनातला प्रश्न एखादा चुकार ढग बनून प्रकाशकिरणांचा मार्ग अडवत होता. नामदेवांच्या भेटीनं किंचित दाटून आलेलं ते मळभही नाहीसं होणार होतं. चोखोबा या क्षणाची आतुरतेनं वाट बघत होता. पायाला तर गती होतीच, मन मात्र केव्हाच पंढरपुरात नामदेवांपाशी जाऊन

पोहचले होते. चोखोबा पंढरपुरला आला.

विठ्ठल मंदिराच्या पिछाडीस असलेल्या चंद्रभागेच्या काठावरच्या एका ओवरीत नामदेव आहेत, असे चोखोबाला समजले. कळसाला नमस्कार करून काही क्षण महाद्वाराशी उभा राहून मनोमन पांडुरंगाचे ध्यान करून चोखोबा मंदिराच्या पाठीमागे गेला. ओवरीत नामदेव बसले होते. तीच हसरी मुद्रा, तेच आश्वासक डोळे, तेच स्नेहार्द्र हसू. नामदेवांच्या भोवती चार-पाच लोक बसले होते. चोखोबा जाऊन तेथे बाजूला उभा राहिला. नामदेवाचं त्याच्याकडे लक्ष गेलं. त्यांच्या चेहऱ्यावरचं हास्य अधिकच गहिरं झालं.

"या या चोखोबा, या! असे आमच्याजवळ या! तुम्हाला पाहून खूप बरं वाटलं चोखोबा आम्हाला. या, असे इथं बसा!"

नामदेवांनी अत्यंत अगत्याने चोखोबाला जवळ बोलावले. चोखोबाला नवल वाटले. रोज इतकी माणसं यांना भेटत असतील, त्यांना भेटून येऊन आपल्यालाशुद्धा बरेच दिवस होऊन गेले. तरीही त्यांनी आपण कोण ते लक्षात ठेवलं. त्याला आनंदही झाला. पुढे होऊन त्याने नामदेवांच्या पायावर डोके ठेवून नमस्कार केला. नामदेवांनी त्यांच्या खांद्याला धरून उठवले आणि हृदयाशी धरले. जणू जीवा शिवाची भेटच ती! का कुणास ठाऊक, चोखोबांच्या डोळ्यांतून अश्रू वाहायला लागले. त्यांच्या स्पर्शातून ते नामदेवांना कळलं असावं. त्यांनी त्याच्या खांद्यावर थोपटलं. जणू त्याला शांतवलं. आपल्याजवळ बसवून घेतलं.

"बोला चोखोबा! पंढरीला कसं काय येणं केलंत? काही विशेष वार्ता? सगळं काही क्षेमकुशल आहे ना?" नामदेवांच्या विचारण्यात आपुलकी होती, जिव्हाळा होता आणि दिलासाही होता.

चोखोबाला हुरूप आला. तरीही काहीसा घुटमळत तो म्हणाला, "देवा! काही सांगायचं, विचारायचं होतं." चोखोबाच्या चेहऱ्यावरची आतुरता, डोळ्यातली व्याकुळता, स्वरातली अजिजी आणि हालचालीतला अस्वस्थपणा नामदेवांना उमगला. चोखोबाला काही तरी सांगायचं आहे, विचारायचं आहे आणि तेही फक्त आपल्याला हे त्यांच्या लक्षात आलं.

आजूबाजूला बसलेल्या मंडळींना उद्देशून नामदेव म्हणाले, "मंडळी पुढच्या महिन्यात येणाऱ्या एकादशीला आपण विठ्ठल-नामाचा सप्ताह ठरणार आहोत, हे आता नक्की झालं. त्यासाठी, कोणकोण मंडळी येणार आहेत, हे आता नक्की झालं. कुणाकुणावर काय, काय कामाची जबाबदारी टाकायची? हे सगळं आपण उद्या ठरवतो आहोत. उद्या सावतामाळी पण येणार आहे. त्यांचाही सल्ला घेऊ. आता हे चोखोबा आले आहेत, त्यांनी आमच्यासाठी बाजरीची भाकरी आणली

असणार. होय ना चोखोबा! तेव्हा आता आम्ही त्यांच्याशी बोलून घेतो. आपण आज इथंच थांबू या!''

भोवतालच्या मंडळींना असा प्रेमानं निरोप देऊन नामदेव काही क्षण थांबले. नामदेवांना नमस्कार करून, सगळी मंडळी उठून गेली.

आता त्या ओवरीत नामदेव आणि चोखोबा दोघेच उरले. ''हं! बोला चोखोबा, मायनं आमच्यासाठी काय दिलंय? आणि त्याला तोंडी लावायला तुम्ही काय आणलंय?'' चोखोबाकडे वळून मिस्कीलपणे नामदेवांनी विचारले.

चोखोबा काहीसा लाजला. पडशी सोडून त्यातली बाजरीची भाकरी काढून त्यावर एवढी तिळाची चटणी ठेवली. कुर्डुच्या भाजीचा गोळा बाजूला ठेवला आणि अत्यंत आदरानं त्यानं ती भाकरी नामदेवांना दिली.

त्यांच्या हातातली भाकरी प्रेमानं घेत नामदेवांनी त्यांच्याकडं पाहिलं. त्यांच्या नजरेत चोखोबांनी बोलावे असाच जणू आदेश होता. ते ओळखून खाली मान घालून चोखोबाने बोलायला सुरवात केली.

''देवा, एक बातमी पण सांगायची आहे आणि मनातलं काही बोलायचंही हाये.''

''बोला चोखोबा, नि:संकोच बोला. आम्ही दोन्हीही ऐकायला उत्सुक आहोत.'' नामदेवांनी पुन्हा दिलासा दिला.

''देवा, पांडुरंगाच्या कृपेनं आणि आपल्या आशीर्वादानं माझं लगीन ठरलयं. त्या लग्नाचं आवतण तुम्हाला द्यायला मी इथं आलो आहे. आपण लग्नाला आलात तर मोठी मेहरबानी होईल.!'' चोखोबानं काहीस लाजत सांगितलं. नामदेव दिलखुलास हसले. त्यांना झालेला आनंद त्यांच्या चेहऱ्यावरून प्रतीत होत होता.

''वा! वा, चोखोबा बातमी तर मोठी छान सांगितलीत. तुम्ही आता संसारी होणार तर! चोखोबा, संसार आणि भक्ती या दोन्ही मार्गावरून तुम्ही सुखानं वाटचाल कराल आणि त्यात यशस्वी व्हाल, अशा माझ्या शुभेच्छा मी तुम्हाला देतो. तुम्हाला आशीर्वाद देण्याइतका मी मोठा नाही. पण माझ्या शुभेच्छा आणि सदिच्छा नेहमीच तुमच्याबरोबर राहतील. चोखोबा, आपल्या विठूरायानंशुद्धा रुक्मिणी मातेशी संसार करतच भक्तांचा हा मेळा सांभाळला आहे. तुम्हीशुद्धा सुखाचा संसार करतकरत भक्तीचा मळा फुलवा. पण चोखोबा, मला एक सांगा, एवढी ही आनंदाची गोष्ट घडलेली असताना, तुमच्या चेहऱ्यावर गोंधळ का? दुसरंही आणखी काही तरी घडलंय का?'' नामदेवांनी विचारलं. चोखोबाला त्यांच्या मनकवडेपणाचा पुन्हा एकवार प्रत्यय आला. खाली मान घालूनच त्यानं

होकार दिला.

"मग बोला चोखोबा, नि:संकोचपणे सांगा, काय झालंय ते?" नामदेवांच्या या विचारण्याने चोखोबाला धीर आला.

साखरपुड्याहून परतत असताना अनपेक्षितपणे तो भेटलेला साधू, त्यानं सांगितलेली ती भविष्यवाणी, तो घडलेला सगळा प्रसंग नामदेवांना जसाच्या तसा सांगितला.

ते सगळं ऐकल्यावर नामदेव काही क्षण स्तब्ध झाले. मग मात्र अचानक त्यांचा चेहरा उजळला. आनंदाने ते चोखोबाला म्हणाले, "अहो चोखोबा, हा तर शुभशकून झाला. तुमच्या संपूर्ण जीवनाचा पट असा विलक्षण आणि विठ्ठलभक्तीच्या तेजाने उजळलेला असणार आहे, याचाच जणू हा संकेत आहे आणि तुमच्या मृत्यूसंदर्भात म्हणाल, तर त्या घटनेला अजून कित्येक वर्षे जावी लागणार आहेत. कारण याच भविष्यवाणीमध्ये आपण दीर्घायुषी व्हाल आणि पुष्कळ वर्षे विठूमाउलीची भक्ती कराल असाही संकेत दडलेला आहे. तेव्हा तुम्ही निश्चिंत रहा. आनंदाने आणि सुखाने खूप वर्ष संसार करा आणि तितक्याच उत्कटतेने आणि प्रेमाने पांडुरंगाची भक्ती करा. त्या साधूनं सांगितलेली भविष्यवाणी खरी तर ठरणार आहेच. पण तिला तिथंच त्याच जागी राहू द्या. तुमच्या रोजच्या जीवनात, दैनंदिन कामकाजात, त्या भविष्यवाणीचा कोणताही परिणाम होऊ देऊ नका. चोखोबा, तुम्ही आज या सगळ्या चांगल्या बातम्या आणल्यात आणि आजची भाकरी मला अधिकच गोड लागली!" असं बोलून पुन्हा एकदा चोखोबाच्या खांद्यावर थोपटून नामदेवांनी भाकरी संपवली.

तन्मय होऊन त्याचं बोलणं ऐकणाऱ्या चोखोबाला, आनंदानं आणि प्रसन्न मनानं भाकरी खाणारे नामदेव बघून लोणी खाणाऱ्या गोपाळकृष्णाची आठवण झाली आणि आपसूकच त्याच्या चेहऱ्यावर प्रसन्नता उमटली. मनातली सारी किल्मिषं दूर झाल्यानं त्याचा साखरपुड्याचा आनंद द्विगुणित झाला होता. आता अत्यंत निश्चिंत मनानं आणि खुल्या दिलानं चोखोबा लग्नाला उभा राहणार होता.

सांगितल्याप्रमाणं पंढरपुरला गेलेला चोखोबा चार दिवसातच परतलेला बघून सावित्रीला हायसे वाटले. त्याला पंढरपुरला जाण्याबद्दल संमती देताना सावित्रीचं मन काहीसं धास्तावलेलं होतं. न जाणो! हे पोरगं लवकर परतलंच नाही तर? काही छांदिष्टपणा करून तिथंच राहिलं तर? किंवा नामदेवांबरोबर कुठंतरी दुसऱ्या एखाद्या यात्रेला गेलं तर? अशा एक ना अनेक शंकांनी तिचं मन त्रस्त झालं होतं. या शंका सुदामकडे बोलून दाखवण्यातही अर्थ नव्हता. त्यानं तिलाच दोष दिला असता. म्हणूनच एकीकडं चोखोबाच्या लग्नासाठी सगळं घर सारवत

असतानाच सावित्री मनातल्या मनात अत्यंत आतुरतेनं त्याची वाट बघत होती. चोखोबा आला आणि त्याला असं प्रसन्नचित्त पाहिल्यावर तीही नि:शंक झाली. काही वेळापूर्वी चोखोबाला आपण पंढरपुरला जायची परवानगी दिली, ही आपणाकडून चूक झाली असं मानून काही वेळापूर्वी स्वत:ला बोल लावणारी सावित्री पंढरपुरहून परतलेला, अत्यंत प्रसन्नचित्त चोखोबा पाहिल्यावर आपण घेतलेला निर्णय बरोबर होता याची ग्वाही घेत उत्साहानं लेकाच्या लग्नाच्या तयारीला लागली.

लग्न दोन दिवसांवर येऊन ठेपलं. सावित्रीनं यमुनेला आणि सारजाला मदतीला घेऊन सगळी छान तयारी केली. दोन खणाचंच तिचं छोटंसं घर. तिनं अत्यंत खपून उभं कडी सारवलं होतं. त्यावर गेरूनं आणि चुन्यानं भिंतीवर छान नक्षी काढली होती. अंगण आणि परसू सारवून आरशासारखं लख्ख केलं होतं. सुदामनं दिलेल्या पैशाला आपल्या बचत केलेल्या पैशाची जोड देऊन तिनं सुनेसाठी डोरलं, चांदीची टिक, कंबरपट्टा आणि पायातल्या साखळ्या केल्या होत्या. आहेर माहेरची लुगडी घेतली होती. नवीन चार भांडीकुंडी घेतली होती. संभाला बोलवून त्याच्याकडून कळ्याचे लाडू बांधून घेतले होते. तिच्या घरापासून दोन गल्ल्या पलीकडं संभाचा भाऊ पिराजीचं घर होतं. त्याच्याशी बोलून सुदामनं ते जानवसा घर म्हणून नक्की केलं होतं. बाळंभटानं उभे आडवे चौकोन मांडून सुदामचा भाऊ बळी- बळीचं नाव देवकासाठी काढून दिलं होतं. त्याच्या हातून सगळे विधी व्हायचे होते. लग्नाच्या आदल्या दिवशी मुलीकडचं वऱ्हाड आलं. बळी, बळीची बायको त्याला सामोरी गेली आणि वाजतगाजत त्यांना जानवसा घरात नेऊन सोडलं. आता मात्र एकच गडबड उडाली. दोन्ही घरातले विधी आटोपून घेण्यामागे मंडळी लागली. तिकडे जानवसा घरात नवरीचं चौकन्हाण सुरू झालं आणि इकडं सुदामच्या घरात बळीनं मुहूर्त मेढीजवळ चौक मांडला. ही मुहूर्तमेढ पाच दिवसापूर्वीच लावली होती. आणि त्याच दिवशी जात्याची पूजा करून भात कांडून घेतलं होतं. चौक मांडून झाला. बळीनं आणि त्याच्या बायकोनं दोरे धरले आणि चोखोबांचं पहिलं चौकन्हाणं पार पडलं. त्यानंतर जेवण झालं आणि मंडळी हळदीच्या कार्यक्रमाच्या तयारीला लागली.

आता सुरुवातीला चोखोबाला हळद लागणार होती. मग ती हळद नवरीकडे जाणार होती. पण त्या आधीचा तेल मागण्याचा विधी करायला बळी सज्ज झाला. त्यानं डाव्या खांद्यावर घोंगडं घेतलं. त्यावर वाख टाकला. डाव्या हातात कुऱ्हाड घेतली आणि उजव्या हातात तेलासाठी परळ घेऊन पाच घरी तेल मागण्यासाठी तो सज्ज झाला. बळीनं आणि त्याच्या बायकोनं पाच घरातून तेल मागून आणले. ते तेल आणल्यानंतर आता हळदीचा कार्यक्रम होता. पुन्हा चौक मांडला. मधे

चोखोबाला बसवून, त्या मागून आणलेल्या तेलाची धार बळीनं आणि त्याच्या बायकोनं चोखोबांच्या माथ्यावर धरली. त्यानंतर चोखोबाला हळद लावण्यात आली. त्यातलीच हळद नवरीकडं पाठवण्यात आली. सोयराचे आई वडील हळद लावण्यासाठी चोखोबांच्या घरी आले होते. येताना त्यांनी हळदीचा आहेर आणला होता. चोखोबाला हळद लावून झाल्यानंतर त्याच्या डोक्यावर पाण्याचे दोन तांबे ओतून ती दोघे परतली. जाताना त्यांच्या बरोबर बळी आणि त्याची बायको जानवसा घरात गेली. आपल्याबरोबर त्यांनी नवरीला लावण्याची हळद आणि तिचा हळदीचा आहेर घेतला होता. तिला हळद लावून झाल्यावर तिच्या डोक्यावरून पाण्याचे दोन तांबे घालून हळदीचा आहेर देऊन दोघं परतली. चोखोबांचं हळदीचं चौकन्हाणं झाल्यावर बायकांनी जेवण रांधायला घातलं. सुदामकडे आज भावकीतली काही ज्येष्ठ मंडळीही जेवायला होती. जेवणं झाली. चंच्या सुटल्या. पान तंबाखूची देवाण-घेवाण करत पुरुष मंडळी अंगणात बसली. बायकांना मात्र सवड नव्हती, त्याच्या हाताला पण आणि मनाला पण. दुसऱ्या दिवशी लग्न होतं. बाळंभटानं संध्याकाळचा मुहूर्त काढून दिला होता. त्यामुळं सकाळी जरी मोजकं पान असलं तरी, संध्याकाळी लग्नानंतरच्या जेवणाला बरीच मंडळी यायची होती. त्यामुळे धांदल उडणार होती. ती कमी व्हावी म्हणून काही पूर्वतयारी करण्यात बायका गुंतल्या होत्या. या सगळ्यापासून काहीसा अनभिज्ञ असलेला चोखोबा, त्याचं एक मन सोयराकडं धाव घेत होतं आणि एक मन नामदेवांची वाट बघत होतं. आपल्या मनात चाललेल्या विचारांच्या या दुहेरी गोफाची चोखोबाला गंमत वाटत होती. रात्र कधी सरली त्याला कळलंच नाही.

दुसरा दिवस उजाडला. दोन्ही घरात एकच धांदल उडाली होती. बाशिंग बांधलेला चोखोबा काहीसा संकोचून बसला होता. नटूनथटून निर्मळा इकडेतिकडे बागडत होती. खरं तर ती परकरी पोर विशेष असं काहीच काम करत नव्हती. पण तरीही तिला एका क्षणाचीही फुरसद नव्हती. आतनं बाहेर, बाहेरून आत मध्येच चोखोबाभोवती बागडायचं, अशी तिची पळापळ चालली होती. ती बघत चोखोबा बसला होता. बाहेर चौकन्हाण्याची तयारी चालली होती. चौक मांडून झाला. चारी बाजूला पाच कळस मांडून झाले. निर्मळा चोखोबाला बोलवायला आली. चोखोबा संकोचत बाहेर गेला. कळस मांडलेल्या चौकात, मधोमध दोन पाट मांडले होते. एका पाटावर सोयरा आधीच येऊन बसली होती. दोन्ही गुडघे मुडपून तिनं छातीशी घेतले होते. त्यावर हनुवटी टेकवून, खाली मान घालून बसली होती. बळीने सांगताच तिच्या शेजारच्या पाटावर चोखोबा जाऊन बसला. त्याचीही नजर खालीच होती. त्याच्या नजरेला हिरव्या लुगड्यातून डोकावणारी

सोयराची निमुळती पावलं, किंचित फुगीर असलेली बोटं दिसतं होती. बळीनं आणि त्यांच्या बायकोनं दोरे गुंडाळायला सुरुवात केली. दोरे गुंडाळून झाल्यावर कडकडीत पाण्याचे दोन हांडे आणले गेले. सगळ्यांनी मिळून या दोघांच्या डोक्यावर पाणी घातले. डोक्यावरून पाणी पडताच सोयरा अगदी संकोचून गेली. ओल्या हळदीचा गंध दरवळत चोखोबाच्या अंगोपांगी भिनला. सोयराचा लाजलेला चेहरा, संकोचलेलं शरीर गरम पाण्याच्या स्पर्शानं अंगावर उठणारा शहारा हे सगळं त्या ओल्या हळदीच्या गंधानं जणू चोखोबाला सांगितलं आणि त्याला धीटही बनवलं. इतका वेळ काहीसा संकोचलेला, लाजरा-बुजरा वाटणारा चोखोबा आता थेट मान वर करून सगळ्यांकडं पाहू लागला. एक दोन कटाक्ष त्यानं सोयराकडंही टाकले. कळसावणीच्या पाण्याचाच हा परिणाम, दुसरं काय? पण त्याचे ते कटाक्ष ओळखून सोयरा मात्र आणखी संकोचली, आणखी लाजली. ''झालं, आता उठा!'' असं कुणीसं म्हटलं आणि पाटावरून उठून सोयरा पळतच जानवसा घरात गेली. सारवलेल्या अंगणात उमटलेली तिची ओली पावलं न्याहाळणारी चोखोबाची नजर कितीतरी वेळ तिचा पाठलाग करत होती. चौकन्हाणं झालं. मध्ये लहानशी जेवणावळ झाली. आणि मंडळी अक्षदांच्या तयारीला लागली. मुहूर्तमेढी दिवशी जात्याची पूजा करून, त्यावर कांडलेल्या तांदळाचा भात शिजवण्यात आला. तो गार होण्यासाठी पत्रावळीवर पसरवून ठेवण्यात आला. एवढ्यात बाळंभट आलाच. त्यानं भराभरा बोहलं मांडलं. दोन पाट मांडले. त्याभोवती रांगोळीची चार बोटं ओढली. दोन्ही पाटांच्यामध्ये हळद-कुंकवाचं स्वस्तिक काढलं. बोहल्यासमोर विडे मांडले. त्यावर सुपाऱ्या ठेवल्या. ओला हात करून तांदळाला कुंकू लावून अक्षदा तयार केल्या. त्या वाटायला दिल्या. आणि गळ्यातलं जानवं सारखं करत त्यानं पुकारा केला. एका बाजूनं बळीनं आणि एका बाजूनं मामानं धरलेला, स्वच्छ बाराबंदी आणि धोतर नेसलेला डोक्यावर पागोटं घालून, कपाळावर पिवळ्या केलेल्या दोऱ्यांत मणी ओवलेली पट्टी बांधलेला चोखोबा बोहल्याजवळ आला. बाळंभटानं भात पसरलेली पत्रावळ एका पाटावर ठेवली. हात लावून भात निवलाय की नाही हे पाहिलं. चोखोबाला त्यावर उभा राहायला सांगितलं. त्यावर उभं राहून भिरभिरत्या नजरेनं इकडंतिकडं पाहणाऱ्या चोखोबाला त्याच्या घराजवळच्या पायवाटेवरून येणारे नामदेव दिसले आणि त्याची भिरभिरणारी नजर शांत झाली. चेहऱ्यावर समाधान पसरले. डोळ्यातून आनंद ओसंडू लागला. नामदेवांना सामोरं जावं, पुढं जाऊन त्याच्या पायावर डोकं ठेवावं असं त्याला तीव्रतेनं वाटलं, पण भात पसरलेल्या पत्रावळीवर उभं राहिल्यावर, आता मी सांगेपर्यंत इथून हलायचे नाही? अशी बाळंभटानं सक्त

ताकीद दिली होती. त्यामुळं नामदेवांना सामोर जाण्याची इच्छा मनातच दाबून त्यानं मान झुकवून नामदेवांना तिथूनच अभिवादन केलं. नामदेवांनी स्मितहास्य करून, हात उंचावून त्याच्या अभिवादनाचा स्वीकार केला. एवढ्यात सुदाम पुढे झाला आणि त्याने नामदेवांचे स्वागत केले. ते पाहून चोखोबाच्या चेहऱ्यावर समाधान पसरले.

एवढ्यात 'वधूला आणा' असा बाळंभटाने पुकारा केला आणि हळदीच्या रंगाच्या सोनेरी लुगड्यात नटलेली, चेहऱ्यावर पुढंपर्यंत पदर ओढून घेतलेली सोयरा दोन मामांच्या आधाराने बोहल्याजवळ आली. बाळंभटाने तिलाही भात पसरलेल्या पत्रावळीवर उभं रहायला सांगितलं. ती बोहल्याकडे येत असताना तिच्या पायातल्या साखळ्या रुणझुणत होत्या. त्याचा प्रत्येक रुणझुणता नाद चोखोबाच्या हृदयाची तार झंकारत जात होता. सोयरा येऊन उभी राहिली. दोघांच्यामध्ये अंतरपाट धरला गेला. बाळंभटानं मंत्र म्हणायला सुरवात केली. मंत्राच्या प्रत्येक उच्चारागणिक घटिका जवळ येत चालली होती. चोखोबाच्या आणि सोयराच्या हृदयाची धडधडही वाढत होती. बाळंभटाने सावधानचा पुकारा केला. मधला अंतरपाट दूर झाला. सोयराने चोखोबाच्या गळ्यात माळ घातली. चोखोबाने सोयराच्या गळ्यात माळ घातली. एकमेकांच्या साथीने उभ्या आयुष्याची संगत करू पाहणारे दोन जीव एका अनोख्या बंधनात एकमेकांशी बांधले गेले. चोखोबा आणि सोयराचं लगीन पार पडलं. सावित्रीच्या डोळ्यातून अश्रूंच्या धारा वाहत होत्या. आपल्या लेकाच्या लग्नाचा सोहळा पाहताना तिचं काळीज आभाळाएवढं झालं होतं.

लगीनं लागलं आणि जेवणाची एकच गडबड उडाली. सुदामनं पण जेवणाचाही थाट छान केला होता. केशरी भात, त्यावर तूप आणि दूध. चोखोबाचं लग्न म्हटल्यावर सगळी भावकी आली. आपल्या शांत स्वभावानं आणि परोपकारी वृत्तीनं वागणाऱ्या चोखोबानं सगळ्यांना आपलंसं केलं होतं. मंडळी सगळी तृप्तपणे जेवली आणि त्यांनी मन भरून नव्या जोडप्याला आशीर्वाद दिला. चोखोबा आणि सोयरा जोडी अगदी छान दिसत होती. एकमेकांना शोभणारी, एकमेकांसाठीच जन्माला आल्यासारखी. सावित्रीला तर शालीन दिसणाऱ्या, आपल्या या चुणचुणीत सुनेला कुठे ठेवू, कुठे नको असं झालं होतं. मांडवात आलेला प्रत्येकजण नवरानवरीचं कौतुक करत होता. भेटायला येणाऱ्या प्रत्येकाला चोखोबा आणि सोयरा पायावर डोकं ठेवून नमस्कार करत होते. नामदेव भेटायला गेले, तसा चोखोबा चार पावलं पुढं आला. नामदेवांना हाताशी धरून त्यानं, त्यांना बोहल्याजवळ आणलं. ते तिथं आल्यावर चोखोबानं आणि सोयरानं त्यांच्या

पायावर डोकं ठेवलं. नामदेवांनी दोघांना खांद्याला धरून उभं केलं. त्याहीवेळी चोखोबाला जाणवली ती त्यांच्या स्पर्शातली आपुलकी. एक जवळीक साधणारा जिव्हाळा. त्या स्पर्शानं आजही चोखोबा अंतर्बाह्य थरारला. त्यानं न राहून नामदेवांचे हात हातात घेतले. नामदेवांच्या चेहऱ्यावर स्मित उमटले. चोखोबाच्या हातातून आपले हात सोडवून घेऊन नामदेवांनी चोखोबाला मिठीत घेतले. दोघांचा एकमेकांबद्दलचा जिव्हाळा इतका पराकोटीचा होता की, चोखोबाचे डोळे भरून आले आणि आपल्या मिठीत स्फुंदणाऱ्या चोखोबांना बघून नामदेवांचा ऊर भरून आला. काही क्षण दोघंही तसेच उभे राहिले. चोखोबांच्या खांद्यावर थोपटत नामदेवांनी त्याला जणू भान आणले. "चोखोबा, सावरा स्वत:ला! पांडुरंगाच्या कृपेने तुम्ही गृहस्थाश्रमात प्रवेश करत आहात. तुम्हाला पत्नीही योग्य अशीच मिळाली आहे. दोघेजण सुखानं संसार करा. चोखोबा! तुम्हाला एक महत्त्वाची गोष्ट सांगतो. पत्नीचा योग्य तो सन्मान ठेवून सुखाने केलेला संसार म्हणजे एक प्रकारची देवभक्तीच आहे. ही भक्ती करताकरता नुसती नव्हे मन:पूर्वक करताकरता त्या पांडुरंगाचं नामस्मरण करा. तो सदैव तुमच्या पाठीशी उभा राहील." नामदेवांनी चोखोबाला मनापासून आशीर्वादही दिला आणि सुखी संसाराचा मंत्रही सांगितला.

नामदेव-चोखोबांची ही भेट प्रश्नांकित चेहऱ्यानं सोयरा पाहत होती. आपल्या नवऱ्यावर मायेचा वर्षाव करणारा हा माणूस नामदेव म्हणून कुणीतरी आहे एवढंच तिला कळलं होतं. पण त्याच्याशी बोलताना त्याला भेटताना आपला नवरा इतका भावूक का झाला? इतका सद्‌गदित का झाला? हे तिला कळत नव्हतं. नामदेवांचा मोठेपण काय आहे, हे कळण्याचं तिचं वयही नव्हतं आणि कारणही नव्हतं. पण हा कुणी तरी मोठा माणूस आहे आणि आपल्या नवऱ्याशी त्याची चांगली ओळख आहे, एवढं कारण तिचा चोखोबाबद्दलचा अभिमान वाढवायला पुरेसा होतं. तिनं तेच केलं. चोखोबाबद्दलचा अभिमान तिच्या डोळ्यात उमटला आणि चेहऱ्यावर ओघळला. त्यातच नामदेवांनी चोखोबाला केलेला उपदेश तिला फार आवडला. का कुणास ठाऊक? तिला पुन्हा एकदा नामदेवांच्या पायावर डोकं ठेवावंसं वाटलं. मनात आलेला विचार तिनं लगेचच अंमलात आणला. ती नामदेवांच्या पायावर डोकं ठेवण्यासाठी वाकली. कुणीही न सांगता आपल्या नवऱ्याच्या कृतीला 'मम' म्हणण्याची तिची भक्ती पाहून नामदेव प्रसन्न झाले. तिच्या मस्तकावर हात ठेवून त्याच प्रसन्नतेत ते म्हणाले, "पोरी सुखाचा संसार करशील, नवऱ्याच्या प्रत्येक कार्यात, प्रत्येक संकटात, प्रत्येक संघर्षात आणि प्रत्येक आनंदात त्याच्या बरोबरीनं सहभागी होशील. लोकांना आदर वाटेल अशी दिगंत कीर्ती तुम्ही दोघंही मिळवाल!" नामदेवांनी प्रसन्न चित्ताने आशीर्वाद दिलेला बघून सोयराला खूप

आनंद झाला. ते काय बोलले त्याचा शब्दश: अर्थ तिला जरी कळला नाही, तरी आपला संसार सुखाचा होणार आणि लोकं आपलं नाव काढणार, एवढं तिला नक्की कळलं. तिच्या दृष्टीनं तेवढंच खूप होतं. त्यांनी सांगितल्याप्रमाणं आपण छान संसार करायचा असा तिनं मनाशी निश्चय केला.

तिच्या ह्या निश्चयात आपण तिला मदत करायची, असं कर कटेवर ठेवून विटेवर उभ्या असलेल्या त्या पांडुरंगानं मनोमन ठरवलं. चोखोबा आणि सोयराचा विवाह सोहळा मोठ्या उत्सुकतेनं आणि आनंदानं पांडुरंग बघत होता. लग्नाच्या मांडवातील चोखोबा आणि नामदेव यांची ती हृदयस्पर्शी भेट त्यानं डोळे भरून पाहिली. चोखोबाच्या मनात नामदेवांबद्दल आदर आणि भक्ती होती. पण सोयराच्या मनातही, नामदेवानं आपल्या प्रसन्न अस्तित्वानं, मधुरवाणीनं आणि अकृत्रिम जिव्हाळ्यानं, तसाच आदर निर्माण करण्यात यश मिळवलं होतं. हे बघून पांडुरंगाला नामदेवाचं कौतुक वाटलं. नामदेवांशी प्रत्यक्ष भेट झाल्यावर त्याबद्दलची त्याला शाबासकी द्यायची हेही त्यानं निश्चित केलं. नामदेवाच्या या कामगिरीचं मोल फार मोठं होतं. भावकीचं काम करत राहणं चोखोबाला भाग होतं. ते त्याला सोडून चालणार नव्हतं. त्याच्या संसाराचा गाडाही तसाच नीट चालायला हवा होता. आणि या दोन्ही आघाड्यावर निश्‍चिंतता राहिली तरच चोखोबा पांडुरंगाची भक्ती निर्वेधपणे करू शकणार होता. त्याच्या मनाला मिळणाऱ्या संसारातल्या निश्चिंतपणाच्या शक्यतेची सुरुवात आज नामदेवानं केली होती. म्हणूनच त्याच्या कामगिरीचं मोलं मोठं होतं. चोखोबासारख्या सालसं आणि प्रांजळ भक्ताला नामदेवांच्या हातात सोपवून पांडुरंग आता निश्चिंत राहणार होता. चोखोबांची वाटचाल आता सुनियोजित मार्गानेच होणार होती. श्रेष्ठ भक्त या पदाला पोहचण्याचा त्यांचा मार्ग गृहस्थाश्रमाच्या वाटेवरूनच पुढे जाणार होता. विठ्ठलाच्या या सगळ्या खेळापासून अनभिज्ञ असलेली रखुमाई मात्र चोखोबा-सोयराचा विवाह सोहळा तन्मय होऊन बघत होती. रखुमाईला विवाह सोहळा बघायला फार आवडायचं. नटलेल्या प्रत्येक वधूवरांमध्ये तिला श्रीकृष्ण - रुक्मिणी दिसायचे. द्वापार युगातील आपल्या आणि श्रीकृष्णाच्या त्या वेळच्या विवाहाची आठवण तिने हृदयाच्या कुपीत बंद करून ठेवली होती. ती तिची हृदयांतरीची ठेव होती. रुक्मिणीचं आपल्याकडे लक्ष नाही हे बघून पांडुरंगाला आनंद झाला. असतं तर तिनं आपला चेहरा वाचून आपल्या मनातले भाव ओळखले असते, याची पांडुरंगाला खात्री होती. तिचं लक्ष नाही असं पाहून त्यानं पुन्हा आपला चेहरा निर्विकार केला आणि चोखोबा-सोयराचा विवाह सोहळा पाहण्यात तोही रंगून गेला.

8

चोखोबाचं लगीन पार पडलं. सोयराचा भाऊ बंका, त्याला आपला हा मेव्हणा फार आवडला. सबंध लग्नात हा बंका चोखोबाच्या अवतीभवती होता. सोयराबरोबर बरीचशी शिदोरी देऊन परत तिच्याबरोबर तिच्या दोघी धाकट्या चुलत बहिणींना बरोबर देऊन जानवसा घरातून चोखोबाच्या घरी तिची पाठवणी करायची ठरलं. पण अजून काही लग्नाचे विधी राहिले होते. हे विधी आता जानोसा घरात होणार होते. त्या घराच्या अंगणात पुन्हा चार कोपऱ्यात पाच कळस मांडले गेले. चौकन्हाणाची तयारी केली. चोखोबाने आणि सोयराने एकमेकांची करंगळी धरून त्या कळसाभोवती पाच फेरे काढले. नंतर पाच कळसांच्या बरोबर मध्यात पुन्हा दोन पाट मांडण्यात आले. त्या पाटावर सोयरा आणि चोखोबाला बसवण्यात आले. पुन्हा दोघांना तिथे बसवून गरम पाण्याने स्नान घातले गेले. पुन्हा आहेर-माहेर झाल्यावर दोघेजण नवीन कपडे घालून आले. आता पाट समोरासमोर मांडले होते. त्या पाटावर एकमेकांकडे तोंड करून दोघांना बसवण्यात आले. दोघांच्यामध्ये कुंकवाच्या लाल पाण्यानं भरलेली पितळी परात ठेवण्यात आली होती. दोघांनी त्यात हात घालून सुपारी व अंगठी शोधायची होती. लग्नानंतरचा हा विधी मोठ्या खेळीमेळीत पार पडला. आता वेळ होती, नवरीनं रूसायची. रिवाजाप्रमाणं सोयरा रुसून जानवसा घरात आत जाऊन बसली. आता चोखोबांनी तिची समजूत काढायची होती. आधी चोखोबा तयार होईना. त्याला लोकांनी कसाबसा तयार केला. तयार झाल्यावर त्याला काय बोलायचं! कशी समजूत काढायची? हे समजेना! तेही त्याला चार जणांनी समजून सांगितलं. त्याच्याकडून

चारचार वेळा वदवून घेतलं. एवढी सगळी तयारी झाल्यावर चोखोबा एकदाचा निघाला, सोयराची समजूत काढायला! जानवसा घरात सोयरा आत बसली होती. चोखोबा दाराबाहेर उभा राहिला आणि तिथूनच त्यानं सोयराची समजूत काढायला सुरुवात केली.

"घरी चला, अशा रूसून बसू नका" असं चाचरत म्हणत चोखोबानं सुरुवात केली. पण सोयराला शिकवायला आत बायका बसल्याच होत्या. बोलताबोलता चोखोबानं, "तुला गळसरी देतो, नथ देतो, कुडी बुगडी देतो, शेतीवाडी देतो" असं सगळं सांगून झालं, पण सोयरा बधायला तयार नव्हती. शेवटी वैतागून चोखोबानं विचारलं, "मग तुला काय पायजे ते तरी सांग." हे ऐकल्यावर इतका वेळ इतर बायकांच्या दबावाखाली येऊन "नाही, नको," म्हणणारी सोयरा झटक्यात बाहेर आली आणि अत्यंत उत्सुक स्वरात आपले भोकर डोळे मोठे करून तिनं चोखोबाला विचारलं, "मला पंढरपुरला घेऊन जावाल?"

सोयरानं अनपेक्षितपणे तो विचारलेला प्रश्न ऐकून चोखोबा काही क्षण भांबावलाच आणि नंतर प्रश्नाचा अर्थ ध्यानात आल्यावर मात्र त्याचा चेहरा लख्ख उजळला. सोयरानं रुसवा घालवण्यासाठी जणू त्याच्याच मनातला प्रश्न विचारला होता.

क्षणाचाही विचार न करता चोखोबानं झटक्यात "नेईन, नेईन! अवश्य नेईन" असं तोंड भरून उत्तर दिलं. आणि नवरीच्या लटक्या रुसव्याचा हा गंमतीशीर सोहळा पार पडला. आता वेळ होती पाठवणीची. सगळ्यानांच जड जाणारा हा क्षण!

हौसाच्या डोळ्याचं पाणी खळत नव्हतं. सावित्रीनं वारंवार आश्वासन देऊनही आपली लाडकी लेक दुरावणार या भावनेनं तिच्या डोळ्यांतून अश्रूंच्या धारा लागल्या होत्या. बंकाचा चेहराही रडवेला झाला होता. यमाजीच्याही हृदयात कालवाकालव होत होती. हसणारी, रुसणारी, लाडिकपणा करणारी, हट्ट करणारी, आईला कामकाजात मदत करणारी आणि सरकारी कामासाठी कुठे बाहेर गेलं की, आल्यावर बाबा म्हणून गळ्यात पडणारी सोयराची ही असंख्य रूप यमाजीच्या डोळ्यासमोर येत होती. पण तरीही चांगले संस्कार करून लाडाकोडात वाढवलेली आपली लेक योग्य ठिकाणी जाणार याचंही कुठंतरी समाधान वाटत होतं. शिदोरीची बांधाबांध झाली आणि जानवसा घरातून यमाजीनं आणि हौसानं अत्यंत जड अंत:करणानं सोयराची पाठवणी केली. वाजतगाजत वरात चोखोबाच्या दारात आली. उंबरठ्यावर धान्य भरून माप ठेवलं. ते माप ओलांडून लक्ष्मीच्या पावलानं सोयरा चोखोबाच्या घरात, संसारात, जीवनात प्रवेश करणार होती. माप ओलांडून झालं. निर्मळानं तिची वाट अडवली. गोड हसून सोयरानं तिनं केलेल्या मागण्या

मान्य केल्या आणि लक्ष्मीच्या पावलानं सोयरानं चोखोबाच्या घरात प्रवेश केला.

चोखोबाचा संसार सुरू झाला. तसं त्याचं कामावरून नियमित घरी येणंही सुरू झालं. पूर्वी कसं, तो कामकाज आटोपलं, की गावातील काही बुजुर्ग मंडळीशी गप्पा मारत बसायचा. पण अलीकडे तो काम संपलं की सरळ घरी यायचा. सोयरा कामाला वाघीण होती. पाच दिवस सासरी राहून माहेरी जाऊन परतून आल्यानंतर तिनं सावित्रीला विचारूनविचारून घरातल्या सगळ्या कामकाजाची माहीती करुन घेतली. आणि एकदा सगळं माहीत झाल्यावर मात्र सकाळच्या झाडलोटीपासून ते रात्रीच्या चूल पोतेऱ्यांपर्यंत सगळी कामं अंगावर घेऊन ती नीटनेटकेपणानं करू लागली. एवढं काम करूनही तिला वेळ रिकामा राहायला लागला. तशी तिनं सुदामच्या मागे लागून दोन शेळया आणवल्या. त्यांचंही सगळं ती वेळच्या वेळी करायला लागली. शेळयांचं दूध घरात उपयोगाला येऊ लागलं. परसदारी असलेल्या बागेत तिनं आणखी फुलझाडं, भाजीपाला लावला. शेळ्यांच्या लेंडयाचा खत म्हणून तिनं वापर केला. ती सावित्रीची तर लाडकी बनलीच बनली, पण सुदामलाही तिच्या कल्पकतेचं कौतुक वाटलं. चोखोबा सकाळी घरात असेपर्यंत ती त्याच्या आगेमागे असायची. काम करताकरताच त्याला हवं नको बघायची. तो गेल्यावर जोमानं कामाला लागायची. सोयरा तशी काहीशी अबोल, शांत स्वभावाची. चोखोबाही तसा शांतच होता. बडबडी होती ती सावित्री. सोयरानं घरच्या सगळ्या कामकाजाची जबाबदारी आपल्या खांद्यावर घेतली. त्यामुळं सावित्रीला बराच वेळ रिकामा मिळू लागला. तशी ती येसाजी पाटलाच्या वाडयावर भात कांडायला जाऊ लागली. वेळही उपयोगात आला. चार पैसेही मिळू लागले. सोयरानं पाळलेल्या दोन्ही शेळयांना दोनदोन पिल्लं झाली. ती थोडीशी मोठी झाल्यावर सोयराने ती विकली. त्याची आलेली रक्कम सुदामकडे आणूनही दिली. सुदामच्या गाठी आता चार पैसे शिल्लक पडू लागले. आणि ते गरजेचंही होतं. निर्मळा आता लग्नाला आली होती. तिलाही कुठं तरी चांगली जागा बघून उजवायची होती. एका सोयराच्या घरात येण्यानं खरोखरच लक्ष्मी नांदत होती. तिचं शांत वास्तव्य, कमी बोलणं, चटपटीतपणे घरकाम करणं हे सगळं पाहून आपण आपल्या चोखोबाला योग्य बायको शोधली अशी सुदाम सावित्रीला खात्रीच पटली जणू. त्यातच एक प्रसंग घडला, की अबोल असलेली सोयरा बोलायला लागली, की ती किती शहाण्या माणसासारखी बोलते याचा प्रत्यय सगळ्यांनाच आला. प्रसंग असा घडला होता.

त्या दिवशी सुदामला जरा बरं नव्हतं, म्हणून तो घरात निजून होता. येसाजी पाटलाच्या लेकीचं लगीन होतं, म्हणून सावित्री सकाळीच भात कांडायला गेली

होती. आता ती चार-पाच दिवस रोजच अशी जाणार होती. पण त्यामुळं जोंधळे दळायचं काम आज सोयरावर येऊन पडलं होतं. बाकीची सगळी कामं आटोपून मगच जात्यावर बसावं, अशा विचारानं सोयरा बाकीची काम भराभरा आटपत होती. इकडं तिकडं करत निर्मळाही तिच्या मदतीला होती. स्वयंपाक आटोपून तिनं चूल पोतेरं केलं.

एवढयात चोखोबा गडबडीनं घरी आला. तो घरात आला ते माय-माय अशा हाका मारतच. सोयरा पुढं आली. तिला बघून चोखोबानं विचारलं, ''माय कुठं हाय? लौकर बोलीव तिला! कुठ गेली हाये?''

त्याची धांदली बघून सोयरानं सांगितलं, ''माय येसाजी पाटलाकंडं गेली हाय? काय हवं होतं?'' तशी त्याच गडबडीनं चोखोबा म्हणाला, '' पलिकडच्या गावात नामदेव आले हायेत, मी त्यांना भेटायला जातो आहे. एखादे वेळेस मी त्यांना घराकडं घेऊन येईन हे सांगायसाठीच आलो होतो. मी जातो.'' असं बोलून त्याच गडबडीत चोखोबा बाहेर पडलाशुद्धा.

सोयरा ''आवं, आवं! जरा वाईच थांबा की!'' असं म्हणत त्याच्या मागोमाग धावली. पण चोखोबा कधीच पुढं गेला होता.

एवढंसं तोंड घेऊन सोयरा परत आली. 'नामदेव येणार आहेत,' एवढं नुसतं सांगितलं, पण ते कधी येणार आहेत? जेवायला थांबणार आहेत का? इथं किती वेळ असणार आहेत? कशाचाही उलगडा चोखोबाने केला नाही.

''काय बाई म्हणावं तरी यांना?'' असं पुटपुटत, मान हलवत सोयरा आत आली. हात स्वच्छ धुवून तिनं बाहेरची खोली जराशी आवरली. जिन बसायला घालून पाण्याचा तांब्या-भांडं तिथं भरून ठेवून ती पुन्हा आपल्या कामाकडे वळली. अजून तिचं दळून व्हायचं होतं.

सुदामला आणि निर्मळेला जेवायला वाढून तिनं सरासरा जोंधळे पाखडले. जात्याभोवतीची जागा साफ करून घेऊन तिनं जातं काढून घेऊन साफ केलं. धोतराचं फडकं जमिनीवर अंथरून त्यावर तिनं जातं ठेवलं. चिंधी घालून तिनं खुंटा बडवून घट्ट बसवून घेतला. अशी सगळी पूर्वतयारी झाल्यावर ती दळायला बसली. एवढं होईस्तवर निर्मळेचंही जेवण झालं होतं. ती ही सोयराच्या मदतीला आली. दोघी मिळून दळायला बसल्या.

जोंधळ्याचा घास जात्याला मिळत होता. सोयरा आणि निर्मळा दोघींनी जात्याचा खुंटा धरला होता. लीलया जातं फिरत होतं. पांढरंशुभ्र पीठ भरूभुरू असं जात्यातून पडत होतं. जात्याला जशी गती आली, तशी त्या दोघींच्या शरीरालाही एक लय आली.

जात्यातून जसं पीठ पडायला लागलं, तसं सोयराच्या तोंडातून ओवी सांडायला लागली. जनाबाईचे शब्द सुंदर लयकारी घेऊन सोयराच्या अनुनासिक स्वरातून बाहेर पडू लागले.

''ये ग, ये ग, विठाबाई।
माझे पंढरीचे आई।
भीमा आणि चंद्रभागा।
तुझे चरणीच्या गंगा।।''

जात्याचा घरघर असा एकसारखा नाद, दुपारची असलेली नीरव शांतता, सोयराचा अनुनासिक स्वर, जातं फिरवताना तिच्या बांगडयांचा होणारा किणकिणाट या सगळ्या पार्श्वभूमीवर सोयराचं अभंग म्हणणं कानाला अतिशय गोड वाटत होतं. तिथंच वाकळ अंथरून आडव्या झालेल्या सुदामला तर ते अतिशय गोड वाटलं. जनाबाईचा तो अभंग संपला आणि निर्मळानं सोयराला विचारलं, ''वयनी, कोण म्हणतं गं असं? आणि देवळातल्या त्या विठूला तो बापई माणूस असून ''विठाबाई'' असं का, ग म्हटलंय? ''चरणीच्या गंगा'' म्हणजे काय? निर्मळाचे ते प्रश्न ऐकून सोयरा म्हणाली, ''ताईसाब, आता हा जो अभंग मी म्हटला, तो जनाबाईनं लिहिलाय! तिनं लयी छान छान देवाचे अभंग लिहिलेत.''

''व्हय, पर विठाबाई असं कशापायी म्हटलंय?'' निर्मळेनं पुन्हा विचारलं.

''खराय ताईसाब, तुमचं म्हणणं. पर देव हा देवंच असतो. तो बाईमाणूस किंवा बापईमाणूस नसतो. आपण त्याला जसं बघू तसा तो आपल्याला दिसतो. जनाबाईला तो देव तिच्या आईसारखा दिसतो. म्हणून ती त्याला 'विठाबाई', माझे पंढरीचे आई, म्हणते. देवाला जसं आई म्हणता येतं, तसं बाप पण म्हणता येतं. आई, बाप, भाऊ, बहीण अशा सगळ्या नात्यांतून देव बघता येतो. तो पंढरपुरात राहतो म्हणून त्याला पंढरीचे आई असं म्हटलंय, कळलं ताईसाब!'' सोयरानं अर्थ उलगडून सांगितला.

दोघींच्या या गोष्टी अशा चाललेल्या असताना चोखोबा नामदेवांना घेऊन आला. चोखोबा नामदेवांना पाय धुण्यासाठी पाणी आणायला डोणीजवळ गेला. त्याची वाट पाहत दाराशी उभ्या असणाऱ्या नामदेवांच्या कानावर सोयरा आणि निर्मळाचा हा संवाद पडला. ते तिथंच थबकले. पाणी घेऊन येणारा चोखोबा निर्मळेला ओरडून हाक मारणार, तेवढयात नामदेवांनी हाताच्या इशाऱ्यानं त्याला थांबवलं. चोखोबाही तसाच स्तब्ध उभा राहिला. लक्ष देऊन नामदेव आतला संवाद ऐकू लागले. दोघे बाहेर आले, हे न उमजलेल्या त्या दोघी तशाच बोलत होत्या.

निर्मळेनं पुन्हा सोयराला विचारलं, "पण मग वयनी, या दोन नद्यांना 'तुझ्या चरणीच्या गंगा' अस कां म्हटलंय?" निर्मळेचा हा प्रश्न ऐकून सोयराला हसूचं आलं.

"त्याचं असं आहे ताईसाब, पंढरपुरला असलेल्या चंद्रभागा नदीचं दुसरं नाव भीमा असं आहे. ही नदी पंढरपुराजवळून वाहते. पंढरपुरला विठोबा राहत असल्यामुळं ही नदी खूप पवित्र झाली आहे. गंगा नदीत अंघोळ केल्यानं जसं पुण्य मिळतं तसंच या नदीतही अंघोळ केल्यानं पुण्य मिळतं. सगळी पाप धुतली जातात. विठोबाच्या मंदिराजवळून ह्या नद्या वाहतात म्हणून त्यांना 'तुझ्या चरणीच्या गंगा' असं म्हटलं आहे. आलं ध्यानात? चला आता! तुमचे सवाल पुरे झाले. पीठ सगळं गोळा करूया. तुमचे दादा आत्ता येतील." असं म्हणत सोयरानं विषय आवरता घेतला खरा, पण निर्मळेचं समाधान झालं नव्हतं.

"हे सगळं तुला कस ठावं ग वयनी?" निर्मळेनं प्रश्न विचारलाच.

"आव ताईसाब, आमच्या गावात एक कीर्तनकार आला होता. तो सगळं छान, छान सांगायचा. ते मी ऐकलेलं हाय. म्हणून मला सगळं ठाव हाय." सोयरानं निर्मळेच्या याही प्रश्नाचं उत्तर दिलं आणि पीठाचा भरलेला टोप घेऊन तिनं तो चुलीजवळ नेऊन ठेवला. बाहेर उभ्या राहिलेल्या नामदेव आणि चोखोबानं यातला शब्द न शब्द ऐकला होता. या संवादाकडं चोखोबाचं नीटसं लक्ष नव्हतं. आपली बायको आणि बहीण काही तरी बडबडताहेत आणि हे ऐकत नामदेव दाराशी ताटकळत उभे राहिले आहेत, हेच मुळी त्याला खटकत होतं. नामदेवांसारख्या थोर माणसाला दाराशी असं उभं ताटकळत ठेवून आपणही त्याच्या शेजारी उभे राहिलेलो आहोत आणि बाहेर कुणी आलेलं आहे, याची जराही शुद्ध न ठेवता या दोघीजणी आत खुशाल बोलत बसल्या आहेत. दूध, फराळ तर राहूदेच, पण नामदेवांसारख्या मोठ्या माणसाला साधं गुळ पाणीही विचारू नये? आणि हे बघत काहीच न करता आपणही शांतपणे उभं राहावे, हेच मुळी त्याला पटेना. पण नामदेवांनीच थोपवून धरल्यामुळं त्याचा नाईलाज होता. तरीही या सगळ्या परिस्थितीचा, स्वत:चा, सोयराचा आणि निर्मळेचा शुद्धा त्याला राग यायला लागला. त्याच्या एरवी शांत आणि समंजस असणाऱ्या चेहऱ्यात फरक पडायला लागला.

उलट नामदेवांची मुद्रा मात्र प्रसन्न दिसत होती. त्यांच्या चेहऱ्यावर आनंद तर होताच, पण त्याहीपेक्षा कौतुक ओसंडून वाहत होतं. आपण काही तरी विलक्षण पाहतो, आणि ऐकतो आहोत या भावनेबरोबरच अनेक असंख्य भावनांनी त्यांचा चेहरा उजळून निघाला होता. काय नव्हतं त्यात! "निर्मळाच्या चौकसपणाचं कौतुक, सोयराच्या बुद्धिचातुर्याचं कौतुक, तिच्या गोड गळयाचं, अभंग म्हणण्याच्या धाटणीचं कौतुक, जनाबाईच्या अभंगाचा अर्थ निर्मळेला सोप्या भाषेत समजावून

सांगण्याच्या तिच्या विलक्षण समंजसतेचं कौतुक, की चोखोबांसारख्या विठ्ठलाच्या नजीक जाऊ पाहणाऱ्या भक्ताला अशी बुद्धिमान बायको मिळाली याचं कौतुक! 'कौतुकाच्या या सगळ्या भावनांनी नामदेवांचा प्रसन्न चेहरा आणखीनंच प्रसन्न दिसत होता, उजळून निघाला होता.

काहीसा रागावलेला चोखोबा निर्मळेला ओरडून हाक मारण्याच्या तयारीत असताना त्याचं लक्ष नामदेवांच्या चेहऱ्याकडं गेलं. नामदेवांच्या चेहऱ्यावरून ओसंडून जाणारे कौतुकाचे भाव बघताच निर्मळेला ओरडून हाक मारणारा चोखोबा थबकला, काही क्षण थांबून तो नामदेवांना म्हणाला, "देवा, आत जाऊ या ना! किती वेळ झाला आपण इथंच ताटकळत उभे आहात? आत जाऊन बसू गूळ पाणी घेऊ. काही फराळ करू. चला देवा आत बसू या!" असं म्हणत चोखोबानं नामदेवांना हाताला धरून आत नेलं. ओरडून हाक मारण्याचा विचार सोडून देऊन नामदेवांना तिथं बसवून तो स्वयंपाकघरात गेला. सोयरा जातं पुसत बसली होती. तिच्याकडं बघून त्यानं सांगितलं, "बाहेर नामदेव आले आहेत. त्यांच्या फराळाची व्यवस्था करा." याहून अधिक काही न बोलता तो पुन्हा बाहेर गेला. चोखोबा काहीसा रागात असल्याचं सोयरानं ओळखलं. पण तिला त्याचं कारण समजेना. ती दोघं बाहेर येऊन आपलं बोलणं ऐकत थांबल्याचं तिला माहीतही नव्हतं आणि कळलंही नव्हतं. त्यामुळ चोखोबा का रागवलेला आहे हे तिला कळेना. पण त्याच्या चेहऱ्यावरून, तुटक स्वरावरून तो काहीसा रागात असल्याचं तिनं ओळखलं होतं. ती मुकाट्यानं वळली. एका बशीत दोन लाडू आणि दोन कडबोळी घालून पाणी पिण्याच्या भांडयात गाडग्यातील आंबील ओतून, त्या दोन्ही वस्तू घेऊन ती बाहेर आली. दोन्ही वस्तू नामदेवांपुढं ठेवत तिनं जमिनीवर डोकं ठेवून नामदेवांना नमस्कार केला. एवढयांत एका वाटीतून गुळाचे दोन चार खडे घेऊन निर्मळाही बाहेर आली. गुळाची वाटी नामदेवांसमोर ठेवून तिनंही नमस्कार केला. दोघीजणी आत जाऊ लागल्या तसं नामदेवांनी त्यांना थांबवलं. म्हणाले, "थांबा पोरींनो, मला तुमच्याशी काही बोलायचंय, तुम्हाला काही सांगायचंय!" दोघीजणी मधल्या दाराशी अवघडून उभ्या राहिल्या.

नामदेव पुढं म्हणाले, "सोयराबाई, तुमचं कौतुक करावं तेवढं थोडं आहे. या वयात तुम्हाला जनाबाईचे अभंग अर्थासहित माहीती आहेत, याचंच मला नवल वाटतंय. तुमच्या गावात होणाऱ्या कीर्तनातून तुम्हाला हे माहीत झालं, असं तुम्ही म्हणालात! होय तुमचं सगळं बोलणं आम्ही ऐकलं आहे. कीर्तनं सगळीकडंच होतात, पण ती समजावून घेणं, समजावून घेऊन लक्षात ठेवणं आणि लक्षात ठेवलेलं दुसऱ्यांना समजावून सांगणं फार अवघड आहे. बुद्धीची तीव्रता आणि

शब्दभांडार असल्याशिवाय हे जमत नाही. निर्मळे तुझ्याही चौकसपणाचं मी कौतुक करतो. अशीच सगळ्या गोष्टींची माहीती करून घेत जा. तुझ्या नशिबानं तुला हुशार वहिनी मिळाली आहे. तुमच्या घराण्याला विठ्ठलाच्या भक्तीची परंपरा आहे. तुमच्या दोघींच्या विचाराची सखोलता आणि विठ्ठलाची भक्ती अशीच वाढत जाऊ दे.'' असं म्हणून नामदेव क्षणभर थांबले. गुळाचा खडा तोंडात टाकून ते घोटभर पाणी प्याले. पुन्हा पुढं म्हणाले, ''सोयरा, पोरी, जनाबाईच्या अभंगाचा तू किती नेमका अर्थ सांगितलास, आणि तोही किती सोप्या भाषेत आणि सहज आविर्भावात! मला तुझं अतिशय कौतुक वाटतं.'' असं म्हणत नामदेवांनी चोखोबाच्या खांद्यावर हात ठेवला आणि म्हणाले, ''चोखोबा तुम्ही खरोखर नशिबवान आहात. तुमची पत्नी तुमच्या घराची लक्ष्मी आहेच, पण सरस्वतीचे गुणही तिच्या अंगात आहेत. लक्ष्मी आणि सरस्वतीचा एकत्रित अंश असणाऱ्या अशा व्यक्ती फार कमी पाहायला मिळतात. माझ्या या बोलण्याची प्रचिती कदाचित तुम्हाला आता येणार नाही. पण कालांतराने ती नक्की येईल. तुमची पत्नी, तुमचा संसार तर चांगला करेलंच, पण ती विठ्ठलाची भक्ती तितकीच चांगली करेल. विठाई माउलीच्या कृपेनं तिला प्रतिभेचीही देवदत्त देणगी लाभली आहे. हे मगाशीचं तिचं बोलणं ऐकून माझ्या लक्षात आलं आहे. चोखोबा, तुमचा संसार आदर्श संसार ठरणार आहे. खरोखरंच त्या विठाई माउलीची ही विलक्षण कृपा आहे असं मला वाटतं. धन्य ती विठाई माउली आणि धन्य तिचं भक्तांच्यावरचं हे प्रेम. असे म्हणून नामदेव म्हणाले,

''चोखोबा न लगे सायास जावे वनांतरा। सुखे येतो घरा नारायण।।''

हे लक्षात ठेवा आणि त्याचबरोबर येथे कुलजाती वर्ण, सारेच अप्रमाण. असं आहे. तेव्हा,

अंतरी निर्मळ, वाचेचा रसाळ। त्याचा गळा, माळ असो नसो।।

तो विठ्ठलाची भक्ती करू शकतो. अशी त्या विठाई माउलीची कृपा आहे.''

नामदेवांचं हे बोलणं चोखोबा, सोयरा आणि निर्मळा लक्ष देऊन ऐकत होते. नामदेवांचे कौतुकाचे उद्‌गार ऐकल्यावर सोयरा काहीशी संकोचून गेली खरी. पण नामदेवांसारख्या मोठ्या माणसाची अशी शाबासकी मिळाली याचा तिला अतिशय आनंद झाला. चोखोबालाही यावर काय बोलावं कळेना. आपल्याला एवढी हुशार बायको मिळाली. प्रत्यक्ष नामदेवांनी तिचं कौतुक केलं, या गोष्टीचा आनंद मानावा की, नामदेवांसारख्या मोठ्या माणसाचं आपल्या घरी म्हणावं तसं अगत्य झालं नाही, आदरातिथ्य झालं नाही, याची रुखरुख मनाला वाटून घ्यावी या विचारांच्या संभ्रमात तो गोंधळला. काहीच न बोलता एकदा नामदेवांकडे आणि एकदा

सोयराकडे तो टुकुटुकू बघत राहिला. संकोचलेल्या सोयरा आणि निर्मळा दोघी खाली मान घालूनच उभ्या होत्या.

ही सगळी परिस्थिती बघून नामदेवांना काहीसं हसू आलं. चोखोबाला भानावर आणत ते म्हणाले, "काय चोखोबा, कुठं हरवलात? चोखोबा तुमच्या पत्नीची पावलं लक्ष्मीची आहेत. बुद्धी सरस्वतीची आहे. आणि तिच्या हाताला चव अन्नपूर्णेची आहे. तिनं बनवलेल्या या आंबीला साक्षात अमृताची चव आहे. तुमचा हा सगळा बहरलेला संसार बघून मला खूप आनंद झाला. एकदा येणाऱ्या पाहुण्याला कायमचं आपलंसं करणारं तुमचं घर आहे. आज मी अनपेक्षितपणे आलोय. पण आज जाताना, 'मी पुन्हा नक्की येणारं!' असा शब्द देऊन जातो आहे. तेव्हा चोखोबा आता मला निरोप द्या. काही मंडळी माझी तिकडे वाट पहात आहेत." असं म्हणून नामदेव उठलेशुद्धा. सगळ्यांचा निरोप घेऊन ते बाहेर पडलेशुद्धा. चोखोबा चार पावलं त्यांच्याबरोबर गेला. त्यांचा निरोप घेऊन नामदेव झपाझप पुढे गेले शुद्धा. लगबगीने चालत दूरवर जाणाऱ्या त्यांच्या पाठमोऱ्या आकृतीकडे चोखोबा पाहतच राहिला. का कुणास ठाऊक? पण त्याच्याबद्दलची भविष्यवाणी सांगणाऱ्या त्या तेजस्वी साधूमध्ये आणि सोयराची आणि त्याच्या संसाराची भविष्यवाणी सांगणाऱ्या नामदेवांमध्ये त्याला विलक्षण साम्य आढळले. उगीचच. खरं तर तसं वाटायचं काही कारण नव्हतं. त्याला स्वत:च्याच मनातल्या विचारांची गंमत वाटली. स्वत:शीच हसून तो माघारी वळला. सोयरा तो खाण्यापिण्याचा पसारा आवरत होती. तिच्या लगबगीनं होणाऱ्या हालचालीकडं तो पाहतच राहिला. इतके दिवसांत आपल्या बायकोचे गुण आपल्याला कसे कळले नाहीत? की बायकोचे गुण नवऱ्याला कळतच नाहीत? ते शोधायला नामदेवासारखा रत्नपारखीच लागतो?

"दोन घास खाऊन घेता कां?" सोयराच्या या प्रश्नानं चोखोबा भानावर आला. काहीच न बोलता त्यानं मूकपणे नुसतीच होकारार्थी मान हालवली आणि आत जाऊन तो पाटावर बसला.

'सोयराचं चटाचटा काम आवरणं, जात्यावर दळायला बसल्यानंतर उत्स्फूर्तपणे जनाबाईचा अभंग म्हणणं, तिच्या अनुनासिक स्वरातला तो गोडवा, निर्मळेनं तिला शंका विचारणं, सोयरानं तिला समजावून सांगणं.' स्वयंपाकघरातच एका भिंतीशी वाकळं अंथरूण झोपलेल्या सुदामनं हे सगळं पाहिलं, ऐकलं आणि त्यातच या सगळ्यांवर कळस म्हणजे त्यानं ऐकली ती नामदेवांनी केलेली सोयराची प्रशंसा. समाधान म्हणजे काय असतं याचं उत्तरच जणू सुदामला मिळालं. हे सगळं ऐकायला, बघायला सावित्री इथं हवी होती, असं त्याला वाटलं. आणि ती हजर नसल्याची रुखरुख त्याच्या मनाला लागून राहिली. सावित्री घरी

आल्यानंतर हे सगळं तिला बैजवार सांगायचं असं मनाशी नक्की केल्यावर त्याची रुखरुख थोडी कमी झाली. पोराचा संसार सुखाचा चाललाय, इतकी गुणाची बायको त्याला मिळाली आहे. आता लेकीचं लगीन केलं की, आपण त्या पांडुरंगाची भक्ती करायला मोकळे झालो आहोत, असा बेतही त्यानं मनाशी आखला. हा सगळा आनंद्धायी विचार करताकरता आपल्याला झोप कधी लागली, हे देखील त्याला कळलं नाही.

चोखोबाचा विवाह सोहळा पाहत असताना संसारात गुरफूटन जाऊन, चोखोबा आपल्याला विसरणार तर नाही ना! अशी बारीकशी भीती कर कटेवर ठेवून विटेवर उभ्या असलेल्या त्या पांडुरंगाला मनात कुठंतरी वाटत होतं. त्या बारीकशा भीतीमुळं तो पाहत असलेल्या विवाह सोहळ्याच्या आनंदावर काहीसं विरजणही पडलं होतं. पण आजचा सगळा प्रसंग त्यानं पाहिला, अगदी डोळे भरून पाहिला. आणि सोयरा दळायला बसल्यापासूनचा तिचा, निर्मळाचा आणि नामदेवांचा संवादही त्यानं लक्षपूर्वक ऐकला. आणि हे सगळं बघितल्यावर चोखोबांबद्दल आपल्याला वाटणारी भीती निरर्थक होती, याची खात्री त्याला पटली. चोखोबांची त्याच्याविषयीची उत्कटभक्ती त्याला माहीत होती. या उत्कट भक्तीतूनच चोखोबांच्या हातून काही भव्य काम होणार होते, याचाही त्याला अंदाज होता. पण सोयराची त्याच्या विषयीची श्रद्धा, तिचा शहाणपणा आणि तिचं बुद्धीवैभव पाहिल्यानंतर चोखोबांच्या त्या भव्य कार्यात तिचा सहभाग असणार आहे, याबद्दल त्याला तिळमात्रही शंका राहिली नाही.

आपला नवरा छांदिष्ट आहे, भक्तांचा वेडा आहे. नामदेवांवर त्याचे जरा विशेषच प्रेम आहे. या सगळ्या गोष्टी रुक्मिणीला माहीत होत्या. तरी जिथंजिथं नामदेव जातो, तिथंतिथं आपला हा नवरा त्याच्यापाठोपाठ जाऊन त्याचं काय चाललंय ते बघतो, याचा रुक्मिणीला राग येत असे. त्यातच ज्ञानेश्वर, मुक्ताई आदी भावंडांचा, त्यांच्या निरागसपणाचा आणि त्याचबरोबर त्यांच्या विद्वतेचा छळ होत असताना हा आपला नवरा ते नुसतं पाहत बसलेला होता. या घटनेपासून रुक्मिणीला विठ्ठलाचा जरा रागच आलेला. म्हणूनच तो चोखोबांच्या घरी जाऊन तो काय करतोय, यावर ती लक्ष ठेवून होती. पण नामदेवांनी चोखोबाच्या बायकोचं केलेलं कौतुक बघून विठ्ठलाला आनंद झाल्याचं तिला दिसलं आणि तिला हायसं वाटलं. 'भक्तांचा पाठीराखा' अशी त्याला मिळालेली बिरुदावली तो आता सांभाळणार अशी आशा तिला वाटू लागली आणि सोयराचं झालेलं कौतुक बघून ती आदिमाताही तितकीच आनंदून गेली.

9

सावित्री घरी आल्यानंतर सुदामनं तिला घडलेली ही सगळी हकीकत सांगितली. ते ऐकल्यावर सावित्रीचा ऊर अभिमानानं भरून आला. ती चटकन उठली आणि मीठमोहरी घेऊन तिनं सोयराची दृष्ट काढली. तिच्या गालावरून हात फिरवून आपल्या कानशिलावर कटाकटा बोटं मोडत म्हणाली, "कशी गुणाची गं माझी बाय! कुणा पाप्याची नजर नको लागायला!" तिच्या त्या कृतीतून, स्पर्शातून सोयराला आपल्या सासूची माया जाणवली. तिच्या उत्साहाला जणू उधाण आलं. त्या प्रसंगानंतर चोखोबांची ती अधिकच लाडकी बनली. आता सगळ्यांच्या मनात निर्मळेच्या लग्नाचे विचार रुंजी घालत होते. अशातच आषाढी एकादशी आली. या एकादशीच्या वेळेस 'आपण आठ-पंधरा दिवस पंढरपुरला जाऊन राहणार आहोत.' असा बेत चोखोबानं आधीच बोलून दाखवला होता. नामदेवादि संतमंडळीत चोखोबाचं उठणंबसणं, त्या सगळ्या संतांचं चोखोबांवर असलेलं प्रेम हे माहीत असल्यामुळं कुणी नाही, होय म्हणायचा प्रश्नच येत नव्हता. ती सगळी संतमंडळी आषाढी एकादशीच्या निमित्तानं पंढरपुरला जमणार होती. चोखोबाही त्या दिवसाची आतुरतेनं वाट बघत होता. नामदेवांचा तर त्याला प्रत्यक्ष सहवास लाभला होता. पण ज्ञानेश्वरादी भावंडे, सावतामाळी, नरहरी सोनार, गोरा कुंभार, जनाबाई, सेना न्हावी, परिसा भागवत, विसोबा खेचर इ. संत मंडळींच्याबद्दल त्याने नामदेवांकडून ऐकले होते. हे सगळे विठ्ठलाचे निस्सीम भक्त असून, वारकरी संप्रदायातील मानाची स्थानं मिळवलेले संत होते. या सगळ्या संतांचा सहवास आपल्याला मिळणार, त्यांना पाहायला मिळणार, त्यांच्या ओळखी होणार या विचारानं

चोखोबा उत्तेजित झाला. त्यातल्या त्यात ज्ञानेश्वरादि भावंडांना भेटण्याची उत्सुकता त्याला जास्त होती. ते नामदेवांचे परात्पर गुरु तर होतेच; पण त्या भावंडांच्या तेजस्वीपणाबद्दल, ज्ञानाच्या सखोलतेबद्दल नामदेवांकडून त्यानं खूप काही ऐकलं होतं. म्हणून तर आषाढी एकादशीच्या निमित्ताने पंढरपुरला जाण्यास चोखोबा उत्सुक होता. अतिशय उत्सुक होता.

चोखोबा दहा ते पंधरा दिवस पंढरपुरला जाणार म्हटल्यावर सोयरा त्याच्या प्रवासाच्या तयारीला लागली. पंढरपुरला जाण्यातला त्याचा उत्साह, तिथं सगळी भेटणार या कल्पनेनं त्याला झालेला आनंद आणि त्या सगळ्यांची प्रत्यक्ष गाठभेट पडल्यानंतर काय करायचं याचे त्यानं आनंदाने योजलेले बेत. या सगळ्यांची लागण सोयरालाही झाली. दहा-पंधरा दिवस चोखोबा नसणार होता. पण त्याच्या वियोगापेक्षाही त्याला झालेल्या आनंदाने तिच्याही उत्साहाला उधाण आले होते. त्याच उत्साहात तिनं त्याची शिदोरी बांधली आणि कित्येक दिवसांची आपल्या मनातली आस पूर्ण होण्याच्या कल्पनेनं आनंदलेला चोखोबा पंढरपुरला निघाला.

चोखोबा पंढरपुरला पोहोचला. आषाढी एकादशीला अजून पंधरा दिवस अवकाश होता. पण पांडुरंगावर निरातिशय भक्ती असणारे अनेक जण आतापासून पंढरपुरला जमायला लागले होते. पंढरपुरात नामदेवांचे थांबायचे नेहमीचे ठिकाण होते, ते म्हणजे गोरा कुंभाराचे घर. पंढरपुरात नामदेवांचे स्वत:चे घर असले, तरी ते अगदी मंदिरासमोरच असल्याने म्हणावा, तसा मोकळेपणा तिथं मिळत नसे. म्हणून मग गोरोबाकाकांच्या घरात सगळे संत एकत्र जमत असत. चोखोबा तिथं जाऊन पोहोचला. एका नामदेवाशिवाय त्याची कुणाची ओळख नव्हती. त्यालाही कुणी ओळखत नव्हतं. अजून नामदेव तिथे यायचे होते. चोखोबा आपली पथारी घेऊन तिथेच एका कोपऱ्यात बसून राहिला.

एवढ्यात गोरोबाकाका बाहेरून आले. चोखोबाला तिथं बघताच, त्याच्यासमोर गेले. गोरोबाकाका तसे वयानं मोठे. त्यांना समोर बघताच चोखोबानं त्याच्या पायावर डोकं ठेवलं. गोरोबाकाकांनी त्याला खांद्याला धरून उभा केला, विचारलं, "कोण बाबा तू? कोण गावचा?"

"मी .... मी चोखामेळा. मी.... मंगळवेढ्याचा जी!" चोखोबा उत्तरला.

"अरे वा! तुम्ही का चोखामेळा! नामदेव सांगतात तुमच्याबद्दल. तुम्हाला भेटून खूप आनंद झाला." गोरोबाकाका आपलेपणानं म्हणाले, ते ऐकून चोखोबाला खूप बरं वाटलं. 'म्हणजे या सगळ्या संत मंडळींना नामदेवांनी आपल्याबद्दल सांगितले तर!' चोखोबाच्या मनात विचार येऊन गेला आणि त्या विचारानं त्याच्या मनाला एक आगळी उभारी दिली. उच्चवर्णीयांकडून लाथाडला जाणारा, हाडत-

हुडत केला जाणारा, गावकीची गलिच्छ काम करण्यासाठीच जन्माला आलेला हा चोखोबा नामदेवांना इतरांजवळ उल्लेख करण्याइतका आपलासा वाटला, महत्त्वाचा वाटला या विचारानं चोखोबाच्या मनात एक आगळी उर्मी जागवली. एक वेगळाच आत्मविश्वास त्याच्या अंतर्मनात जागृत झाला. आपला जन्म केवळ समाजाची छी:थू स्विकारण्यासाठी झाला आहे, असं मानणाऱ्या चोखोबाला स्वत:च्या अस्तित्वाची झलक सूखावून गेली आणि या नव्या जाणिवेनं चोखोबा अंतर्बाह्य थरारला.

एक एक करत, हळूहळू तिथे मंडळी जमू लागली. पहिल्यांदा आले नरहरी सोनार, मग आले सावतामाळी, मग आले सेना न्हावी, मग आले परिसा भागवत. आलेल्या प्रत्येकाला गोराबाकाका अत्यंत आपुलकीनं चोखोबाची ओळख करून देत होते आणि त्यांनी ओळख करून दिल्यानंतर प्रत्येकजण, 'हेच का चोखामेळा?' असं म्हणून चोखोबांची विशेष दखल घेत होते. दहा दिवसाच्या उपाशी असलेल्या माणसासमोर पंचपक्वानाचं ताट ठेवल्यावर ते खाण्यापूर्वीच त्याचं जसं मन भरतं तसं या संतांचा सहवास मिळण्यापूर्वीच त्यांनी आपली घेतलेली दखल बघून चोखोबाचं मन भरलं. एवढं की, त्याच्या डोळ्यांतून अश्रू वहायला लागले. ते वाहणारे अश्रू तसेच वाहू देण्यातही त्याला आगळा आनंद मिळायला लागला. त्याच्या डोळ्यांतून वाहणारे अश्रू बघून गोरोबाकाकाही पुढं आले. त्यांनी चोखोबाला मिठी मारली आणि त्याच्या पाठीवर प्रेमानं ते थोपटत राहिले. चोखोबांच्या डोळ्यांतून वाहणाऱ्या अश्रूंनी जणू मूकपणानं आपली व्यथा त्या संतांसमोर मांडली. काय नव्हतं त्यात? उच्चवर्णीयांकडून झालेली छी:थू, समाजाच्या इतर स्तरांकडून केला गेलेला अपमान, तिरस्कार, अवहेलना, कर्मकांडात गुंतलेल्या समाजाने केवळ जातीपायी त्यांच्यावर केलेला अन्याय, गावाची उचलावी लागलेली घाण आणि अस्पृश्य, अस्पृश्य म्हणून सतत केली गेलेली हेटाळणी, मनात साचलेल्या या सगळ्या भावनांचा कोंडमारा चोखोबांच्या डोळ्यांतून वाहणाऱ्या अश्रूतून वाहत होता. विचारांवर आलेलं मळभ, मनात साठलेला मळ असा सगळा वाहून जाऊन चोखोबा स्वच्छ होत होता. चोख होत होता. पवित्र होत होता. मलिनपणा सगळा जाऊन चोखोबा निर्मळ होत होता. अगदी त्याच्या नावासारखा, चोखामेळा या नावासारखा.

गोरोबाकाकांच्या स्पर्शाने चोखोबाने स्वत:ला सावरले. त्यांच्या मिठीतून बाजूला होऊन त्याने स्वत:चे भरून आलेले मन आवरले. आता त्याला अगदी हलकेहलके वाटत होते. मोकळेमोकळे वाटत होते. अजून त्याला संतांचा सहवास असा लाभला नव्हता. तरीही संतांच्या सहवासात काय जादू आहे याची एक झलक त्याला पाहायला, अनुभवायला मिळाली. अठरापगड जाती धर्माची माणसं तिथं

जमली होती. पण सगळे एकमेकांचे सगेसोयरे असल्याप्रमाणे वागत होते. आपणही त्यातलेच एक आहोत या भावनेनं चोखोबा भारावून गेला होता. एवढ्यात नामदेव आले. त्यांच्यासमवेत एक ठेंगणीशी, प्रौढ दिसणारी स्त्री होती. चोखोबाला कळेना, ही बाई कोण? आणि संतांच्या मेळ्यात हिचं काय काम? एवढयांत सगळ्यांशी भेटीगाठी करत, सगळ्यांशी हसून आपलेपणानं बोलत येणाऱ्या नामदेवांचे लक्ष चोखोबांकडे गेले. त्याला पाहून नामदेव झपाट्याने पुढे आले. चोखोबांना पाहिल्यावर त्यांची प्रसन्न मुद्रा आणखीनच प्रसन्न झाली.

"वा चोखोबा, तुम्ही आलात तर (?) खूप बरं वाटलं तुम्हाला इथं पाहून. मी असं खात्रीनं तुम्हाला सांगतो चोखोबा, की तुम्ही आता आपल्या माणसांच्यात आहात, अगदी आपल्या माणसांच्यात!" चोखोबानं मूकपणाने हसून मान डोलावली. नामदेव म्हणतात, त्या गोष्टीचं प्रत्यंतर त्याला नुकतंच आलं होतं. कारण गोरोबाकाकांनी त्याची प्रत्येकाशी ओळख करून दिल्यानंतर प्रत्येकानं त्याला मिठीत घेऊन हृदयाशी धरलं होत. हृदयाचा हृदयाशी संवाद झाला होता. एवढ्यांत पुन्हा नामदेवांनी विचारलं "चोखोबा सगळ्यांशी गाठी भेटी झाल्या का? सगळ्याच्या ओळखी-पाळखी झाल्या का?"

त्यांच्या स्वरातला जिव्हाळा चोखोबाच्या मनाला स्पर्शून गेला. भारावल्या स्वरातचं त्यानं उत्तर दिलं "होय देवा, सगळ्यांच्या गाठीभेटी झाल्या. गोरोबाकाकांनी सगळ्यांशी ओळख करून दिली" "हां, हे बेस झालं. चोखोबा, या सगळ्या संतांच्या मांदियाळीत तुम्हाला एक वेगळाच अनुभव येईल. तुमच्या दैनंदिन जीवनातील अनुभवापेक्षा कितीतरी निराळा. हे पंधरा दिवस तुमच्या चिरंतन स्मरणात राहतील. आपल्या सगळ्यांच्या नशिबी असेल, तर या पंधरा दिवसांत ज्ञानेश्वर माउलीचेही दर्शन घडेल. ही मंडळी पैठणहून निघाली आहेत. येत्या दोन-चार दिवसांतच इथे येऊन पोचतील अशी आशा आहे. तोवर तुम्ही बाकीच्या संतमंडळींची ओळख वाढवून घ्या. स्नेह जमवा. आम्हा सगळ्यांच्या परिवारात सामील व्हा."

नामदेव असे बोलत असताना ती स्त्री तिथे आली. तिला पाहताच नामदेव म्हणाले, "चोखोबा, मी परिचय करून देतो. या जनाबाई. माझी माता, भगिनी, कन्या काहीही म्हणा. पांडुरंगावर यांचा मोठा अधिकार आहे आणि जनाबाई हे चोखोबा. हे मंगळवेढयाचे राहणारे असून आपल्या परिवारात सामील होण्यासाठी येथे दाखल झाले आहेत."

नामदेवांच्या स्तुतीने काहीशी संकोचून जनाबाई म्हणाली, "चोखोबा, मी या नामदेवाची दासी जनी. नामदेवांच्या घरची कामे करणे आणि विठ्ठलाची भक्ती

करणे, एवढचं माझं काम. पण चोखोबा, तुम्ही आमच्या परिवारात सामील होण्यासाठी आलात हे फार बरं झालं. आमचा सगळा परिवार हा विठ्ठलभक्तांचा परिवार आहे. तुम्ही यात दाखल झालात. आता तुम्ही आमचे झालात. आमच्यातलेच झालात. तुमचे स्वागत असो.'' जनाबाईचं ते प्रेमळं बोलणं ऐकून चोखोबाला गहिवरून आलं. त्याच्या डोळ्यात भरलेलं पाणी बघून नामदेव त्याला म्हणाले, ''चोखोबा, आता असे घडीघडी डोळ्यातून पाणी काढायचे नाही. तुम्हाला आता तुमचा मोठा परिवार मिळाला आहे. या परिवारांकडून तुम्हाला इतके प्रेम मिळेल की, समाजाने केलेली अवहेलना सगळी पुसली जाईल. चोखोबा आता तुम्ही भगवद्भक्त झाला आहात, वारकरी झाला आहात, भागवत संप्रदायी झाला आहात. आता यापुढं इतर कोणत्याही जाती, उपजातीपेक्षा वारकरी हीच तुमची जात. विठ्ठल हाच तुमचा धर्म आणि विठ्ठल भक्ती हेच तुमचे कर्म. ही गोष्ट लक्षात ठेवा. या जाती धर्मामध्ये कसलाही भेदभाव नाही. कुठलीही स्पृश्य-अस्पृश्याची भावना नाही. कसलंही कर्मकांड नाही. कोणतीही शिवाशिव नाही. कसलाही विटाळ-चांडाळ नाही. मानवतेच्या आणि केवळ मानवतेच्या पायावर अधिष्ठित असलेलं भगवद्भक्तीचं हे लोकराज्य तुमचं, माझं, आपलं सर्वांचं आहे. इथं कुणीही उच्च-नीच नाही. तेव्हा अपमानाचे दुःख, अवहेलनेची भीती आणि तिरस्काराचा शाप हे सगळं मळभ पुसून टाकून खुल्या दिलानं, मोकळ्या मनानं या परिवारात सामील व्हा. या चोखोबा या. असे आमच्याजवळ, आमच्या मिठीत, आमच्या हृदयाशी या!''असं म्हणत नामदेवांनी चोखोबांना घट्ट आलिंगन दिलं.

अपमानाने त्रासलेला, जातीभेदापायी विटाळलेला, अवहेलनेने पिचलेला आणि अस्पृश्यपणामुळे नाडलेला चोखोबा नामदेवांनी दिलेल्या या घट्ट अलिंगनानं खडीसाखरेच्या खड्याप्रमाणं विरघळून गेला. बर्फाच्या खड्यासारखा वितळून गेला आणि आता उरला होता तो चोख, निर्मळ, पवित्र, स्वच्छ मनाच्या कोऱ्या पाटीवर वारकरी असं लिहिलेली बिरुदावली मोठ्या अभिमानानं मिरवणारा चोखा. परिसाच्या स्पर्शानं लोखंडाचं सोनं होतं म्हणतात, हे कुणी बघितलंय. पण नामदेवांच्या त्या स्पर्शानं चोखोबांच सोनं झालं आणि त्याच्या अवघ्या दुःखाचं, वेदनेचं, व्यथेचं, भक्तीरसात भिजलेलं गाणं होऊन गेलं.

तीन-चार दिवस असेच गेले. त्या तीन-चार दिवसांत चोखोबा अवघा संतमय झाला. या संतांच्या मांदियाळीत तो असा काही मिसळून गेला की, काहीकाही वेळा तो स्वतःलाही विसरून जायचा. सगळीजणं मिळून चुलीवर स्वयंपाक रांधायचे. सगळ्यांसाठी एकच चूल असायची आणि सगळ्यांसाठी एकच जेवण असायचे. पळसाच्या पानांच्या पत्रावळी बनवून सगळीजणं आपापलं जेवणं त्यावर वाढून

घेऊन जेवायची. वेळ मिळाला की, विठ्ठलाचं भजन करत बसायची. नामस्मरण करीत बसायची. सगळीजणं संसारी होती. पण संसारातला ताप-संताप, अडी-अडचणी, संकट-समस्या याचा कुणी उच्चारच करत नसत. सगळीजणं तिथं फक्त विठ्ठलाचे भक्त आणि विठ्ठलाचे भक्त म्हणूनच आलेले होते. चोखोबाला आणखी एका गोष्टीचं नवलं वाटायचं. नामस्मरण, भजन करत असताना सगळीजणं तल्लीन व्हायचे आणि दुसरं विशेष असं की, यातला प्रत्येकजण काही ना काही अभंगरचना करायचा. तीही अगदी रसाळ, प्रांजल आणि पारदर्शी. कधी ते अभंग विठ्ठलाच्या रूपाचे गोडवे गाणारे असायचे, तर कधी विठ्ठल भक्तीची महती गाणारे. कधी पंढरपुरचं मोठेपणं सांगणारे तर कधी आपण अगदी लहान होऊन विठ्ठलाचा धावा करणारे. कधी आपल्या मनाची उन्मनी अवस्था वर्णन करणारे, तर कधी समाजमनाचा कोतेपणा वर्णन करणारे. अभंगाची भाषा अगदी सोपी, कुणालाही सहज कळेल अशी, नव्हे कुणालाही सहज रचताही येईल अशी. चोखोबांना नवल वाटायचं. त्यातले काही साक्षर होते, तर काही अडाणी, निरक्षर. पण आपण स्वत: केलेल्या रचना त्यांना चांगल्या तोंडपाठ होत्या आणि त्यांच्या त्या परिवारात कुणीतरी लिहिणारा शहाणा-सुरता माणूस आला की, ते त्याच्याकडून लिहून घेत असत. मग कधी ते विसोबा खेचर असायचे, तर कधी काशीबा गुरव. कधी अनंत भट असायचे, तर कधी सुदेव. आणि मग त्या सगळ्यांना मुखोद्‌गत असणाऱ्या त्यांच्या रचना अक्षर वाङ्मयाचे रूप घेऊन कागदावर उतरायच्या. चोखोबा हे सगळं बारीक नजरेनं बघत होता. ध्यानात घेत होता. मनात साठवत होता. गेले चार दिवस तो या संतमंडळीत वावरत होता. त्याचे विचार तर स्वच्छ झालेच होते, पण त्याच्या भाषेवर, बोलण्यावरही चांगला परिणाम झाला होता. त्याचं बोलणंही बरचंस स्वच्छ, शुद्ध झालं होतं. ती सगळी मंडळी भजनाला बसत. चोखोबा ऐकायला बसायचा. ती सगळीजण नामस्मरणाला बसायची. चोखोबाही त्यांच्या जोडीनं नामस्मरण करत बसायचा. एक दिवस असेच सगळे नामस्मरणाला बसले असताना, बोलता, बोलता नामदेवांनी नाममहात्म्य सांगायला सुरुवात केली. म्हणाले,

''नाम तेची रूप। रूप तेची नाम।
नाम रूपा भिन्न। नाही, नाही।
नाम हेच स्नान। नाम हीच संध्या।
नाम तेच कर्म। ब्रह्म ही तेच।।''

नामदेवांनी असं नामाचं माहात्म्य सांगितलं आणि गोराबा काकांना म्हणाले, ''गोरोबाकाका तुम्ही सांगा!'' तसे गोरोबाकाका पुढे झाले. त्यांनी सुरुवात केली.

"मुखिया साखर चाखाया ढ्रिाली।
बोलताहे बोली, बोलवेना।
म्हणे गोरा कुंभार विठ्ठल मंत्र सोपा।
एकवेळ बापा उच्चारी रे।।"

गोरोबाकाकांनी असं नाममाहात्म्य सांगितलं आणि नामदेव म्हणाले, "वा गोरोबाकाका, छान सांगितलंत." आता नामदेवांनी नरहरी सोनार यांना उठवलं. नरहरी सोनार पुढं झाले. म्हणाले,

"नाम फुकाचे, फुकाचे। देवा पंढरीरायाचे।
नामची आवडी। जिव्हेसी तो चाळा।
तेणे कळिकाळा। भय नाही।"

नरहरी सोनार खाली बसले. तसे नामदेव म्हणाले, "वा नरहरीकाका, तुमच्याकडंच्या शंभर नंबरी सोन्यासारखं सांगितलंत. आता पाळी होती, सेना न्हावी यांची. ते पुढे झाले आणि नाममाहात्म्याचं वर्णन करू लागले."

घेता नाम विठोबाचे। पर्वत जळती पापांचे।
ऐसा नामाचा महिमा। वेद शिणला झाली सीमा।

त्यांनी असं म्हटल्याबरोबर नामदेव पुढे झाले आणि त्यांचे हात हातात घेऊन म्हणाले, "वा: सेना महाराज, तुम्ही तर कमालच केलीत. खरोखरच नामाचा एवढा मोठेपणा आहेच." आता जनाबाई पुढे आली. डोईवरचा पदर नीट सावरत तिनं सुरू केलं.

नाम विठोबाचे घ्यावे। मग पाऊल टाकावे।
नाम तारक हे थोर। नामे तारिले अपार
जनी म्हणे सर्व सुखाचा आगर। उभा असे विटेवर।।

जनाबाईच्या गोड आवाजात त्यांनी चाल लावून अभंग म्हटला आणि सगळी तल्लीन झाली.

हे सगळं ऐकत असताना, चोखोबांचेही भान हरपले होते. नामाचा महिमा वर्णन करताना या सगळ्यांनी उत्स्फूर्तपणे म्हटलेले अभंग, त्यातली त्यांची सोपी भाषा, रोजच्या जीवनातल्या गोष्टींचे दाखले देऊन मुद्दा समजावून सांगण्याची हातोटी आणि या सगळ्यातून प्रतीत होणारी विठ्ठलाची, विठ्ठल नामावरची त्यांची भक्ती यामुळे चोखोबांचेही भान हरपले. त्याची जणू समाधी लागली. अचानक तो जागा झाला. आपल्याला कुणीतरी हाक मारत आहे, बोलवत आहे असं त्यांच्या लक्षात आलं. सावध होऊन त्यानं इकडंतिकडं पाहिलं.

नामदेव त्याला हाक मारत होते, "चोखोबा, अहो चोखोबा! अहो कुठं

तल्लीन झाला आहात? तुम्ही सांगा ना काहीतरी. नामजपातलं सामर्थ्य तर तुम्हालाही ठाऊक आहे. बोला काहीतरी.'' नामदेवाचं ते बोलणं ऐकून चोखोबा संकोचला. कावराबावरा झाला. इकडंतिकडं बघू लागला. 'आपण आणि अभंग रचना? नामदेवा, हे काय भलतंच सांगताय! आपल्याला ते कसं जमेल?' नामदेवांच्या प्रश्नानं भांबावलेला चोखोबा काहीच बोलेना. संकोचून खाली मान घालून बसला. तशी जनाबाई म्हणाली, ''चोखोबा, अहो बोला काहीतरी. तुम्ही त्या पांडुरंगाचे भक्त आहात. त्याचं नामस्मरण तुम्ही करताच. मग त्याबद्दलच सांगा काहीतरी.'' जनाबाईचं बोलणं ऐकून चोखोबा काहीसा उत्तेजित झाला. त्याच्या मनात प्रचंड खळबळ निर्माण झाली. अनेक कल्पना, भावना, विचार, शब्द फेर धरून जणू त्याच्याभोवती नाचू लागले. आपल्या आतून उसळी मारून काहीतरी बाहेर येण्यासाठी धडपडतंय असं त्याला वाटायला लागलं.

एवढ्यात गोरोबाकाका म्हणाले, ''चोखोबा, अरे बोल. बोल काहीतरी. तुझ्याही मनात जे नाचतंय येऊ दे ते बाहेर. अरे संकोच कसला करतोस? इथं कुठं सगळी पंडित आहेत! कुणी पंडितही नाही आणि कुणी परकंही नाही. तेव्हा बोल चोखोबा, बोल.'' गोरोबाकाकांनी असा दिलासा दिल्यावर चोखोबालाही वाटलं, 'बघावं आपणही प्रयत्न करून! इथं तर सगळी आपल्यासारखीचं अडाणी आहेत आणि आपल्यासारखी विठ्ठलभक्त आहेत.' त्यानं मनाची तयारी केली. उठून नामदेवांजवळ आला. त्यांच्या पायावर डोकं ठेवून त्यांना वंदन केलं. त्याला उठवून छातीशी धरत नामदेव म्हणाले, ''चोखोबा, मनातल्या भावना अशा कोंडून ठेवू नका. त्यांना शब्दांत बांधा आणि येऊ दे त्यांना बाहेर. माता सरस्वती तुमच्यावर प्रसन्न होवो.'' नामदेवांनी असा तोंड भरून आशीर्वाद दिला आणि चोखोबाला धाडस आलं. क्षणभर त्यानं डोळे मिटले. मिटल्या डोळ्यासमोर विठुरायाची सावळी मूर्ती आली. तिला मनोमन नमस्कार केला आणि आपल्या मनात उमटलेला भावनांचा कल्लोळ शब्दांच्या रचनेत बांधण्याचा प्रयत्न करून चोखोबानं धाडसं करायचं ठरवलं. त्यांच्या तोंडातून शब्द उमटायला लागले.

''नामापरता मंत्र। नाही त्रिभुवनी।
पाप ताप नयनी। पडे चित्ता।
सुलभ सोपे हे। विठोबाचे नाम।
सकळ साधनांचे। मूळ बीज।
चोखो म्हणे मज। काहीच न कळे।
विठ्ठलाचे बळे। नाम घेतो।।''

चोखोबांच्या मुखातून असे शब्द उमटायला लागले आणि हे जेव्हा त्याला

स्वत:ला कळले, तेव्हा तो अंतर्बाह्य थरारला. तो अभंग म्हणत असताना सगळीजणं अत्यंत लक्षपूर्वक त्याचा शब्द न् शब्द ऐकत होती. नामदेवांना तर चोखोबाचे हे अभंग ऐकल्यावर, पंढरपुरला पहिल्यांदा भेटलेला, प्रश्नांच्या वादळात आणि विचारांच्या गोंधळात सापडलेला हाच का तो चोखा, असा प्रश्नही पडला. संतांच्या त्या मांदियाळीत पहिल्या दिवशी बुजरेपणानं वागणारा, आपल्या महार या जातीचं न्यून मनाशी बाळगून सगळ्यापासून लांबलांब राहणारा, भेटीगाठीच्यावेळी मिठी मारताच घाबरून जाऊन अंगाचा संकोच करणारा हा चोखा पाच-सहा दिवस या सगळ्या संत मंडळींच्या सहवासात राहून खूपच बदलला. सगळ्यांच्या समोर, सगळ्यांच्यामध्ये आत्मविश्वासानं उभं राहून विठ्ठल नामाचा महिमा ओवीबद्ध करून, तितक्याच आत्मनिर्भरतेनं ते सांगणारा हा चोखोबा म्हणजे विठ्ठलभक्तीच्या सामर्थ्याचं एक प्रांजल आणि सक्षम असं रूप होतं. चोखोबाचे अभंग संपले. काही क्षण सगळी स्तब्ध झाली. जणू चोखोबाच्या अभंगरचनेच्या परिणामातून सगळी बाहेर यायची होती. तो एक क्षण सगळी स्तब्ध होती. पण तेवढा क्षणही चोखोबाला युगासारखा वाटला.

दुसऱ्या क्षणाला, "वा चोखोबा वा! तुम्ही तर कमालच केलीत. तुमचं कौतुक करावं तेवढं थोडं आहे. पहिल्याच प्रयत्नात एवढी प्रगल्भता?" असे एका पाठोपाठ एक उद्‌गार काढत मंडळींनी टाळ्या वाजवल्या. आपल्या मनात उमटलेली थरथर, शरीराला सुटलेला कंप, भरून आलेलं हृदय, दाटून आलेला गळा आणि डोळ्यात भरलेलं पाणी या सगळ्या देहबोलीतून चोखोबा सगळ्या संतांसमोर मोकळा होत होता, उघडा होत होता. अशा जिव्हाळ्याची, कौतुकाची, शाबासकीची ना त्याच्या मनाला सवय होती, ना त्याच्या शरीराला. पोळलेल्या मनाच्या आणि शरीराच्या जखमांवर फुंकरीची अपेक्षा करावी आणि शीतल चंदनाचा शिडकावा व्हावा तसं त्याला झालं. आपण नुसतेच चोखा महार नाही. समाजाची छी: थू झेलायला आपण जन्माला आलो नाहीत तर आपणही कुणी तरी आहोत. आपलाही जन्म काही तरी चांगलं करण्यासाठी झाला आहे. महाराचं पोर एवढीचं आपली ओळख नाही, तर आपण आपली वेगळी अशी काही ओळख निर्माण करू शकतो. समाजकारणामध्ये भरडला जाणारा एक क्षुद्र जीव, एवढंच आपलं अस्तित्व नाही तर याही पेक्षा काही वेगळं ठळक अस्तित्व आपल्याला आहे. नसेल तर ते मिळायला हवं. मिळालं नाही तर मिळवायला हवं आणि ते मिळविण्याची क्षमता आपल्यामध्ये नक्कीच आहे. अशा काही विलक्षण भावनांनी चोखोबाला वेढून टाकलं होतं.

आता तो चोखा महार राहिला नव्हता. संतांच्या मांदियाळीत त्याचा प्रवेश

झाला होता. विठ्ठलाच्या भक्तीचा हा आवेग, त्या आवेगातून मनात उद्‌भवणारा भावनांचा उत्स्फुर्त कल्लोळ आणि त्या कल्लोळाला शब्दबद्ध करण्याची, ओवीबद्ध करण्याची त्याच्या मनात दाटून येणारी उर्मी, या सगळ्यातून वाढत जाणारं व्यापकत्व चोखोबाला संत चोखामेळा बनवणारं होतं. विठ्ठल भक्तीच्या लोकराज्याच्या भूमीवर चोखोबाच्या आयुष्याला मिळालेल्या नाट्यमय वळणातून निर्माण होणाऱ्या महानाट्याची ही नांदी होती. चोखोबाच्या आताच्या वर्तनातून याचे स्पष्ट संकेत नामदेवांना मिळलेले होते. नंतर किती तरी वेळ नामदेवांच्या मनात हे संकेत रुंजी घालत होते. नामस्मरण झाले. सगळी मंडळी उठली. काही जण स्वयंपाकाच्या तयारीला लागली. काहीजणांनी पत्रावळ्या बांधायला घेतल्या. काही वृद्ध वारकरी नुसतेच बसून राहिले. पण एकमेकांशी बोलताना त्यांच्या तोंडात हमखास चोखोबाचा विषय होता. इकडेतिकडे वावरताना त्यातले काही शब्द, काही वाक्ये चोखोबाच्या कानावर येत होती. ते ऐकून चोखोबा काहीसा संकोचतही होता आणि मनातून बरंही वाटत होतं.

मंडळींचा स्वयंपाक झाला. जेवणं झाली. आपापली पथारी पसरून, त्यावर बसून सगळीजण गप्पा मारत बसली होती. अचानक सच्चिदानंद भट तिथे आला. सर्व मंडळींनी त्याला नमस्कार केला. दाराशी उभा राहत त्यानं सांगितलं, "मंडळी ऐका, सगळ्यांनी लक्षपूर्वक ऐका. एक आनंदाची बातमी आहे. आपल्या सगळ्यांना गुरुस्थानी असणारी, सगळ्यांची लाडकी ज्ञानेश्वर माऊली आपल्या सर्व भावंडासह पंढरपूर मुक्कामी उद्या येत आहेत. पंढरपुरास त्याचा मुक्काम तीन दिवस राहणार असून, तिसऱ्या दिवशीच्या आषाढी एकादशी दिवशी चंद्रभागेत स्नान करून विठ्ठल दर्शन घेतल्यानंतर ही मंडळी पुढे जायची आहेत. हा निरोप सांगण्याचे प्रयोजन घेऊन मी इथे आलो आहे. माझे काम संपले. एकदा सगळी बोला, विठ्ठल, विठ्ठल पांडुरंग। विठ्ठल, विठ्ठल पांडुरंग।"

एकदा सगळ्या वारकऱ्यांना विठ्ठलनामाचा गजर करायला लावून सच्चिदानंद भट तिथून बाहेर पडला. त्याने आणलेल्या बातमीनं मात्र तिथं जणू उत्साहाचा मळाच फुलला. आनंदाच अमाप पीक त्यात आलं. जो, तो एकमेकाला तीच बातमी पुन्हा:पुन्हा सांगू लागला. नामदेवांच्या आनंदाला तर पारावार राहिला नाही. त्यांची आणि ज्ञानेश्वर माउलींची भेट होऊन बरेच दिवस लोटले होते. नामदेवांची आणि त्यांची अलिकडे गाठ पडली नव्हती. ती आता पडणार होती, म्हणून साहजिकच नामदेवांना विलक्षण आनंद झाला होता. सगळ्या संतमंडळींची अशीच अवस्था होती तर चोखोबाला मात्र स्वत:च्या भाग्याचा हेवा वाटत होता खरंच! जेव्हा परमेश्वराची कृपा होते, तेव्हा सुखाला सीमा राहत नाही हेच खरं. आषाढी

यात्रेचं निमित्त करून आपण पंढरपुरला येतो काय, तिथे एकापेक्षा एक ज्येष्ठ आणि श्रेष्ठ मंडळी आपल्याला भेटतात काय, आपला नवखेपणा पुसला जाऊन आपण त्यांच्या परिवारातले होतो काय, त्यांच्या सहवासात राहून आपल्या भावनाना ओवीबद्ध करण्याची कला आपल्याला साधते काय आणि याच साधनेतून आपल्याला आपली स्वत:ची ओळख पटून स्वत:चे अस्तित्व मिळते काय. सगळंच अनाकलनीय आणि विश्वास बसण्याच्या पलिकडचं. हे कमी होतं, म्हणून की काय याच पंढरपुरच्या मुक्कामी प्रत्यक्ष ज्ञानसूर्य, ज्ञानेश्वर माउलींचे दर्शन घडण्याचे भाग्य आपल्याला लाभावे? चोखोबाला खरोखरंच या स्वत:च्या भाग्याचा हेवा वाटायला लागला. संत ज्ञानेश्वर माउली-चोखोबानं आपल्या मनाच्या गाभाऱ्यात विठ्ठलाशेजारी ज्यांना जागा दिली होती. समाजातल्या पहिल्या तीन वर्णाकडून छळल्या गेलेल्या बहुजन समाजाला भक्तीची वाट दाखवण्यासाठी भागवत धर्माचा पुनरुद्धार करणाऱ्या ज्ञानेश्वर माउलीला तो आता प्रत्यक्ष भेटणार होता. समाजाच्या विरोधात जाण्याचं हे धाडस करताना, आपल्या ज्ञानानं सर्वांना नामोहरम करणाऱ्या ज्ञानसूर्याला तो भेटणार होता. तेजानं तळपणाऱ्या सहस्त्र सूर्यासारखं ज्यांच अस्तित्व होतं, त्या ज्ञानेश्वरांना तो भेटणार होता. चोखोबांच्या मनात अत्यंत आदर असणाऱ्या नामदेवांचे परात्पर गुरु असणाऱ्या ज्ञानोबारायांना तो भेटणार होता. संस्कृत भाषेत असलेलं सगळं ब्रह्मविषयक ज्ञान मराठी भाषेत सोपं करणाऱ्या ज्ञानेश्वरांना तो भेटणार होता. फक्त ज्ञानेश्वरांना नाही तर त्यांचे गुरु व ज्येष्ठ बंधू असलेले निवृत्तीनाथ, ज्ञानेश्वरांचे धाकटे बंधू सोपानदेव आणि प्रत्यक्ष आदिमातेचा अवतार असल्याचं जिच्याबद्दल बोललं जातं ती ज्ञानेश्वरांची धाकटी बहीण मुक्ताई या सगळ्यांना चोखोबा बघणार होता, भेटणार होता. ही चारही भावंडं ज्ञानानं इतकी समृद्ध होती, की ही चार भावंड म्हणजे, चार वेदच. त्यांना प्रत्यक्ष पाहण्याचं भाग्य चोखोबाला लाभणार होतं. या विचारानंच चोखोबा एवढा उत्तेजित झाला होता, की त्याच्या शरीराचा अणुरेणू आणि कण न कण ज्ञानेश्वरांना शरण जाण्यासाठी आतुरला होता. मनाच्या या उन्मनी अवस्थेत आपल्याला झोप कधी लागली हे त्यांना कळलंच नाही. वेडा आपली पथारी न पसरता तसाच नुसत्या पटकुरावर झोपी गेला.

चोखोबाच्या मनात भक्तीची मशाल उजळण्यासाठी त्यानं पंढरपुरला संतसमागमात येणं आवश्यक होतं. कर कटेवर ठेवून विटेवर उभ्या असलेल्या पांडुरंगाचं आणि नामदेवांच त्याच विषयावर बोलणंही झालं होतं. संतांच्या सहवासात आल्याशिवाय चोखोबाला आपली स्वत:ची ओळख पटणार नाही. स्वत:च्या अस्तित्वाची जाण त्याला येणार नाही, याबद्दल दोघांचं एकमत झालं होतं. त्या योजनेप्रमाणं चोखोबा पंढरपुरला पोहोचला. संतांच्या सहवासात त्याला आत्मभान आलं आणि श्रेष्ठ

भक्ताच्या बिरुदावलीजवळ चोखोबा हळूहळू मार्गस्थ झाला. पांडुरंगाला हेच हवं होतं. नामदेवांच्या मदतीनं त्यानं ते घडवून देखील आणलं. आपण बेतलेली योजना सफल झाल्याचा आनंद त्याच्या सावळया चेहऱ्यावर उमटला. आपला नवरा भक्तीचा आणि भक्तांचा वेडा आहे हे रुक्मिणी जाणून होती. पण कधीकधी तो काही गोष्टींचा अतिरेक करतो अशी तिची तक्रार होती. चोखोबांच्या बाबतीत तो अंमळ घाई करतोय असंही तिला वाटत होतं. त्याचं आणि नामदेवाचं काय गुफ्तगू चाललं होतं हे तिला कळलं नव्हतं. पण काही तरी बेत शिजत होता खास. आणि विठ्ठल ते तिला सांगणार नव्हता. पण पंढरपुरात ज्ञानेश्वर आपल्या भावंडासमवेत येणार हे जेव्हा रुक्मिणीला समजलं, तेव्हा आता आपल्याला मुक्ताई भेटेल या कल्पनेनंच तिला आनंद झाला. तो तिच्या चेहऱ्यावर उमटला. विठ्ठलाला मात्र वाटलं, की चोखोबानं अभंगरचना केली, म्हणून रुक्मिणीला आनंद झालाय. रुक्मिणीनं त्याची ती समजूत तशीच ठेवली आणि मुक्ताईच्या भेटीचे बेत तिनं मनात रंगवण्यास सुरुवात केली.

10

चोखोबा दुसऱ्या दिवशी जागा झाला. अजून पुरतं उजाडलंही नव्हतं. पण भोवताली गडबड मात्र सुरू झाली होती. ज्ञानेश्वर माउली येणार आहे, ही बातमी काल कळल्यापासून सगळ्या संत परिवारात उत्साहाला नुसते उधाण आले होते. पहाटे झुंजूमुंजू होण्याआधीच शुक्राच्या चांदणीनं जणू सगळ्यांना पुन्हा आठवण करून दिली होती आणि सगळ्यांना उठवलं होतं. बहुतेकांचे स्नान झाले होते. आपण उशिरा उठलो की काय, असं चोखोबाला वाटलं. तो गडबडीनं उठला. आणि आपलं आवरायच्या मागे लागला. तरीही त्याला राहूनराहून असं जाणवत होतं की आज या घरातच काय, पण सगळ्या पंढरपुरातंच सणाचं, उत्सवाचं वातावरण होतं. प्रत्येकाच्या दारात आज विशेष रांगोळी होती. प्रत्येक घरातून ज्ञानेश्वरांच्या ओव्या ऐकायला येत होत्या. पंढरपुरातील माणसं, घरं, रस्ते एवढंच नव्हे तर चंद्रभागा आणि तिचं वाळवंट आणि पंढरपुरात प्रवेश करणारा वारा शुद्धा ज्ञानेश्वरमय झाला होता. आपलं सगळं आवरून एका बाजूला बसून राहिलेल्या चोखोबाच्या मनात ज्ञानेश्वरांच्या भेटीचेच विचार तरळत होते. 'ज्ञानेश्वर कसे असतील? कसे दिसतील? कसं बोलतील? काय बोलतील? आपल्याशी बोलतील कां? आपल्याला त्यांच्याशी बोलता येईल का? या सगळ्या लोकांच्यांत आपण मिसळतो खरे, त्यांनीही आपल्याला जवळ केलं. पण ज्ञानेश्वर ब्राह्मण आहेत आणि आपण महार आहोत. ते अगदी उच्च जातीचे आणि आपण नीच जातीचे. ते आपल्याशी बोलतील? मला तर अगदी त्यांच्या चरणावर डोकं ठेवायचं आहे, पण त्यांना ते चालेल का? त्यांना आपला विटाळ तर होणार नाही....? छे। असं

कसं होईल? त्यांनीच तर भागवत धर्माचा पुनरुद्धार केला. त्यांच्याच आवाहनाला प्रतिसाद देऊन या भागवत धर्माच्या झेंड्याखाली अठरा पगड जातीचे विठ्ठलभक्त जमा झाले. मग ज्ञानेश्वरांना आपला विटाळ कसा होईल? ते नक्की आपल्याला जवळ घेतील.' चोखोबा स्वत:लाच प्रश्न विचारत होता. स्वत:च उत्तर देत होता. काहीकाही उत्तरातून तो स्वत:चे समाधानही करून घेत होता. स्वत:च, स्वत:च्या मनाची समजूत काढत होता. पण एवढं मात्र खरं की, ज्ञानेश्वर भेटणार ही भावना त्याच्या श्वासाश्वासातून, नसानसांत अखंड वाहत होती.

माध्यान्ह उलटून गेली. ज्ञानेश्वर पंढरपुरात आले असून, ते कुठल्याही क्षणी इथे येऊन पोचतील अशी बातमी आली आणि तिथे जमलेल्या मंडळींच्या उत्साहाला जणू उधाण आले. विठूरायाचा आणि ज्ञानेश्वर माउलीचा गजर सुरू झाला, पण या सगळ्या परिवारात चोखोबाला नामदेव कुठे दिसले नव्हते. आपल्याच विचारांच्या आवर्तात सापडलेल्या चोखोबांच्या लक्षात सकाळपासून ही गोष्ट आली नव्हती. त्याच्या आता ते लक्षात आलं. आणि त्यानं जनाबाईला तसं विचारलं. तशी तिनं "अरे बाबा, नामदेव म्हणजे ज्ञानोबांचा सखा. त्यांच्या स्वागतासाठी त्यांना पुढं जायलाच पाहिजे..." अशा शब्दात उत्तर दिलं.

ही गोष्ट चोखोबाच्या लक्षातच आली नव्हती. ही एवढी मोठी माणसं एकमेकांना किती जपतात? त्याच्या मनात येऊन गेलं. क्षणाक्षणाला त्यांचं मन ज्ञानेश्वरांकडे धाव घेत होतं. त्यांना बघण्याची, भेटण्याची चोखोबाला आत्यंतिक उत्कंठा लागून राहिली होती. त्यांना कधी एकदा पाहतो, भेटतो, बोलतो असं त्याला झालं होतं. त्याच्या शरीराचा कण न कण ज्ञानेश्वरांच्या भेटीसाठी आतुरला होता. आणि ज्ञानेश्वर आले.

"ज्ञानोबाराय आले। ज्ञानोबाराय आले।" असा पुकारा झाला आणि सगळी एकदम दरवाजाकडे धावली. चोखोबा इतका उत्तेजित झाला होता, की त्याला काय करावं सुचेना. तो जागच्या जागी तसाच तिथं उभा राहिला. सगळ्यांच्यापासून वेगळा. जणू त्याची पावलं जमिनीवर खिळल्यासारखी झाली होती. पावलं उचलून पुढं जायचं म्हटलं तरी ते त्याला शक्य नव्हतं. पावलं जमिनीवर होती. आणि नजर दरवाज्याकडे. पापणी न हलवता, अगदी एकटक. पावलं जमिनीवर खिळलेली आणि नजर दाराकडे धावलेली. सगळी मंडळी दुतर्फा उभी राहिली. दरवाजातून ज्ञानेश्वर आत येत होते. साक्षात ज्ञानेश्वर. साक्षात ज्ञानाचा सूर्य. चोखोबाला पहिल्यांदा दिसले ते नामदेव. त्यांच्या एका हातात ज्ञानेश्वरांचा हात होता आणि दुसऱ्या हातात निवृत्तीनाथांचा. त्या दोघांना अत्यंत मायेनं, जिव्हाळयानं, आदरानं आणि सन्मानानं नामदेव आत घेऊन येत होते. त्यांच्या पाठोपाठ सोपानदेव आणि परकरी पोर

मुक्ताई अशी दोघेजण. दरवाज्यातून आत येणारे ज्ञानेश्वर चोखोबाला दिसले आणि त्यांच्या सगळ्या शरीराला, सगळ्या जाणिवांना, सगळ्या संवेदनांना जणू डोळे फुटले.

अठरा-एकोणीस वर्षांचं कोवळं वय, अतिशय प्रसन्न मुद्रा. चेहऱ्यावरून विलसणारे प्रचंड आश्वासक भाव, समोरच्यांच्या हृदयाचा ठाव घेणारे अत्यंत स्नेहार्द्र डोळे, भव्य कपाळ, कपाळावर काढलेलं तेजस्वी गंध, काहीसे पातळ ओठ त्यावर विलसणारं लाघवी हास्य, टोकाला निमुळती होत गेलेली स्वभावातला ठामपणा दर्शविणारी हनुवटी, मागे वळवलेले आणि मानेवर रुळणारे केस आणि या सगळ्याला सामावून घेणारं तेजस्वी तरीही दिलासा देणारं लोभसवाणं व्यक्तिमत्त्व. चोखोबा ज्ञानदेवांना नखशिखान्त न्याहाळत होता आणि तरीही त्याचा स्वत:च्या डोळ्यावर विश्वास बसत नव्हता. ज्ञानदेवांच्या पाया पडण्यासाठी जो तो धडपडत होता. पण ते कुणालाच पाया पडू देत नव्हते. चरणावर मस्तक ठेवू देत नव्हते. त्यांच्यासमोर कुणी वाकला की, अर्ध्यातुनच त्याच्या खांद्याला धरून त्याला उठवून हृदयाशी धरत होते. खाली वाकणारा कोण आहे, हे बघण्याचे ते कष्टही घेत नव्हते. जो कुणी असेल, मग तो कुणीही असू दे, त्याला उठवून हृदयाशी धरत होते. त्यांच्या सगळ्या हालचाली, त्यांच्या चेहऱ्यावरचे भाव, त्यांचं ते सगळ्यांना मिठीत घेणं, खांद्यावर, पाठीवर थोपटणं, नंतर प्रेमानं हसून दोन शब्द बोलून चौकशी करणं हे सगळं चोखोबा एकाग्रचित्तानं बघत होता. आपल्यासमोर वाकलेल्या प्रत्येक व्यक्तीची ज्ञानदेव निवृत्तीनाथांशी ओळख करून देत होते. त्यांना सगळ्यांची नाव माहीत होती. चोखोबाला याचंही नवल वाटलं. ज्ञानदेव आणि निवृत्तीनाथांच्या मागे सोपानदेव आणि मुक्ताई होते. आत आल्याबरोबर मुक्ताईनं जनाबाईचा हात धरला. ते बघून सोपानदेवांच्या चेहऱ्यावर हसू उमटलं. मधल्या खोलीत बैठक अंथरली होती. नामदेवांनी तिथं सगळ्यांना बसण्याची विनंती केली.

ज्ञानदेवांनी प्रथम निवृत्तीनाथांना हाताशी धरून आणून बैठकीवर बसवलं. नंतर त्यांच्या चरणावर मस्तक ठेवून त्यांची आज्ञा घेऊन ज्ञानेश्वर त्यांच्या शेजारी बसले. ज्ञानेश्वरांच्याप्रमाणे सोपानदेवांनीही निवृत्तीनाथांच्या आणि ज्ञानेश्वरांच्या पायावर डोकं ठेवलं. आणि ते ज्ञानेश्वरांच्या शेजारी बसले. नंतर आली मुक्ताई. तिनं तिन्ही भावांच्या पायावर डोकं ठेवलं आणि ती सोपानदेवांच्या शेजारी बसली. चोखोबा एका बाजूला उभे राहून चारही भावंडांना पारखत होते. निवृत्तीनाथ त्याला आकाशासारखे वाटले विशाल नेत्र असलेले. तर ज्ञानेश्वर साक्षात् तेजस्वी सूर्याप्रमाणं दिसले. सोपानदेव पौर्णिमेच्या चंद्राप्रमाणे दिसले. शीतल, शांत आणि तेजस्वी तर मुक्ताई पृथ्वीसारखी. सगळ्यांना तोलून धरणारी, पेलून धरणारी. सगळ्यांचंच पाया पडून

झालं होतं. चोखोबा संकोचून एका बाजूला, एकटाच उभा आहे, हे नामदेवांच्या लक्षात आले. चोखोबांच्या मन:स्थितीची त्यांना कल्पना आली. ते पुढे झाले. चोखोबाच्या हाताला धरून त्यांनी त्याला ज्ञानेश्वरांच्याजवळ आणलं. म्हणाले,

"माउली, हे चोखोबा. म्हणजे मंगळवेढ्याचे चोखामेळा. नुकताच त्यांनी भागवत संप्रदायात प्रवेश केला आहे. संतांच्या मेळ्यात राहता यावं, म्हणून ते खास मंगळवेढ्याहून इथं आले आहेत. गेले सात-आठ दिवस ते आमच्याबरोबरच आहेत. काल तर त्यांनी आमच्या सगळ्यांच्याबरोबरचं विठ्ठलनामाचा महिमा सांगणारी अभंगरचनाही केली." नामदेव चोखोबाची माहीती सांगत होते. आणि त्यांच्या प्रत्येक शब्दागणिक चोखोबाच्या अंगावर रोमांच उभे राहत होते. गळा दाटून येऊ लागला होता. डोळ्यात पाणी उभं राहू लागलं होतं. नामदेवांनी केलेल्या त्या प्रशंसेने भारावलेला, संकोचून गेलेला, कासावीस झालेला चोखोबा बघून ज्ञानेश्वरांना थोडीशी गंमत वाटली.

"या चोखोबा, या! असे पुढे या. असे आमच्याजवळ या!" ज्ञानेश्वरांनी चोखोबाला जवळ बोलवलं. ज्ञानेश्वरांच्या त्या प्रेमळ आमंत्रणाला प्रतिसाद देऊन त्यांच्या जवळ जाण्याचंही धाडस चोखोबाला होत नव्हतं आणि करंटेपणानं ज्ञानेश्वरांपासून लांब राहणंही त्याला जमत नव्हतं. मनाच्या या विचित्र ओढाताणीनं त्याचा जीव जणू गुदमरला. आणि ओंजळीत चेहरा लपवून चोखोबा एखाद्या लहान मुलासारखा हुंदके देऊ लागला. त्याच्या विचित्र मानसिक अवस्थेची कल्पना येऊन सगळ्यांनाच त्याच्याबद्दल वाईट वाटलं. नामदेव पुढं झाले. चोखोबाला हाताशी धरून त्याला त्यांनी ज्ञानेश्वरांपाशी आणलं. गारा-पावसाचा आघात न सोसून एखादं लहानसं झाड उन्मळून कोसळावं, तसा चोखोबा ज्ञानेश्वरांच्या पायापाशी कोसळला. हुंदक्यानं त्याच सगळं अंग गदगदत होतं. गहिवरून आलेल्या, दाटून आलेल्या सगळ्या भावना अनावर होऊन डोळ्यातील अश्रूतून वाहत होत्या. ज्ञानेश्वरांना चोखोबांची ही अवस्था बघवेना.

'समाजातल्या या वर्णव्यवस्थेमुळं अशी कित्येक जखमी हृदये आसपास वावरत असतील!' त्यांच्या मनात येऊन गेलं. आपल्यासमोर कोसळलेल्या चोखोबाला त्यांनी खांद्याला धरून उठवलं आणि अत्यंत आपलेपणानं आपल्या मिठीत घेतलं. अंगाचा दाह होत असताना शीतल चंदनाचा शिडकावा व्हावा तसं चोखोबाला वाटलं. त्यांच्या मिठीतही तो गदगदत होता. ज्ञानेश्वर किती तरी वेळ मूकपणानं त्यांच्या पाठीवरून हात फिरवत होते अगदी चोखोबाचा आवेग संपेपर्यत. काही क्षणानं चोखोबा शांत झाला, श्रांत झाला, क्लांत झाला. त्यानं आपले डोळे पुसले आणि ज्ञानेश्वरांच्या मिठीतून बाजूला होऊन त्यांच्यासमोर बसला. पुन्हा

एकदा स्वच्छ डोळे पुसून त्याने समोर बसलेल्या ज्ञानेश्वरांकडे डोळे भरून बघितलं. ज्ञानेश्वरांच्या चेहऱ्यावर तेचं दिलासा देणारं, जिव्हाळा दाखवणारं लोभसवाणं हास्य विलसत होतं. ते हास्य तसंच चेहऱ्यावर ठेवून ज्ञानेश्वर म्हणाले, "चोखोबा काय हे, अहो, तुम्ही आम्ही सगळीच त्या विठूरायाची लेकरं आहोत. तो परमेश्वर जसा माझ्यात आहे, तसाच तुमच्यातही आहे. मग तुमच्या आणि माझ्यात फरक काय राहिला? स्वत:ला असं कमी लेखून वारकऱ्यांची प्रतिष्ठा कमी करू नका चोखोबा. भागवत धर्म हा सगळ्यांत श्रेष्ठ धर्म आहे. कारण तो भक्ती आणि मानवता या दोन पायावर अधिष्ठित आहे आणि या दोन अधिष्ठानांना कोणत्याही जातीधर्मातच काय पण जगात कुठेही आव्हान नाही. चोखोबा तुम्ही आता भागवतधर्मी झालात. संतांच्या मांदियाळीत तुम्हाला प्रवेश मिळाला. आता तुम्हाला संतांचा सहवास लाभेल, तेव्हा स्वत:ला कमी लेखायला लावणारी जाती-धर्माची, स्पृश्य-अस्पृश्यतेची ही कोळिष्टकं मनातून काढून टाका. आम्ही आमच्या पसायदानात हेच सांगितलं आहे."

"वर्षत सकल मंडळी। ईश्वर निष्ठांची मांदियाळी।
अनवरत भूमंडळी। भेटतू भूता।"

तेव्हा चोखोबा, निदान संतसमागमी असताना तरी आपण महार आहोत, बहिष्कृत आहोत, अस्पृश्य आहोत हे विसरून जा. आपण एका क्षणात सगळा समाज बदलू शकणार नाही. समाजरचनाही बदलू शकणार नाही किंवा वर्णव्यवस्थाही बदलू शकणार नाही. पण निदान आपल्यापुरतं तरी आपण ईश्वराच्या भक्तीत जातपात, धर्म आणू नये. समाज म्हणजे तरी काय? समंजस माणसांचा जमाव. अशी आपल्या विचारांची अनेक समंजस माणसं एकत्र आली की हा, ईश्वरभक्तांचा समाज बनेल आणि तो जातीभेदापासून, स्पृश्य-अस्पृश्यतेपासून खूप दूर असेल. असा समाज चोखोबा आपल्याला बनवायचा आहे. तोच भागवत धर्म मानणारा समाज असेल. तोच ईश्वरभक्तांचा समाज असेल. प्रत्येकानं या समाज बांधणीची सुरुवात स्वत:पासून करायची आहे. म्हणून कोणत्याही भगवद्भक्तानं धर्म - जातीचा, स्पृश्य-अस्पृश्यतेचा भेदभाव मानू नये. खऱ्या भगवद्भक्ताचं तेच लक्षणं आहे. खऱ्या भागवत धर्माची हीच शिकवण आहे".

ज्ञानेश्वर बोलत होते आणि त्यातला प्रत्येक शब्द न् शब्द तिथं जमलेला प्रत्येक जण कानात साठवतं होता. हृदयाच्या कुपीत जपून ठेवत होता.

ज्ञानेश्वर बोलायचे थांबले आणि मुक्ताईनं ज्ञानेश्वरांना विचारलं, "दादा, हे चोखोबा काका का रडत होते?" याचं उत्तर सोपानदेवांनी दिलं आणि म्हणाले, "मुक्ते, त्यांना असं वाटलं की ते हलक्या जातीत जन्माला आले आहेत, म्हणून

देव त्यांच्यावर रागवेल आणि देव रागवला तर दादाही त्यांच्यावर रागवेल! म्हणून ते रडत होते.''

सोपानदेवांचे ते बोलणं ऐकून मुक्ताई निरागसपणे म्हणाली, ''देव कधीच कुणावर रागवत नसतो. कारण त्यानं निर्माण करताना माणूस सारखाच निर्माण केला. सगळ्याच माणसांना दोन हात, दोन पाय, दोन डोळे, एक नाक आणि एकच तोंड आहे. त्या तोंडानं फक्त देवाचं नाव घ्यावं. वाईट बोलू नये. मग असं असताना देव कशाला कुणाला रागवेल आणि देव रागवला नाही, तर माझा दादाही कुणावर रागवत नाही. होय की नाही रे दादा?''

मुक्ताईनं असं विचारल्यावर तिचं टोकदार नाक चिमटीत पकडून निवृत्तीनाथ म्हणाले, ''होय बरं आजीबाई! ज्ञाना कुणावर रागवत नाही, पण या नाकाच्या टोकावर सारखाच राग असतो. होय की नाही रे दादा?'' मुक्ताईची नक्कल करत निवृत्तीनाथांनी विचारलं. सगळीजणं मोकळेपणानं हसली. चोखोबाच्या हुंदके देऊन रडण्यानं निर्माण झालेला वातावरणातला ताण हलका झाला. नंतर खेळीमेळीत सगळ्यांची जेवण झाली. हे सगळं आपण प्रत्यक्षात पाहतो आहोत, की आपल्याला पडलेलं हे स्वप्न आहे, असा पावलो-पावली चोखोबाला संभ्रम पडत होता. एवढी एक गोष्ट सोडली, तर त्या वातावरणात चोखोबा अगदी रंगून गेला. त्यांच्यातलाच एक झाला.

दुसऱ्या दिवशी आषाढी एकादशी होती. पंढरपुरचा तो परिसर माणसांनी फुलून गेला होता. त्यातच ज्ञानेश्वर तिथं आले, ही बातमी वाऱ्यासारखी पसरत होती आणि विठ्ठलाच्या दर्शनाबरोबरच ज्ञानेश्वरांचं दर्शन घ्यायलाही लोक पंढरपुरात जमा होत होते. चोखोबानं संत मंडळींच्या सान्निध्यात ही आषाढी एकादशी अत्यंत भक्तीभावानं साजरी केली. संतमंडळींच्या समवेत त्यानं महाद्वारातून विठ्ठलाचं दर्शन घेतलं. संध्याकाळी ओवरीमध्ये नामदेवांचं कीर्तन झालं. त्या कीर्तनात नामदेवांनी नाममहिमा गायिला. तो गात असताना त्यांनी अनेक उदाहरणंही दिली. श्रीरामचंद्रांचं नाव लिहिलेले दगड समुद्रावरही तरले. तर श्रीकृष्णाचं नाव घेतल्यावर कुब्जेचं कुबड गेलं. अशा अनेक कथा त्यांनी आपल्या कीर्तनातून सांगितल्या. नामदेवांची कीर्तन करण्याची हातोटी मोठी विलक्षण होती. त्यांचं कीर्तन ऐकत असताना लोक तहानभूक विसरत असत. काळवेळाचं भान त्यांना राहत नसे, इतके ते कीर्तनात रमून जात. कीर्तन संपायला मध्यरात्र झाली. गावात राहणारी लोक नामदेवांच्या कीर्तनाचे, त्यांच्या रसाळ वाणीचे, पुराणातल्या त्यांच्या अभ्यासाबद्दलचे गोडवे गात घरी गेली. आषाढी एकादशीसाठी परगावाहून आलेल्या वारकऱ्यांनी, देवळाच्या ओवरीत आपल्या पथाऱ्या पसरल्या. सगळीजणं झोपायला गेली, पण

चोखोबा महाद्वाराच्या पायरीवर तसाच बसून राहिला होता. सकाळपासून पावसाचं वातावरण होत. कीर्तन चालू असतानाही मध्ये दोन वेळा पावसाच्या हलक्या सरी येऊन गेल्या होत्या. कीर्तन संपलं आणि धो धो पावसाला सुरुवात झाली. बरीचशी मंडळी आपआपल्या घरी पोहचली होती. ओवरीतही बऱ्यापैकी आडोसा होता. पण महाद्वाराच्या पायरीपाशी बसलेल्या चोखोबाला या धो, धो पडणाऱ्या पावसाचं भानच नव्हतं. ज्ञानेश्वरादि भावंडांशी झालेल्या भेटीने त्याच्या मनाचा जो ताबा घेतला होता, तो सुटायलाच तयार नव्हता. ज्ञानेश्वराचं दिसणं, बोलणं, चालणं, त्यांचा तो स्पर्श याशिवाय चोखोबाला काहीच आठवतं नव्हतं. कसलंच भान नव्हतं. चोखोबा नखशिखान्त चिंब भिजला. पण तो पावसातून ना उठत होता, ना आडोशाला जात होता. ओवरीत पथारी पसरत असणाऱ्या नरहरी सोनारांचं तिकडं लक्ष गेलं. त्यांनी तिथूनच चोखोबाला तीन-चार हाकाही मारल्या. पण पावसाचा जोर एवढा मोठा होता की, चोखोबापर्यंत त्या हाका पोहचल्याच नाहीत. शेवटी अंथरायला आणलेलं घोंगडं डोक्यावर घेऊन नरहरी सोनार पावसातून चोखोबापर्यंत गेले. चोखोबा तसाच भिजत बसला होता. नरहरीना वाटलं याला काय वेड लागलंय की काय? असा कसा पावसात भिजत बसलाय? ते त्याच्याजवळ गेले आणि त्याला खांद्याला धरून गदागदा हलवलं.

"चोखोबा, ए चोखोबा! अरे असा काय बसलायस् पावसात भिजत? चल ऊठ!" असं म्हणत नरहरींनी त्याला खांद्याला धरून, जवळजवळ उभा केला. त्यांच्या त्या स्पर्शानं चोखोबा दचकला. सावध झाला.

"अरे! हा पाऊस कधीपासून पडायला लागला? आणि मला कसं कळलं नाही? हे काय मी पुरता भिजलो. नरहरीकाका तुम्ही तर सांगायचं नाही?" चोखोबानं उलटा नरहरीनांच प्रश्न केला. "हाय का! घ्या आता? अरे माझ्या बाबा मी कधीपासून तुला हाका मारतोय. पण तुझं लक्षच नाही? माझं एक राहू दे. अरे पण तुला आभाळातंन एवढं पाणी बदाबदा पडतंय, ते आपल्या अंगावर पडतंय, आपण भिजायला लागलोय ते कळालं कसं नाही? काय समाधी बिमाधी लावून बसला होतास काय?" नरहरी काकांनी विचारलं आणि चोखोबा स्वत:शीच हसला. देहभान न राहणं याला जर समाधी म्हणत असतील तर ती त्याची लागली होती खरं. त्याला तसं हसताना बघून आता मात्र नरहरीकाका चिडले.

"ए बाबा, हसत काय उभारलायस? चल, चल, आधी आता आडोशाला चल. तू तर पुरता भिजला आहेस! मला आणि भिजवू नकोस!" असं म्हणत नरहरीकाकांनी चोखोबाच्या दंडाला धरलं आणि जवळपास ओढतच त्याला ओवरीपर्यंत घेऊन आले. आपल्या जवळचा पंचा देऊन त्याला त्यांनी अंग कोरडं

करायला सांगितलं आणि ते पथारीवर आडवे झाले. चोखोबा मात्र नंतर कितीतरी वेळ तसाच बसून राहिला होता. बऱ्याच वेळानं त्याला झोप लागली.

दुसऱ्या दिवशी सकाळी पावसानं जरा उघडीप दिली होती. रात्री कीर्तन ऐकून तिथं ओवरीत लवंडलेल्या सगळ्या मंडळींनी आपआपली मुक्कामाची घरं गाठली. सावतामाळी, नरहरी सोनार आणि चोखोबा तिघंही गोराबाकाकांच्या घरी आले. तिथं एकच धांदल उडाली होती. जो तो आता परतायच्या तयारीला लागला होता. गेले दहा-बारा दिवस आपल्या घरापासून दूर सगळ्यांचा पंढरपुरला मुक्काम होता. आषाढी एकादशीच्या निमित्तानं सगळी एकत्र जमली होती. आता मात्र सगळ्यांना घराकडं जाण्याची ओढ लागली होती. आपापलं सगळीकडं विखुरलेलं सामान जो तो गोळा करण्याच्या नादात होता. चोखोबानंशुद्धा आपली पथारी गोळा केली. कुठं कुठं काय, काय आणखी राहिलंय हे तो बघत होता. खरं पण त्याचं त्यात लक्ष नव्हतं. आता या सगळ्या जिव्हाळ्याच्या वातावरणातून आपल्याला परतावं लागणार याचं त्याला राहूनराहून वाईट वाटत होतं. पण त्यानं मनाला समजावलं. घरी तर जाणं भागच होतं. आपण घरी जाऊन हे सगळं मायला आणि सोयराला सांगायचंच, असं त्यानं ठरवलं आणि घरी जाण्याचा त्याचा उत्साह वाढला. हे सगळं ऐकल्यावर मायला आणि सोयराला किती आनंद होईल, त्या दोघींचे चेहरे कसे खुलतील, याचा अंदाज बांधण्यात तो रंगून गेला. तसाच थोडावेळ गेला आणि नामदेव तिथं आले. त्यांना बघितल्यावर सगळे त्यांच्याभोवती जमले.

त्या सगळ्यांना उद्देशून नामदेव म्हणाले, ‘‘मंडळी आता एकमेकांची निरोप घेण्याची वेळ आली आहे. त्या भेटीमध्ये आपल्या सगळ्यांना एकमेकांच्याबद्दल जो जिव्हाळा निर्माण झाला, तो आपण तसाच जपू या. एवढंच नव्हे तर तो जिव्हाळा कसा वाढीला लागेल हे आपण पाहिलं पाहिजे! दुसरी एक बातमी अशी की, निवृत्तीनाथ, ज्ञानदेव, सोपानदेव आणि मुक्ताई आज पहाटे उठून त्यांच्या पुढच्या प्रवासाला निघाले आहेत. त्यांनी सगळ्यांना नमस्कार सांगितला आहे. पुन्हा लवकरच भेट होईल, अशी आशा व्यक्त केली आहे. सगळ्यांनी आपापल्या परीनं भागवत धर्म वाढवायचा आहे. ज्ञानदेवांनी चोखोबांसाठी एक विशेष संदेश दिला आहे. त्यांनी सांगितले आहे, ‘जन्म हा जरी परमेश्वराआधीन असला, तरी कर्म माणसाचे हाती आहे. परमेश्वर जे काही करतो ते चांगल्यासाठीचं असते. त्याच्या या योजनेबद्दल वाईट वाटून न घेता आपल्याला मिळालेला मनुष्यजन्म सत्कारणी लावावा, तेव्हा मंडळी आपण आता एकमेकांचा निरोप घेऊ या आणि आपआपल्या घरी जाण्यासाठी सिद्ध होऊ या. बोला- विठ्ठल, विठ्ठल! जय हरी विठ्ठल! बोला- विठ्ठल, विठ्ठल! जय हरी विठ्ठल!’

नामदेवाचं बोलून संपलं आणि त्यांनी विठूनामाचा गजर केला. सगळ्यांनी त्याला साथ दिली. एकमेकांचा निरोप घेऊन पुन्हा एकवार एकमेकांना गळा मिठी घालून सगळीजणं बाहेर पडली. नामदेव आणि गोरोबाकाका सगळ्यांना जातीनं निरोप देत होते. सगळी गेली. मागे उरला फक्त चोखोबा. त्याला निरोप देताना नामदेवांना तर गहिवरून आलंच. पण चोखोबाच्या डोळ्यांतही अश्रू भरून आले. नामदेवांनी चोखोबाला घट्ट मिठी मारली. त्याच्या पाठीवर थोपटले आणि मिठीतून दूर करून त्याला म्हणाले, "चोखोबा! तुमचं भाग्य खूप थोर आहे. ज्ञानेश्वरांसारख्या विभूतीचा कृपाप्रसाद तुम्हाला मिळाला आहे. त्यांनी जो निरोप दिला तो लक्षात ठेवा. आणि हो, एक सांगायचं राहिलंच. अभंग रचना करण्याचे थांबवू नका. अजिबात थांबवू नका. मनातल्या भावनांना मनातच कोंडून ठेवू नका. शब्दाचं रूप घेऊन त्या बाहेर येऊ देत. आणि एक गोष्ट चोखोबा लक्षात ठेवा. पंढरपूर हीच तुमची कर्मभूमी आहे. या आता. भेटू पुन्हा" एवढं बोलून नामदेवांनी चोखोबालाही निरोप दिला. पुन्हा एकवार नामदेवांचे हात हातात घेऊन त्यांच्या आणि गोरोबाकाकांच्या पायावर डोकं ठेवून त्यानं त्या दोघांना नमस्कार केला आणि झटक्यांत पाठ वळवून तो तरातरा चालू लागला. "वेडा आहे झालं!" चोखोबाच्या दूरदूर जाणाऱ्या पाठमोऱ्या आकृतीकडं पाहत नामदेव उद्‌गारले.

झपझप चालत चोखोबा पंढरपुरच्या बाहेर पडला आणि मंगळवेढयाच्या रस्त्याला लागला. अगदी पंढरपुराची वेस संपेपर्यंत त्याला परतून मागं फिरावं असं राहूनराहून वाटत होतं. डोळ्यातून पाणी वाहत होतं. वेशीत येताच, पुन्हा पाठीमागं वळून त्यान कळसाला नमस्कार केला आणि सरळ त्यानं मंगळवेढयाची वाट पकडली. काही वेळ गेल्यानंतर, मात्र आता त्याच्या मनात घरचे विचार येऊ लागले. पंढरपुरात घडलेल्या या सगळ्यासगळ्या गोष्टी मायला, सोयराला आणि बा ला शुद्धा बैजवार सांगायच्या, असं त्यानं मनाशी नक्की केलं. त्या विचारानंच त्याच्या मनाला उत्साह आला. चालीत जिवंतपणा आला. मरगळलेल्या पावलानं चालणारा चोखोबा आता दमदार पावलं टाकत उत्साहानं चालायला लागला. एकदा पंढरपूर सुटल्यानंतर मात्र कधी एकदा घर गाठतो, असं त्याला वाटायला लागलं. घराकडं परतायची वाट खूप लांब पल्ल्याची आहे, असं त्याला उगीचच वाटायला लागलं. पंढरपुरच्या त्या वातावरणाच्या गारुडानं चोखोबांला पुरतं भारून टाकलं होतं. मायला आणि सोयराला कायकाय सांगायचं हे मनाशी ठरवत असतानाच, त्याचा निरोप घेतेवेळी उच्चारलेले नामदेवांचे शब्द त्याला राहूनराहून आठवायला लागले. नामदेव म्हणाले होते, "चोखोबा पंढरपूर हीच तुमची कर्मभूमी आहे!" माझी कर्मभूमी? पंढरपूर माझी कर्मभूमी? म्हणजे नक्की काय? नामदेवांना

नक्की काय म्हणायचं होतं? काय, सांगायचं, सुचवायचं होतं? म्हणजे आता मी काय करायचं?''

मनाच्या कोऱ्या पाटीवर 'वारकरी' ही अक्षरं लिहून भागवत धर्माचा नुकताच पुरस्कार केलेल्या चोखोबाच्या मनात नामदेवांच्या शेवटच्या वाक्यानं पुन्हा प्रश्नाचं वादळ उभं राहिलं. नामदेव म्हणाले, त्याचा अर्थ कोणाला तरी विचारायला हवा होता. माझी कर्मभूमी पंढरपूर आहे! असं म्हणाले ना नामदेव, म्हणजे... म्हणजे... नामदेव मला पंढरपुरला राहायला ये असं तर सांगत नसतील? पंढरपुरला रहायला येऊन मी माझं नेमून दिलेलं कर्म तिथे करावं, असं तर नामदेवांना सुचवायचं नसेल? असंच असणार. म्हणूनच तर त्यांनी माझी कर्मभूमी पंढरपूर, असं सांगितलं असेल. पण हे कसं शक्य आहे? नीट बसलेली सगळी घडी पुन्हा विस्कटली जाईल. बा, माय, सोयरा या गोष्टीला तयार होतील? संसाराची घडी काय तिथंही बसेल. पण पंढरपुरात आपल्याला जवळ करणारी माणसं आहेत. नामदेव आहेत. मुख्य म्हणजे पांडुरंग आहे. बसलेली घडी विस्कटून तिथं जायचं की, घडी व्यवस्थित बसली आहे म्हणून हाडत-हुडत झेलत, छी: थू स्वीकारत मंगळवेढयातच रहायचं? चोखोबांच्या डोक्यात विचारांचा प्रचंड गोंधळ उडाला होता. नामदेवांनी त्याच्या डोक्यात एक बारीकशी अळी सोडली होती. आणि त्या अळीचाच आता अजगर होऊन त्याची विचारशक्तीच गिळंकृत करू पाहत होता. पायाखालची वाट सरावाची होती म्हणून बरे. नाहीतर प्रश्नांच्या या वावटळीत सापडून चोखोबा रस्ता चुकला असता. विचारांच्या या आवर्तात फिरतफिरत चोखोबा मंगळवेढ्याला पोहोचला.

आषाढी एकादशीसाठी पंढरपुरला गेलेला चोखोबा आज येईल, उद्या येईल असं म्हणत सावित्री आणि सोयरा त्याची वाट बघत बसल्या होत्या. पंधरा दिवस चोखोबा घरात नव्हता. दोघीनांही घरात चैन पडत नव्हतं. त्यातचं पावसानं नुसती झिम्मड लावली होती. कुठे बाहेर जावं, काही बाहेरची दोन कामं करावी म्हटलं तर ते शक्य नव्हतं. सुदाम मात्र गावकीनं नेमून दिलेलं त्याचं आणि आता चोखोबाचं शुद्धा काम नित्यनेमानं करत होता. अगदी झिम्म पडणाऱ्या पावसाची तमा न बाळगता. आषाढी एकादशी होऊन आज तीन दिवस होऊन गेले. चोखोबाचा अजून पत्ता नव्हता. आता मात्र दोघींना काळजी वाटू लागली. अंतर तसं बरंच, त्यातही पावसाची झिम्मड, त्यात चोखोबा एकटाच. दिवसभर दोघीजणी त्याच्या वाटेकडे डोळे लावून बसल्या होत्या. पावसामुळं आधीच अंधारून आलं होतं. आता तर तिन्हीसांज व्हायला आली. सुदामशुद्धा दाराजवळ बसून चोखोबाची वाट बघत होता. एवढयांत दूरवरून झपझप पावलं टाकत येणारा चोखोबाच

दिसला. डोईवर इरलं घेऊन येणाऱ्या चोखोबाला एवढया लांबूनही त्यानं ओळखलं.

"चोखोबा आला बरं का?" त्यानं आत बघून आवाज दिला "आला का? त्या पांडुरंगाची कृपा!" असं म्हणत सावित्री बाहेर आली. एवढं होईपर्यंत चोखोबा दारात पोहचला शुद्धा. त्यानं डोईवरचं चिप्प भिजलेलं इरलं अंगणातल्या भिंतीला लावलं आणि केसातल पाणी झटकलं.

"आलास बाबा, ये. सोयरा जरा त्याला डोकं पुसायला काही तरी घेऊन ये बाई! आणि गरम पाणी दे हात-पाय धुवायला." सावित्रीनं सुनेला सांगितलं. सोयरा झटकन बाहेर आली. मधल्या दाराशी उभं राहून तिनं एकवार चोखोबाला डोळे भरून पाहिलं आणि पुन्हा गरम पाणी आणायला ती आत गेली. एवढयांत "दादा आला! दादा आला!" असं म्हणत नाचत येऊन निर्मळा चोखोबांच्या मांडीवर बसली.

सुदाम, सावित्री, सोयरा, निर्मळा सगळी चोखोबांच्या भोवती जमली होती. सगळीजणं पंढरपुरचे अनुभव ऐकायला उत्सुक होते. चोखोबालाशुद्धा त्यांना सगळं सांगायचं होतं. सुरुवात कुठून कशी करावी हे त्याला सुचतही नव्हतं आणि शब्दही सापडत नव्हते. मनातल्या मनात कशीबशी शब्दांची जुळवाजुळव करून त्यानं बोलायला सुरुवात केली. एकदा तो बोलायला लागला आणि बांध फुटल्यासारखा तो बोलायलाच लागला. 'पंढरपुरातलं सगळं वातावरण, तिथं जमलेले सगळे अठरापगड जातीतले संत, त्यांचं एकमेकांशी सौहार्द्र वागणं, एकमेकांच्यात मिसळून राहणं, एकमेकांची काळजी घेणं, जातीधर्माचा, स्पृश्य अस्पृश्यतेचा कोणताही, कसलाही भेदभाव न बाळगता एकमेकांना आदरानं, सन्मानानं वागवणं, एकमेकांच्या सावलीचा, स्पर्शाचा कसलाही विटाळ न मानता एकमेकांशी सलगीनं जिव्हाळयानं वागणं, तिथं सगळ्याच्यांत गेल्यावर चोखोबाला वाटलेला संकोच, त्या संकोचापायी त्याचं सगळ्यांशी अलिप्त राहणं, नामदेवांनी, गोरोबाकाकांनी आपल्या प्रेमळपणानं तो संकोच घालवून त्याला आपलंसं करण, त्या संतांच्या सहवासामध्ये त्यालाही काही सांगावं, बोलावंसं वाटणं, सगळ्यांनी त्याला उत्तेजन देणं आणि चोखोबानंही स्वत: उत्स्फूर्तपणे अभंगरचना करणं,' चोखोबा सगळं सांगत होता. ते तिघंही मन लावून ऐकत होते आणि आपण केलेली अभंगरचना सांगत असताना मात्र चोखोबाला गहिवरून आले. त्याचा गळा दाटून आला. डोळ्यांतून अश्रू ओघळू लागले आणि इतरांना, मोठ्या माणसांना जे जमतं आणि त्याबद्दल त्यांना समाजात आदराचे आणि मानाचे स्थान मिळतं ते आपल्यासारख्या एका हलक्या जातीत जन्मलेल्या आणि निरक्षर, अडाणी असलेल्या फाटक्या माणसाला जमलं, याबद्दलची प्रचंड अपूर्वाई त्यांच्या त्या ओघळणाऱ्या अश्रूतून

प्रतीत होत होती. चोखोबा बोलतोय त्यातला शब्द न शब्द खरा आहे. त्यात कोणतीही अतिशयोक्ती नाही, याची खात्री सावित्रीला त्याच्या स्वरातल्या सच्चेपणातून पटली होतीच. पण त्याच्या डोळ्यातून ओघळणाऱ्या अश्रूंनी मात्र तिच्या मातृहृदयाचा ठाव घेतला. आपल्या पोराची हुशारी ऐकून तिचं काळीज सुपाएवढं झालं. आवेगानं त्याला जवळ ओढून, आपल्या मिठीत घेऊन सावित्रीनं त्याची अलाबला घेतली.

आनंदाश्रूंचा हा आवेग ओसरल्यानंतर चोखोबा पुन्हा बोलायला लागला. "माय मला अभंग करता आला, ही तर लयी मोठी गोष्ट झाली. पण याहीपेक्षा मोठी गोष्ट घडली माय. माय-बाबा कसं सांगू तुम्हाला? तिथं मला ज्ञानेश्वर भेटले. नुसते भेटले नाहीत, तर त्यांनी मला मिठी मारली. माझ्याशी बोलले. माझा हात हातात घेऊन मला माया केली. तुला खरं सांगतो माय, ज्ञानोबामाउलींच्या रूपानं मला साक्षात परमेश्वरच भेटला बघ. ज्ञानोबा माउलींनी मला मिठी घातली, त्यावेळी मला काय वाटलं सांगू? असं वाटलं की... असं वाटलं की त्या क्षणाला मला मरण यावं. इतकं चांगलं मरण कुणाकुणाला मिळणार नाही. ज्ञानोबा माउलींचा तेजस्वी चेहरा बघितला आणि वाटलं की जीव ओळावून टाकावा. माय-बा, तुमच्या या लेकराचं तिथं लै कौतुक झालं बघ. हां! आणि एक सांगायचचं राहिलं. मी परतत असताना नामदेव मला काय म्हणाले माहीत आहे? ते मला म्हणाले, पंढरपूर हीच तुमची कर्मभूमी आहे. म्हणजे काय ग?" चोखोबाच्या डोक्यातून नामदेवांच्या त्या प्रश्नाचा भुंगा अजून जात नव्हता. त्या प्रश्नानं त्याला किती त्रास दिलाय, हे त्याच्या केविलवाण्या स्वरातून स्पष्ट होत होतं. पण तो प्रश्न ऐकून सुदाम मात्र झटकन म्हणाला, "ह्यात काय अवघड आहे चोखोबा? अरे नामदेवांना सांगायचंय, या पुढच्या आयुष्यातलं तुझं कामकाज तू पंढरपुरला राहून करावस! दुसरं काय?" सुदामानं उत्तर दिलं आणि चोखोबा एकदम गप्प झाला. ह्या प्रश्नाच्या ज्या उत्तरानं त्याला बुचकळयात टाकलं होतं, तेच उत्तर सुदामान दिलं होतं.

जेवताजेवता चाललेल्या या गप्पांनी जेवण संपायला खूपच उशीर झाला होता. सगळीच दमली होती. चोखोबाही प्रवासानं दमला होता. गोंधळात टाकणारं उत्तर उशाशी घेऊन तो अंथरुणावर आडवा झाला खरं, पण एका बाजूला त्याचा सुतासारखा सुखानं चाललेला संसार आणि दुसऱ्या बाजूला विठ्ठलभक्तीनं व्यापलेलं जग. एका बाजूला समाजाकडून होणारी अवहेलना, छी: थू, विटाळ-चांडाळ, अपमान, तिरस्कार या सगळ्यांनी भरलेले जग आणि दुसऱ्या बाजूला प्रेम, सहिष्णुता, आदर, सन्मान, स्नेह यानं भरलेलं जग. कशाची निवड करावी, कशाचा स्वीकार करावा? या ओढाताणीत चोखा बुडून गेला. इतका की शेजारी

निजलेली सोयरा काही अपेक्षेनं त्याच्याकडं पाहते आहे, याकडं त्याचं लक्षच नव्हतं.

चोखोबा पंढरपुरला आला. संतमंडळींच्या स्नेहरज्जूत गुरफटून गेला आणि त्यांच्यातलाच एक झाला. याबद्दल कर कटेवर ठेवून विटेवर उभ्या असलेल्या त्या पांडुरंगाला विलक्षण समाधान वाटलं. संतांच्या सान्निध्यात सुरुवाती, सुरुवातीला बुजणारा चोखा संतांच्यातलाच एक झाला. त्यांच्यामध्ये सुप्त असलेल्या प्रतिभाशक्तीचा अविष्कार सगळ्यांच्या प्रत्ययाला आला आणि त्याची ती अभिव्यक्ती, दुर्लक्षित करण्यासारखी खास नव्हती, याचाही प्रत्यय सर्वांना आला. सगळं कसं विठ्ठलाच्या मनासारखं होत होतं. श्रेष्ठ भक्तांच्या रांगेत जाऊन बसण्यासाठी चढून जायच्या सोपानाची पहिली पायरी चोखोबा चढला होता. खरं तर सगळ्या विठ्ठलभक्तांना पंढरपुरात विठ्ठल हेच आकर्षण होतं आणि इतरांना तेवढं पुरेस होतं, पण समाजाकडून हाडत-हुडत करून घेत जखमी पाखरांप्रमाणं वावरणाऱ्या चोखोबाला केवळ विठ्ठल हे आकर्षण पुरेसं नव्हतं. इतर सगळे भक्त केवळ पांडुरंगाच्या प्रेमापोटी, भक्तीपोटी पंढरपुरास येत-जात होते. येऊन राहत होते. काही जण त्याच्या भक्तीपोटी कायमचे पंढरपुरास वास्तव्याला आले होते. पण चोखोबांच्या बाबतीत हे शक्य नव्हते. त्यामुळे अवहेलनेने तापलेल्या त्याच्या मनावर स्नेहाची, प्रेमाची फुंकर घालून त्याला आपलंसं करावं लागणार होतं. नामदेवांसकट सगळ्या संतमंडळींनी हे काम अगदी चोख केलं. त्यातच निरोप घेताना नामदेवांनी त्याला जो आदेश दिला, त्यामुळं चोखोबा निदान पंढरपुरला राहायला येण्याचा विचार तरी करू लागला. सध्या तरी त्या पांडुरंगाच्या दृष्टीनं एवढं पुरेसं होतं.

आपला नवरा भक्तांच्या प्रेमाचा भुकेलेला आहे, हे रुक्मिणीला माहीत होतं, पण त्या प्रेमापायी तो सुरळीत चाललेले भक्तांचे संसार विस्कटून त्या सगळ्यांना तो पंढरपुरात गोळा करू पाहतोय हे रुक्मिणीला पसंत नव्हतं. अजिबात पसंत नव्हतं. कारण पंढरपुरात जेवढे जास्त भक्त गोळा होतील, तेवढा विठ्ठल तिच्या वाट्याला कमी येणार होता, प्रेमात भागीदार वाढणार होते आणि ही गोष्ट तिला पटण्यासारखी नव्हतीचं. कारण त्याला काही म्हणायला गेलं की, "द्वापार युगापासून तुझ्यावर प्रेम करतोय ते काय उगीचच?" असा प्रश्न तिला विचारुन तो तिला निरूत्तर करत असे. चोखोबांच्या बाबतीतही हेच होणार होतं. तेव्हा त्याबद्दल त्याला काहीच न विचारता आपण गप्प राहावं आणि जे होईल ते पाहावं असा विचार रुक्मिणीनं केला आणि तिच्या मनातील विचार ओळखून मिस्किलपणे हसणाऱ्या पांडुरंगाकडे तिने दुर्लक्ष केलं.

11

डोक्यात उठलेला प्रश्नांचा गुंता आणि विचारांचा गोंधळ घेऊनच चोखोबा आपल्या दैनंदिन कामकाजाला लागला. पण प्रश्नांच्या या गुंत्यानं त्याच मन, बुद्धी, शरीर सारं काही व्यापून टावलं होतं. इतकं की एरवी आपलं गावकीनं नेमून दिलेलं कामकाज मन लावून नीटनेटकं आणि बिनचूक करणाऱ्या चोखोबाच्या हातून आज काम करताना अनेक चुका होत होत्या. ब्राह्मण आळी झाडून झाल्यानंतर गोळा केलेला सगळा कचरा किलतानात भरायच्या ऐवजी त्याने आज हाऱ्यातच भरला. सगळा हारा घाण झाला. शंकर वाण्यानं त्याला लाकडं तोडून भरून ठेवायला सांगितली होती. ती त्यानं तोडली खरी, पण ती तो भरायचा विसरला. व्यंकू पाटलानं त्याच्याबरोबर लगतच्या गावात राहणाऱ्या बहिणीसाठी सांगावा दिला होता. चोखोबा त्याच्या बहिणीच्या गावी गेला खरा, पण सांगावा न सांगता तसाच परत आला. एकंदर चोखोबाचं चित्त थाऱ्यावर नव्हतं हेचं खरं. डोक्यातला प्रश्नांचा गुंता सुटावा आणि आपलं चित्त थाऱ्यावर यावं, यासाठी त्यानं अनेक माणसांशी बोलून बघितलं. त्यात सुदाम, सावित्री, सोयरा सगळी होती. मंदिरातला गुरव होता. पण त्याच्या डोक्यातल्या असंख्य प्रश्नांची उत्तरं देणं, त्यांच्यापैकी कुणालाच शक्य नव्हतं. चोखोबाच्या डोक्यातला प्रश्नांचा गुंता तसाच राहिला आणि चोखोबा अस्वस्थ तो अस्वस्थच राहिला.

हा प्रश्नांचा गुंता सोडवण्यासाठी खरं तर एकच व्यक्ती योग्य होती, ती म्हणजे नामदेव. चोखोबाला त्यांच्या भेटीची आत्यंतिक ओढही लागली होती. पण ते शक्य नव्हतं. नामदेव, ज्ञानेश्वरांच्या बरोबर छोट्याशा तीर्थयात्रेला गेले होते. चोखोबाचं

कशातच लक्ष लागत नव्हतं. "आता हा विचारांचा गुंता कसा सुटायचा? आता या प्रश्नांची उत्तरं कोण देणार?" या अस्वस्थतेमुळे चोखोबाचं कामकाजात लक्ष नव्हतं. पण तो तहान-भूकही विसरला. जेवण-खाण, गप्पागोष्टी सोडून तो तासन्तास विचार करत बसू लागला. चोखोबाची ती अस्वस्थ, घायाळ अवस्था कोणालाच बघवेना. पण त्यांच्याकडे त्यावर इलाजही नव्हता.

आजही चोखोबा असाच विषण्ण मन:स्थितीत बसला होता. आपल्या प्रश्नांची उत्तरे कुठून आणि कुणाकडून मिळवावीत? या विचारात तो बुडून गेला होता. अचानक त्याला नामदेवांचे शब्द आठवले. पंढरपुरला त्याच्याशी बोलत बसलेले असताना अशीच काहीशी मनात उद्भवलेली शंका त्यानं नामदेवांना विचारली. तेव्हा ते म्हणाले होते, "चोखोबा, मनात शंका किंवा प्रश्न उद्भवणं हे माणसाचं मन जिवंत आणि अभ्यासू असण्याचं लक्षण आहे. खरं तर आपल्या मनात उद्भवलेल्या बऱ्याचशा प्रश्नांची उत्तरं आणि खूपशा शंकांचं समाधान आपल्या मनातच दडलेलं असतं. आपण फक्त ते शोधायचं असतं एवढचं. अर्थात काही प्रश्न असे असतात की, त्यांची उत्तरं आपल्या मनात आपल्याला सापडत नाहीत. अशावेळी चोखोबा, ती उत्तर एकतर ज्येष्ठांकडून मिळवायची असतात आणि ते शक्य नसलं, तर ती प्रत्यक्ष पांडुरंगाकडून मिळवायची असतात. हे प्रश्न प्रत्यक्ष पांडुरंगालाच विचारायचे, म्हणजे तो त्या प्रश्नांची उत्तरे आपल्याला देतो. कारण चोखोबा तो कर कटेवर ठेवून विटेवर उभा असलेला पांडुरंग आहे ना! तो सर्व साक्षी आहे, सर्वज्ञ आहे. त्याला सगळं माहीती असते. तो सगळं जाणून असतो."

नामदेवांचं हे बोलणं आठवलं आणि चोखोबाला एकदम हुरूप आला. त्याचा चेहरा उजळला. 'हं! असंच करावं. नामदेवांनी सांगितल्याप्रमाणं, या मनात उठलेल्या प्रश्नांची उत्तरं त्या पांडुरंगालाच विचारावीत. तोच त्या सगळ्या प्रश्नांची उत्तरे देऊ शकेल. आपल्या डोक्यात उद्भवलेला विचारांचा भुंगा तोच सोडवू शकेल. हेच ठीक होईल. पण हे जमायचं कसं? त्या पांडुरंगाला प्रश्न विचारण्यासाठी आपल्याला त्याच्यासमोर जाता तरी आलं पाहिजे, पोहचता तरी आलं पाहिजे. कसंही करून हे साधलंचं पाहिजे. त्याशिवाय मनातली ही मळमळ शांत होणार नाही. ही तळमळ मिटणार नाही. काहीही करून, कसंही करून त्या पांडुरंगापर्यंत पोहचलं पाहिजे. त्याला हे सगळं विचारलंच पाहिजे. त्याशिवाय जिवाला स्वस्थता लाभायची नाही. ठरलं तर मग!' चोखोबानं मनाशी ठाम निश्चय केला आणि त्याला काहीसं बरं वाटलं. उत्साहही आला. आपल्या प्रश्नांना, मनातल्या गोंधळाना काही तरी एक निश्चित दिशा मिळाली, एवढं समाधान या विचारानं त्याला नक्कीच दिलं. त्याला एकदम लक्षात आलं, आपल्याला खूप भूक लागलीय. त्यानं मायला

हाक मारली, "माय, मला जेवायला वाढ. मला लयी, लयी भूक लागलीय." मायनं त्याचं ताट केलं. चोखोबा जेवायला बसला. कित्येक दिवसांनी, जवळपास पंढरपुराहून आल्यापासून आज तो मन लावून जेवत होता. आवडीनं आणि चवीनं जेवणाऱ्या आपल्या लेकाकडं मायेनं आणि कौतुकानं बघत सावित्री शेजारीच बसली होती. कित्येक दिवसांनी चवीनं जेवणाऱ्या आपल्या नवऱ्याला बघून सोयराच्या चेहऱ्यावर समाधान पसरलं होतं. चोखोबा जेवून उठला. बाकीच्यांनी जेवून घेतलं. निजायची तयारी झाली. चोखोबा अंथरूणावर आडवा झाला, तो मनाचा काही निश्चय करूनच. तो निश्चय केल्यामुळंच की काय कोण जाणे, त्याला लगेचच शांत झोप लागली. आपल्या डोक्यातला विचारांचा गोंधळ, पांडुरंगावर टाकून चोखोबा शांतशांत झोपी गेला.

दुसरे दिवशी चोखोबा उठला, तोच मुळी उत्साहानं. रात्री मनाशी केलेला निश्चय त्यानं मनातल्या मनात पुन्हा एकदा गिरवला. त्या निश्चयाच्या विचारानं त्याला आणखी उत्साह तर दिलाच, पण विस्कटलेल्या मनाचे धागे पुन्हा नीट एकत्र जुळवले. शांत मनानं चोखोबा कामावर हजर झाला. नेहमीच्या नीटनेटकेपणाने आणि बिनचूकपणे त्याने आपली कामे करायला सुरवात केली. आज तो दुपारी, घरी जेवायलशुद्धा आला नाही, त्यामुळं दिवस मावळायच्या आतच त्याचं काम संपलं. आता त्यांच्या मनाला ओढ लागली होती मनात ठरवलेला निश्चय पूर्ण करण्याची. चोखोबा काहीसा उत्तेजित झाला. पंढरपुरला जाऊन आल्यानंतरचा आत्मविश्वासाने वावरणारा, आत्मभान आलेला, स्वत:च्या अस्तित्वाची ओळख झालेला चोखोबा जणू पुन्हा त्याच्यात अवतरला होता. काही दिवसांपूर्वीचा गोंधळलेला, प्रश्नांच्या गुंत्यात सापडलेला, विचारांची दिशा हरवलेला घायाळ चोखोबा लुप्त झाला होता. आणि आत्मविश्वासानं वावरणारा हा चोखोबा एका वेगळ्याच ओढीनं वावरत होता. आता त्याच्या मनाला ओढ होती, ती त्यानं मनाशी ठरवलेला निश्चय पूर्ण करण्याची. आता मनाचं ध्येय होतं, पांडुरंगाकडून प्रश्नांची उत्तरं मिळवण्याचं आणि आता त्याचं लक्ष्य होतं, प्रत्यक्ष पांडुरंगाला भेटण्याचं. त्यानं मनात केलेल्या या ठाम निश्चयानं चोखोबाला इतका आत्मविश्वास दिला की, पांडुरंगाचं दर्शन घ्यायला चोखोबा सिद्ध झाला.

आपल्या नवऱ्याच्या मनात काय चाललंय? याची अवस्था अशी जखमी पाखरासारखी कां झालीय? याचा काहीसा अंदाज सोयराला आला होता. तिनं त्या बाबतीत त्याला काही वेळा छेडलंही होतं. पण विचारांच्या गुंत्यात तळमळत असलेल्या चोखोबानं तिच्याजवळही आपलं मन मोकळं केलेलं नव्हतं. तरीही 'नामदेवांनी त्याला पंढरपुरात राहायला येण्याबद्दल काही सुचवलं होतं, त्यामुळं

त्यांच्या मनात विचारांचा हा गोंधळ झाला होता.' एवढं तिनं ओळखलं होतं. एकतर चोखोबानं तिला काही सांगितलं, विचारलं नव्हतं आणि विचारलं असतं तरीही तिला नीटस सांगता आलं नसतं. कारण चोखोबानं काय करावं, नामदेवाचं आमंत्रण स्वीकारावं की न स्वीकारावं याचं उत्तर तिच्याजवळही नव्हतं. मग ती चोखोबाला काय सांगणार? गप्प राहणं, निर्णय चोखोबावर सोपवणं आणि त्यानं घेतलेल्या कोणत्याही निर्णयाला सहमती दर्शवणं, एवढंच तिच्या हातात होतं. ती तेच करणार होती.

हे जरी खरं असलं, तरी चोखोबाची ती घायाळ अवस्था तिला बघवत नव्हती. परोपरीनं विचारून आणि विनवूनही तो सांगतही नव्हता आणि सावरतही नव्हता. त्यामुळंच त्या दिवशी संध्याकाळी अचानक असं चोखोबाला मन लावून जेवताना बघून सोयराला बरं वाटलं. त्याच्या मनाचा काहीतरी निश्चय झाला असावा. मनातल्या विचारांचा गुंता सुटला असावा. तिनं मनाशी अंदाज बांधला आणि शेजारी शांत मनानं झोपलेल्या चोखोबाला बघून सुटकेचा निःश्वास टाकत ती ही झोपी गेली.

दुसरे दिवशी उत्साहानं चोखोबा उठलेला तिनं पाहिला. नित्यनेमाप्रमाणे कामाला गेलेला चोखोबाही तिनं पाहिला. आणि सूर्य मावळायच्या आत कामकाज संपवून कामावरून परत आलेला चोखोबाही तिनं पाहिला आणि चोखोबांची विचाराची गाडी रुळावर आली, या समाधानात तिनं संध्याकाळच्या जेवणाची तयारी करायला सुरुवात केली.

कामकाज लौकर उरकून चोखोबा घरी आला. आल्यावर त्यानं पुन्हा एकदा अंघोळ केली. स्वच्छ कपडे घातले. डोक्याला मुंडासं गुंडाळलं आणि झपझप चालत तो घराच्या बाहेर पडला. कुणाला काही न सांगता, सवरता. घरातून बाहेर पडलेला चोखोबा थेट गेला तो विठ्ठलाच्या मंदिराजवळ आला. संध्याकाळ झाली होती. मंदिरात तशी वर्दळ होती. विठ्ठलाच्या दर्शनाला येणारे आणि दर्शन घेऊन परतणारे भक्त गण इतस्ततः दिसत होते. मंदिराच्या पायरीपाशी उभारलेल्या चोखोबांकडे काहींचे लक्षही गेले. पण अस्पृश्यांनी तिथेच उभे राहून विठ्ठलाचे दर्शन घेण्याची, गावकीची रीतच होती. तसाच दर्शनासाठी तो आलेला असेल अशीच बहुतेकांची समजूत झाली. त्यामुळे त्यांनी त्याकडे लक्ष दिले नाही. दुर्लक्ष केले. काही क्षण चोखोबा पायरीपाशी तसाच उभा राहिला. तिथूनच एकदा दोन्ही हात जोडून त्यानं विठ्ठलाच्या मूर्तीला नमस्कार केला. पुन्हा एकदा जमिनीवर डोकं ठेवून त्यानं नमस्कार केला आणि मग मात्र, मागचा पुढचा कसलाही विचार न करता, कुणीतरी खेचून नेत असल्यासारखा, कसली तरी विलक्षण ओढ

लागल्यासारखा, झपाटल्यासारखा चोखोबा झपझप मंदिराच्या पायऱ्या चढून गेला. कुणाला काही कळायच्या आत तो मंदिरात गेला शुद्धा. त्याच झपाटलेपणात त्यानं मंदिराचं आवार ओलांडलं. तसंच धावत जाऊन त्यानं मंदिराचा सभामंडप पार केला. आणि एका विलक्षण ओढीनं खेचला गेलेला, एका विलक्षण वेडानं झपाटलेला, एका विलक्षण तळमळीनं वेडा झालेला अस्पृश्य असलेला, महार जातीत जन्मलेला चोखोबा कसलाही विचार न करता, भोवती वावरणाऱ्या वर्णभेदी समाजाची कसलीही पर्वा न करता, विठ्ठलाच्या मूर्तीसमोर जाऊन उभा राहिला. भारल्यासारखा, कुणीतरी पछाडल्यासारखा. एकच क्षण. निमिषात त्यानं त्या सावळ्या विठ्ठलाला नखशिखान्त न्याहाळलं. एकच क्षण. दुसऱ्या क्षणाला विठ्ठलाच्या मूर्तीशेजारी उभ्या असलेल्या पुजाऱ्याचे त्याच्याकडे लक्ष गेले. क्षणार्धात त्याने चोखोबाला ओळखले. "अरे हा तर चोखोबा! चोखा महार. अरे या महारानं देव बाटवला, या महारडयानं मंदिर विटाळलंऽ चोखा महार आत आलाय, मंदिरात आलाय. देव बाटला ऽऽ मंदिर विटाळलंऽ या चांडाळानं देवळात प्रवेश केलाय ऽऽऽ धरा त्यालाऽऽ मारा. धरा, ऽऽ धरा ऽऽ मारा ऽऽ मारा!" पुजाऱ्यानं एकच गल्ला केला. सगळ्या मंदिरभर दंगा उसळला. सगळे लोक तिथेच धावले. आणि दुसऱ्या क्षणाला चोखोबांवर शेकडो हात पडले. लोकांनी त्याला मारला, तुडवला, लाथाडला, फरफटत, फरफटत मंदिराच्या बाहेर आणला. तोपर्यंत मंदिरातला गलका आणखी वाढला होता. आणखी लोक जमा झाले. मंदिरातून चोखाला फरफटत आणतानाही लोक त्याला लाथा बुक्क्यांनी मारत, तुडवत होते. शिव्यांची लाखोली देत होते. नाका तोंडात, डोक्यात, डोळ्यात माती घालत होते. मंदिराच्या पायऱ्यांवरून तर लोकांनी त्याला वरच्या पायरीवरून खाली ढकलून दिला. चोखोबाचं अंग रक्ताळलं होतं. ठेचाळलं होतं. ठिकठिकाणी काळवंडलं होतं. आता तर लोकांनी त्याला लाठ्या-काठ्यांनी मारायला सुरुवात केली होती आणि रक्तबंबाळ झालेला, जखमी झालेला चोखोबा एखाद्या गुरासारखा ओरडत होता. पण लोकांना त्याची दया येत नव्हती. ते मारतच राहिले आणि चोखोबा जखमी पाखरासारखा किंचाळतच राहिला. मारणाऱ्या लोकांना ना त्याच्या किंचाळण्याची पर्वा होती, ना त्याच्या जखमांची तमा. त्याच्या जखमेतून वाहणाऱ्या रक्ताची ना त्यांना चिंता होती, ना त्या त्याच्या जिवाची काळजी. त्यांना फक्त चिंता होती, मंदिराच्या पावित्र्याची. त्यांना फक्त काळजी होती, पांडुरंगाच्या शुर्चिभूततेची. 'परमेश्वर एकच आहे. तो सर्वांच्यात वसलेला आहे.' असे टाहो फोडून सांगणाऱ्या ज्ञानेश्वराचे अभंग, ओव्या रोज ज्यांच्या ओठांवर घोळत होत्या, त्या प्रत्येकाचे हात चोखाच्या अंगावर घाव घालत होते. माणसामाणसातला पशू तर जागा झालाच

होता, पण पशुच्यांत शुद्धा असलेली माया, ममता, सहिष्णुता सगळं विसरून पशुचं फक्त क्रौर्य घेऊन जागा झाला होता. चोखावर अनेक हात पडत होते आणि शेकडो डोळे ही पशूता बघत उभे होते आणि जो विटाळला गेला, म्हणून हा भयंकर प्रकार घडला होता, तो भक्तांचा सखा पांडुरंग कमरेवर हात ठेवून उघड्या डोळ्यांनी हे बघत होता. माणसांच्यातलं ते क्रौर्य बघून सूर्यालाही लाज वाटली असावी, त्यानेही स्वत:चे डोळे झाकून घेतले. तोही अस्ताचलाला निघून गेला. मार खाऊन चोखाची शुद्ध कधी हरपली हे त्याला कळले नाहीच, पण मारणाऱ्यांनाही कळले नाही. शेवटी मारूनमारून ते थकले, दमले. म्हणून त्यांनी हात आवरते घेतले आणि बोलूनबोलून त्यांच्या तोंडाला कोरड पडली म्हणून ते बोलायचेही थांबले. "नेऊन टाका रे याला त्याच्या घरासमोर!" कुणीतरी ओरडून सांगितले. आणि जखमांनी शरीर भरलेल्या अवस्थेत लोळागोळा होऊन मातीत पडलेल्या चोखाला तसाच फरपटत नेऊन लोकांनी महार वस्तीसमोर आणून टाकला आणि त्याच्या अंगावर थुंकून सगळीजण निघून गेली.

चार-पाच माणसं गलका करत घोळक्यानं आली. आणि त्यांनी अंधारात काहीतरी वस्तीसमोर आणून टाकलं हे वस्तीच्या तोंडाजवळच राहत असलेल्या राणू महारानं पाहिलं. माणसांचा घोळका दूर गेल्यावर तो आपल्या कुडाच्या झोपडी समोरून उठला आणि या लोकांनी काय आणून टाकलं, ते बघण्यासाठी तिथं गेला. त्यानं हातातल्या सुंद्रीची वात थोडी वाढवली. आणि तिच्या उजेडात त्यानं पाहिलं, कुणीतरी माणूस तिथं पडलाय. सुंद्री घेऊन तो थोडासा खाली वाकला. मुटकुळं करून पडलेल्या त्या माणसाला त्यानं काहीसं सरळ केलं. आणि सुंद्रीच्या त्या वाऱ्यामुळं लवलवणाऱ्या त्या ज्योतीच्या प्रकाशात त्यानं त्या माणसाचा चेहरा न्याहाळला. त्या चेहऱ्यावर इतक्या जखमा होत्या की, तो कोण आहे हे ओळखायला त्याला काही क्षण जावे लागले. आणि तो चोखोबा आहे कळल्यावर मग मात्र त्याने बोंब ठोकली. त्याचा तो कल्ला ऐकून वस्तीतील माणसं धावतच तिथं आली. प्रत्येकाच्या हातात सुंद्री, ठावकं, कंदील, चिमणी असं काही ना काही होतं. त्या पुरेशा उजेडात चोखाची ती भयाण अवस्था सगळ्यांनी पाहिली आणि सगळ्यांनी एकच गलका केला. कुणाला काय करावं काही सुचेना. चोखाच्या अंगावर झालेल्या जखमा, त्यातून वाहणारे रक्त, त्याची ती बेशुद्ध अवस्था, ठेचाळलेले हात हे सगळं बघितल्यानंतर हे काय झालं? कसं झालं? कुणी केलं? याचे तर्क-विर्तक त्यांच्यात सुरू झाले. या सगळ्या गदारोळात भान आले, ते राणू महाराला. 'चोखोबाच्या घरी सांगायला हवं।' त्याच्या लक्षांत आले आणि तो तीरासारखा धावत सुटला.

सोयरानं संध्याकाळचा स्वयंपाक आटोपला होता. जेवायला बसायची तयारी

करून ती, सुदाम आणि सावित्रीशी बोलत बसली होती. तिघंहीजण चोखोबाची वाट बघत होते. दिवसभराचे कामकाज आटोपून लौकर घरी आलेला चोखोबा अंघोळ करून, 'लगोलग जाऊन येतो!' असे सांगून झपाट्यानं कुठंतरी बाहेर गेला होता. चावडीवर कुठंतरी गप्पा मारायला जाण्याची त्याची रोजची सवय होती. सुदाम सावित्रीलाच काय पण सोयरालाही हे माहीत होतं. तसाच तो रोजच्यासारखा गेलेला असेल, या समजुतीनं तिघंहीजण निवांत बोलत बसले होते. विषय होता, चोखोबाच्या पंढरपूर यात्रेचा. साहजिकच तिघंहीजण आनंदानं, आसुसून बोलत होते. त्या तिघांच्याही स्वरातून, शब्दांतून चोखोबा विषयीचा अभिमान ओसंडून वाहत होता. एवढयात बाहेरून काही गलका ऐकायला आला. असेल काही तरी भांडण, मारामारी. कुणीतरी नशापाणी करून आलं असेल आणि चालली असतील काही भांडणे असं समजून त्या तिघांनी तिकडं दुर्लक्ष केलं. नाही तरी वस्तीवर हे काही नवीन नव्हतं. रोज काही ना काही तरी भांडण, झगडे होतंच असायचे. आपण बरं आपलं काम बरं, या संस्कारानं भरलेलं चोखोबाचं हे घर वस्तीवरच्या या भांडण, मारामाऱ्यांच्या भानगडीपासून सदैव अलिप्तच असायचं. आजही त्यानी तेच केलं होतं. पण बाहेरचा गलका थांबेना, तो वाढतच चालला. नव्हे तो अगदी त्यांच्या खोपटाच्या अगदी दारापाशी आला, हे लक्षांत आल्यावर मात्र सुदाम, सावित्री उठून बाहेर आली. तो बाहेर त्यांच्या दारासमोर घोळका जमला होता. जो तो हातवारे करून, ओरडून काहीतरी सांगत होता. कळेना नेमकं ते काय सांगत आहेत? कळेना नक्की काय झालंय? शेवटी राणू महार जरासा पुढे झाला. आणि जोरात ओरडून म्हणाला, "सावित्रीमाय, अग तुझं पोरगं तिथं बेसुध पडलंय. त्याचं डोकं फुटलंय. त्याला कुणीतरी लइ, म्हणजे लयीचं मारलंय. अरं सुदाम आपलं पोरगं, आपला चोखा तिथं पडलाय!" राणू महाराचं हे बोलणं ऐकून सावित्रीचा जीव उडून गेला. सुदामलाही कळेना, काय करावं? त्यांच्या पाठीमाग उभं राहून हे सर्व ऐकणारी सोयराही कावरीबावरी झाली. "आरं देवा! कुठाय माझं पोरगं? त्याला काय झालं! चोखोबा? माझं पोर" असा वेड्यासारखा आकांत करतं सावित्रीनं धाव घेतली. सुदाम बेभानपणे धावत सुटला. त्या दोघांच्या पाठोपाठ सोयरा आणि निर्मळाही धांवत सुटल्या आणि त्यांच्या पाठोपाठ तो माणसांचा घोळकाही. सगळीजणं चोखोबा जिथं पडला होता, तिथं आली. त्याला तिथं जखमी अवस्थेत पडलेलं बघून सावित्रीनं एकच गहिवर घातला. चोखाला गदागदा हालवून त्याला हांका मारत ती आकांत करू लागली. सुदामही त्याच्याजवळ बसून त्याला हांका मारू लागला. तर सोयरा आणि निर्मळा चोखाच्या पायाजवळ बसून एकमेकींना मिठी मारून, धाय मोकलून रडू लागल्या. त्यांच्या आकांताने

असेल, किंवा सावित्रीच्या गदागदा हलवण्याने असेल चोखोबाला काहीशी शुद्ध आली. राणूनं धावत जाऊन लोटकीतनं पाणी त्याच्या चेहऱ्यावर शिंपडून, त्यातले दोन घोट चोखोबाच्या तोंडात घातले. तेवढयानंही चोखोबाला हुशारी वाटली. राणू महार परत त्याच्या खोपटात पळत गेला. आणि येताना तो वाकळं घेऊन आला. ती वाकळ खाली अंथरली. तिघाचौघांनी अलगद उचलून चोखाला तिच्यावर निजवले. आणि त्या वाकळेचीच झोळी करून त्यांनी चोखोबाला त्याच्या खोपटात आणून ठेवले. सावित्री, सोयरा, निर्मळा पाठोपाठ पळत आल्या. चोखोबाला खोपटात निजवून सावित्री-सुदामला त्याची काळजी घ्यायला सांगून झाल्या गोष्टीबद्दल चर्चा करत वस्तीवरची मंडळी घरी परतली.

सावित्री, सुदाम, सोयरा, निर्मळा चोखोबाच्या भोवती बसले होते. सुदामनं दोन कंदील लावले. त्या कंदिलाच्या उजेडात चोखोबाला किती लागलंय, कुठं कुठं लागलंय हे तो पाहू लागला. चोखोबाचं सगळं अंग ठेचकाळलं होतं, रक्ताळलं होतं. डोक्याला खोक पडली होती, त्यातून रक्त वाहत होतं. हातापायावर, खांद्यावर, पाठीवर काळेनिळे वण पडले होते. पाठीला, गुडघ्याला, घोट्याजवळ, हाताला, ढोपराजवळ भरपूर खरचटलं होतं. त्यावरही ठिकठिकाणी रक्ताचे थेंब उभारले होते. अर्धवट शुद्धीत असलेला चोखोबा कण्हत तर होताच, पण काहीकाही वेळा त्या जीवघेण्या वेदना सहन न होऊन किंचाळतही होता. लेकराची ती अवस्था सावित्रीला बघवत नव्हती. हुंदक्यावर हुंदके देत आपल्या पदरानं ती त्याचं अंग पुसत होती. चोखाच सगळं अंग जखमांनी भरलं होतं. आणि जखमांतून वाहणरं रक्त धुळीनं माखलं होतं. सोयरा आणि निर्मळा दोघीजणी इतक्या घाबरल्या होत्या की त्यांच्या तोंडातून शब्द फुटत नव्हता. डोळ्यांतून मात्र अश्रूंची धार लागली होती. या परिस्थितीतून प्रथम सावध झाला तो सुदाम. त्यानं दोन शब्द बालून ओजारून, गोंजारून सावित्रीलाही सावरलं. चोखोबांवर उपचार करण्याची, ताबडतोब उपचार करण्याची निकड तिच्या लक्षात आणून दिली. मग मात्र सावित्रीतील घायाळ आई नाहीशी होऊन कर्तव्यदक्ष माता जागी झाली. झपाट्यानं ती उठली. चुलवणात वैल (निखारा)होताच. तिनं फुंकर मारून तो आणखी चेतवला. डेचकीत पाणी भरून ती तिनं वैलावर ठेवली. त्या पाण्यात चिमूटभर मीठ आणि हळद टाकून ती खोपटाच्या आतल्या भागात आली. तिथलं एक गाठोडं सोडून त्यातलं स्वच्छ धुवून ठेवलेलं धोतर काढलं. ते फराफरा फाडून त्याचे तुकडे केले. तोवर डेचकीतलं पाणी उकळलं होतं. एवढं झाल्यावर तिनं ती डेचकी फडक्यात धरून उचलून चोखाजवळ आणली. इतका वेळ हे सगळं विस्फारलेल्या कावऱ्याबावऱ्या नजरेनं बघणाऱ्या सोयरालाही भान आले. पदर

खोचून ती ही पुढे आली. सुदामही पुढे सरसावला. तिघांनी मिळून हळद-मिठाच्या त्या गरम पाण्यात फडकी बुडवून चोखोबाला सगळा पुसून काढला. त्याच्या सगळ्या जखमा पुसल्या. धुळीनं माखलेलं रक्त पुसलं. खरचटलेले त्याचे हातपाय पुसले. एवढं झाल्यावर चोखोबाला किती लागलंय, कुठं लागलंय याचा त्यांना अंदाज आला. त्यातल्या त्यात नशीब एवढंच, की कपाळावर पडलेली खोक एवढी एकच मोठी जखम सोडली, तर बाकी कुठल्या जखमा तेवढया मोठ्या नव्हत्या. डोक्याला झालेल्या जखमेतून मात्र रक्त वाहतच होतं. ती जखम काळजीपूर्वक पुसून सावित्रीनं त्यात बचकाभर हळद भरली आणि चांगली दाबून धरली. गरम पाण्याच्या सुखावह स्पर्शानं असेल किंवा सावित्रीच्या प्रेमळ स्पर्शानं असेल, किंवा आपल्या माणसात आपण आलो आहोत या दिलासा देणाऱ्या भावनेनं असेल, पण चोखोबा आता पूर्ण सावध झाला. त्यानं सुदामला काही सांगण्याचा प्रयत्न केला, पण सुदामनं त्याला हातानं थोपवलं. त्याला गप्प पडून राहण्याबद्दल बजावलं. त्याच्या डोक्याच्या जखमेत भरलेल्या हळदीनं आपला परिणाम दाखवायला सुरुवात केली होती. रक्त वाहायचं थांबलं होतं. सावित्रीनं उरलेल्या धोतरातून एक लांबडी पट्टी काढली. हळद तेलात खलून तिचा लेप त्या जखमेवर दिला. त्यावर चिंधीची घडी ठेवून त्यावरून तिनं ती पट्टी चोखाच्या डोक्याला गुंडाळून बांधली. मोठ्या जखमेचा बंदोबस्त झाल्यावर तिनं आणखी थोडा तेल हळदीचा लेप बनवला. चोखाला जिथंजिथं खरचटलं होतं तिथंतिथं तो लेप तिनं आणि सोयरानं त्याला लावला. तोवर निर्मळेनं दूध गरम करून आणलं. त्यात थोडीशी हळद आणि साखर घालून तिनं ते थोडंथोडं चोखाला पाजवलं. लोटकीभर गरम दूध पोटात गेल्यावर चोखोबाला बरीच हुशारी वाटू लागली. सोयराला सावित्रीनं तवा गरम करून आणायला सांगितला. एका फडक्यामध्ये मोठं काळं मीठ घेऊन तिनं त्या मिठाची पुरचुंडी करून चोखाचं सगळं अंग हळुवारपणे शेकलं. आता चोखोबाला खूपच बरं वाटायला लागलं. सावित्रीच्या उपचारानं आणि तिच्या आणि सोयराच्या प्रेमळ स्पर्शानं शरीरात ठुसठुसणारी वेदना बरीच कमी झाली. नि:शब्दपणे, मूकपणे सावित्री, सोयराच्या मदतीनं हे सगळे उपचार करत होती खरं, पण बोलत होता तिचा स्पर्श. आक्रांत करत होते तिचे अश्रू. दिलासा देत होते तिचे माया पाझरणारे डोळे आणि या सगळ्यांवर मात करत, चोखोबा विषयीची काळजी व्यक्त करत होता, तिचा काळीज पोखरणारा तो हुंदका. आपल्या घरात, आपल्या माणसात असलेल्यांची सुरक्षिततेची भावना, सावित्रीनं केलेल्या तातडीच्या उपचारांचा परिणाम आणि पोटात गेलेलं कढत दूध या सगळ्यामुळेच की काय चोखोबाला झोप लागली. झोपेतही तो कण्हत होता.

त्याचं कण्हणं ऐकून गहिवरून येऊन वारंवार डोळे पुसणाऱ्या सोयराला आणि निर्मळाला सावित्रीनं बळेबळेच जेवायला घातलं. सुदामला सोबतीला घेऊन तिनंही कसेबसे दोन घास पोटात ढकलले आणि झाल्या गोष्टीचा विचार करत सगळ्याजणांनी अंथरूणाला पाठ लावली. झोप कुणालाच लागली नाही. घडलेल्या प्रसंगाची दहशत, काळीज पोखरणारी भीती, अधूनमधून कण्हणाऱ्या चोखोबाची चिंता आणि हे असं सगळं का घडलं, कशामुळं घडलं याचे मनोमन केले जाणारे अंदाज या सगळ्या विचारांच्या वावटळीनं त्या सगळ्यांची झोप उडवली. एरवी दिवसभराच्या कामान थकून झोपी जाणाऱ्या त्या कुटुंबाला रात्र संपून कडूसं कधी पडलं ते कळतंच नसे. आज मात्र विचारांचं वादळ असं घोंघावत होतं, की त्यामुळे कधी उजाडलं ते त्यांना कळलं नाही. कुडाच्या भिंतीतून पाझरून सूर्याची कोवळी किरणं आत आली तशी सावित्री खडबडून उठली. तिची हालचाल ऐकून सुदाम, सोयरा, निर्मळा सगळेच उठले. चोखोबाला मात्र गाढ झोप लागली होती. त्याला कुणीच उठवलं नाही. सावित्रीनं उठून भराभरा पहिलं काम आवरलं. आणि सुदामचंही आवरून झाल्यावर तिनं त्याला बाळंभटाकडं पिटाळलं, चोखोबाला औषध आणण्यासाठी. पहिलं काम आवरल्यावर ती चोखोबांजवळ गेली. आत्यंतिक मायेनं तिनं त्याच्या कपाळावर हात ठेवला आणि तिला चटका बसल्यासारखा झाला. चोखोबा तापानं फणफणला होता. जोरात कण्हत होता. सावित्रीचा स्पर्श झाल्यावर, तर तो ओरडायला लागला. "नका, नका मला मारू नका. मी न्हाई कुठं शिवलो, मी नाही देव बाटवला. मला मारू नका!" त्याचं ते किंचाळणं ऐकून सावित्रीच्या काळजात चर्र झालं. तर त्याचं ओरडणं ऐकून धावत आलेली सोयरा घाबरून चोखोबाजवळ बसली आणि जोरजोरात रडायला लागली. तिच्या पाठोपाठ आलेल्या निर्मळेनही भावाला असं किंचाळताना बघून घाबरून आकांत केला. सावित्रीनं त्या दोघीना पोटाशी घेऊन गप्प बसवलं. आणि डेचकीतलं गार पाणी घेऊन चोखोबांच्या डोळ्याला लावलं. तापलेल्या शरीरावर झालेल्या त्या गार स्पर्शानं चोखोबा सावध झाला. त्यानं डोळे उघडले. पण ते त्याला फार काळ उघडे ठेवता आले नाहीत. त्याचं सगळं अंग ठणकत होतं. डोळे कचकचत होते. शरीरात वेदनेचा नुसता कल्लोळ उठला होता. "माय ग माय", असं कण्हत तो डोळे मिटून पडून राहिला. त्याच्या त्या प्रत्येक आर्त हांकेनं या तिघींच्या काळजात कालवाकालव होत होती. खरं तर सकाळची वेळ. रोज तिघींना अंगभरून काम असायचं. आज ही होतंच. पण ते सगळं कामकाज बाजूला ठेवून या तिघीजणी विस्कटलेल्या काळजानं चितागती होऊन चोखोबाजवळ बसून राहिल्या.

बाळंभटाकडून मात्रा आणि लेप घेऊन सुदाम परतला खरा. पण त्याचा

उतरलेला आणि चिंताक्रांत चेहरा बघून सावित्रीला काळजी वाटली. सुदामनं काही न बोलता सावित्रीच्या हातात बाळंभटानं दिलेलीं औषधं दिली. आणि डोक्याला हात लावून तो बाहेर येऊन बसला. मूक प्रश्नाचा कटाक्ष त्याच्याकडे टाकून सावित्रीनं ती औषधं घेतली. त्यातली मात्रा चोखोबाला चाटवली आणि सोयराला लेप लावायला सांगून ती बाहेर सुदामजवळ आली. "काय झालं? असं डोस्क्याला हात लावून का बसलायसा? एवढं चितागती होण्यासारखं काय घडलं? असं निस्तं हुंब होऊन बसू नका. मला समदं लगूलग सांगा बघू. अगूदर माझा जीव थाऱ्यावर न्हाई. त्यात तुमी असं केलात, तर पटकन जीव जाईल माझा. सांगा काय झालंय ते?" नवऱ्याचा उतरलेला चेहरा आणि डोळ्यात उमटलेली काळजी यामुळं अस्वस्थ झालेल्या सावित्रीनं लगेचच सुदामला छेडलं. काय उत्तर द्यावं त्याला कळेना. सावित्रीचा आपल्या लेकरावर किती जीव आहे हे त्याला माहीत होतं. बाळंभटाकडं औषध आणायला गेलेल्या सुदामला कालचा झालेला सगळा प्रकार त्याच्याकडून कळला होता. भावनेच्या भरात आणि विठ्ठलभक्तीच्या वेडापायी आपल्या पोरानं केवढं मोठं पाप केलंय याची त्याला कल्पना आली. या पापाला शिक्षा म्हणून गावकऱ्यांनी त्याला मारलं. ही गोष्ट त्यानं मनोमन कबूलही केली. अर्थात एवढ्याशा चुकीला, एवढी मोठी शिक्षा बरोबर नाही असंही त्याच्या मनात येऊन गेलं. पण ते ठरवण्याचा किंवा जाब विचारण्याचा कोणताही अधिकार समाजानं त्याला दिला नव्हता. हट्टानं त्याला तो मागायचाही नव्हता. पण तरीही पोटच्या पोरासाठी त्याचं मन कळवळंत होतं. गप्प बसण्या पलीकडं आपण काहीही करू शकत नाही, हे तो जाणून होता आणि त्यानं ते स्वीकारलंही होतं. पण सावित्री? तिला कसं सांगायच? कसं समजवायचं? पोरासाठी, पोराच्या पायी तिनं मरगाईचा अवतार धारण केला असता म्हणजे? गावात जगणं राहू द्या, राहणंही मुश्कील झालं असतं. म्हणूनच सुदाम सावित्रीला हे सगळं सांगायला कचरत होता. पण सावित्रीच्या हट्टापुढं त्याचं काहीही चालल नाही. बाळंभटाकडून कळलेली सगळी हकीकत त्यानं सावित्रीला सगळी सांगितली. आणि त्याचा अंदाज खरा ठरला. सावित्री खरोखरंच मरगाईसारखी उसळली. "धनी तुमी काय बी म्हणा, खरं मी पंचायतीत जाणार. त्यांच्या हुजीर माझं गाऱ्हाणं मांडणार. माझ्या पोराच्या हातानं चुकी घडली, पाप घडलं हे सगळं खरं. पर त्या पायी तो अर्धमेला होईतोवर त्याला मारायचं? ही काय शिक्षा झाली? आपल्या वस्तीतल्या पंचाला, धाकू काकाला घेऊनशान मी माझं गाऱ्हाणं घेऊन पंचासमोर जाणार! आमी म्हार असलो, तरी आमी बी माणसचं हावं. माझा लेक वारकरी हाय. त्यानं माळ घातली हाय. चुकून दकल त्याला देवाला बघावंस वाटलं, तर त्यासाठी एवढी मोठी

शिक्षा? त्याचा जीव गेला असता म्हणजे? मारणाऱ्यातलं कुणी येणार हुतं का आमच्या भाकरीची सोय करायला?'' सावित्री उसळून बोलत होती. सुदाम तिला शांत करायचा प्रयत्न करत होता, पण त्याला यश येत नव्हतं. शेवटी तर तो खाली मान घालून बसून राहिला. झाल्या गोष्टीबद्दल आपण एवढे संतापलो, पण पोराचा बा म्हणवणारा हा पुरुषासारखा पुरूष त्याला काहीच राग आलेला नाही हे बघून तिच्या संतापात आणखी भर पडली.

त्या संतापाच्या तिरीमिरीत ती बाहेर पडली. धाकू काकाला बरोबर घेऊन तिनं सरळ चावडी गांठली. रावजी पाटील आणि इतर चौघेजण पंच तिथं बसले होते. काही तरी कामकाज चालले होते. तिचं भान सुटलेलं असलं तरी धाकू महार भानावर होता. त्यानं पंच मंडळींना जोहार घातला. तशी सावित्री भानावर आली. ती पदर सावरून उभी राहिली. पण तिचा तिथं येण्यातला आवेश आणि डोळ्यातून उडणाऱ्या संतापाच्या ठिणग्या रावजी पाटलाच्या नजरेतून सुटल्या नव्हत्या. काल घडलेला प्रकार त्यालाही माहीत होता. पण त्याचा जाब विचारायला सावित्री इथं येईल असं त्याला वाटलं नव्हतं. हे मात्र अतीच झालं होतं. त्याला राग आला. त्याच जरबेनं त्यानं विचारलं, ''सावित्री काय झालं? का आलीयास हितं?'' त्याच्या जरबेनं सावित्री खाडकन भानावर आली. पण आता आपण इथंवर आलो आहोत आणि आपल्या येण्याची दखल घेऊन सरपंचानं काही विचारलं आहे, तेव्हा त्याचं उत्तर देणं भाग होतं. ''काय न्हाई जी. पर काल माज्या लेकराला समद्यानी लई म्हंजी लयीच मारलंय. त्याच्या हातनं चुकी घडली. पाप घडलं. हे समदं खरं. पर त्या पायी त्याला इक्तं, अर्धमेला हुईस्तोवर मारायचं ही काय शिक्षा झाली का देवा?'' तिचा तो प्रश्न ऐकून रामजीला आणखीच राग आला. ''सावित्री तुझ्या पोरानं मंदिर विटाळलंय. देव बाटवलाय. ही साधी चुकी न्हाई! तुम्हा लोकांची सावलीशुद्धा पडलेली आम्हाला चालत नाही. तिथं तुझा पोरगा चोखा थेट मंदिरात शिरतो, म्हणजे काय?'' रामजीनं सावित्रीला थेट सुनावलं. मग मात्र सावित्री संतापली. पण तरीही संतापाचा कढ आतल्याआत दाबत ती फुस्कारली, ''व्हय जी, बरूबर हाय तुमचं. आमची सावली दिकून पडलेली तुमास्नी चालत न्हाई. मग देवा, माझ्या चोखाला, एका म्हाराच्या पोराला लाथा बुक्कयांनी मारताना, देवळाच्या पायरीवरन फरफटत ओढत आणताना तुमची ही सगळी मोठी माणसं माझ्या चोखाला शिवली, एका म्हाराच्या पोराला शिवली. मग त्यास्नी विटाळ-चांडाळ झाला न्हाई कां? का मारहाण करताना शिवलं तर ती शिवाशिव हुत न्हाई? मंग माझ्या चोखाला मारल्यानंतर त्या समद्यानी काय अंगुळी केल्या काय? माझ्या चोखानं माळ घातलीय, माळकरी हाय तो. त्या तुळशीमाळेला, त्या

पांडुरंगाला त्याचा विटाळ हुईत न्हायी? मग तुमास्नी कशापायी हुतुया? मी अडाणी बाईमाणूस हाय देवा. हे इटाळ चांडाळाचं गौडबंगाल मला काय कळलं न्हाई, म्हणून तुमास्नी इचाराया आलू या.''

सावित्रीच्या या वाक्याने दिङ्मूढ झालेल्या रामजी पाटलाला काय बोलावे कळेना. तोच काय बाकीचे चौघेही अवाक झाले. चोखाला मारताना झालेली शिवाशिव या मंडळीना कशी चालली? हा तिचा प्रश्न बिनतोड होता. त्याला काय उत्तर द्यावं हे कुणालाच सुचेना. याच संभ्रमावस्थेतून त्यांना वाचवलं सुदामनं. संतापाच्या तिरीमिरीत घरातून बाहेर पडलेली सावित्री त्यानं पाहिली आणि भान येऊन तो तिच्या पाठोपाठ निघाला. पंचमंडळीसमोर निर्भयपणे उभा राहून बोलणाऱ्या सावित्रीला त्यानं पाहिलं आणि तो गांगरलाच. याचे परिणाम काय होतील या भीतीनं त्याच्या मनात घर केलं आणि झटक्यात पुढं होऊन सावित्रीच्या दंडाला धरून तिथून ओढतच त्यानं तिला घरी आणली.

आपण पंढरपुरला राहण्यास जावं की नाही याबद्दल दोलायमान झालेली चोखोबाची मन:स्थिती पांडुरंगानं जाणली आणि त्याच्या त्या विस्कटलेल्या मन:स्थितीला योग्य ती दिशा दिली पाहिजे, हे त्याच्या लक्षात आलं. त्यासाठी काही तरी घडणं आवश्यक होतं. चोखोबाच्या दोलायमान मन:स्थितीवर असा काही झटका देणं आवश्यक होतं, की ज्यामुळे त्याच्या मनातला गोंधळ कमी होऊन त्याचा काही तरी एक निर्णय झाला असता. याच प्रश्नाचं उत्तर मिळवण्यासाठी चोखोबाची मनात चाललेली घालमेल, ते उत्तर मिळवण्यासाठी नामदेवांना भेटण्याची त्याच्या मनाला लागलेली तळमळ आणि त्यांची भेट न झाल्यामुळे त्याच्या मनाच्या त्या घायाळ अवस्थेत, त्याचं बेभानपणे विठ्ठल मंदिरात प्रवेश करणं हे सगळं विठ्ठलाच्या पथ्यावरच पडलं. आणि या माराहणीच्या प्रसंगामुळे इथं राहण्याच्या बाबतीत चोखोबाचं मन पुरतं विटणार याची तर त्याला खात्रीच पटली. परमेश्वरानं न करता शुद्धा, काही काही गोष्टी होतात, आणि होतं ते बऱ्यासाठीच होतं हेच खरं! पंढरपूर हीच खरी चोखोबाची कर्मभूमी आहे, हे जरी निर्णायकपणे खरं असलं तरीही मंगळवेढयाचं नांदतं घर सोडून पंढरपुरला राहायला येण्यासाठी काहीतरी जबरदस्त निमित्त घडणं आवश्यक होतं. चोखोबाच्या घायाळ मन:स्थितीनंच हे घडवून आणलं. आणि कर कटेवर ठेवून विटेवर उभ्या असलेल्या त्या विठ्ठलाचं काम आणखीच सोपं झालं. संतांच्या मांदियाळीत आत्मभान आलेला चोखोबा आता पंढरपुरात जाऊन आत्मगान करणार होता. एक अलौकिक कार्य त्याच्या हातून घडणार होतं. त्याची सुरुवात तर झाली होतीच.

12

पंचाच्या सभेत सावित्रीनं विचारलेल्या त्या प्रश्नानं गावकऱ्यांना चर्चेला एक कारण मिळालं. कुणी म्हणे सावित्रीचं बरोबर आहे. कुणी म्हणे रामजीचं बरोबर आहे. अर्थात या चर्चेचा शेवट 'चोखाचं चुकलंच!' या आणि याच निष्कर्षानं होत असे. त्या माराहणीत झालेल्या जखमांतून बरं व्हायला चोखोबाला पुष्कळ दिवस लागले. सावित्रीचे उपचार, सोयरानं रात्रंदिवस केलेली सेवा आणि सुदामनं दिलेला धीर या सगळ्यामुळं दीड-दोन महिन्यांनी का होईना चोखोबा बरा झाला. घरातल्या घरात हिंडू फिरू लागला. शरीरावरच्या जखमा बऱ्याही झाल्या, पण मनाला झालेली जखम, ती कशी लवकर बरी होणार? दिवसचे दिवस चोखोबा वाकळेवर पडून राहिलेला असायचा. सुदाम-सावित्री कामावर गेलेली असायची. एकीकडे त्याची सेवा करताकरता सोयरा घरातलं कामकाज उरकायची. तिचं काम चाललेलं असताना, चोखोबा तास न् तास एकटा पडून असायचा. त्या एकाकी अवस्थेत त्याच्या मनामध्ये असंख्य वादळे उठायची. आपल्या हातून घडलंय, ते चूक की बरोबर हा प्रश्न तर त्यानं लाख वेळा स्वत:च्या मनाला विचारला असेल, पण त्याचं समाधानकारक उत्तरं त्याला अजूनही मिळत नव्हतं. या सतावणाऱ्या प्रश्नानं कैक वेळा तर रात्र रात्र त्याला झोप यायची नाही. आणि एके रात्री मनाच्या त्या उन्मनी अवस्थेत चोखोबाच्या तोंडून वारंवार शब्द उमटायला लागले,

''याती हीन मज म्हणती देवा। न कळे करू तुमची सेवा।।
आम्हा नीचांचे ते काम। वाचे गावे सदा नाम।।

उच्छिटाची आस। संत दासाचा मी दास।।
चोखा म्हणे नारायणा। पदरी घेतले मज दीना।।''

बेभानपणे आळवून आळवून चोखोबा हा अभंग गायला लागला. त्याच्या स्वरामध्ये उमटलेली आर्त भावना, दु:खाची तीव्र जाणीव आणि वेदनांची अभिव्यक्ती इतकी विलक्षण होती की, अंगावर पडलेल्या माराच्या प्रत्येक वळाचा आणि जखमेच्या प्रत्येक व्रणाचा हिशोब जणू तो पांडुरंगाला देत होता. आपल्या मनात उमटलेल्या वेदनांचं आणि भावनांचं आंदोलन शब्द आणि स्वरांचं रूप घेऊन आपल्या मुखातून बाहेर पडतंय, याचं भान जेव्हा चोखोबाला आलं, तेव्हा ठुसठुसणारी वेदना थोडीशी कमी झाल्याची जाणीव त्याला झाली आणि त्याला बरं वाटलं. एकदा आपल्याला हे जमतंय, हे त्याला कळलं आणि मग त्याला तो नादच लागला. त्या नादानं त्याचं मनही हलकं झालं. नुकताच केलेला हा अभंग मग त्यानं इतक्या वेळा आळवला, की तो त्याला मुखोद्‌गत झाला. आणि आत्मभानाच्या अभिव्यक्तीचं आत्मगान सांगणारं एक नवीन कौशल्य आत्मसात केल्याच्या नादात मग चोखोबानं अभंग रचनेत स्वत:ला झोकून दिलं. अस्पृश्यता, विटाळ-चांडाळ असे भेद मानण्याच्या या रूढीमुळे शरीरावर आणि मनावर झालेले आघात शब्दरूपात प्रकट करून स्वरांच्या माध्यमातून तो मुखोद्‌गत करू लागला. मग त्यात

पंचही भूतांचा एकची विटाळ। अवघाची मेळ जगी नांदी।।
तेथे तो सोवळा वोवळा तो कोण। विटाळाचे कारण देहमूळ।।
आदिअंती अवघा विटाळ संचला। सोवळा तो झाला कोण न कळे।।
चोखा म्हणे मज नवल वाटते। विटाळपरते आहे कोण।।
उपजले विटाळी मेले ते विटाळी। राहिले विटाळी ते ही जाती।।
रडती पडती ते ही वेगे मरती। परी नाम न गाती भुली भ्रमे।।
काय रे हा देह सुखाचा तयासी। उघडाची जाशी अंतकाळी।।
चोखा म्हणे याचा न धरी भरवसा। अंती यम फासा गळा पडे।।
कोण तो सोवळा कोण तो वोवळा। दोहींच्या वेगळा विठ्ठल माझा।।
कोणासी विटाळ कशाचा जाहला। मुळीचा संचला सोवळाची।।
पंचाचा विटाळ येकचिये अंगा। सोवळा तो जगामाजी कोण।।
चोखा म्हणे माझा विठ्ठल सोवळा। अरूपे आगळा विटेवरी।।

अशी मनाची घायाळ अवस्था शब्दातून आणि स्वरातून व्यक्त व्हायला लागली. चोखोबाला करता येऊ लागलेली ही अभंगरचना बघून सुदाम, सावित्री, सोयराला साहजिकच आनंद झाला. पण तरीही त्यांना चोखोबाची काळजी वाटत

होती. चोखोबा आता बरा झाला होता. हिंडूफिरू लागला होता. पण घरातून बाहेर पडून कामाला जायला, गावकऱ्यांच्यात मिळायला तो तयार नव्हता आणि याचं नक्की कारण त्या तिघांनाही कळत नव्हतं. त्याला स्वतःला अपराधी वाटत होतं, गावकऱ्यांची भीती वाटत होती की, त्यांचा राग आला होता! नक्की काय झालंय कळत नव्हतं, पण चोखोबा घरातून बाहेर पडत नव्हता हे खरं. अशातच एके दिवशी एक विलक्षण घटना घडली.

चोखोबाला झालेल्या माराहणीची, त्याला झालेल्या जबरदस्त जखमांविषयीची माहीती चोखोबाचा मेव्हणा म्हणजे सोयराचा भाऊ बंका याला कळली आणि तो चोखोबाला भेटायला आला. बंका तसा शांत स्वभावाचा. तोही वारकरीच होता. चोखोबाची हुशारी, त्याचं शहाणपण याचा बंकावर फार चांगला प्रभाव होता. त्यामुळं चोखोबाशी बोलायला, त्याला कसली कसली माहीती विचारायला, त्याच्याकडून कांही गोष्टीचे अर्थ जाणून घ्यायला त्याला आवडत असे. चोखोबाला सगळ्या गोष्टींची माहीती होती याचं त्याला अप्रूप वाटे. नेहमी प्रश्न विचारणारा, काहीतरी नवीन शिकण्याची आस बाळगणारा आपला हा चुणचुणीत मेव्हणा बंका, चोखोबालाही फार आवडत असे. त्याच्याबरोबर आपला आनंद, आपलं दुःख आपल्या वेदना, आपले अनुभव बंकासमवेत वाटून घेताना चोखोबालाही बरं वाटत असे. त्यामुळे साहजिकच बंका आला म्हटल्यावर चोखोबाला आनंद झाला. त्याला बंकाशी खूप, खूप बोलायचंही होतं आणि मनातल्या काही प्रश्नावर चर्चाही करायची होती. बंका आल्यामुळे एकाकी राहिलेल्या चोखोबाचा उदासवाणा चेहरा खुलला. हे बघून सुदाम-सावित्रीलाही बरं वाटलं, तर आपल्या नवऱ्याच्या चेहऱ्यावर आनंद फुलवणाऱ्या आपल्या लाडक्या भावाला कुठं ठेवू नि कुठं नको असं सोयराला होऊन गेलं.

बंका आणि चोखोबा बोलत बसले. पंढरपुरला संतांच्या सहवासात आपल्याला झालेला आनंद, मिळालेला सन्मान, आणि आपुलकी सांगत असताना तर चोखोबाला किती बोलू नि किती नको असं झालं. बंकालाही त्या बाबतीत अनावर उत्सुकता वाटत होती. ती त्यांच्या बोलण्यातून, प्रश्नातून प्रकट होत होती. आणि चोखोबालाही त्याच्या प्रश्नांची उत्तरे देताना अतीव आनंद होत होता. साध्यासाध्या गोष्टीतूनही आनंद मिळविण्याची वृत्ती असलेल्या त्या घरात चोखोबाला मारहाण झाल्यानंतर गेले कित्येक दिवस एक भयाण शांतता नांदत होती. त्या शांततेत एक अनामिक भीती आणि एक अदृश्य दहशत होती. आज कित्येक दिवसांनी त्या घरात पुन्हा प्रसन्न वातावरण होते. सोयरानं गोडधोड जेवण केलं होतं. चोखोबा, सुदाम, सावित्री आणि बंका चौघेजण जेवायला बसले. सोयरा आणि निर्मळा

दोघीजणी त्यांना वाढत होत्या. बंकाला वाढताना, संकोचलेल्या निर्मळेला बघून चोखोबाला गंमत वाटत होती. परकराचा ओचा खोचून, सावचित्ताने वाढणाऱ्या निर्मळेला बघून चोखोबाच्या मनात आलं, 'परवापरवापर्यंत चिमुरडी वाटणारी आपली बहीण निर्मळा, आता किती पटकन मोठी झाली. आता तिच्या लग्नाचा विचार करायला हवा. माय्बाबाच्या कानावर हे घालायला पाहिजे. एखादा चांगला मुलगा बघून निर्मळेला उजवली पाहिजे. एखादा चांगला मुलगा... मग हा बंका काय वाईट आहे! आपल्या माहीतीतला आहे, आपल्या भावकीतला आहे. मायशी बोलून घ्यावं. तिचं मत घेऊन सोयराला विचारलं पाहिजे!' हा विचार मनात येता क्षणी चोखोबा त्यदृष्टीनं बंकाकडं पाहू लागला. आणि आता तर त्याला बंका अधिकच उजवा, निर्मळेसाठी योग्य नवरा असल्याबद्दल खात्री वाटायला लागली. बंका चांगला मुलगा तर होताच. चोखोबावर त्याची श्रद्धा होती, विश्वास होता आणि हे चोखोबाला माहीत होतं. त्यामुळं हा बेत तडीस जाणार याची त्याला मनोमन खात्री पटली. त्या आनंदातच त्यानं आणखी एक पुरणपोळी घाल, असं सोयराला सांगितलं. आपला भाऊ आल्याचा चोखोबाला इतका आनंद झालेला बघून सोयराचा जीव सुपाएवढा झाला. त्या आनंदात तिनं चोखोबाला एका ऐवजी दोन पोळ्या घातल्या. पण चोखोबाच्या मनात काय चाललंय याचा मात्र तिला पत्ताच नव्हता.

जेवणं झाली. आज किती दिवसांनी सगळीजण हसत खेळत जेवली होती. चोखोबाच्या मनावरचा भार थोडासा कमी झाल्यासारखा दिसत होता. जेवणं झाल्यावर सगळीजण बोलत बसली होती. चोखोबाला वाटलं निर्मळेच्या लग्नाचा विषय काढायला ही योग्य वेळ आहे. निर्मळा आणि सोयरा दोघी आत जेवत बसल्या होत्या. तर बंका परसदारी काहीतरी करत होता. खोलीत सावित्री, सुदाम, चोखोबा तिघंच होते. थोडासा विचार करून चोखोबानं विषय काढलाच, "माय आपली निर्मळा आता मोठ्ठी झाली की गं! आता तिचं लगीन कराया पाहिजे. माझ्या मनात एक विचार आला आहे. तुम्हा दोघांना पसंत असेल तर हा बेत तडीस जाईल." चोखोबाचं हे बोलणं ऐकून सावित्रीचे डोळे चमकले. 'निर्मळेचं लगीन?' निर्मळेचं, तिच्या लाडक्या लेकीचं? ठेंगण्या, ठुसक्या बांध्याची तिची ही काळी सावळी पोर तशी चुणचुणीत होती. सावित्रीनं तिला वळणही चांगलं लावलं होतं. आणि आता सोयराच्या हाताखाली घरातलही सगळं कामकाज, स्वयंपाकपाणी शिकली होती. खरंच तिच्यासाठी एखादा चांगला जागा बघायला हवा होता. मध्येच चोखोबाचं हे प्रकरण झालं आणि सगळ्यातून सावित्रीचं लक्ष उडाल्यासारखं झालं होतं. आता चोखोबानंच विषय काढला आणि सावित्रीच्या मनात विचारचक्र सुरू

झालं. ती काही बोलणार तोच सुदामने विचारले, ''बरोबर आहे, चोखोबा तुझं! पर तुझ्या मनात इचार काय हाय ते तरी कळू दे. तुझ्या डोळ्यासमोर कुणी चांगला पोरगा हाय का?'' सुदामचा तो प्रश्न ऐकून चोखोबा हलकेच हसला, म्हणाला, ''माझ्याच नव्हे तर आपल्या सगळ्यांच्याच डोळ्यांसमोर आहे तो. आपल्या सगळ्यांच्या माहीतीचा!'' चोखोबाचं हे बोलणं ऐकून सावित्रीने डोळे विस्फारले. ''आपल्या सगळ्यांच्याच डोळ्यासमोर हाये? आपल्या सगळ्यांच्या माहीतीतला आहे? कोण रे बाबा? चोखोबा असं कोड्यात बोलू नको, बाबा! कोण हाये ते सांग बरं लगेच?'' सावित्रीनं उत्सुकतेनं विचारलं, ''अग माय, आपला बंका! तुझ्या सुनेचा भाऊ! गुणी पोरगं हाय. आपल्या माहीतीतलं हाय. आपल्या निर्मळेला अगदी शोभून दिसंल!'' चोखोबानं खुलासा केला आणि सावित्रीचा चेहरा उजळला. 'खरंच की! आपल्या लक्षातच आलं नाही. चोखोबाच्या बरं लक्षात आलं.' सावित्रीला आपल्या लेकाचं कौतुक वाटलं. सुदामच्या चेहऱ्यावरही हास्य उमटलं. 'खरंच, चांगला पोरगा होता, बंका. शिवाय यमाजी त्याचा दोस्त होताच. हे जमून आलं असतं!' सुदामच्या मनानं कौल दिला. त्यालाही चोखोबाचं कौतुक वाटलं. आपल्या बहिणीसाठी त्यानं जागा तर नामी शोधली होती. पोरगाही चांगला होता. आता पुढचं काम बापाच्या भूमिकेतून त्याला करायचं होतं. त्यापूर्वी ही गोष्ट सोयराला सांगावी लागणार होती. तिला पसंत पडली असती, तर तिला बंकाच्या मनाची चाचपणी करायला सांगता आले असते. हे सगळं सावचित्तानं करायला हवं होतं. प्रश्न जसा निर्मळेच्या भविष्याचा होता, तसाच नातेसंबंधाचाही होता. कुठं जरासं काही खटकलं असतं, बोलण्यात किंवा सांगण्यात काही थोडीशी चूक झाली असती तर नातेसंबंधावर ओरखडा उठला असता. नवीन नातेसंबंध जोडताजोडता जुना नातेसंबंध तुटला असता. म्हणूनच हे काम जपून करायला हवं होतं. नात्यांचा गुंता धागे न तोडता सोडवायला हवा होता. आणि हे काम सुदाम आणि सावित्रीला करायचं होतं.

चोखोबाच्या आणि सुदाम-सावित्रीच्या मनात आलेला हा विचार देवालाही मान्य असावा. कारण जेव्हा सावित्रीनं सोयराजवळ ही गोष्ट काढली, तेव्हा तिनं कोणताही विरोध न करता अतिशय आनंदानं संमती दर्शविली. तशी निर्मळा तिची लाडकीही होती. तिचं वागणं, बोलणं, काम करणं सगळं सोयराला माहीत होतं. आपला भाऊही गुणी आहे. निर्व्यसनी आहे हे तिला माहीत होतं. सुदामचं घरही संस्काराला महत्त्व देणारं आहे हे ती जाणून होती. साहजिकच दोन सम विचारांची, समान जीवनमूल्ये असणारी घरं पुन्हा एकदा आणखीच घट्ट बंधनात जोडली जाणार होती. त्यामुळं साहजिकच सोयरालाही ही सोयरीक जुळून यावी असंच

वाटलं. तिचा होकार मिळताच, बंकाच्या मनाचा कौल घेण्यास सावित्रीनं तिला सुचवलं. सोयरानं ते आनंदानं कबूल केलं. दुसरे दिवशी दुपारी सोयरा भुईमुगाच्या शेंगा सोलत बसली होती. बंका तिथंच गप्पा मारत बसला होता. सोयरानं संधी घ्यायचं ठरवलं. तिनं सहज बोलताबोलता विचारल्यासारखं करून बंकाला विचारलं, "बंका, तुला इथं करमत का रं बाबा?" तिच्या त्या प्रश्नावर बंका म्हणाला, "न करमायला काय झालं? तुझ्या घरची सगळी माणसं चांगली हायेत बघ सोयरा! दाजींचा स्वभाव तर मला लयी आवडतो. त्यानला किती माहीती आहे सगळ्याची. सगळं समजतं त्यांना. काही इचारलं तर किती नेमकं समजावून सांगतात आणि त्याची बहीण, तुझी नणंद निर्मळा ती तर किती बोलकी हाय. सदा न् कदा काय तरी इचारत असते. माझ्यासारखंच तिचं पण हाय बघ. तिला पण काय ना काय तरी शिकायला आवडतं!" बंकाचं ते बोलणं ऐकून सोयरानं लगेचचं विचारले, "तुला ती बायकू म्हणून चालंल कां? चालत असंल तर मी इचारून बघते!" सोयरानं विचारलेल्या या आकस्मिक प्रश्नानं बंका भांबावला. काहीसा लाजला देखील. सोयरानं पुन्हा विचारलं, तेव्हा संकोचून म्हणाला, "आईला आणि बाला पसंत आसलं तर मी काय बोलणार?" सोयराला ते ऐकून साहजिकच आनंद झाला. तिचे आई-वडील या संबंधाला नकार देणार नाहीत याची तिला खात्री होती. बंकांचा होकार तिनं सुदाम सावित्रीच्या कानावर घातला. मग मात्र त्या दोघांनी वेळ दवडला नाही. बंका परतल्यावर चारच दिवसांनी सोयराच्या माहेरी ती दोघं यमाजीला भेटायला गेली. आगत-स्वागत झाल्यावर यमाजीच्या आणि हौसाच्या कानावर त्यांनी हा विचार घातला. यमाजीचा तर यावर विश्वासच बसेना. सुदामच्या घरची त्याला सगळी माहीती होती. त्याची लेक सोयरा या घरात सुखाने नांदत होतीच. त्या घरचं वळण, संस्कार हे सगळं हौसाला आणि यमाजीला माहीत होतं. अशा घरातली लेक सून म्हणून आपल्या घरात येणार ही गोष्ट त्या दोघांसाठी साहजिकच अत्यंत आनंदाची होती. त्या दोघांनी मनापासून होकार दिला. आणि निर्मळेचं लग्न ठरलं. पुढचं सगळं भावकीच्या रीतीरिवाजाप्रमाणं झालं. निर्मळेच्या लग्नाच्या तयारीत आणि आनंदात चोखोबा सगळं विसरला. त्याच्या शरीरावरच्या जखमा कधीच बऱ्या झाल्या होत्या. पण निर्मळेच्या लग्नाने त्याच्या मनावरच्या जखमाही भरून आल्या. दोन्ही घराला पुढचे काही दिवस चांगलेच धावपळीचे गेले.

निर्मळेचं लग्न पार पडलं. यमाजी आणि सुदाम दोघं आधी मित्र होतेच. सोयरा चोखोबाच्या लग्नानं ते जवळ आले होते आणि निर्मळा-बंका यांच्या लग्नामुळं तर ही दोन घरं एकच झाल्यासारखी झाली. निर्मळेच्या या लग्नानं तिला

चांगलं सासर मिळालं. सोयराला कायमचं प्रेमळ माहेर मिळालं आणि चोखोबाला मात्र बंकाची समर्थ सोबत मिळाली. निर्मळेचे लग्न पार पडलं. सगळी गडबड शांत झाली आणि चोखोबाच्या मनात एक वेगळाच विचार फेर धरू लागला. पंढरपुरला संतांच्या संगतीत त्याचं मन रमलंच होतं त्यातच नामदेवांनी, 'पंढरपुर हीच तुमची कर्मभूमी आहे.' असं सांगून त्यात पंढरपुरला येण्याचं अगत्याने आमंत्रणही दिले. तशातच देव आणि देऊळ बाटवलं म्हणून या गावच्या लोकांनी त्याला केलेली मारहाण, त्याच्या मनावर जन्मभरीचा ओरखडा उमटवून गेली होती. आता तर निर्मळेचंही लग्न झालं होतं. चोखोबावरची ही जबाबदारी काहीशी कमी झाली होती. या सगळ्याचा परिणाम चोखोबाचं मन पंढरपुराकडे ओढ घेऊ लागलं. हे गाव कायमचं सोडावं आणि कायमच पंढरपुरात जाऊन राहावं, असं त्याच्या मनानं घेतलं. खरं तर हाच सतावणारा प्रश्न डोक्यात घेऊन गेले कित्येक दिवस तो वावरत होता. याच सतावणाऱ्या प्रश्नांच्या वादळात भरकटून तो एका उन्मनी अवस्थेत विठ्ठलाच्या मंदिरात शिरला आणि देव बाटवला म्हणून गावकऱ्यांनी त्याला अर्धमेला केला. या घटनेने एक मात्र झालं, मनाला सतावणाऱ्या प्रश्नाचं उत्तर त्याला आपोआपच मिळालं. ज्या गावानं आपल्यावर आत्तापर्यंत विश्वास दाखविला, ज्या गावकऱ्यांनी आपल्या कामावरच्या निष्ठेचं कौतुक केलं, त्याच गावकऱ्यांनी केवळ मंदिरात प्रवेश केला म्हणून त्याला लाठ्या काठ्यांनी मारलं. ज्या ब्राह्मणआळीतं त्याचं रोज कामावर येणं, आणि नीटनेटकं काम करणं, बघून त्याच्यासाठी गोडाधोडाचा घास काढून ठेवलेला असायचा, त्याच ब्राह्मण आळीनं त्याला लाथा बुक्क्यांनी तुडवला. चोखोबाचं निष्पाप मन या घटनेनं पुरतं हादरलं होतं, जखमी झालेलं होतं. निर्मळेच्या लग्नानं त्यावर काहीस मलम लावलं गेलं खरं, पण लग्नाची धामधूम संपल्यावर मात्र त्या जखमेवरची खपली निघाली. नुसतीच खपली निघाली नाही तर, लग्नाच्या गडबडीतून रिकामा झालेला चोखोबा जेव्हा पुन्हा झाडलोटीच्या कामावर रुजू झाला तेव्हा गावकऱ्यांच्या बोचऱ्या नजरांनी त्या खपलीवर पुन्हा खोल ओरखडे काढले आणि भळाभळा रक्त वाहू लागलं. असं जखमी झालेलं घायाळ मन घेऊन चोखोबा घरी आला ते पंढरपुरला जाण्याचं मनाशी ठरवूनच.

त्या माराहणीच्या घटनेनंतर, निर्मळेच्या लग्नाची गडबड कमी झाल्यानंतर आज चोखोबा प्रथमच गावकीच्या कामाला गेला होता. त्याची काळजी करतच सावित्री दारात वाट बघत बसली होती. चोखोबा घरी आला. जखमी पाखरासारखा झालेला त्याचा चेहरा बघून तिच्या लक्षात आलं, नक्की काही तरी घडलंय. चोखोबा आत आला आणि मेढयाजवळच डोक्याला हात लावून बसला. त्याला

ते तसं घायाळ मन:स्थितीत बसलेलं बघून सावित्रीला भडभडून आलं. ती पुढं झाली. ती त्याला विचारणार तोच पाणी भरल्या नजरेनं चोखोबा म्हणाला, "न्हाई माय, आपण आता हितं ऱ्हायचं नाही. हे गाव आपण सोडून जायचं कायमचं! माय हे गाव आपलं नाही, ही गावकी आपली नाही, ही माणसं आपली न्हाई, ही भावकी आपली न्हाई. हितं आपलं कुणीच न्हाई, इथं आपलं काहीच नाही. खरं सांगू माय. इथला देव बी आपला न्हाय. आपण आता इथं राहायचं न्हाई. हे गाव सोडून आपण आता कायमचं पंढरपुरला जायचं." त्याचं हे विषादाचं बोलणं ऐकून सावित्रीला भरून आलं. त्याची काहीतरी समजूत घालावी या इराद्यानं ती म्हणाली, "अरे, पण लेकरा मी काय म्हणते...!"

"न्हाई माय. आता तू काही बोलू नकोस? माझं मन आता इथं रमत न्हाई. माय आपुन कष्टकरी मान्सं. हातावरचं पोट आपलं. आपन कुटं बी राबूनच खायचं. हितं राबलो तर त्याच्या बदल्यात मिळालं काय? अपमान, तिरस्कार. तो तर पाचवीलाच पुजलेला हाये. पर त्याच्याबरोबर मरेस्तोवर मारहाण. माय आपन पंढरपुरला जाऊ या. ती मान्स लई चांगली आहेत. आपण पंढरपुरला जाऊ या कायमचं." सावित्रीला चोखोबाच्या मनाचा काही अंदाजच येईना. एकीकड हे गाव सोडायला लागतंय, याचं त्याला दुःख वाटत होतं. या गावकऱ्यांनी आपल्याला गुरापेक्षाही वाईट वागणूक दिली याचा एकीकडे विषादही वाटत होता. अशा रीतीनं गाव सोडून पंढरपुरला जावं लागतंय, या अपमानाची बोच कुठेतरी लागून राहिली होती. तर पंढरपुरला जायला मिळणार, कदाचित तिथं सन्मानचं जिणं जगता येणार ही आशा आणि त्याचा आनंद हा ही त्याच्या स्वरातून उमटत होता. सावित्रीला काय बोलावं कळेना. अपराध आपल्याच हातनं झाला होता, त्याची शिक्षा गावकऱ्यांनी दिली होती. पण त्यासाठी नीट बसलेली सगळी घडी विस्कटून नवीन गावात पुन्हा नव्याने डाव मांडायला जाण्याचे धाडस करणे हा वेडेपणाच ठरला असता. कोणत्यातरी विचित्र कल्पना मनाशी बाळगून हे पोरगं पंढरपुरसारख्या अनोळखी गावाचा विश्वास देत होतं. त्याची समजूत काढावी या इराद्यानं सावित्री म्हणाली, "अरे पोरा, आरं कुठं बी गेलं तरी पळसाला पानं तीनंच. जिथं गाव हाय तिथं विटाळ-चांडाळ असायचंच. इथल्या मान्सापरीस पंढरपुरची मान्सं काही येगळं वागणार नाहीत. त्यात ते समदं गावच आपल्याला नवीन. इथं कसं आपुन गेली लयी वर्षे राहतोय, हित ओळखी-पाळखी झाल्यात. आपली भावकी जमली हाये. रक्ताची नसली तरी जोडलेली माणसं घट्ट जोडली गेली आहेत. हितं आपलं बस्तान तसं चांगलं बसलया. हे सगळं सोडून पंढरपुरात, त्या नव्या गावात, नव्या ठिकाणी जाऊन राहायचं! आणि तिथं जाऊन सगळी घडी पुन्यांदा नव्यानं

बसवायची. हे समदं कठीण हाय रं पोरा!'' सावित्रीनं चोखोबाची समजूत घालायचा प्रयत्न केला. पण या गावाबद्दल चोखोबांचं मन विरसलंच होतं. गावकऱ्यांनी दिलेल्या शिव्या, त्यांनी केलेली मारहाण, त्याचं ते अंगावर थुंकणं, मातीत घुसळवणं हे राहून, राहून त्याला आठवत होतं. हे गाव आपलं नाही. या गावातली माणसं आपली नाहीत असं एकदा त्यांच्या मनानं घेतलं ते कायमचंच. गावांनं दिलेल्या या पशुवत अत्याचाराच्या पार्श्वभूमीवर पंढरपुरातलं ते जातीभेद निरपेक्ष वातावरण, संतांनी दाखवलेली ती आपुलकी आणि नामदेवांनी दिलेलं ते अगत्याचं आमंत्रण! राहूनराहून चोखोबाचं मन या दोन गोष्टींची तुलना करत होतं आणि ती करत असतानाच पंढरपुरला कायमचं रहायला जाण्याच्या त्याच्या निर्णयाला पाठिंबा देत होतं. तो निर्णय अधिकाधिक पक्का करत होतं.

सावित्रीनं, सुदामनं लाख समजावून सांगूनही चोखोबानं आपल्या निर्णयात बदल केला नाही. दोघंही थकलेले होते. म्हातारे झाले होते. मुलाने घेतलेल्या निर्णयावर संमती दर्शवून त्याच्या सोबत हे गाव सोडून पंढरपुरला जाऊन राहण्याची त्यांनी तयारी केली. शरीराची आणि मनाची शुद्धा. सोयरा तर चोखोबाची पत्नीच. सात जन्म त्याच्यासोबत राहण्याचं वचन तिनं दिलं होतं. तिलाही त्याचा हा निर्णय पूर्ण पटला नव्हता. पण पंढरपुरच्या वातावरणाचं त्यानं केलेलं वर्णन आणि आपला नवरा चुकीचं वागणार नाही, हा तिचा असलेला विश्वास या दोन्हींमुळं पंढरपुरला कायमचं राहायला जाण्याच्या त्याच्या विचाराला तिनं फारसं आढेवेढे न घेता संमती दर्शविली आणि त्यादृष्टीनं तिनं बांधाबांध करायला सुरुवात केली शुद्धा. त्यातल्या त्यात एक गोष्ट बरी झाली ती म्हणजे, आपण पंढरपुरला कायमचं राहायला जाणार आहोत ही गोष्ट जेव्हा चोखोबानं बंकाला सांगितली, तेव्हा त्यानं आपणही या सगळ्यांच्याबरोबर पंढरपुरला राहायला येणार असल्याचं सांगितलं आणि चोखोबाला आनंद वाटला. सावित्रीनं आणि सोयरानं शुद्धा आनंदानं सुटकेचा निःश्वास टाकला. चला म्हणजे निदान त्या नवीन गावात कुणीतरी जिव्हाळ्याचं, आपुलकीचं असं आपलं माणूस असणारं होतं. ही भावना मात्र सगळ्यानाच सुखावून गेली. पंढरपुरला कायमच रहायला येण्याची सुदामच्या कुटुंबात तयारी सुरू केली. तरी सावित्रीच्या मनात रुखरुख होतीच. ती म्हणाली, ''चोखोबा इतकी वर्षे हितं ऱ्हायलो, आणि आता हे सगळं सोडून आपण नवीन ठिकाणी नव्या गावात ऱ्हायाला जायचं, हितं बसलेली सगळी घडी विस्कटून त्या नव्या गावात पुन्यांदा नव्यानं डाव मांडायचा, लेकरा तुला वाटतंय तेवढं हे सोपे नाही. चांगली आणि वाईट मान्सं समद्या ठिकाणी असत्यात. आपुन फक्त चांगल्या मानसाशी संबंध ठेवायचा प्रयत्न करायचा. मानसानं चांगलं तेवढं घ्यावं, वाईट

सोडून द्यावं. आनि कुठं बी ऱ्हाऊन हे करता येतं. त्यासाठी गाव सोडायची जरूरी भासत नाही!'' सावित्री पदोपदी चोखोबाची समजूत घालत होती. पण हे गाव सोडायचं आणि पंढरपुरला जायचं असा पक्का निर्धार त्यानं केला होता. सोयराच्या सुचवण्याच्या, सावित्रीच्या विनविण्याचा, सुदामच्या सांगण्याचा कोणताही परिणाम त्याच्या मनावर होत नव्हता. 'आला तर तुम्हाला घेऊन, नाही आला तर तुम्हाला सोडून!' अशी टोकाची भूमिका चोखोबानं घेतली. त्याच्या या निर्णयाला संमती देण्याखेरीज या तिघांकडे दुसरा पर्याय राहिला नाही. त्यातल्या त्यात एक गोष्ट मात्र चांगली घडली. निर्मळेचं लग्न छान पार पडलं होतं आणि ती सुखानं बंकाबरोबर नांदत होती. बहिणी बाबतच्या आपल्या कर्तव्यात चोखोबा चुकला नव्हता. पंढरपुरला जाण्याचा निर्णय अशा रीतीनं पक्का झाला. आणि सावित्री नि सोयरा बांधाबांधीला लागल्या.

चोखोबाचा पंढरपुरला कायमचं राहायला येण्याचा निर्णय पक्का झाला आणि कर कटेवर ठेवून विटेवर उभ्या असलेल्या त्या पांडुरंगाच्या आनंदाला पारावार राहिला नाही. आता त्याचा चोखोबा त्याच्या भक्तांच्या परिवारात सामील होणार होता. विटाळ-चांडाळाचे त्याला होणारे क्लेश कमी होऊन तो आता संत परिवारात निश्चिंत मनानं सामील होऊ शकणार होता. समाजाकडून होणारा तिरस्कार कमी झाल्यानं तो विठ्ठलाची निरामय भक्ती करू शकणार होता. त्याच्या प्रतिभेला, सृजनशीलतेला, शब्दवैभवाला फुलोरा येणारा होता. संत रत्नांच्या हारामध्ये हे नवीन रत्न आपल्या बुद्धीवैभवानं लखलखणार होतं. विठ्ठलाला साहजिकच याचा आनंद झाला होता. अर्थात चोखोबाला हा निर्णय घेण्याचं धाडसं करण्यासाठी उद्युक्त करायला विठ्ठलाचा सखा नामदेव कारणीभूत होता. त्यामुळं चोखोबानं घेतलेला हा निर्णय नामदेवाच्या कानावर कधी घालतो असं विठ्ठलाला झालं होतं. नामदेव तर तीर्थयात्रा करत फिरत होता. ही बातमी त्याला सांगण्यासाठी विठ्ठल आतुरतेनं त्याची वाट पाहात होता. नामदेवाला नुसती बातमीच सांगायची नव्हती तर चोखोबा पंढरपुरला आल्यावर त्याच्या चरितार्थाची व्यवस्था लावून देण्याचं काम ही करायला नामदेवाला सांगायचं होतं आणि ते अतिशय महत्त्वाचं होतं. ते जर झालं नसतं, तर चोखोबा निर्वेधपणे विठ्ठलभक्ती करू शकणार नव्हता. आणि हेच विठ्ठलाला नको होतं. त्यामुळे नामदेवाच्या येण्याकडे त्याचं लक्ष लागून राहिलं होतं.

विठ्ठल त्याच्या भक्तांची नेहमीच वाट बघत असतो, हे रुक्मिणीला माहीत होतं. पण आज असं काय घडणार होतं की, आपली सगळी व्यवधानं बाजूला ठेवून, विठ्ठल नामदेवाची वाट बघत होता. रुक्मिणीनं त्याला छेडलं, एकदा नव्हे

चार चारदा छेडलं. पण विठ्ठलानं तिला कसलं उत्तरही दिलं नाही आणि तिच्या विधानाला प्रत्युत्तरही केलं नाही. आपलं नेहमीचं, भक्तांना वेड लावणारं चिरंतन हास्य चेहऱ्यावर खेळवून कर कटेवर ठेवून तो विटेवर मुकाट उभा राहिला. चेहऱ्यावर हास्य आणि डोळ्यात नामदेवाची प्रतीक्षा!

13

चोखोबा आपल्या कुटुंब कबिल्यासह पंढरपुरला आला. पंढरपुरला वेशीच्या बाहेर एका झाडाखाली आपलं सामानसुमान आणि कुटुंबाला बसवून तो गावात आला. नामदेव गावात नव्हते. ते अजून यात्रेहून परतले नव्हते. चोखोबाने सरळ गोरोबाकाकांचं घर गाठलं. गोरोबाकाका घरातच होते. चोखोबा आल्याचं बघून त्यांना अतिशय आनंद झाला. पुढं होऊन त्यांनी चोखोबाला आलिंगन दिलं. त्यांच्या मिठीत शिरताच चोखोबाला भरून आलं. गोरोबाकाकांच्या त्या स्पर्शानं एकाच वेळी त्याच्या जखमेवरची खपलीही काढली, त्याच्यावर मलमही लावलं. खपली निघाल्याचा दाह त्याच्या डोळ्यांतून वाहत होता आणि मलम लावल्याची शीतलता त्याच्या प्रसन्न चेहऱ्यातून प्रतीत होत होती. चोखोबाच्या खांद्यावर थोपटल्यासारखं करून गोरोबाकाकांनी चोखोबाला हाताला धरून जोत्यावर बसवलं आणि अत्यंत प्रेमळ स्वरात त्यांनी विचारलं, "कसे आहात चोखोबा? या वैकुंठपुरास कसे येणे केले? सर्व काही क्षेमकुशल आहे ना?" गोरोबाकाकांनी प्रेमळ स्वरात विचारलेल्या त्या प्रश्नांनी चोखोबाला भडभडून आलं. मंगळवेढयात घडलेली सर्व हकीकत गोरोबाकाकाना सविस्तर सांगावी असं क्षणभर त्याला वाटून गेलं. पण सर्वप्रथम ती घटना नामदेवांना सांगावी, असं त्यांच्या मनानं ठरवलं होतं. त्यामुळं गोरोबाकाकाना जुजबी उत्तर देऊन त्यानं त्यांच्याजवळ नामदेवांची चौकशी केली. तेव्हा नामदेव उद्या सकाळी पंढरपुरास येणार असल्याचं गोरोबाकाकांनी सांगितलं. ते ऐकून चोखोबाला बरं वाटल. गोरोबाकाकांच्या पायावर डोकं ठेवून त्यानं त्यांचा निरोप घेतला. आणि तो पुन्हा घरातली मंडळी बसली, तिथं आला.

तोवर सावित्रीनं आणि सोयरानं तीन दगडांची चूल मांडली होती. आसपासच्या काटक्या गोळा करून झुणका-भात बनवला होता. जेवताजेवता चोखोबानं नामदेव उद्या येणार असल्याचं सांगितलं आणि नामदेव आल्यानंतरच आपल्या राहण्याची व कामकाजाची व्यवस्था होईल, असं सांगितलं. क्षणभर सावित्रीच्या मनात बारीकशी शंका उमटली. पण तसे चेहऱ्यावर न दाखवता तिनं जेवण वाढायला घेतलं.

जेवणं झाली. आता नामदेव उद्या येणार म्हणजे आजचा उरलेला दिवस आणि रात्र या झाडाखालीच काढावी लागणार होती हे निश्चित झालं. सावित्रीनं आणि सोयरानं एकमेकींकडे पाहिलं आणि दोघी उठल्या. मुकाटपणे कपड्याचं गाठोडं सोडून त्यांनी त्यातून दोन जुनी लुगडी काढली. आता रात्री इथंच निजायचं म्हणजे काहीतरी आडोसा करावा लागणार होता. दोन झाडांचा आधार घेऊन त्या दोघींनी ती जुनी लुगडी उलगडून झाडांच्या बुंध्याला बांधली आणि आडोसा तयार केला. मग उघड्यावर असलेलं सामान त्या आडोशात नेऊन ठेवलं. आणि दोघी सचिंत मुद्रेनं एकमेकींसमोर बसून राहिल्या. सुदाम तिसऱ्याच एका झाडाखाली कुणा वाटसरूशी बोलत बसला होता. सावित्री आणि सोयरा झाडाच्या सावलीत बसल्या खऱ्या, पण दोघींच्याही मनात विचारांचं काहूर माजलं होतं. चोखोबाच्या सांगण्यावर विश्वास ठेवून, मंगळवेढ्यात बसलेली घडी विस्कटून, आपण इथं या नवीन गावात आलो खरं, पण इथं येऊन पोचल्यावर देखील सगळंच अनिश्चित दिसत होतं. ज्यांच्या बोलावण्यावर विश्वास ठेवून चोखोबानं हा धाडसी निर्णय घेतला होता तेच नामदेव पंढरपुरात नव्हते. ते उद्या येतील अशी खबर होती. पण तीर्थयात्रेला गेलेला माणूस कधी येणार? या भागात येणार की नाही? आणि समजा नामदेव आले, तरी शुद्धा, "मी सहजच तुम्हाला या म्हटलं होतं चोखोबा!" असं म्हणून ते मोकळे झाले म्हणजे? सगळेच प्रश्न, प्रश्न आणि प्रश्न! दोघी समोरासमोर बसल्या होत्या. दोघींच्याही मनात प्रश्नांच काहूर होतं. आणि दोघी एकमेकींच मन वाचत होत्या.

संध्याकाळ झाली. सूर्य मावळला. सोन्या सारखा उबदार मायेचा निवारा असलेलं घर सोडून इथं या माळरानावर, उघडयावर रात्र काढायची वेळ आली होती. काय देवाच्या मनात होतं देव जाणे? सुदाम, सोयरा, सावित्री तिघंही मनातून अस्वस्थ होती. कितीही लपवायचं म्हटलं तरी ती अस्वस्थता त्यांच्या चेहऱ्यावर उतरली. पण चोखोबा मात्र निवांत होता, निश्चिंत होता. स्वत:च्या निर्णयाबद्दल त्याला खात्री हाती. नशिबावर विश्वास आणि त्याहीपेक्षा विश्वास नामदेवांवर आणि पांडुरंगावर होता. त्यामुळं कसलीही चिंता, आशंका, भीती त्याच्या मनाला शिवत नव्हती. रात्र झाली. सकाळच्यातलाच घास घास भर भात

खाऊन झाडाखाली त्या लुगडयाच्या आडोशाला पटकूर अंथरून चौघंही निजली. अंथरूणावर पडल्या, पडल्या आकाशातल्या ताऱ्यांच्याकडं पाहात असता सावित्रीला ती रात्र आठवली. ते तेज आठवलं. त्या चेहऱ्यावरचं ते बुद्धीमत्तेचं वैभव आठवलं. अभावितपणे तिची नजर सोयराच्या पलीकडे शांतपणे झोपलेल्या चोखोबाकडं गेली. चोखोबाचीही बुद्धिमत्ता त्याच्या चेहऱ्यावरून प्रतीत होत होती. विचाराच्या नादात सावित्रीला झोप कधी लागली ते कळलंच नाही. दुसरे दिवशी सकाळी सोयरा आणि सावित्री दोघी लवकरच उठल्या. अजून उजाडलं नव्हतं. तशा अंधुक उजेडात आसपास पडलेल्या ढीगभर काटक्या गोळा करून त्यांनी पुन्हा चूल पेटवली. पोत्यातलं डेचकं काढून त्यांनी चोखोबाला उठवलं. आणि आपल्याला पाणी कुठं मिळेल याची चौकशी करायला सांगितलं. दोन-तीनदा चोखोबा पंढरपुरला आलेला असल्यामुळे आपण पाणी कुठून घ्यायचं हे त्याला माहीत होतं. त्यानं डेचकं उचललं आणि पाणी भरून घेऊन आला. सावित्रीनं डेचकं चुलीवर ठेवलं.

आता उजाडलं होतं. रस्त्यावरून थोडी वर्दळ सुरू झाली होती. सोयरानं पाच-सहा भाकरी थापल्या. त्याच तव्यात झुणका गरगटला, सुदामनं बसल्याबसल्या खुडलेली कुर्डूची भाजी त्यात टाकली. आणि भाकरी आणि कालवण तयार करून तिनं चूल विझवली. आता सूर्य डोक्यावर यायला लागला होता. ऊन चांगलच तापलं होतं. केलेल्या भाकरी आणि कोरडयास चार घास सगळ्यांनीच खाऊन घ्यावं या उद्देशानं सावित्रीनं चोखोबाला हाक मारली. चोखोबाचं लक्षच नव्हतं. तो नामदेवांच्या वाटेकडे डोळे लावून बसला होता. पंढरपुरकडे येणाऱ्या रस्त्यावर दूरवर त्याची नजर खिळली होती. डोळ्यात प्राण आणून तो नामदेवांची वाट बघत होता. मायनं मारलेल्या हाका त्याला ऐकू आल्या नाहीत. पण गोरोबाकाकांनी मारलेली हाक त्याला लगेच ऐकू आली. त्यांच्या पहिल्याच हाकेला त्यानं मागं वळून पाहिलं आणि त्याचा जीव सुपाएवढा झाला. समोर साक्षात नामदेव उभे होते. बरोबर गोरोबाकाका, सावतामाळी, जनाबाई अशी मंडळीही होती. साऱ्या कुडीचे पंचप्राण नजरेत एकवटून चोखोबा नामदेवांकडे पाहातच राहिला. ''चोखोबाऽ अहो नामदेव आलेत!'' गोरोबाकाकांच्या या हाकेनं त्याला भानावर आणलं. भान येताक्षणीच त्यानं नामदेवांच्या पायावर लोळण घेतली. चार-पाच जण एकदम आलेली बघून सुदाम, सावित्री, सोयरा समोर आले. सोयरा तर नामदेवांना ओळखत होती. पदराचं टोक हातात धरून तिनं जमिनीवर डोकं ठेवून नामदेवांना नमस्कार केला. सावित्रीनही तिचंच अनुकरण केलं. सुदामनंही नामदेवांच्या पायावर डोकं ठेवून नमस्कार केला. नामदेवांनी सगळ्यांना तोंडभरून आशीर्वाद दिला. आणि चोखोबाला प्रेमभरानं आलिंगन दिलं. किती तरी वेळ नामदेव चोखोबाला

आपल्या मिठीत घेऊन बसले होते. सुदाम, सावित्री, सोयरा डोळे विस्फारून ते दृश्य बघत होते. त्यांचा त्यांच्या डोळ्यावर विश्वास नव्हता. आपण बघतो आहोत, ते सत्य आहे की स्वप्न? भास आहे की आभास? त्यांचं त्यांनाही कळत नव्हतं. चोखोबा मात्र अत्यंत विश्वासान नामदेवांच्या मिठीत विसावला होता. नामदेवांनी त्याला मिठीतून मोकळा केल्यावर सावतामाळी, गोरोबाकाका आणि त्यांच्या बरोबर आलेल्या इतरही दोघं चौघांनी चोखोबाला मिठीत घेतलं. अशी सगळ्यांची उराउरी भेट झाल्यावर चोखोबाचा हात धरून नामदेव झाडाच्या सावलीत आले. झाडाखालच्या गार सावलीत धुळीतच त्यांनी बैठक मारली. आणि हाताला धरून चोखोबाला आपल्या शेजारी अगदी जवळ बसवून घेतलं. बाकीचीही इतर मंडळी एकमेकांच्या जवळ बसली. अगदी एकमेकाला लागून. विस्फारल्या नजरेनं सुदाम, सावित्री आणि सोयरा हे दृश्य बघत होते. समोरा समोर येताच सगळ्यांनी एकमेकांना मिठी मारली होती. आताही ते एकमेकांला चिकटून बसले होते. एकमेकांच्या खांद्यावर हात ठेवून बोलत होते. सगळ्यांचे एकमेकांला स्पर्श होत होते. पण कुठेच कसलाही विटाळ-चांडाळाचा, शिवाशिवीचा गवगवा नव्हता. स्पृश्य-अस्पृश्यतेचे कसलेही सावट त्यांच्या त्या आपुलकीच्या संबंधावर नव्हते.

चोखोबाचा हात हातात घेऊन अत्यंत स्नेहानं दाबत नामदेवांनी विचारलं, "चोखोबा कधी येणं केलंत? काल तुम्ही कुटुंब कबिला घेऊन येथे आलात आणि नेमका मी नव्हतो. आई-वडिलांना आणि सूनबाईला जो त्रास झाला, याचं मला खूप वाईट वाटतं. पण चोखोबा इथं राहायला येण्याचा निर्णय घेतलात आणि त्याप्रमाणं आलात हे अत्यंत उचित झालं. तुम्ही आमचे होतातच. पण आता प्रत्यक्षपणे तुम्ही आमच्या परिवारात दाखल झालात, सामील झालात. पांडुरंगानं तुमची, तुमच्या कुटुंबाची उदर निर्वाहाची जबाबदारी आमच्यावर टाकली आहे. त्याच्याच कृपेनं ती आम्ही पार पाडू. आणखी एक सांगतो चोखोबा, मंगळवेढयात तुमच्याबाबतीत जे काही घडलं ते माझ्या कानावर आलंय. घडली घटना अत्यंत वाईट होती, याबद्दल प्रश्नच नाही. पण चोखोबा ती समाजाची मानसिकता होती. आपण सगळे एकच आहोत ही वारकरी संप्रदायाची मानसिकता आहे. ती तुमची, माझी, गोरोबाकाकांची आणि या सगळ्या वारकऱ्यांचीही आहे. पण समाजातल्या प्रत्येक स्तराची हीच मानसिकता असेल असे नाही. आणि संपूर्ण समाजाची, पर्यायानं गावाची ही मानसिकता बदलेल, एका रात्रीत बदलेल किंवा आपण ती सहजपणे बदलू शकू असे घडत नाही, घडणार नाही. वारकरी संप्रदायाची तत्वं वारकऱ्यांनी पाळावीत. इतरांनी ती पाळलीच पाहिजेत अशी कोणतीही जबरदस्ती आपण कुणावरच करू शकत नाही. गावाची परंपरा, भावकीचा रीतीरिवाज आणि

समाजाच्या चालीरीती या तिनही गोष्टीचे शक्य तितकं पालन समाजात वावरताना आपण केलं पाहिजे. म्हणूनच तुमचं सामानसुमान, कुटुंब कबिला घेऊन तुम्ही गावाच्या दक्षिणेला, जिथं अस्पृश्य लोकांची वस्ती आहे तिथं चला. तुमचं खोपटं बांधण्यासाठी तिथं तुम्हाला मी जागा उपलब्ध करून देतो. त्याचप्रमाणं दोन-तीन दिवसात तुमच्या कामकाजाची, उदरनिर्वाहाची व्यवस्था करतो. तोपर्यंत तुम्हाला लागणारा सर्व शिधा गोरोबाकाका तुम्हाला देतील. मी त्यांच्याकडे तशी व्यवस्था केली आहे. तुम्ही आता आमच्यात आलात, तेव्हा कसलीही काळजी करू नका. आणि हो, या सगळ्यांबरोबर अभंगरचना करायला विसरू नका''.

नामदेव बोलत होते आणि सारे पंचप्राण कानांत एकवटून चोखोबा ते ऐकत होता. नामदेवांच्या प्रत्येक शब्दांतून त्याला नवा, नवा साक्षात्कार होत होता. नामदेवांचा प्रत्येक शब्द त्याच्यासाठी जीवनाची नवी दृष्टी देत होता. चोखोबाची ही अवस्था होती, तर सुदाम-सावित्री आणि सोयरा यांची अवस्था काय वर्णावी? पंढरपुरातल्या आपल्या भेटीबद्दल, संतांच्या मांदियाळीबद्दल, जिव्हाळा, आपुलकीबद्दल, विशाल आणि सर्व समावेशक दृष्टीबद्दल चोखोबानं जे जे काही सांगितलं होतं, त्यातलं अक्षर न अक्षर सत्य आणि पूर्ण सत्य असल्याची साक्षात प्रचीती त्या तिघांना येत होती. नामदेवांनी दाखवलेली आपुलकी, जिव्हाळा, चोखोबांची घेतलेली दखल, त्याच्याशी दाखवलेली जवळीक, केवळ नामदेवांनीच नव्हे, तर इतरही संतांनी चोखोबा विषयी दाखवलेले प्रेम आणि अत्यंत मधुर आणि आपुलकीच्या शब्दांत समाजाचे रीतीरिवाज पाळण्याबद्दल नामदेवांनी चोखोबाला केलेले मार्गदर्शन, पंढरपुरात त्याचे बस्तान नीट बसवून देण्याबद्दलचे दिलेले आश्वासन, त्या आश्वासनाच्या पूर्ततेची कार्यवाही आणि या संपूर्ण कुटुंबाची आणि कुटुंबाच्या उदरनिर्वाहाची आणि त्याचबरोबर संपूर्ण कल्याणाची त्यांनी घेतलेली जबाबदारी हे बघितल्यावर चोखोबा जे काही सांगत होता ते संपूर्ण सत्य होतं, याची खात्री सुदाम-सावित्रीला पटली. आणि आपल्या पोराविषयी दोघांना अतिशय अभिमान वाटला, की इतका की तो त्यांच्या मनात मावला नाही. आणि डोळ्यावाटे अश्रूंच्या रूपानं ओसंडून वाहायला लागला. सोयराची अवस्था याहून वेगळी नव्हती. उलट नवऱ्याच्या बुद्धीमत्तेवर विश्वास ठेवून कायमचं पंढरपुरला राहायला येण्याच्या त्याच्या निर्णयाला आपण साथ दिली आणि म्हणूनच हे सगळं अपरूप आपल्याला पाहायला मिळालं, या गोष्टीचा तिला मनस्वी आनंद झाला. त्या आनंदाला चोखोबाविषयीचं उत्कट प्रेम, त्याच्या बद्धीमत्तेचं कौतुक, त्याच्या कर्तृत्वावरचा विश्वास आणि त्याच्या विषयीचा सार्थ अभिमान अशा अनेक छटा होत्या.

नामदेवांनी सामानसुमान गोळा करायला सांगितलं, तसं ते गोळा करायला

अनेक हात धावून आले. सुदाम सावित्रीच्या मनात पंढरपुरला कायमचं राहायला येण्याबद्दलच असलेलं किल्मिष या सगळ्यामुळं पार धुतलं गेलं. आणि नवीन संसार ज्या उत्साहानं मांडावा त्या उत्साहानं ती दोघेजणं ही सामान गोळा करायला लागली. आपलं आणि आपल्या पोराचं सुख आणि कवतिकही त्यांच्या डोळ्यासमोर बागडू लागलं. सगळ्याजणांनी मिळून चोखोबाचं सामानसुमान महारवाडयात नेऊन ठेवलं. गणा महार या महारवाड्यातला सर्वात वयोवद्ध असा होता. साहजिकच महार वाड्याचं पुढारीपण त्याच्याकडं होतं. नामदेव त्याला जाऊन भेटले. चोखोबा विषयीची सगळी माहीती, पांडुरंगावरची भक्ती, संत परिवारात त्याचा प्रवेश आणि अभंग रचनेबद्दलची त्याची प्रतिभा या सगळ्याची ओळख नामदेवांनी गणाला करून दिली.

नामदेवांबद्दल गावात अतिशय आदर होताच. त्यांनी चोखोबाची अशी ओळख करून दिली म्हटल्यावर गणाच्या मनात चोखोबाबद्दल आदर आणि आपुलकी निर्माण झाली. आपल्या खोपटाशेजारच्या दोन-तीन अंकणाच्या रिकाम्या असलेल्या जागेत चोखोबांनी आपलं खोपटं उभं करावं, असं गणानं स्वत:च सुचवलं आणि त्यासाठी लागेल ती मदत करण्याचं आश्वासनही त्यानं दिलं. गणाशुद्धा वारकरीच होता. त्यानंही माळ घातलेली होती. नामदेव त्यालाही उराउरी भेटले आणि चोखोबांची अशी सगळी तजवीज करून दिल्यानंतर नामदेवादि मंडळींनी त्यांचा निरोप घेतला.

गणासारखा अनुभवसिद्ध बुजुर्ग आणि तोही वारकरी शेजारी म्हणून लाभल्याचा या चौघांनाही अतिशय आनंद झाला होता. त्यातच गणानं आवाज दिल्याबरोबर वस्तीवरचे चार-पाच तरुण धावत आले आणि त्यांनी संध्याकाळ व्हायच्या आत चोखोबाचं खोपटं उभारून दिलंशुद्धा. एवढंच नव्हे तर सावित्री-सोयराला सामानसुमान जागच्या जागी लावण्यासाठी मदत करून, पुन्हा काही लागलं तर जरूर हाक मारा असं आपुलकीनं सांगून ते गेलेशुद्धा. हे सगळं बघितल्यावर आपण इथं राहायला येण्यामागे त्या पांडुरंगाचीच काही योजना असणार हा चोखोबाचा विश्वास आणखी दृढ झाला. बाकीचं इतर बस्तान बसायला दोन दिवस गेले. तिसरे दिवशी सकाळी सकाळी गोरोबाकाका चोखोबाच्या घरी आले. ते चोखोबासाठी काम घेऊन आले होते. विठ्ठलाच्या मंदिराच्याजवळ काही अंतरावर एका धर्मशाळेचं बांधकाम सुरू होतं. त्या बांधकामाच्या सामानावर रात्रीच्या वेळी पहारेकरी म्हणून चोखोबाची नेमणूक केली होती. महिन्याला दोन होन आणि सहा माणसांना पुरेसा होईल एवढा शिधा असे वेतन ठरले. दुसरे दिवशीपासून चोखोबा कामावर हजर व्हायचा होता. सगळीजण रात्री एकत्र जेवायला बसली आणि सावित्रीनं गेल्या चार दिवसांपासून

मनात उचंबळत असलेल्या भावनांना वाट मोकळी करून दिली. तिचं मन आनंदानं एवढं भरलं होतं की, तिला अन्नाचा एक घास उतरेना. कितीतरी वेळ वाढलेल्या ताटाकडे ती बघत राहिली. सर्वांच्याच ते लक्षात आलं. काही क्षण वाट बघून चोखोबानं विचारलं, "माय का गं, जेवत का नाहीस? तुझ्या जिवाला बरं वाटना का?" चोखोबानं प्रेमानं केलेली ती विचारपूस ऐकल्यावर सावित्रीचे डोळे भरून आले. डोळ्यातलं पाणी तसंच वाहू देत ती म्हणाली, "काय सांगू लेकरा? सगळं भरून पावलं बघ! तुझ्यासारखा लेक माझ्या पोटी आला आणि माझं आयुष्य धन्य झालं. तुझ्याबरोबर पंढरपुरला यायचं जवा ठरलं, तवा माझ्या मनात लई काय, काय इचार आले व्हते बघ. लई इचित्र शंका व्हत्या. असं वाटत हुतं, की तुझ्या मनाप्रमाणं करायला जातुय खरं, पर सगळं ठीक झालं म्हणजे बरं. मी आणि तुझा बा तर लई भ्यालोतो. पंढरपुरचं समदं वर्णन तू केलं होतसं खरं, पर ते इतकं खरं आसलं, असं वाटलं नव्हत बघ. हितं आलो, सगळं ऐकलं, बघितलं, अनुभवलं. मोठ्या मंडळीचं दर्शन झालं. पांडुरंगाचं, मंदिराचं दर्शन झालं, लेकरा! माझं पोट आनंदानंच भरलं. म्हणून मला आज जेवण जाईना. मनातल्या समद्या इच्छा पूर्ण झाल्या. आता एकच इच्छा शिल्लक राहिली नातू बघायची. ती तेवढी पूर्ण झाली की, आम्ही दोघं बी मरायला मोकळं झालो. आता त्या पांडुरंगानं तेवढं ऐकावं. आणि येसकराच्या वंशाला एक दिवा द्यावा." सावित्रीचं हे काळजाला हात घालणारं बोलणं ऐकून सगळ्यांच्याच डोळ्यात पाणी आलं. सुदामला सावित्रीचं हे म्हणणं पटलं होतं. पण या आनंदाच्या प्रसंगी असं गंभीरपणानं जेवणं त्याला रुचेना. वातावरणातला ताण हलका करण्याच्या उद्देशानं तो म्हणाला, "बघ हं चोखाची आई, आता म्हणतीस नातू बघितल्यावर मरायला मोकळी झाले, पण नंतर नातू झाल्यावर परत शब्द बदलशील. आणि म्हणशील नातवांशी थोडे दिवस खेळते. तुझ्या असल्या वागण्यानं त्या पांडुरंगाची पंचाईत व्हायची." सुदामाच्या या बोलण्यावर सगळीच हसली. त्यानंतरची जेवणं मात्र हसत खेळत झाली. त्यादिवशी रात्री निजानिज झाल्यावर चोखोबानं सोयराला मिस्कीलपणे विचारले, "सोयरे, आज जेवताना माय जे म्हणाली त्याबद्दल तुझं काय मत आहे? मायला नातू द्यायचा इचार माझा तरी पक्का झालाय बघ. तू तुझा इचार काय ते मला सांग?" सोयराचा वेगळा काय विचार असणार होता! तिची तर या गोष्टीला कधीचीच संमती होती.

दुसरे दिवशीपासून चोखोबा कामावर रुजू झाला. रात्री भाकर बांधून घेऊन कामावर हजर होणे, सकाळी भावकीचे इतर काही कामकाज करणे, संध्याकाळी संत मंडळीच्यात जाऊन बसणे, काही चांगले विचार ऐकणे, विठ्ठलाची भक्ती

करणे, त्याची भजनं गाणे, कीर्तन ऐकणे आणि प्रतिभेची कृपा झालीच तर अभंग रचना करणे असा त्याचा दिनक्रम बनला. इथे अनंत भट नावाचा एक ब्राह्मण या संत मंडळीच्यात नेहमी येऊन बसायचा. चोखोबाने केलेली अभंग रचना लिहून घेण्याचे कामगिरी नामदेवांच्या सांगण्यावरूनही आणि स्वखुशीनंही अत्यंत आनंदानं त्यानं आपल्या शिरावर घेतली आणि चोखोबांच्या मुखातून वेळोवेळी स्रवणाऱ्या प्रतिभेला, अभंग रचनेला लिखित स्वरूप प्राप्त झाले. आपण विठ्ठलाची भक्ती करत असताना जे वेडंवाकडं रचतो, बोलतो, उच्चारतो त्याला असं कागदावर उतरवलं जातंय म्हटल्यावर चोखोबांच्या प्रतिभेला जणू आणखी बहर आला. पंढरपुरात असतोवर नामदेव रोज कीर्तन करायचे. चोखोबाची आणि त्याच्या कुटुंबाची या कीर्तनाला न चुकता हजेरी असायची. नामदेवांचा सहवास, नामदेवाचं कीर्तन, नामदेवांची वाणी, नामदेवाचं उच्चारणं आणि त्यांची अभंग रचना या सगळ्याचा चोखोबांच्या मनावर, त्यांच्या प्रतिभेवर, त्यांच्या उत्स्फूर्त शब्द रचनेवर आणि त्याच्या अभंग रचनेवर इतका विलक्षण परिणाम होत असे की, नामदेवांच्याप्रमाणेच चोखोबा अभंग रचना करायला लागला. एक दिवस असे झाले, संध्याकाळी सगळी मंडळी, पंढरपूर आणि जवळपासच्या गावात वास्तव्याला असणारी सगळी एकत्र जमली होती. गप्पाटप्पा चालल्या होत्या. नामदेव प्रत्येकालाच बोलतं करत होते. अचानक त्यांनी प्रश्न केला, "आज सगळ्यांनी पंढरपूर वैकुंठ नगरी याबद्दल सांगायचे आहे आणि आज सुरुवात मीच करणार आहे," असं म्हणत नामदेवांनी अभंग गायला.

अवघी ही पंढरी। सुखाची ओवरी।
अवघ्या घरोघरी। ब्रह्मानंद

असं गात नामदेवांनी वैकुंठ नगरी पंढरपुरचे विलक्षण देखणे वर्णन आपल्या शब्दांतून उभे केले. नामदेवांची अभंग रचना करून झाली आणि आता जनाबाई उभ्या राहिल्या, आपल्या नाजूक किनऱ्या आवाजात त्यांनी अभंग गायला सुरुवात केली.

तू माझे माहेर। काय पाहसी अंतर।।
सर्व सुखाचा आगर। उभा असे विटेवर।।
ओवाळूनी पाया। जीवे भावे पंढरीराया।।

जनाबाईचा गोड आवाज, त्यांची आंतरिक तळमळ आणि उत्कट शब्दरचना, सगळेच गुंगून गेले. यानंतर जबलपूरजवळ बांदूगड येथे राहणारे सेना न्हावी या संत मेळ्यासाठी खास दाखल झाले होते. नामदेवांनी त्यांना उठवलं. पंढरपुरच्या आणि विठ्ठलाच्या दर्शनानं त्यांचं भान हरपलं होतं. भावनोत्कट आवाजात त्यांना

अभंग गायला

विटेवरी उभा। जैसा लावण्याचा गाभा।।
पायी ठेवूनीया माथा। अवघी वारली चिंता।।
समाधान चित्ता। डोळा श्रीमुख पाहता।।
बहुजन्मी केला लाग। सेना देखे पांडुरंग।।

सेना न्हाव्यांचा तो भावपूर्ण अभंग ऐकून सगळ्यांच्याच डोळ्यांत पाणी आलं. चोखोबा तर अगदी भारावून गेला. त्या भारावल्या अवस्थेत तो सेनाना काहीतरी बोलणार तोच नामदेव म्हणाले, ''हं! चला चोखोबा, आता तुमची पाळी. बोला आता. तुम्ही आता नुकतेच पंढरपुरला राहायला आला आहात. ही वैकुंठ नगरी तुम्हाला कशी वाटली हे आम्हाला सगळ्यांना तुमच्याच तोंडून ऐकायचं आहे. चोखोबा, तुम्ही या वैकुंठपुरास आलात. संत परिवारात सामील झालात. विठ्ठलाची उत्कट भक्ती करू लागलात. हे सगळं तुमच्या शब्दातून उमटू दे. तुमच्या मनातल्या भावनांना शब्दरूप द्या. तेव्हा बोला चोखोबा, सांगा, या वैकुंठपुराचं वर्णन करा.'' चोखोबा थोडासा गांगरला. इतक्या सगळ्यांसमोर या वैकुंठनगरीच वर्णन आपण करायचं? या भावनेनंच त्याला संकोच वाटू लागला. त्यानं सगळ्यांवरनं एकदा नजर टाकली. सगळ्यांच्या डोळ्यात अपेक्षा भरल्या होत्या. सगळ्यांची नजर चोखोबांवर खिळली होती. चोखोबानं नामदेवांकडं पाहिलं. नामदेवांच्या नजरेत अपेक्षा होती. आर्जव होते आणि होता चोखोबाबद्दलचा विश्वास. चोखोबानं नामदेवांना नमस्कार केला आणि आपल्या खड्या आवाजात अभंग गायला सुरुवात केली.

टाळी वाजवावी गुढी उभारावी। वाट हे चालावी पंढरीची।।
खटनट यावे शुद्ध होऊन जावे। दवंडी पिटी भावे चोखामेळा।।
विठ्ठल विठ्ठल गजरी। अवघी दुमदुमली पंढरी।।
होतो नामाचा गजर। दिंड्या पताकांचा भार।।
निवृत्ती, ज्ञानदेव, सोपान। अपार वैष्णव ते जाण।।
हरी कीर्तनाची दाटी। तेथे चोखा घाली मिठी।।
पंढरीचे सुख नाही त्रिभुवनी। प्रत्यक्ष चक्रपाणी उभा असे।।

चोखोबा किंचित कापरा पण भरीव आवाज, शब्दांतील स्वरातून उत्स्फूर्तपणे अभिव्यक्त होणं, अंतरीची तळमळ, पंढरपुरला यायला मिळालं, इथं राहायला मिळालं या विषयी वाटणारी सार्थकता, त्यातच दवंडी पिटवण्याच्या आपल्या परंपरागत व्यवसायाचा खुबीने केलेला उल्लेख आणि आपल्याला ही वैकुंठ नगरी कशी वाटली, कोणकोणत्या गोष्टीमुळं ती पावन झाली याचे सांगितलेले वर्म या

सगळ्यांचा अंतर्भाव करून चोखोबानं रचलेला हा अभंग एखाद्या जाणकार अभंग रचनाकाराच्या तोडीचा होता. या अभंगातील त्याच शब्दवैभव, चपखल शब्दरचना, प्रतीत होणारा नेमका भाव या सगळ्याचा एकत्रित परिणाम म्हणजे नामदेवादि संतांच्या मंडळीत चोखोबा एकदम मोठा झाला.

चोखोबाचं दैनंदिन कामकाज असं नेटकं आणि नेमकं चाललं होतं. अशातच सोयराला नेमकं हवंनको झालं. मग तर त्या सगळ्यांच्या आनंदाला पारावर राहिला नाही. सावित्रीला तर पाळण्यात हातपाय हालवणारा, घरात रांगणारा, अंगणात दुडूदुडू धावणारा बाळकृष्ण आतापासनंच दिसायला लागला. सोयराचं कोडकौतुक करण्यात तिचा आख्खा दिवस जायला लागला. सुदामलाही आपल्या आयुष्याचं सार्थक झाल्याचं वाटायला लागलं. त्यातच संतमंडळींच्या समवेत झालेल्या सगळ्या गप्पाटप्पा, संवाद, केलेल्या अभंग रचना, नामदेवांकडून मिळवलेली शाबासकी या सगळ्या गोष्टी चोखोबा रोज घरी येऊन सांगत असे. आता सगळं कसं छान सुरळीला लागलं होतं. वंशाचा दिवा सोयराच्या पोटात वाढत होता. पंढरपूर आणि परिसरामध्ये चोखोबाचं नाव आदरानं घेतलं जाऊ लागलं होतं. महार जातीत जन्मूनही त्याच्या उत्कट विठ्ठलभक्तीनं त्याला एक वेगळाच स्तर मिळवून दिला होता. चोखोबाचं रोजचं बोलणं ऐकून सुदामलाही विठ्ठलभक्तीची गोडी लागली होती. वारी तर त्याच्या घरात होतीच, पण कधी नव्हे ते इतकं मानसिक समाधान आणि निश्चिंतता याचं दान त्या पांडुरंगानं आपल्या पदरात घातलं आहे, अशी भावना सुदामच्या मनात निर्माण झाली होती. आणि याच समर्पित भावनेनं आपल्या आयुष्याचे शेवटचे काही दिवस सुदाम विठ्ठलभक्तीत रंगून जात होता. आणि एकेदिवशी संध्याकाळी चोखोबानं रचलेलं विठ्ठलाचं भजन गात अंगणात बसलेला सुदाम याच समर्पित भावनेनं विठ्ठल चरणी विलीन झाला. विठ्ठलाचं भजन गात असतानाच त्याचे प्राण शरीराच्या कुडीतून कधी निघून गेले, हे कुणालाच कळलं नाही. अगदी शेजारी टाळ वाजवत बसलेल्या सावित्रीला शुद्धा!

सुदामच्या तशा जाण्यानं या तिघांच्यावर जणू आभाळ कोसळलं. खरं तर सुदाम थकला होता, म्हातारा झाला होता. त्याच्यानं कसलंही कामकाज होत नव्हतं. पण त्याचं शांत अस्तित्व सगळ्या घरादाराला धीर देणारं होतं. चोखोबा आणि सोयरा यांनाही हा फार मोठा धक्का होता. काळ हे त्यांच्यासाठी करारी औषध ठरलं. दैनंदिन कामकाजात स्वत:ला जुंपून घेत त्यांनी हे डोंगराएवढं दु:ख पचवलं. पण सावित्री? तिचं तर सौभाग्य हरपलं. आयुष्याचा जोडीदार अर्ध्या वाटेवरच हात सोडून निघून गेला. अती उत्साहानं नातवाची वाट बघत, आईच्या मायेनं लाडक्या सुनेचं कोडकौतुक करणारी, चोखोबाचा मोठेपणा अत्यंत अभिमानानं

निरखणारी सावित्री या धक्क्यानं पार कोलमडून पडली. तिला आता कशातच रस वाटेना, कशातच आनंद वाटेना. नातवाचं तोंड बघून मरण्याची इच्छा धरणारी सावित्री सुदामच्या मृत्यूमुळं आताच मरणाची भाषा बोलू लागली. पतिवियोगाच्या निधनानं नातवाच्या ओढीवर जणू विजय मिळवला आणि सुदाम गेल्यानंतर काही दिवसांनीच ताप आल्याचं निमित्त होऊन सावित्रीनं चोखोबाचा आणि सोयराचा निरोप घेतला. पतिनिधनाचा धक्का तिला एवढा जबरदस्त बसला की, त्यातून ती सावरूच शकली नाही. आणि नातवाचं तोंड बघण्याची आपली इच्छा तशीच अपुरी ठेवून सावित्री सुदाम पाठोपाठ पंचतत्वात विलीन झाली. गरीबीतही नेटका संसार करणारी, कोणतंही संकट आलं तरी न डगमगणारी, आपल्या लाडक्या लेकाबद्दल अभिमान बाळगून कोणत्याही प्रसंगी त्याच्या पाठीशी उभी राहणारी, पंच मंडळींना, 'चोखोबाला मारहाण करताना त्याची शिवाशिव होत नाही का?' असा धैर्यानं सवाल करणारी, आईच्या मायेनं सुनेचं कौतुक करणारी प्रेमळ तितकीच कणखर सावित्री, चोखोबाला, निर्मळेला आणि सोयराला पोरकं करून निघून गेली. हा धक्का पचवणं मात्र चोखोबाला आणि सोयराला अतिशय अवघड गेलं. सावित्रीच्या असण्यानं त्या घराला ऊब होती, वात्सल्य होतं, धैर्य होतं आणि कणखरपणा होता. चोखोबाचा तर बापेक्षा आपल्या मायवरच जास्त जीव होता. पाठोपाठ बसलेल्या या दोन धक्क्यांनी चोखोबा कोसळलाच. त्याला जेवण जाईना, झोप येईना. घरात चैन पडेना, कामावर लक्ष लागेना, सैरभैर मन:स्थिती झालेला, घायाळ झालेला चोखोबा सावरला गेला तो नामदेवांच्यामुळे, संत परिवारामुळे. जखमी मन घेऊन विद्ध पाखरासारखा घायाळ चोखोबा नामदेवांनी बघितला आणि त्यांनाही भडभडून आलं. अत्यंत प्रेमभराने नामदेवांनी त्याला मिठीत घेतलं आणि आतापर्यंत घरातला कर्ता माणूस, खंबीर पुरुष अशा भूमिकेतून, दुःखावेग आवरणारा, सगळ्यांना धीर देणारा चोखोबा नामदेवांच्या मिठीत मात्र एखाद्या लहान मुलासारखा स्फुंदूनस्फुंदून, हुंदक्यांवर हुंदके देऊन रडू लागला. नामदेवांनी त्याला पोटभर रडू दिलं. मूकपणे ते त्याच्या पाठीवरून हात फिरवू लागले. त्याला दिलासा देत राहिले. त्यांच्या त्या प्रेमळ स्पर्शानं चोखोबा सावरला. मन मोकळं करून पोटभर रडल्यामुळे त्याचा दुःखाचा वेग ओसरला. मनावर असलेला दुःखाचा भार हलका झाला. आपले आई-वडील जरी एका पाठोपाठ गेलेले असले तरी नामदेव आणि आपला इतर संत परिवार हे आपल्याला आई-वडिलांइतकेच आधारवड असणार आहेत, हा विश्वास त्याला नामदेवांच्या स्पर्शानं आणि संत परिवाराच्या दिलासानं दिला आणि चोखोबा सावरला. आपल्या पोटुशी असलेल्या बायकोकडं आता आपणच लक्ष दिलं पाहिजे, ही एक जबाबदारीची

भावना त्याला बळ देऊन गेली. उत्साहाला कारण देऊन गेली. जगण्याला साधन देऊन गेली. या तीन गोष्टी आणि काळाचं औषध या सगळ्यामुळं चोखोबा सुदाम-सावित्रीच्या मृत्यूचं दुःख बाजूला सारून पुन्हा दैनंदिन कामकाजाकडं वळू शकला.

चोखोबा पंढरपुरला रहायला आला आणि कर कटेवर ठेवून विटेवर उभ्या असलेल्या त्या पांडुरंगाच्या आनंदाला पारावार राहिला नाही. श्रेष्ठ भक्तांमध्ये चोखोबाची गणना होण्यासाठी जे, जे काही करणं आवश्यक होतं ते, ते सर्व काही करून झालं होतं. पण तरीही सावित्रीच्या सांगण्यावरून चोखोबा आपलं मन बदलतो की काय? अशी त्याला शंका होतीच. पण तसं घडलं नाही आणि पांडुरंगानं सुटकेचा निःश्वास टाकला. चोखोबा पंढरपुरला आला खरं. पण पंढरपुरात नामदेव त्यावेळी तिथं नव्हते, हे बघितल्यावर पांडुरंगाच्या काळजात पुन्हा धस्स झालं. नामदेव तिथे नसल्याचे बघून पुन्हा चोखोबा परततो की काय! अशी भीती त्याला वाटू लागली. पण तसे झाले नाही. आणि दुसरे दिवशी नामदेव पंढरपुरास आल्यावर तर त्याची चिंताच मिटली. खरोखरचं त्याप्रमाणे नामदेवांनी पंढरपुरात चोखोबाची सर्व व्यवस्था लावली. चोखोबा निश्चिंत झाला आणि पांडुरंगही. श्रेष्ठ भक्तात चोखोबांची गणना होण्यासाठी या दोन्ही गोष्टी आवश्यक होत्या.

चोखोबाला पंढरपुरात आणून स्थिरस्थावर केल्यावरशुद्धा पांडुरंगाचं काम अजून संपलेलं नव्हतं. चोखोबानं पंढरपुरात येऊन राहणं, संतांच्या सहवासात जीवन व्यतीत करणं, भक्तीसंप्रदायाची माहीती करून घेणं आणि अभंगरचना करणं चोखोबांच्या बाबतीत पांडुरंगाचा एवढाच उद्देश नव्हता, तर तो त्याच्या आणखी जवळ यायला हवा होता. आणि त्यासाठी पांडुरंगाला आणखी काही खेळ करणं आवश्यक होतं. कदाचित हा खेळ मांडताना त्याला काही कठोरपणाही धारण करावा लागणार होता. त्यानं मांडलेल्या या खेळात कदाचित चोखोबा मनानंही कोसळणार होता. पण लौकिकदृष्ट्या जितका तो मनानं कोसळणार होता, पारमार्थिकदृष्ट्या तितकाच तो पांडुरंगाच्या जवळ येणार होता. तेच त्यानं करायचं ठरवलं. सुदामचं पाठबळ आणि सावित्रीचा भक्कम आधार या दोनही गोष्टींपासून चोखोबाला नियतीने पारख केले. आणि पांडुरंगाचे काम आणखी सोप झाले. घायाळ झालेल्या चोखोबाला या प्रसंगातून बाहेर काढलं ते संत सहवासानं आणि विठ्ठलाच्या भक्तीनं. अर्थात यापुढेही अनेक प्रसंगात याच दोन गोष्टी त्याला तारणार होत्या. आणि तसंच व्हायला हवं होतं. पांडुरंगाने नामदेवाला तशा सुचनाही करून ठेवल्या होत्या. पण एकंदरीत भक्तश्रेष्ठत्वाच्या पदाकडे चोखोबांची वाटचाल होत असलेली बघून पांडुरंग प्रसन्न होता.

14

दैनंदिन कामकाजामध्ये स्वत:ला वाहून घेऊन आई-वडिलांच्या मृत्यूचं दु:ख चोखोबा विसरला, तरी सोयराला मात्र अजूनही त्या दोघाचं घरात नसणं प्रचंड जाणवत होतं. त्यातच तिला आता दिवसही गेलेले होते. सावित्रीचा तिला जबरदस्त आधार होता. चोखोबा तर बहुतेक वेळ घराबाहेरच असायचा. पण सोयरा सतत त्या दोघांच्या सहवासात असायची. आधीच सावित्रीला तिचं कौतुक होतं. त्यात तिला दिवस गेल्यापासून सावित्री सोयराला फुलासारखं जपत होती. तिनं वेळेवर दूध घेतलं पाहिजे, वेळच्या वेळी जेवलं-खाल्लं पाहिजे, ताजं अन्न खाल्लं पाहिजे, पाण्यांचे हंडे, घागरी उचलण्यासारखी अवघड कामे करण्याऐवजी जमीन सारवणे, त्यावर दळणे यासारखी प्रसूती सोपी करणारी कामं तिनं केली पाहिजेत. याबाबत सावित्री दक्ष होती. यामुळंच सोयराला तिचं नसणं अतिशय जाणवत होतं. त्यातल्यात्यात एक बरं होतं शेजारी राहणारा गणाकाका आणि त्याची बायको भागीरथीकाकी या दोघांचा फार मोठा आधार चोखोबाला आणि सोयराला होता. दोघंही स्वभावानं अतिशय चांगली होती. तरी पण कां कोण जाणे, त्या दोघांचं त्यांच्या सुनेशी पटत नव्हतं. लक्ष्मण त्या दोघांचा एकुलता एक मुलगा. गंगा त्याची बायको. भागीरथीकाकी तशी मायाळू होती. कामाला वाघीण होती. पण थोडीशी फटकळही होती. तिची सून गंगाही कामाला चांगली होती. पण काहीशी अबोल. आपण भलं, आपलं काम भलं, या पठडीतली. गंगा गोधड्या खूप छान शिवायची. एकसारखा बारीक टाका सगळीकडे बसायचा. गोधड्या शिवण्याची तिची हुशारी बहुतेक सगळ्यांना माहीती होती. त्यामुळे साहजिकच गावातील

अनेक घरातून काही शिधा देऊन तिच्या गोधड्या घेतल्या जायच्या. लक्ष्मणकडे रस्ते लोटायची कामे होती. त्याला काही व्यसनंही होती, त्यामुळे तो जेवढं मिळवत असे तेवढ्यात या कुटुंबाचा उदरनिर्वाह व्हायचा नाही. त्यामुळं गंगाचं गोधड्या बनवणं संसाराला हातभार लावणारंच होतं. या वाकळा बनवण्यासाठी गंगाला चिंध्या लागत असतं. काही जुने-पाने, फाटके-तुटके कपडे लागत असत. ते गोळा करण्यासाठी आपलं घरातलं कामकाज आटोपून गंगा ब्राह्मण आळी, वतनदारांची आळी, वाणी गल्ली इ. ठिकाणी हिंडत असे. घरोघरी जाऊन अंगणातून हाकाटी देत ती चिंध्या चकांद्या, कापडाचे तुकडे, जुने-पाने कपडे मागून आणत असे. घरातलं कामकाज आवरून, हिंडून-फिरून चिंध्या गोळा करणे, त्या नीट करून एकेक करून जोडून त्याला टाके घालणं यात तिचा सगळा दिवस जात असे. मोकळ्या स्वभावाच्या, बडबड्या भागीरथीकाकीला मात्र ही आपल्याशी बोलत नाही, आपल्याला मुद्दाम टाळते असं वाटत राहायचं. आणि ती उगीचच कुरकूर करत बसायची. तिच्या या कुरबुरीतून कुरबूर वाढायची आणि मग भांडण लागायचे. ते इतकं पराकोटीचं व्हायचं की, मारामारी व्हायची. मग चोखोबाला आणि सोयराला ती भांडण सोडवायला जावं लागायचं. साधारण दोन-तीन आठवड्यानं हे लडतर व्हायचंच. खरंतर भागीरथी आणि गंगा दोघीही आपापल्या जागी बरोबर होत्या. पण सुसंवादाची कमतरता असल्याने हे सगळं घडत होतं. एके दिवशी तर कहर झाला. गंगाला मारण्यासाठी लक्ष्मण कुऱ्हाड घेऊन धावला. चोखोबान ते भांडण कसंबसं सोडवलं. पण हा प्रश्न कसंही करून कायमचा सोडवला पाहिजे असं त्याच्या मनानं घेतलं. आणि एक दिवस गणाकाकांच्या घरातल्या सगळ्यांची डोकी ताळ्यावर असल्याचे बघून सगळ्यांना समोर बसवून घेऊन त्यानं विषय काढला. बरोबर सोयराही होतीच. दोघांनी मिळून गंगा आणि भागीरथी या दोघींची समजूत काढली. गंगा सरळ मनाची असून ती जे काही करते आहे ती लक्ष्मणच्या संसारासाठी आणि त्यांच्या घरासाठीच करते आहे. त्यात काहीही गैर नाही. उलट त्या दोघांचं म्हातारपण सुखानं जावं, पैशावाचून त्यांना लागणारं औषधपाणी अडू नये अशीच तिची भावना आहे हे चोखोबानं आणि सोयरानं, गणा आणि भागीरथीला पटवून दिलं. घरासाठी दिवसभर राबणाऱ्या गंगाचा दुश्वास करण्याऐवजी भागीरथीनं तिच्या धडपडीचं कवतिक करावं. चार गोड शब्द बोलून तिच्या कष्टाचं चीज करावं, असं या दोघांनी भागीरथीला समजावून सांगितलं. संसारी स्त्रीच्या पायात जशी गृहलक्ष्मी असते, तशी तिच्या हातात धनलक्ष्मी असते. हा विश्वास चोखोबानं गणाकाकाला दिला.

या दोन आपल्याहून लहान पोरांनी आपल्याला शहाणपण शिकवलं, म्हणून

असेल किंवा त्या दोघाचं म्हणणं पटलं म्हणूनही असेल, पण गणानं आणि भागीरथीनं आपलं वागणं बदललं, आपली दृष्टी बदलली. आपल्या कमी बोलण्याचा, सतत कामात गुंतून राहण्याचा काही वेगळा अर्थ निघून भांडणाचं कारण बनतो, हे बघितल्यावर गंगानही आपला अबोलपणा सोडून दिला. येता जाता, काम करता करता तीही सासूशी बोलू लागली, गप्पा मारू लागली. तिची विचारपूस करू लागली. गावात एखादी विशेष घटना घडली, तर घरी येऊन ती सासूला सांगू लागली. या सगळ्यामुळं दोघींच्यातला दुरावा कमी झाला. अबोला गेला. विसंवाद संपला. चोखोबा आणि सोयराच्या शहाणपणाची सगळ्यांना साक्ष पटली. एक मोडू घातलेलं घर पुन्हा जोडलं गेलं होतं. एक विस्कटलेला संसार पुन्हा सांधला गेला होता. आता खरोखरचं चोखोबाचा शेजार घरोब्याचा झाला होता. भागीरथीच्या बडबड्या स्वभावामुळे सोयराला आता सावित्रीची उणीव फार भासत नव्हती. अशा या अवघडलेल्या दिवसात तिला भागीरथीचा फार मोठा आधार होता. आणि तो गरजेचाही होता. सोयराचे दिवस भरत आले होते. आपल्या दैनंदिन कामकाजातून सवड काढून चोखोबा निर्मळेला जाऊन सांगून आला होता. 'सोयराचं बाळंतपण करण्यासाठी, मी नक्की येईन!' असं आश्वासन निर्मळेनं दिलंही होतं. त्यामुळं चोखोबा निश्चिंत होता.

पावसाळ्याचे दिवस होते. झिम्म पाऊस कोसळत होता. येताना आपल्याबरोबर तो वाराही घेऊन आला होता. संध्याकाळ टळून गेली होती, नुकतीच! पण अंधार मात्र गर्द झाला होता. आज सकाळपासूनच सोयराला कसंतरी होत होतं. कसा बसा तिनं स्वयंपाक आटोपला आणि ती पडून राहिली. पोटात कळा नव्हत्या, पण गळून गेल्यासारखं झालं होतं. पाय भेंडाळल्यासारखे झाले होते. तिला प्रकर्षानं सावित्रीची आठवण येऊ लागली. जिवाची नुसती घालमेल होत होती. अशा घालमेलीतच दिवस कधी सरला तिला कळलं नाही. संध्याकाळ झाल्यानंतर तिला मात्र भीती वाटू लागली. आज भागीरथीपण घरात नव्हती. त्यांच्या घरातली सगळीच कुणीतरी पावणा वारल्याचा सांगावा आला म्हणून गावाला गेली होती. 'संध्याकाळ व्हायच्या आत परत येतो!' असं भागीरथी सोयराला सांगून गेली होती खरं, पण आता रात्र होत आली तरी त्यांच्या घरातलं कुणीच परतलं नव्हतं. कीर्तन ऐकून चोखोबा घरी आला. सोयराची अवस्था त्याच्या लक्षात आली. गणाकाकांच्या घरी कुणी नसल्याचे त्याला कळले. तो ही घाबरला. पण त्याला घाबरून चालणार नव्हतं. सोयराला धीर देणं आवश्यक होतं. चोखोबानं स्वत:ला सावरलं आणि तो सोयराला म्हणाला, "सोयरे, घाबरू नगंस. धीर सोडू नगंस. पांडुरंगावर ईश्वास ठेव. भागीरथीकाकी नसली म्हणून काय झालं! मी लगेच जातो

आणि सकाळपर्यंत निर्मळेला घेऊन परत येतो. तोवर तू धीर धर. विठोबाचं नाव घेत बस. तो आपल्या पाठीशी असताना कशाला काळजी करायची? सोयरे, आपल्याला पोरगाच हुनार बग, अगदी कृष्णासारखा. कृष्ण जन्मला तेव्हा पण असंच सगळं हुतं बघ. अशीच अंधारी रात्र होती. असाच सोसाट्याचा वारा होता. असाच धो धो पाऊस पडत होता. आणि आपली चंद्रभागा जशी दुथडी भरून वाहतीय ना तशीच यमुना दुथडी भरून वाहत होती. म्हणून सांगतोय तुला, तू अजिबात घाबरू नगंस. आपल्याला हितं ऱ्हायला आणण्यात त्या पांडुरंगाची काय तरी योजना होती. त्यामुळे आताच्या या कठीण प्रसंगात तोच आपल्या पाठीशी उभा राहील. तो भक्तांचा पाठीराखा आहे. त्यानं गोरोबाकाकांचं बाळ जिवंत केलं. जनाबाईसाठी लुगडी धुतली! मग तो आपल्याला का नाही मदत करणार? मी हितं तुझ्या उशाशी दुधाची लोटकी ठेवून जातो. त्यातलं घोटघोट दूध घे आणि त्या पांडुरंगाचं नाव घेत पडून रहा. मी असा जातो आणि निर्मळेला घेऊन असा परत येतो बघ. तू काय बी काळजी करू नगंस आणि अजिबात घाबरू नगंस. विठ्ठलाचं नाव घे, मी येतो हां!'' असं म्हणून तिला धीर देत चोखोबा बाहेर पडला.

खरोखरच त्याच्या शब्दांनी सोयराला धीर आला होता. चोखोबाचा पांडुरंगावरचा गाढ विश्वास तिला माहीती होता. तिचाही त्या विठूरायावर तेवढाच विश्वास होता. चोखोबानं लोटकीत दूध भरून ठेवलं होतं, त्यातलं एक घोटभर दूध तिनं घेतलं आणि एक पटकूर अंथरून अंगावर वाकळ घेऊन ती पडून राहिली होती. पाऊस वाढला होता. सोयरानं धडपडत उठून लावलेली सुंद्री केव्हाच विझली होती. झोपडीत चहूबाजूंनी वारं घुसत होतं. त्या वाऱ्यापुढं त्या सुंद्रीचा काय पाडाव? डोळ्यात बोट घातलं, तरी दिसणार नाही असा अंधार झोपडीत पसरला होता. सोयराच्या छातीतली धडधड वाढली होती, पण विठ्ठलाचं नाव घेत ती पडून राहिली होती. असा किती वेळ गेला कुणास ठाऊक. पावसानं जोर धरला होता. झोपडीत सगळीकडं ओल आलेली होती. सोयराचा डोळा लागला होता. जमिनीच्या थंडगार स्पर्शानं तिला जाग आली आणि एक जीवघेणी कळ तिच्या ओटीपोटातून निघून कमरेकड जात मांड्यांपर्यंत पसरली. आपल्या कमरेखालचं पटकूर काहीसं ओलं झाल्यासारखंही तिला वाटलं. ते ती चाचपडून बघणार तोच दुसरीही कळ तशीच आली. पहिली कळ आली, त्यातून सोयरा पुरती सावरली नव्हती, तोवर दुसरी कळ आली आणि मग एका पाठोपाठ एक कळा येतच राहिल्या. काय करावं? कसं करावं? कुठं जावं? कुणाला हांक मारावी? सोयराला काहीच कळेना. एका पाठोपाठ एक येणाऱ्या कळा ती दात ओठावर दाबून सहन करत होती. पण आता कळा वाढल्या, जोर वाढला, तीव्रता वाढली. आणि एक क्षण

असा आला की त्या वेदना सोयराच्या सहनशक्ती बाहेर गेल्या आणि तिच्या तोंडातून किंचाळी बाहेर आली. त्या किंचाळी पाठोपाठ बाहेर पडलं पांडुरंगाच नाव आणि मग सोयरा ओरडतच राहिली. त्या ओरडण्यात जशी तीव्र वेदना होती, तसाच पांडुरंगाचा आर्त धावाही होता. कोसळणाऱ्या पावसाचा तडातडा आवाज येत होता. या आवाजाला वाऱ्याच्या आवाजाचीही साथ होती. सोयराच्या किंचाळण्याचा आवाज त्या पावसाच्या आणि वाऱ्याच्या आवाजामुळे झोपडीतच लुप्त होत होता. त्यात चोखोबा जाताना झोपडीचं दार लावून गेला होता. ते उठून उघडण्यासारखी सोयराची अवस्थाही नव्हती. काही क्षण असेच गेले. सोयरा किंचाळत होती, पांडुरंगाचा धावा करत होती. हळूहळू तिची शुद्ध हरपायला लागली. शुद्धी बेशुद्धीच्या सीमारेषेवर कधी इकडं तर कधी तिकडं अशी ती तरंगत होती. काही क्षण शुद्धीवर आली, की ओरडत होती, मदतीसाठी हांका मारत होती, देवाचा धांवा करत होती. तोवर तिची पुन्हा शुद्ध हरपत होती. असं आणखी किती वेळ चाललं कुणास ठाऊक? अचानक झोपडीचा दरवाजा उघडला गेला. अर्धवट शुद्धीत असणाऱ्या सोयरानं डोळे किलकिले करून अंधार फाडून पाहण्याचा प्रयत्न केला. झोपडीच्या उघडलेल्या दरवाजातून एक विलक्षण प्रकाशाची तिरीप आत आली. क्षणभर सगळी झोपडी उजळून गेली. आणि पुन्हा गर्द अंधार पसरला. त्या प्रकाशाच्या रेषेत क्षणभर उजळलेल्या झोपडीत सोयराला दिसलं, निर्मळा आली आहे. तिला एकदम धीर आलाही आणि गेलाही. निर्मळेला बघून आपल्या मदतीला कुणीतरी आल्याची जाणीव होऊन तिला धीर आला आणि आतापर्यंत आपण एकटे आहोत या जाणीवेतून तिनं जो धीर एकवटला होता, राखून ठेवला होता, धरून ठेवला होता, ते कुणी तरी मदतीला आल्याचे बघून तो संपला. निर्मळा आल्याची जाणीव तिच्या मेंदूपर्यंत पोचली. आणि दुसऱ्या क्षणाला ती बेशुद्ध झाली. त्यानंतर पुढे काय झाल, तिला काहीही कळलं नाही. तिची शुद्ध पूर्णपणे हारपली.

सकाळ झाली. आकाश निरभ्र झालं असावं. कारण सूर्याची कोवळी किरणं छताच्या झरोक्यातून आत आली होती. स्वच्छ सारवलेल्या जमिनीवर त्यांचे छान, छान कवडसे पडले होते. रात्रीच्या पावसामुळे हवेत छानसा गारवा होता. सोयराला कसल्या तरी आवाजानं शुद्ध आली. तिनं डोळे उघडले, किलकिले करून आजुबाजुला पाहिले. एवढयांत तिला आपल्याजवळ, अगदी जवळ कसलीशी हालचाल जाणवली. तिनं मोठ्या कष्टानं मान वळवून नजर झुकवून पाहिलं. एक इवलासा कोवळा जीव तिच्या कुशीत मुठी चोखत शांतपणे पहुडला होता. आपल्या कुशीत बाळ निजलंय याची एवढा वेळ सोयराला जाणीव नव्हती. पण आपण

आईच्या कुशीत आहोत याची जाणीव त्या कोवळ्या जिवाला नक्कीच होती. म्हणूनच अगदी निश्चिंतपणे, अभीरपणे तो आईच्या कुशीत पहुडला होता. त्याचा सावळा रंग, काळे कुरळे जावळ, किंचित नकटं नाक, पातळसे ओठ, फुलाच्या पाकळीसारखे नाजूक गाल, इवलेसे कोवळे हातपाय आणि जगातल्या सगळ्या चिंता काळज्यांपासून मुक्त असल्यासारखे, सुनिश्चिंत समाधान मिळाल्यासारखे शांतपणे मिटलेले डोळे. आपल्या कुशीत काय आहे? आपण काय बघतो आहोत? या सगळ्याचं भान सोयराला यायला जरासा वेळच लागला. पण जेव्हा ते आलं तेव्हा ती अंतर्बाहय थरारली. तिला आठवली ती कालची वादळी रात्र. तो घोंगावणारा वारा, तो प्रलयंकारी पाऊस, तो भयाण अंधार, पोटातून येणाऱ्या त्या जीवघेण्या कळा, आपण मारलेल्या किंकाळया, केलेला देवाचा धावा, आपलं ते असहाय एकटेपण, ती हरपणारी शुद्ध आणि शुद्ध हरपण्यापूर्वी आलेली निर्मळ! निर्मळा! खरचं! निर्मळा आली होती. मग कुठे गेली? आणि धनी कुठं गेले? ते तिला आणायला गेले होते? काल रात्री तर निर्मळा एकटीच दिसली! भाईर आसलं, कपडं धुत आसंल!' सोयरानं स्वतःच्या मनाची समजूत घातली. आणि ती शांतपणे पडून राहिली. एवढा विचार केल्यानंही तिला थकवा आला होता.

काही वेळ तसाच गेला. बाहेर कसलीच चाहूल लागेना. आता सोयराच्या पोटातही कलकलायला लागलं. तिला प्रचंड भूक लागली होती. बाहेरची चाहूल घेत तिनं निर्मळेला आवाज दिला. पण कोणतंच प्रत्युत्तर आलं नाही. तशी हात टेकत सोयरा स्वतःच उठली. बाळ अजूनही शांतपणे झोपलं होतं. मुठी चोखता चोखताच त्याला झोप लागली असावी. सोयरा धडपडत उठली. खोपटाच्या भिंतीचा आधार घेऊन उठली. लोटक्यातलं दूध कधीच नासलं होतं. धडपडत, भेलकांडत सोयरा चुलीजवळ केली. काल सकाळी तिनं केलेलं जेवण तसचं पडलं होतं. तिनं बघितलं, भाकरी, कालवण, भात सगळं चांगलं होतं. आमटी तेवढी नासली होती. तिनं भाजीचं पातेलं तसंच समोर घेतलं. त्यातच भात घातला. दोन भाकरी कुस्करून त्यातच घातल्या. दूध तर नव्हतचं. होतं ते नासलं होतं. चिमूटभर मीठ त्यात घालून तिनं तो सगळा काला केला आणि नजरेनं पोराला कुरवाळत, न्याहाळत, कानानं बाहेरची चाहूल घेत तिनं तो काला संपवला. पोटात अन्न गेल्यावर तिला बरं वाटलं. काहीसा जिवात जीव आला. जेवण झाल्यावर क्षणभर ती तिथंच तशी बसून राहिली. काहीस बरं वाटल्यावर तिथंच बसून तिनं चूल पेटवली. शेजारी भरून ठेवलेलं पाण्याचं डेचकं तिनं चुलीवर ठेवलं. तेवढ्या श्रमानंही तिला दम लागला. पाणी तापेपर्यंत ती पुन्हा जाऊन अंथरुणावर आडवी

झाली. प्रसूती वेदनांमुळे शिणलेलं तिचं शरीर, पोटात अन्न गेल्यावर जणू विसावलं. तिचा डोळा लागला. किती तरी वेळ तिला झोप लागली असावी. खोपटाचा दरवाजा उघडल्याचा आवाज झाला. तेवढया आवाजानं सोयराला जाग आली. डोळे उघडून तिनं दाराकडं पाहिलं. कुणीतरी बाहेरून दरवाजा उघडला. दारात चोखोबा आणि निर्मळा उभे होते. दार उघडताच चोखोबा सोयराकडे धावला. पाठोपाठ निर्मळाही. श्रांत, क्लांत होऊन निजलेली सोयरा, तिच्या कुशीत शांतपणे पहुडलेलं बाळ हे बघितल्यावर आपण बघतोय ते स्वप्न की सत्य हेच चोखोबाला कळेला. "सोयरे कशी हायेस ग? भागीरथीकाकी आली हुती कां ग? लई तरास झाला कां ग तुला? काय सांगू सोयरे तुला, निर्मळेला घेऊन लगोलग येतो म्हणून सांगून इथून गेलो, तर पावसानं वाट अडवली बघ. वाटेतले सगळे नदी नाले माझं वैरी असल्यागत दोन्ही काठ भरून वाहात होते. निर्मळेकडं पोचायलाच मला मध्यरात्र होऊन गेली बघ. तरी तिथं मी आज्याबात थांबलो नाही. लगूलग निर्मळेला घेतलं आणि आम्ही यायला निघालो. येताना पण तीच अवस्था! पाऊस काय थांबायचं नावच घेईना. आणि पाणी तर असं डोचकं फिरल्यागत वाहात होतं. हितं पोचस्तोवर उजाडलंच बघ! परं भागीरथीकाकीचे लई उपकार झालं बघ. पांडुरंगाची किरपा. कुणाच्या ना कुणाच्या रूपात तो आपल्या पाठीशी उभा ऱ्हातो। सोयरे काय झालं ग? पोरगाच झालाय न्हवं? मी तुला म्हटलं नव्हतं आपल्याला पोरगाच हुनार गोपालकृष्णासारखा?" चोखोबांच्या स्वरात चिंता, काळजी, सोयराविषयीचं प्रेम, आपण वेळेवर येऊ न शकल्याबद्दलची क्षमा याचना, या इवल्याशा बाळाबद्दल वात्सल्य सगळं ओसंडून वाहत होतं. त्यानं बाळाच्या काळ्या कुरळ्या जावळावरून अलगद हात फिरवला.

सोयरा चोखोबाचं बोलणं ऐकतं होती खरं, पण तो काय बोलतोय, असं का बोलतोय हे तिला काही उमगत नव्हतं. आपण थकल्यामुळं आपल्याला नीटसं कळत नाहीय की नीटसं ऐकायला येत नाहीय. याचा तिला उलगडा होईना. "काय बोलताय धनी? मला काय बी कळत न्हाई. लई पाऊस, वारा हुता खरं! काही येळ मी एकटी होते हे ही खरं, पर निर्मळा आलेली म्या माज्या डोळ्यानं पाहलंय. ती रात्रीच आली हुती. तिला बघून मला इक्तं बरं वाटलं म्हणून सांगू? तोवर मी एकटी होते. लईच तरास हुत होता. निर्मळेला बघितलं आणि मगच मी डोळे मिटले. माझी सुध गेली व्हती. सकाळी मी जागी झाले तवा माज्या कुशीत बाळ हुतं, पर घरात कुनीच नव्हतं. मला वाटलं निर्मळा धुणं धुवायला गेली आसलं. पर धनी तुमी तर म्हणताय, तुमी निर्मळेला घिऊन आत्ता आलासा. मग रातच्याला कोन आलं होतं?" सोयरानं आपल्या मनातली शंका बोलून दाखवली. सोयराचं

बोलणं ऐकून निर्मळाही गोंधळात पडली. पुढं होऊन ती म्हणाली, "असं काय करतेस वयनी? मी आणि दादा आत्ताहेच येतोय. दादाला माझ्या घरी पोचायलाच मध्यरात्र झाली हुती मग मी रात्री हितं कशी येईन? तुला काय तरी भास झाला आसलं." निर्मळेनही चोखोबाच्या म्हणण्याला दुजोरा दिला. "मी सांगतो काय झालं आसंल?" चोखोबानं तर्क लढवायला सुरुवात केली. "भागीरथीकाकीची सून आसलं गंगा! तिची अंगकाठी निर्मळे सारखीच हाय. अंधारात तुला ती निर्मळा वाटली आसलं. व्हय, व्हय आसचं काय तर झालं असणार!" चोखोबाला खात्री पटली होती. ती गंगाच असणार. सोयरा मात्र ते मानायला तयार नव्हती. चोखोबा बोलत असताना ती सतत नाही, नाही अशी मान हलवत होती. त्याचं बोलणं संपल्यावर पुन्हा म्हणाली, "न्हाई, न्हाई धनी! ती निर्मळाच हुती. माजी अगदी खात्री हाय. मी प्रत्यक्ष माज्या डोळ्यानं पाहिलंय." सोयरा पुन्हा:पुन्हा सांगत होती. चोखोबानं निर्मळेनं एकमेकांकडं पाहिलं. निर्मळेनं चोखोबाला डोळ्यानं खूण केली. चोखोबा समजला. सोयराला समजावून सांगण्याची किंवा पटवून सांगण्याची ही वेळ नाही, हे त्याच्या लक्षात आलं. "बरं, बरं! असू दे, हं सोयरे! तू आता काय बी काळजी करू नगस. चुलीवर आधण ठेवलेलं दिसतंय. आता निर्मळा तुला आणि बाळाला कढत पाण्यानं अंघोळ घालंल आणि गरमगरम भाकरी कोरड्यास करंल. तू आता शांत पडून -हा." सोयराच्या हातावर थोपटून चोखोबानं तिला धीर दिला. सोयरा गप झाली खरी. पण तिच्याही मनात गोंधळ उडाला. रात्रीच्या त्या अंधारात विजेच्या त्या प्रकाशाच्या रेषेनं क्षणभर उजळलेल्या झोपडीत, आपल्याला दिसली ती निर्मळा की गंगा? तिची बुद्धी सांगत होती की, ती निर्मळाच होती. तिचं भांबावलेलं मन मात्र गोंधळात पडलं होतं. विचार करून तिला शीण आला असावा. त्या प्रश्नाचं उत्तर मिळवायचा नाद तिनं सोडून दिला. ती निपचित पडून राहिली.

निर्मळेनं दोघांना अंघोळ घातली. सोयराचं अंग गरम पाण्यानं चांगलं शेकून काढलं. सोयराला हायसं वाटलं. तिचा थकवा काहीसा कमी झाला. निर्मळेनं उनउनीत भाकरी आणि मेथीची भाजी करून तिला जेवायला वाढलं. गरम पाण्याची अंघोळ, पोटात गेलेलं गरमगरम अन्न आणि बाळंतपणामुळं शिणलेलं शरीर, सोयराला शांत झोप लागली. ती जागी झाली, तेव्हा उन्हं उतरली होती. बाळही जागं झालं. ती उठून बसली. तिनं बाळाला उचलून मांडीवर घेतलं आणि छातीशी धरलं. मायेचे लक्षावधी स्त्रोत आपल्या छातीत एकवटत आहेत असं तिला वाटलं. त्याच उर्मीत तिनं बाळाला प्यायला दिलं. त्याच्या इवलाशा ओठांचा स्पर्श झाला आणि ममतेचा महासागर आपल्या काळजात उसळला अशी एक

विलक्षण जाणीव तिला झाली. तिच्या अंगावर रोमांच उभे राहिले. आई-मुलाचं असलेलं ते विलक्षण नातं त्या एका क्षणानं तिला समजावून सांगितलं. बाळाचं पोट भरलं होतं. त्याला छान झोपही लागली होती. तिनं बाळाला खाली ठेवलं. आता त्याच्या शेजारी ती आडवी होणार एवढ्यात, बाहेरून भागीरथीकाकींचा आवाज आला, "सोयरा! ए सोयरा!!" अशा हाका मारतच ती आत आली. खोपटाच्या एका कोपऱ्यात अंथरुणावर बसलेली सोयरा आणि तिच्याजवळ निजलेलं बाळ बघून तिला आनंदाश्चर्याचा धक्का बसला. "अग्गो, माजे बाये! कधी बाळंत झालीस गं? अगं बया, मुलगा झालाय की गं? अगदी तुज्यासारखा हाये बग! लई तरास झाला काय गं? कोण आलं गं करायला? ही चोखोबाची भण निर्मळाच न्हवं? बरं झालं. काय सांगू सोयरे तुला! तुझ्या ऐन वक्ताला आमी न्हाई बग. 'लढाईच्या येळला राजीनामा' म्हणतात तशी गत झाली. त्यो पावणा मेला म्हनून सांगावा आल्यावर आमी गेलो तर तिकडं पाऊस म्हणजे असा की निसती झिम्मड धरलीवती. त्यात आडवा आला वढा. त्याला ह्यो पान्याचा फुगवटा. त्यो उतरस्तोवर तरी थांबाया पाहिजे? थांबलो झालं तिथं! आता सकाळी पावस उघडल्यावर, वड्याचं पानी कमी झाल्यावर आमी आलू बग. आता तान्ह्या पोराच्या रडण्याचा आवाज ऐकाया आला तवा धावत बगाया आले. काय साजरं पोरं झालयं ह्ये. सोयरे, भटा बामनाचे आशीर्वाद कधी वाया जात न्हाईत बग. त्यांच्या आशीर्वादानंच तुला पोरगा झाला!" आनंदाच्या भरात भागीरथीला किती बोलू नि किती नको असं झालं होतं.

भागीरथीकाकीचं शेवटचं वाक्य ऐकून सोयराच्या मनातल्या आठवणींची एक तार छेडली गेली. लग्न होऊन तीन-चार वर्षे झाली तरी तिची कूस उजवली नव्हती. वैद्य, हकीम, अंगारे-धुपारे पण करून झाले होते. कशाचाच काही उपाय होताना दिसत नव्हता. एरवी, तिच्यावर लेकीसारखी माया करणारी सावित्रीशुद्धा तिला कधीकधी टाकून बोलायला लागली होती. त्यामुळे एरवी सतत हसतमुख असणारी सोयरा उदास झाली होती. एके दिवशी तिन्हीसांजेला सावित्री आणि सुदाम कीर्तन ऐकायला गेलेले असताना घरात सोयरा एकटीच होती. संध्याकाळच्या जेवणाची ती तयारी करत होती. एवढ्यात एक ब्राह्मण तिच्या दाराशी आला आणि तिच्याकडे भिक्षा मागायला लागला. "आमी महार जातीचे आहोत, आमचं अन्न तुमाला चालणार न्हाई." असं सोयरानं त्याला पुन्हा:पुन्हा सांगितलं. पण अत्यंत भुकेजलेला तो ब्राह्मण त्यातलं काही ऐकण्याच्या मन:स्थितीत नव्हता. तो पुन्हा:पुन्हा सोयराकडे अन्न मागत होता आणि घरात अन्न असूनही ते देण्याचं धाडस सोयराला होत नव्हतं. शेवटी त्यानं तिच्या खोपटासमोर अंगणात बसकण मारली

आणि तो निर्वाणीचं म्हणाला, "माई! मी दोन दिवसांचा उपाशी आहे. तिकडे लांबच्या मुलखातून चालत आलेलो आहे. आता माझ्याच्याने एक पाऊलही चालवत नाही. मी आता इथेच बसून राहणार. मग येथे उपासमारीनं मला मृत्यू आला तरी चालेल. तूं जर मला अन्न दिले नाहीस, तर माझ्या मृत्यूचे पाप तुझ्या माथी लागेल." असे म्हणत तो ब्राह्मण तिथेच फतकल मारून बसून राहिला. सोयरा घाबरली. इकडे आड तिकडे विहीर अशी तिची अवस्था झाली. ब्राह्मणाला अन्न द्यावे तरी पाप, न द्यावे तर शाप! काय करावे? सोयराला कळेना. शेवटी शाप घेण्यापेक्षा पाप लागलेले बरे! असा तिने विचार केला आणि घरात असलेल्या भातावर दही घालून आतून घेऊन आली. तो कालवलेला दहीभात एका खापरीत घालून तिनं तो ब्राह्मणासमोर ठेवला. पदर सावरत हात जोडून लांब उभी राहिली आणि म्हणाली, "महाराज, ह्यो दोन घास दहीभात खाऊन घ्या. तुमी बामनं आमी म्हाराचं. तुमाला जेवायला देऊन माझ्या हातनं पाप घडतंय. पर ते पाप मला लागणार न्हाई असा मला आशीर्वाद द्या. मला शाप देऊ नका, महाराज. मला आशीर्वाद द्या." तो ब्राह्मण तिच्या चेहऱ्यावरचं अपराधीपण न्याहाळत होता. तिचा प्रांजलपणा बघून तो म्हणाला, "माई, मला अन्न दिलंस म्हणून तुला पाप लागणार नाही. तर उलट भुकेलेल्या अन्न दिलंस म्हणून पुण्यच लागेल. पण तुझ्या हातचं अन्न खाल्लं, म्हणून मला पाप लागेल. माझ्या पापाचं मी बघून घेतो. तुझ्या दहीभातानं माझं पोट भरलं. तुला मी मनापासून आशीर्वाद देतो, 'पुत्रवती भव!' तृप्त मनानं दिलेला हा ब्राह्मणाचा आशीर्वाद आहे, वाया जाणार नाही." असं म्हणत प्रसन्न मुद्रेनं तो ब्राह्मण तिथून चालता झाला. खरोखरंच त्याचा तो आशीर्वाद वाया गेला नाही.

भागीरथीकाकीनं त्या प्रसंगाची आठवण करून दिली आणि सोयराला तो प्रसंग आठवला. अचानक तिच्या लक्षात आलं की, भागीरथीकाकी सांगतीय आताच ती आली, म्हणजे रात्री आलेली बाई गंगा नव्हती? म्हणजे ती निर्मळाच होती. सदा गवळ्याकडून दूध घेऊन त्याचवेळी आलेल्या चोखोबानं भागीरथीकाकीचं हे बोलणं ऐकलं. त्यालाही नवल वाटलं, म्हणजे रात्री आलेली बाई निर्मळाही नव्हती, गंगा नव्हती मग कोण होती? वादळलेल्या अशा झिम्म पावसाळी रात्री आपल्यासारख्या हीन जातीच्या माणसाच्या घरी त्याच्या बायकोचं बाळंतपण करायला एवढ्या रात्री कोण आलं असेल? अशा वक्ताला, अशा अवेळी झिम्म पावसात बापई माणूस बाहेर पडायला धजावत नाही. अशावेळी कोण बाई माणूस आपल्या घरी आली असेल? विचार करून चोखोबाच्या डोक्याचा भुगा झाला. प्रश्नांचा नुसता कल्लोळ उठला होता, पण उत्तर एकाचही सापडत नव्हतं.

चोखोबा, सोयरा, निर्मळा तिघंही भांबावून गेली होती. सुन्न झाली हाती. कोणाच्याही तोंडातून शब्द फुटत नव्हता. त्यातून सर्वप्रथम सावरला तो चोखोबाच. या सगळ्या विलक्षण महानाट्याचा अर्थ त्याच्या लक्षात आला आणि त्याच्या डोळ्यांतून अश्रू वाहायला लागले. अनन्यं भावानं त्यानं हात जोडले आणि भारल्या मनानं आणि भरल्या गळ्यानं तो म्हणाला, ''विठूराया तू धन्य आहेस. सगळ्या माणसांनी ज्याला लाथाडला, त्याला तू जवळ केलंसच! पण मी नसताना माझ्या बायकोचं बाळंतपणही केलंस! तू खरा भक्तांचा पाठीराखा आहेस. सोयरे, सोयरे तुला कसं सांगू? अग प्रत्यक्ष तो पांडुरंग आला गं तुझं बाळंतपण करायला. सोयरे, सोयरे! अग तू किती भाग्यवान? आणि मी किती कम नशिबी? ज्या विठ्ठलाचा ध्यास घेऊन मी जगतो आहे, तो साक्षात पांडुरंग आपल्या घरी आला आणि मी करंट्या नशिबाचा नेमका त्यावेळी घरी नव्हतो. सोयरे! असं का गं झालं? तो विठ्ठल आपल्या घरी आला पण मला त्यांचं दर्शन झालं नाही, मी त्याला पाहू शकलो नाही, किती मी दुर्दैवी. मी पापी आहे, चांडाळ आहे म्हणूनच असं झालं. म्हणूनच तो विठ्ठल मला दिसला नाही. म्हणजे सोयरे, माझी भक्ती अजून कुठं तरी कमी पडतीय! माझ्या भक्तीमध्ये अजून म्हणावी तेवढी निस्सीमता आलेली नाही. पण सोयरे! तो खरंच भक्तांचा पाठीराखा आहे, बघ. कारण माझ्या जिवाला तुझ्याबद्दलचा लागलेला घोर त्यानं ओळखला आणि तुझं बाळंतपण करायला तो पंढरीराया आपल्या घरी आला. सोयरे तू खरंच भाग्यवान आहेस बघ आणि त्यापेक्षाही भाग्यवान आपला हा बाळ. ते काही असू दे. माझा पंढरीराया, माझा विठूराया माझ्या घरी आला. माझ्या सगळ्या घरादाराचं सोनं झालं. सोयरे,

बहुत कनवाळु बहु हा दयाळु। जाणे लळा पाळू भाविकांचा।।
जात वित गोत न पाहेचि काही। घालावी ही पायी मिठी उगी।।
न मागता आभारी आपो आप होतो। भाविकासी देतो भुक्ती-मुक्ती।।
चोखा म्हणे ऐसा लाघवी श्रीहरी। भवभय वारी दरूशने।।
असा हा माझा विठोबा, माझा पंढरीराया,
भक्तीचा आळूला। भावाचा भुकेला।।
न कळे ज्याची लीला ब्रह्मादिका।।''

हेच खरं हाये! सोयरे, हेच खरं हाये.'' असं म्हणून जोडलेले हात चेहऱ्याजवळ घेऊन चोखोबा ढसाढसा रडायला लागला. सोयराला आणि निर्मळाला त्याचं ते रडणं बघून काय करावं सुचेना. त्या दोघी सुन्न होऊन पाहतच राहिल्या. आणि काही क्षणानंतर चोखोबाच्या बोलण्याचा अर्थ त्या दोघींच्या लक्षात आला. आणि मग मात्र विलक्षण आवेगानं त्या दोघीही रडू लागल्या. त्यांच्या डोळ्यातून

घळाघळा अश्रू वाहत होते, खरं पण चेहऱ्यावर मात्र विलक्षण धन्यतेचा भाव होता. कृतार्थपणाची भावना होती. आयुष्यात काहीतरी मिळाल्याचं सात्विक समाधानं होतं. तिथं बसलेल्या भागीरथीकाकीला मात्र हे तिघंजण असे कां रडत आहेत? याचा उलगडा होत नव्हता. मुलगा झाल्याच्या आनंदात या तिघांना वेड लागलं असावं आणि म्हणूनच हसायच्याऐवजी ही तिघंजण रडत आहेत, असा अंदाज करून ती निघून गेली. चोखोबा, सोयरा आणि निर्मळा हे तिघेजण मात्र नंतर कितीतरी वेळ आयुष्याचे सार्थक झाल्याच्या आनंदात एकमेकांच्या गळ्यात पडून रडत राहिले.

चोखोबा पंढरपुरला आला. त्याचं सगळं बस्तानं नीट बसलं. माता-पित्यांच्या विरहाचं दु:ख विसरून चोखोबा आणि सोयरा नित्य नियमाला लागली हे बघून, कर कटेवर ठेवून विटेवर उभ्या असलेल्या त्या पांडूरंगाने सुस्कारा टाकला. चोखोबा आपल्या आणखी जवळ यावा म्हणून त्याला त्याच्या माता-पित्यांचा वियोग नियतीला विश्वासात घेऊन पांडुरंगानं घडवून आणला खरा, पण त्या नादात तो हे विसरला, सोयराला अशा अवघडल्या अवस्थेत आधाराची गरज आहे. वादळलेल्या त्या रात्री सोयराचा प्रसूती काळ जवळ आलेला असताना निर्मळेला आणायला गेलेला चोखा परत येऊ शकणार नाही, हे त्याच्या लक्षात आलं आणि तो सटपटलाच. काय करावं हे त्याला सुचेना. एवढा चतुर आणि कारस्थानी असणारा हा ईश्वर अक्षरश: गोंधळून गेला. चोखोबाची आणि सोयराची कसोटी घेऊ पाहणाऱ्या त्या विठ्ठलाची आज कसोटी होती. आणि आता तरी या क्षणाला 'भक्तांचा पाठीराखा' ही बिरुदावली सिद्ध करण्याची जबाबदारी त्याच्यावर होती. सोसाट्याच्या वाऱ्याचा, कडाडणाऱ्या विजेचा आणि धोधो पडणाऱ्या पावसाचा आवाज छेदून सोयराच्या आर्त किंकाळ्या त्याच्या कानावर येऊन आदळत होत्या. त्याला दुर्लक्षिही करता येईना आणि ऐकवेनाही. हा ताण असह्य होऊन त्यानं रुक्मिणीला विचारलं, "देवी भक्तांच्या हाकेला मी धावून जातोच. पण संकटात असलेल्या माझ्या भक्तांच्या कुटुंबियांच्याही हाकेला मी धावून गेलं पाहिजे कां?" जगन्नियंत्याचा तो प्रश्न ऐकून रुक्मिणीला हसू आलं. पण ते चेहऱ्यावर उमटलं असतं तर हा सावळा एखाद्या लहान मुलासारखा रुसला असता आणि रुक्मिणीला समजूत काढत बसावं लागलं असतं. म्हणून हसू लपवत रुक्मिणीनं उत्तर दिलं, "नाथ, भक्त म्हणजे कुणी एकटा दुकटा पुरुष किंवा स्त्री नसते, तर भक्त तेव्हाच खऱ्या कसोटीला उतरतो जेव्हा त्याचं संपूर्ण कुटुंब त्याच्या भक्तीत सामील असतं आणि म्हणूनच तो श्रेष्ठ भक्त ठरतो. जेव्हा भक्तांच्या बरोबरच भक्तांचे कुटुंबीयशुद्धा संकटाच्या कसोट्या देत असतात, तेव्हा भक्तांच्या बरोबरच त्यांच्या कुटुंबीयांवरच्याही

संकटाचं निवारण देवानं केलंच पाहिजे. तेव्हा भक्तांच्या बरोबरच तुम्ही त्यांच्या कुटुंबियांचेही पाठीराखे बनलात तरच तुम्ही 'भक्तांचा पाठीराखा' हे नामाभिमान मिरवू शकाल!'' रूक्मिणीनं उत्तर दिलं आणि लगेच विचारलं, ''पण नाथ, आज हा प्रश्न विचारण्याचं कारण?'' पण आपल्या मनातल्या शंकेचं निरसन झाल्यावर मात्र तिनं विचारलेल्या पुढच्या प्रश्नाला उत्तर द्यायला पांडुरंग तिथं थांबला नाही. सोयराच्या आर्त हाका त्याच्या कानावर आदळत होत्या. तीरासारखा तो धावला आणि त्यानं सोयराची सुटका केली. तेही निर्मळा बनून. सोयराची हरपणारी शुद्ध आणि झोपडीत पसरलेला अंधार या दोन गोष्टी त्याच्या मदतीला धावल्या आणि सोयराची सुटका करुन भक्ताचा पाठीराखा ही बिरुदावली सार्थ केल्याच्या समाधानात तो पुन्हा कर कटेवर ठेवून विटेवर जाऊन उभा राहिला. अर्थात आपण ही गोष्ट कितीही बेमालूमपणे केली तरी ते चोखोबांच्या लक्षात येणार याची त्याला खात्री होती. अर्थात त्यामुळे काहीच बिघडणार नव्हतं. उलट चोखोबा आपल्याजवळ यावा हे त्याचं ईप्सित साध्यच होणार होतं. आणि म्हणून प्रसन्न मनानं तो विटेवर उभा होता.

आपल्या या भक्तवत्सल नवऱ्यानं आज हा प्रश्न आपल्याला का विचारलाच हे रुक्मिणीच्या कधीच लक्षांत आलं होतं. सोयराच्या आर्त किंकाळ्या तिलाही ऐकू येत होत्याच की. पण पुरुष असलेल्या या सावळ्या विठ्ठलातही माउली, आई जागी होते का हे तिला पाहायचं होतं. नाही पेक्षा ती सोयराच्या मदतीला धावणारच होती. पण पांडुरंगातली विठूमाउली जागी झाली याचा रुक्मिणीला आनंद झाला. ती ही प्रसन्न झाली. आपण प्रसन्न आहोत म्हणून रुक्मिणी ही आनंदात आहे हा त्या सावळ्याचा भ्रम कायम ठेवून ती सोयराचं बाळं कौतुकानं न्याहाळत राहिली.

15

सोयराला मुलगा झाला. या घटनेपेक्षा प्रत्यक्ष विठ्ठलानं आपल्या घरी येऊन तिचं बाळंतपण केलं. या गोष्टीचा चोखोबाला अतिशय आनंद झाला. अर्थात या आनंदाबरोबरचं एक रुखरुख त्याच्या मनाला लागून राहिली. एक म्हणजे त्याची माय आणि बाप नातवाचं तोंड बघायला जिवंत नव्हते. आणि दुसरं म्हणजे प्रत्यक्ष पांडुरंग आपल्या घरी आलेला असताना, आपल्या करंट्या नशिबामुळे आपण त्याचे दर्शन घेऊ शकलो नाही, याची रुखरुख त्याच्या मनाला लागली. आपल्याला मुलगा झाला. येसकरांच्या वंशाचा दिवा आपल्या घरात जन्माला आला. या आनंदात चोखोबा दोन दिवस कीर्तनालाशुद्धा गेला नाही. चोखोबा कीर्तनाला गेला नाही या गोष्टीचं संत मंडळींना मोठं नवल वाटलं. आतापर्यंत असं कधीच झालं नव्हतं. त्यामुळं चोखोबा कीर्तनाला का आला नाही हे पाहण्यासाठी गोरोबाकाका चोखोबाच्या घरी आले. चोखोबाच्या घरी आल्यावर त्यांना कारण कळले. आणि त्यांना साहजिकच आनंद झाला. चोखोबांची पाठ थोपटत, ''वा, चोखोबा! वा! न्हानगा चोखोबा आला म्हणा. हे पोर तुमच्यासारखंच कष्टाळू, विठ्ठलभक्त आणि तल्लख बुद्धीचं होणार बघ!'' गोरोबाकाकाचं ते बोलणं ऐकून चोखोबाला गहिवरून आलं. का कुणास आपण निर्मळेला आणायला गेल्यानंतर काय घडलं ते गोरोबाकाकांना सांगावं असं त्याला वाटलं. भरल्या गळ्यानं त्यानं, झालेली घटना गोरोबाकाकांना सांगितली. ही घटना ऐकत असताना, गोरोबाकाकांच्या डोळ्यातून अश्रूंच्या धारा वाहू लागल्या. सद्‌गदित होऊन चोखोबाचा हात हातात घेऊन गहिवरल्या आवाजात गोरोबाकाका म्हणाले, ''धन्य! धन्य! धन्य! चोखोबा तुम्ही धन्य आहात. विठ्ठलावरच्या

तुमच्या भक्तीचं सामर्थ्य मोठं आहे. आणि तुमच्यापेक्षा धन्य आहे तुमची पत्नी! आणि खरं सांगू चोखोबा, तुम्हा दोघांपेक्षा नशिबवान आहे तुमचा मुलगा. त्याचा जन्म प्रत्यक्ष ईश्वराच्या हातून झाला. धन्य ती माउली आणि धन्य तो तान्हा. चोखोबा, लेकराचं नशीब त्याच्या कपाळावर सटवाई येऊन लिहिते म्हणतात, पण तुमच्या लेकराचं कर्म तर प्रत्यक्ष पांडुरंगानंच लिहिलं आहे. त्याच्या कर्माचा, त्याच्या कल्याणाचा मेळ प्रत्यक्ष पांडुरंगानंच घातलेला आहे, चोखोबा! तुमचा मुलगा असा ईश्वरानं घातलेल्या कर्माचा मेळ आहे. चोखोबा, तर दुसऱ्या अर्थानं प्रत्यक्ष ईश्वरानं त्याच्या कर्माचा मेळ घातला आहे. म्हणून चोखोबा तुमचा मुलगा साक्षात कर्ममेळा आहे!'' गोरोबाकाकाचं बोलणं ऐकून चोखोबालाही अतिशय आनंद झाला.

सोयरा प्रसूत होऊन दहा दिवस होऊन गेले. निर्मळेनं तिची चोख निगा ठेवली होती. बाळाच्या रडण्यानं, निर्मळेचं त्याच्याशी बोबडं बोलण्यानं, सोयराच्या अंगाई गाण्यानं चोखोबाचं ते दोन खणाचं घर गजबजून गेलं होतं. सोयराला पाच दिवस झाल्यावर चोखोबा पुन्हा कीर्तनाला जाऊ लागला. त्यादिवशी तो कीर्तनाला गेला तेव्हा सगळ्यांनी त्याच्या भोवती एकच गर्दी केली. त्याच मनापासून अभिनंदनही केलं. नामदेव त्याच दिवशी सकाळी आले होते. चोखोबाचं मनापासून अभिनंदन करून ते म्हणाले, ''चोखोबा तुमच्या घरी घडलेली सगळी घटना मला गोरोबाकाकांनी सांगितली. आता तुम्ही बाप बनलात. आता तुमची जबाबदारी वाढली. चोखोबा तुम्ही वैकुंठपुरास आलात आणि आमचे झालात. आता तर प्रत्यक्ष पांडुरंगानं तुम्हाला जवळ केलंय. चोखोबा या दोन्ही गोष्टींचा आनंदोत्सव साजरा झाला पाहिजे. तो साजरा करायचा तुमच्या घरी. पण त्यामध्ये पुढाकार घेणार आम्ही संतमंडळी. आपण सगळे वारकरी, अमंगळावर वार करणारे आणि मांगल्याची वारी करणारे. तुमच्या घरी घडलेली ही मंगलदायी घटना आपण सर्वजण सहभोजनाने साजरी करूया. आम्ही सर्वजण तुमच्या घरी येणार, भोजन बनवणार आणि आपण सगळेजण मिळून त्याचा आस्वाद घेणार. बोला चोखोबा, हे तुम्हाला मान्य आहे कां? तुमच्या बाळाला आशीर्वाद देण्याच्या निमित्तानं आपण सगळे भगवद्भक्त एकत्र जमूया. आणि सहभोजनाचा आनंद लुटूया. एखादा चांगला दिवस बघून बाळाचं बारसं करा. लागेल ती मदत करायला आणि बाळाला आशीर्वाद द्यायला आम्ही आहोतच. ज्ञानोबा माउलीचा मुक्कामही सध्या नेवाशात आहे. तुमच्यावतीनं त्यांनाही मी आमंत्रण देतो. बोला चोखोबा, या योजनेचा तुम्हाला काही त्रास तर होणार नाही नां?'' नामदेव बोलत होते आणि त्यांच्या प्रत्येक शब्दागणिक चोखोबाचा कंठ दाटून येत होता. डोळ्यातून अश्रूंच्या धारा वाहू लागल्या होत्या.

नामदेवांनी बोलणं संपवलं. चोखोबाला प्रश्न केला आणि चोखोबा त्यांच्या पायावर कोसळलाच. हुंदक्यानं त्याचं सारं अंग गदगदत होतं. नामदेवांनी त्याला खांद्याला धरून उभं केलं आणि विचारलं, "बोला चोखोबा! आपण करायचं का सहभोजन?" चोखोबाचा स्वतःच्या कानावर विश्वास बसत नव्हता. गदगदल्या स्वरात त्यानं नामदेवांना विचारलं, "देवा, खरंच! खरंच तुम्ही सगळी माझ्या घरी, या चोखा महाराच्या घरी जेवायला येणार? माझ्या घरी शिजलेलं, माझ्या घरचं अन्न तुम्ही खाणार? मी हा शूद्रातिशूद्र, अस्पृश्य जमातीतला, समाजानं बहिष्कृत केलेला! तुम्ही सगळी माझ्या घरी बसून जेवण करणार? देवा तुम्ही माझी चेष्टा तर करत नाही ना?" डोळ्यात अश्रू भरलेले, गहिवरल्या आवाजात चोखोबा उद्गारला,

"तुम्हासी शरण बहुत मागे आले। तयाचे साहिले अपराध।।
तैसा मी पामर यातिहीन देवा। माझा तो कुढावा करा तुम्ही।।
नाही अधिकार उच्छिष्टा वेगळा। म्हणवोनी कळवळा पाळा माझा।।
चोखो म्हणे मज काही ते न कळे। नामाचिया बळे काळ कंठी।।"

देवा! अशी माझी या समाजामध्ये अवस्था असताना, आपण सगळीजण माझ्या घरी जेवायला येणार? या गोष्टीवर माझा विश्वास बसत नाही. हे जर खरेच असेल तर मी, माझी पत्नी, माझे घर सारे काही धन्यता पावेल. आपल्या सगळ्यांच्या रूपानं माझ्या घरी प्रत्यक्ष देवच जेवायला येणार आहेत. देवा, मी आताच घरी जातो. सोयराला आणि निर्मळेला ही गोष्ट कधी सांगेन असं मला झालं आहे. तेव्हा देवा, मला आता घरी जाण्याची परवानगी द्या." चोखोबा गडबडीनं निघाला खरा, पण गोरोबाकाकांनी त्याला थांबवला आणि म्हणाले, "चोखोबा! अहो नामदेवाचं बोलणं पुरतं ऐकून तरी घ्या. ते पुढं काय म्हणतात ते ऐकून तरी घ्या." गोरोबाकाकांचं बोलणं ऐकताच चोखोबा थांबला आणि म्हणाला, "आणखी काय आज्ञा आहे?" चोखोबांचा हा प्रश्न ऐकून सगळीजण हसली. चोखोबाला कळेना आपलं काय चुकलं? सगळी का हसली. त्याने नामदेवांकडे पाहिले. नामदेवांच्या चेहऱ्यावरही मिस्कील हास्य होतं. चोखोबांच्या चेहऱ्यावरचा गोंधळ आणखी वाढला. तसे नामदेव हसून म्हणाले, "चोखोबा! तुमच्या मुलाच्या जन्माप्रसंगी तुम्हाला भेट द्यावी अशी इच्छा आहे. बरेच दिवस ज्या गोष्टीची तुम्ही माझ्याकडे मागणी करत होता, हट्ट करत होता, ज्या गोष्टीचा इतके दिवस आग्रह करत होता, ती गोष्ट आज तुम्हाला द्यावी असे मी ठरवले आहे. चोखोबा आज मी तुम्हाला माझा शिष्य म्हणून गंडा बांधतो आहे आणि गुरुमंत्र देतो आहे. तुमच्या मुलाच्या जन्माची माझ्याकडून ही एक प्रेमाची भेट समजा!" नामदेवांनी असे म्हणताच जमलेल्या सगळ्या संतांच्या तोंडून "धन्य!

धन्य!'' असे उद्‌गार बाहेर पडले. चोखोबांचा आनंद तर गगनात मावेना. नामदेवाने आपल्याला गुरुमंत्र द्यावा, म्हणून गेले कित्येक दिवस तो नामदेवांच्या मागे लागला होता. त्यांच्याजवळ काहीसा लाडिक हट्ट करत होता. परंतू प्रत्येक वेळेला नामदेव, ''थांबाव चोखोबा, काय घाई आहे? योग्य वेळ येताच देऊ तुम्हाला गुरुमंत्र.'' असं म्हणत टाळत आले होते. नामदेवांनी गुरुमंत्र द्यावा म्हणून आसुसलेला चोखोबा त्यांच्या या बोलण्याने हिरमुसला व्हायचा. आपण जातीहीन आहोत, अस्पृश्य आहोत म्हणून नामदेव असं करत असतील, असंही कित्येकदा त्याच्या मनात यायचं. पण त्याच वेळी दुसरं मनं सांगायच, 'असं असणार नाही!' पण आज प्रत्यक्ष नामदेवांनीच, आपण गुरुमंत्र देणार असे स्वतःच सांगितले. तेव्हा प्रत्यक्ष परमेश्वराची कृपा आणि आपल्या बाळाचा पायगुण असे त्याच्या मनानं घेतले. अनन्यभावानं तो नामदेवांना शरण गेला. त्यांच्या पायावर मस्तक ठेवून डोळ्यांतल्या पाण्यानं तो किती तरी वेळ नामदेवांचे चरण भिजवत राहिला. नामदेवांनाही गहिवरून आलं. त्यांनी चोखोबाला खांद्याला धरून उठवलं आणि म्हणाले, ''चोखोबा

वर्म आले नाही हाता। तोवरी वाव सर्वथा।।
नामा म्हणे चोखासी। खूण कळली नाही तुसी।।

तेव्हा चोखोबा, तुम्हाला मी गुरुमंत्र देतो आहे. 'विठ्ठल विठ्ठलं' हा त्रिअक्षरी मंत्र तुम्ही जपा. यातच तुमचे कल्याण आहे.'' असे म्हणत नामदेवांनी चोखोबाच्या मस्तकावर हात ठेवला. डोळे मिटले. मन स्थिर केले. सगळे लक्ष कुंडलिनीवर एकवटले. आपल्यातली सगळी ऊर्जा आपल्या हातात आणली आणि 'विठ्ठल विठ्ठलं' असा पुकारा करत नामदेवांनी चोखोबाला आपले शिष्यत्व बहाल केले.

चोखोबांच्या मस्तकावर ठेवलेल्या त्या नामदेवांच्या हातातून जणू एक संजीवक ऊर्जा बाहेर पडली आणि चोखोबा नखशिखान्त थरारला. त्याच्या देहाचा अणूरेणू जणू विठ्ठलरूप झाला. नामदेवांनी उच्चारलेल्या 'विठ्ठल-विठ्ठल' या तीन अक्षरी मंत्रानी त्याच्या शरीरातल्या सगळ्या चेतनांच्या तारा झंकारत गेल्या. विठ्ठल-विठ्ठल हे नाव शरीराच्या प्रत्येक बिंदूतून निनादत, रक्ताच्या प्रत्येक थेंबातून वाहत, नखशिखान्त शरीरभर पसरले आणि चोखोबाच्या सचेतन शरीराचा प्रत्येक अणूरेणू विठ्ठल-विठ्ठल या नावानं व्यापला. नामदेवांनी हा केवळ गुरुमंत्र दिला खरं, पण या तीन अक्षराच्या गुरुमंत्रानं चोखोबा जणू अंतर्बाह्य बदलला. आता त्याचा सारा श्वास विठ्ठल झाला, उच्छवास विठ्ठल झाला. त्याचे गान विठ्ठल झाला, त्याचे भान विठ्ठल झाला. त्याचे चैतन्य विठ्ठल झाला. त्याचे जीवन विठ्ठल झाला. त्याचे संजीवन विठ्ठल झाला. नामदेवांच्या त्या संजीवन स्पर्शानं चोखोबा

असा अवघा धन्यधन्य झाला, आणि त्या उन्मनी अवस्थेत, नामदेवांसारख्या गुरुंचे स्तवन त्या भारलेल्या अवस्थेत चोखोबांच्या मुखातून बाहेर पडले ते असे,

"धन्य धन्य नामदेव। माझा निरसला भेद।।
विठ्ठल मंत्र त्रिअक्षरी। खूण सांगितली निर्धारी।।
ठेवोनी माथा हात। दिले माझे मज हित।।
दावियेले तारू। चोखा म्हणे माझा गुरु।।
आजि सोनियाचा दिवस धन्य झाला। प्रत्यक्ष भेटला नामदेव।।
माझे मज दिले माझे मज दिले। माझे मज दिले प्रेमसुख।।
बहुत आटणी करिता दाटणी। सुखाचे सुख मनी कोंदाटले।।
माझा मज देव दावियेला देही। मी तूं पण गेले ठायीच्या ठायी।।

आपल्या आयुष्याचे सार्थक झाल्याबद्दलचे असे उद्गार चोखोबाच्या तोंडून बाहेर पडले आणि उत्स्फुर्तपणे अतीव आनंदाने तिथे जमलेल्या सगळ्या संत मंडळींनी टाळ्या वाजवल्या आणि एका सुरात, "वाहवा! वाहवा! धन्य, धन्य, धन्य तो चोखोबा आणि धन्य ते नामदेव." अशी हृदयापासून दाद दिली. या अतीव आनंदात सगळ्यांना स्नेहभोजनाचे आमंत्रण देऊन चोखोबा भारल्यासारखा घरी परतला. चोखोबा घरी आला ते जणू देहहीन असल्यासारखा तरंगतच. त्याचे नेत्र आकाशाला भिडले होते. त्याचे पाय जमिनीवर ठरत नव्हते. आपल्या प्रत्येक श्वास-उच्छ्वासातून, पापणीच्या उघड झोपेतून, शरीराच्या प्रत्येक हालचालींतून केवळ विठ्ठल आणि विठ्ठलच आहे अशी एक विलक्षण अनुभूती त्याला होत होती. नामदेवांनी दिलेला, 'विठ्ठल, विठ्ठल' हा त्रिअक्षरी मंत्र आता जणू त्याच्या जिवंत राहण्याचे संजीवन साधन बनला होता. या विलक्षण भारलेल्या अवस्थेतच चोखोबा घरी पोहोचला. घरी पोहचल्यावरशुद्धा तो तसाच मंत्रचाळलेला होता. त्याच अवस्थेत सोयराला त्यानं झालेला सगळा प्रसंग सांगितला. चोखोबांची उन्मनी अवस्था एवढी पराकोटीची होती की, त्याच्या मनातून स्रवणाऱ्या भक्तीरसाच्या स्रोतातून सरस्वती जणू उस्फुर्तपणे आविष्कृत होऊ लागली. सोयराने विचारले, "अहो धनी, असं झालय काय? असं काय करतायसा?" सोयराच्या या साध्या सरळ प्रश्नालाही चोखोबाने अभंगातूनच उत्तर दिले. म्हणाला,

"आनंदे वाजवावी टाळी। विठ्ठल म्हणा वेळोवेळी।।
अवघा मंगळचि दिन। विठ्ठल विठ्ठल निज धन।।
अवघ्या धर्माचे हे सार। विठ्ठल नामाचा उच्चार।।
आन दुजे नेणो काही। चोखा म्हणे विठ्ठल गाई।।"

चोखोबाची ही अवस्था बघून सोयराला काळजी वाटायला लागली. त्याला

भानावर आणून तिनं खोदूनखोदून विचारलं आणि चोखोबा पुन्हा:पुन्हा तो प्रसंग सांगू लागला. म्हणाला,

धन्य धन्य नामदेवा। केला उपकार जीवा।।

चोखा म्हणे माझा धन्य गुरुराव। दाखविला देव हृदयी माझ्या।।

घडलेल्या प्रसंगाचं असं सगळं छान नेटकं, सविस्तर वर्णन सोयराला सांगितल्यानंतर चोखोबाला जरा बरं वाटलं. आता मन मोकळं झालं होतं. त्यात भरून राहिलेलं भारलेपण जरा कमी झालं होतं. त्या प्रसंगाच्या विलक्षण परिणामातून चोखोबा बाहेर आला, भानावर आला. सोयराच्याही आनंदाश्चर्याला पारावार राहिला नाही. तिचा मुळी विश्वासच बसेना. चोखोबा काहीतरी भलतंच बोलतोय असं तिला वाटायला लागलं, पण तो पुन्हा:पुन्हा तेच प्रसंग सांगू लागला. तेव्हा कुठे तिचा विश्वास बसला आणि मग मात्र तिच्या मनाचा एकदम गोंधळ उडाला. खरं तर आपले बाळंतपण करायला प्रत्यक्ष परमेश्वर निर्मळेच्या रूपानं येऊन गेला. या गोष्टीनं एक वेगळं चैतन्य तिच्यामध्ये निर्माण झालं होतं. अस्पृश्य, म्हारडी, म्हारीण अशा शब्दांनी लाथाडल्या गेलेल्या आपल्या आयुष्यालाही काहीतरी एक वेगळं, भरीव आणि ठसठशीत अस्तित्व मिळाल्याची भावना सोयराच्या मनात निर्माण झाली होती. त्या भारावल्या मन:स्थितीतच तिच्यातलीही प्रतिभा जागी झाली होती आणि तिनं अभंगरचना केली होती. आपण केलेली अभंगरचना चोखोबाला कधी ऐकवतोय असं तिला झालं होतं. पण गेले तीन-चार दिवसापासून चोखोबा पुन्हा कीर्तनाला जायला लागला होता आणि तेवढा मोकळा वेळ दोघांनाही मिळाला नव्हता. आता मात्र चोखोबानं हा संत समागमाचा विषय काढला. उत्स्फूर्तपणे आपली अभंगरचना सोयराला ऐकवली आणि आपणही काही रचलेलं आहे याची तिला आठवण झाली. आपण केलेली रचना चोखोबाला ऐकवायची या विचारानच ती उत्तेजित झाली. सगळा प्रसंग सांगून झाल्यावर भानावर आलेला चोखोबा क्षणाक्षणाला बदलणारा सोयराचा चेहरा निरखून बघत होता. तिच्या चेहऱ्यावरचे उत्तेजित भाव बघून आपल्याप्रमाणेच तिच्याही बाबतीत काही घडलंय आणि तिच्याही मनात काही उलथापालथ सुरू झाली आहे, असं त्याच्या लक्षात आलं. तो तिला त्याबद्दल काही विचारणार तोच विलक्षण आवेगानं सोयरा उद्‌गारली, ''धनी तुमी काय बी म्हणा! माझं बाळंतपण करायला तो पांडुरंगच आला होता हेच खरं. लोकांनी आपला विटाळ मानला, पर पांडुरंगानं न्हाई मानला. नामदेवाचं बघून धनी तुमी अभंग करायला लागलात पर जसं फुलासंग ऱ्हाऊन जसा मातीलाबी वास येतो, तसं तुमच्या संगतीत ऱ्हाऊन धनी मी पण शब्दाला शब्द जोडले आणि अभंग केले. गेले आठ दिस म्हणित होते तुमाला

ऐकवायचं! पर सवडच मिळत नव्हती. नामदेवांनी डोक्यावर हात ठेवल्याबरोबर तुमाला जसं भरून आलं, तसंच निर्मळेच्या रूपात येऊन पांडुरंग माझं बाळंतपण करून गेला हे उमजल्यावर माझं मन सुदिक उमललं. धनी तवा मला काय वाटलं ते मला तुमाला सांगायचं हाय!'' असं म्हणत सोयरानं तिच्या किनऱ्या आवाजात आपली अभंगरचना चोखोबाला म्हणून दाखवली,

नाही उरली वासना। तुम्हा नारायणा पाहता।।
उरला नाही भेदाभेद। झाले शुद्ध अंतर।।
विटाळाचे होते जाळे। तुटले बळे नामाच्या।।
चौ देहाची सुटली दोरी। म्हणे चोखाची महारी।।
अवघा रंग एक झाला। रंगी रंगला श्रीरंग।।
मी तू पण गेले वाया। पाहता पंढरीच्या राया।।
नाही भेदाचे ते काम। पळोनी गेले क्रोध काम।।
देही असोनी तो विदेही। सदा समाधीस्थ पाही।।
पाहते पाहणे गेले दुरी। म्हणे चोखाची महारी।।

उत्कट भावनेनं भरलेला आणि पांडुरंगाच्या भक्तीनं भारलेला हा सोयरानं रचलेला अभंग ऐकल्याबरोबर चोखोबा स्तिमित झाला. आपली बायको हुशार आहे, चतुर आहे, शहाणी आहे हे तो जाणून होता. तिला सरस्वतीचे वरदान आहे असा संकेत नामदेवांनी त्याला दिला होता. पण ती इतकी उत्कट अभंग रचना करू शकेल, असं त्याला वाटलं नव्हतं. आपण प्रत्यक्ष ऐकतो आहोत, पाहतो आहोत म्हणूनच यावर आपला विश्वास बसतो. न पेक्षा इतरांनीच काय पण, एका अस्पृश्य जातीतली स्त्री अभंग रचना करते यावर आपण स्वत: कधीही विश्वास ठेवला नसता असे त्याला वाटून गेले. आपल्या सुखदु:खात खंबीर साथ देणारी, आपल्या घराण्याला वंशाचा दिवा देणारी, आपल्यावर जिवापाड प्रेम करणारी ही आपली सोयरा आपल्या इतकीच त्या पांडुरंगाची निरामय भक्ती करते आणि नुसतीच भक्ती करून थांबत नाही तर अत्यंत नेमक्या शब्दांमध्ये ती, आपली भक्ती उत्कटपणे व्यक्तही करू शकते, हे लक्षात आलेला चोखोबा आनंदानं जणू वेडापिसा झाला. आपल्या या लाडक्या बायकोबद्दल त्याला प्रेम तर वाटतच होतं, पण तिच्या बुद्धीचा आणि तिच्या भक्तीचा त्याला आता आदरही वाटायला लागला. आजचा हा दिवस आपल्या आयुष्यात सोन्याच्या अक्षरांनी लिहून ठेवण्यासारखा दिवस आहे. अशी धन्यता त्याला वाटली.

आज चोखोबाच्या घरात मोठी धांदल होती. त्याच्या बाळाचं आज बारसं होतं. एवढंच नव्हे, तर पंढरपुरच्या परिसरात आणि आसपासच्या परिसरात राहणारा

सगळा संत परिवार आज त्याच्या घरी जेवायला येणार होता आणि त्याच्या बाळाच्या बारशापेक्षा या घटनेचं अप्रूप जास्त मोठं होतं. हे अप्रूप त्याच्या परिवारापुरतं मर्यादित राहिलेलं नव्हतं. तर सगळ्या गावात या गोष्टींची चर्चा होती. त्यातच नामदेवांनी ज्ञानदेवांना निमंत्रण दिले होते. ते येणार अशी गावात वदंता असली, तरी चोखोबाची आणि नामदेवांची खात्री होती आणि याच गोष्टींची चर्चा प्रामुख्याने गावातल्या ब्रह्मवृंदात होती. ब्राह्मण कुळातला कुणी एक जण चोखा महाराच्या घरी येणार, त्याच्या घरी बसणार, त्याच्या घरचे अन्न खाणार-जेवणार, स्पृश्य-अस्पृश्यतेचा विटाळ-चांडाळाचा कसलाही भेदभाव न मानता धर्माचा, चार्तुवर्णाचा आणि समाजाचा कायदा धाब्यावर बसवून, परंपरेच्या रीतीरिवाजाचे उल्लंघन करून, सामाजिक नैतिकतेची रूढी मोडून हे सगळं घडणार होतं. पंढरपूर वासियांच्या दृष्टीनंही अभूतपूर्व घटना 'न भूतो न भविष्यती' अशीच होती. या गोष्टींची महाचर्चा गावात होणं स्वाभाविक होतं. इतके दिवस अत्यंत नगण्य आणि क्षुद्र असणारा चोखा महार गावाच्या दृष्टीनं अत्यंत महत्त्वाचा ठरत होता. अर्थात तेही उपरोधिकपणे. कारण अनवधानानं नव्हे, तर जाणून-बुजून तो एका महापापाचा धनी ठरणार होता. ही अर्तक्य घटना घडते का? घडली तर कशी घडते? याकडे साऱ्या गावाचं लक्ष लागून राहिलं होतं.

अशीच एक अर्तक्य घटना गेले कित्येक दिवस गावात घडत होती आणि ती घडत होती प्रत्यक्ष विठोबाच्या मंदिरात. केशव भिकाजी भट नावाचा एक विठ्ठलाचा परमभक्त असलेला एक सज्जन ब्राह्मण पंढरपुरात होता. विठ्ठल मंदिरातला तो खास पुजारी होता. विठ्ठलाच्या मूर्तीला पंचामृताचा म्हणजे दूध-दही-तूप-साखर आणि मध यांचा अभिषेक रोजच्या रोज घालण्याचे काम त्यांच्याकडे होते. हा पंचामृताचा अभिषेक घालून विठ्ठलाची षोडशोपचारे पूजा करण्याचे काम गेली कित्येक वर्षे केशवभट करत होते. पण अलीकडं मात्र काहीतरी विचित्र घडत होतं. अभिषेक घातलेले पंचामृत एका मोठ्या तीर्थपात्रामध्ये साठवले जायचे आणि ते तीर्थ म्हणून मंदिरात येणाऱ्या जाणाऱ्या भक्तांना दिले जायचे. ही परंपरा गेली कित्येक वर्ष अव्याहतपणे चालू होती. पण अलीकडे काही महिने या परंपरेत खंड पडला होता. नव्हे, खंड पडेल असे विचित्र घडत होते. गेले कित्येक महिने दूध-दही-तूप-मध-साखर या पांच द्रव्यांनी ते एकत्रित केलेलं हे तीर्थ जे कित्येक वर्ष मधुर लागत होतं, ते अलिकडं कडू लागायला लागलं होतं. पंढरपुरात विठ्ठलाचे कित्येक भक्त असे होते की, ते या तीर्थ प्राशनानंच दिवसाची सुरुवात करत होते. पण अलीकडं ते तीर्थ कडू लागत असल्यामुळे लोकांच्यात तो एक चर्चेचा विषय होता. असं काय घडलं हांतं की, विठ्ठलाचं तीर्थ कडू बनावं. काहीतरी पाप घडलं

होतं खास. किंवा गावावर काहीतरी भलं मोठं संकट कोसळणार होतं. या घटनेनं लोकं आधीच अस्वस्थ होते. आणि आता त्यातच ब्राह्मण कुळातले ज्ञानेश्वर, चोखोबा महाराच्या घरी जेवायला येणार होते. कदाचित याच घडणाऱ्या घटनेमुळं देवाचा कोप झाला असावा आणि तीर्थ कडू झालं असावं. लोकांच्यात अनेक प्रकारचे तर्कवितर्क, आणि कुतर्क सुरू झाले होते. अनेक अंदाज, अनेक शंका, भयानक कुशंका अशा भावना घेऊन लोकांच्यात चर्चा सुरू होती. चोखोबाच्या घरी होणारं बारसं आणि मंदिरातलं कडू होणारं तीर्थ त्या दोन गोष्टींचा संबंध जोडून घडणाऱ्या गोष्टीचं खापर चोखोबाच्या डोक्यावर व्यवस्थित फुटलं जाईल, याची जणू लोक तयारी करत होते. घडणारी घटना अर्तक्य तर होतीच. न भूतो न भविष्यती होतीच. पण ती कशी घडणार आणि त्याचे परिणाम काय होणार? याकडे लोकांचे लक्ष लागून राहिले होते.

अखेर तो दिवस उजाडला. चोखोबाच्या घरात मोठी धांदल उडाली होती. भागाबाई, निर्मळा-बंका, भागाबाईची सून गंगा सगळीजण स्वयंपाकाच्या तयारीत गुंतली होती. तर चोखोबा, सेना, नरहरी सोनार ही सगळीजण गणाकाका आणि त्यांचा मुलगा लक्ष्मण यांना मदतीला घेऊन संत मेळ्याच्या आगत स्वागताची तयारी करत होते. अंगणासकट सगळं घर सारवून झालं होतं. शुभदर्शक चिन्ह असणारी हळदी-कुंकू आणि चुन्याची बोटं भिंतीवर उमटवली होती. सारवलेल्या भिंतीवर दर्शनी दरवाज्याजवळ चंद्र, सूर्य, स्वस्तिक, मोर, हत्ती अशा प्रतिमा गेरूने चितारल्या होत्या. अवघा परिसर पताकांनी सुशोभित केला होता. अशी सगळी तयारी चाललेली असताना, या आनंदी वातावरणात भर घालणारा केशरी भाताचा सुगंध सगळीकडे दरवळत होता. सोयरा आपल्या तान्हुल्याला नटवण्यात गर्क होती. भागाबाईनं शिवलेलं जरीचं सुरकं आणि गोंडे लावलेली खणाची कुंची बाळाला घालून शुद्ध एरंडेलाचं काजळ त्याच्या डोळ्यात घातलं होतं. त्याच काजळाची त्याच्या कपाळावर तीट लावली होती. त्याच्या या सावळ्या साजऱ्या रूपाला दृष्ट लागू नये म्हणून त्याच्या गोबऱ्या गालावर तिठीचा काळा ठिपका लावायला ती विसरली नव्हती. एवढं सगळं नटवल्यावर गोजिरवाण्या दिसणाऱ्या आपल्या काळ्या सावळ्याला आपलीच दृष्ट लागेल काय? म्हणून तिनं अलाबला घेतली. एवढ्यात बाहेर पुकारा झाला, आली, आली मंडळी आली! सगळ्या वातावरणात एकदम चैतन्य पसरलं. खरोखरचं संतमंडळी आली होती. सगळ्यात पुढं होते गोरोबाकाका, त्यांच्या पाठोपाठ होते ते होते साक्षात ज्ञानेश्वर. चेहेऱ्यावर सहस्र सूर्याचे तेज घेऊन अत्यंत शांत, स्निग्ध नजरेनं आसपासचा परिसर न्याहाळात धिमी पावलं टाकत ज्ञानेश्वर चालत होते. 'मंडळी आली' असा पुकारा

झाल्यावर चोखोबा त्यांना सामोरा गेला. आणि समोरचे दृश्य पाहिल्यानंतर आपण पाहतो आहोत ते सत्य की स्वप्न, भास आहे की आभास असा त्याला प्रश्न पडला. तेजांचा तेजेश्वर साक्षात ज्ञानसूर्य असलेले ज्ञानेश्वर त्याच्यासमोर चालत येत होतेच, पण त्यांच्या समवेत होते त्यांचे गुरु निवृत्तीनाथ, धाकटे बंधू सोपान देव आणि आदिशक्ती असं जिचं वर्णन केलं जात होतं, ती चिमुरडी मुक्ताई. चोखोबाचा डोळ्यांवर विश्वास बसेना. या चार भावंडांच्या रूपानं साक्षात चार वेद आपल्या घरी चालत येत आहेत, असं त्याला वाटलं. चौऱ्याऐंशी लक्ष योनीनंतर मिळालेला हा मानवजन्म, पण या एकाच जन्मात किती पराकोटीची धन्यता आपल्याला मिळावी या भावनेनं चोखोबाला भरून आलं. क्षणार्धात तो ज्ञानदेवांच्या पायाशी कोसळला. आपल्या डोळ्यातून वाहणाऱ्या अश्रूंनी त्यानं क्रमाक्रमानं त्या चारही भावंडाचे पाय धुतले. पायावर कोसळलेल्या चोखोबाला प्रत्येकानं खांद्याला धरून उठवलं आणि अलिंगन दिलं. ज्ञानेश्वरांच्या त्या स्नेहसुधा मिठीत चोखोबा स्फुंदत होता. आणि हे पाहण्यासाठी जणू साऱ्या पंचमहाभूतांना डोळे फुटले होते. काही क्षण सारी सृष्टी निःस्तब्ध झाली होती. आवाज येत होता तो फक्त चोखोबाच्या हुंदक्यांचा आणि ज्ञानदेवांनी चोखोबाच्या पाठीवर थोपटण्याचा. या भारावल्या अवस्थेतून पहिल्यांदा भानावर आले नामदेव. ज्ञानदेवांच्या मिठीतून त्यांनी चोखोबाला बाजूला केलं आणि स्निग्ध आवाजात म्हणाले, "चोखोबा! अहो, आत जाऊ या. मंडळी खोळंबलीत. सगळ्यांना इथंच किती वेळ तिष्ठत उभं करणार?" या प्रश्नानं चोखोबा भानावर आला. या सगळ्यांना त्यानं घरात चलण्याची विनंती केली. निवृत्तीनाथ, ज्ञानेश्वर, सोपानदेव आणि मुक्ताई चालत येत असताना आपल्या हृदयाच्या पायघड्या अंथराव्यात, डोळ्याच्या निरांजनाने त्यांना ओवाळावे आणि अश्रूंची फुले त्यांच्यावरती उधळून त्यांना काळजाच्या पायघड्यांवरून चालत आणावं अशी भावना चोखोबाची होती. ती त्यांच्या डोळ्यात उमटली होती. चेहऱ्यावर सांडली होती. संत मंडळींनी ती वाचली देखील. अशा भारलेल्या वातावरणात सगळी मंडळी चोखोबाच्या घराजवळ आली. अंगणात कनात उभारली होती. बसायला पटकूरं अंथरली होती. शेणानं स्वच्छ सारवलेल्या त्या जमिनीकडं एकटक बघत ज्ञानदेव काही काळ स्तब्ध उभे राहिले. नंतर तिथंच पटकुरावर पद्मासन घालून बसत त्यांनी नामदेवांकडून बोरू मागून घेतला आणि आपल्या समोरच्या सारवलेल्या जमिनीच्या वर्तुळावर त्या बोरूनं त्यांनी लिहिलं 'विठ्ठल-विठ्ठल'. सगळीजण डोळे विस्फारून ते पाहत होते. सगळ्यांच्याकडं एक कटाक्ष टाकून समोर हात जोडून उभ्या असलेल्या चोखोबाला ज्ञानदेव म्हणाले, "चोखोबा, या स्वच्छ सारवलेल्या जमिनीसारखंच तुमचं मनही निर्मळ आहे. अंतःकरणही

निर्मळ आहे. आणि या निर्मळ अंत:करणावर विठ्ठल-विठ्ठल या दोन शब्दांची नाममुद्रा अशी काही उमटली आहे की अस्पृश्यतेचा पाला-पाचोळा, जातीय संघर्षाचा कचरा आणि सामाजिक विषमतेचा काला याचं कितीही सारवण त्यावर झालं तरीदेखील ही नाममुद्रा पुसली जाणार नाही. इतकी ती कोरून उमटलेली आहे. चोखोबा तुम्ही धन्य आहात आणि तुमची विठ्ठलभक्ती धन्य आहे!'' ज्ञानदेवांच्या या उद्‌गारानं या वातावरणामध्ये एक वेगळंच चिन्मयी चैतन्य भरलं गेलं.

नामदेवांनी पुढाकार घेऊन चोखोबाला बाळाला बाहेर घेऊन येण्याबद्दल सूचना केली. डोईवरचा पदर सावरत, काहीसं संकोचत सोयरा निर्मळेसह बाळाला घेऊन बाहेर आली. गोरोबाकाकांनी पुढे होऊन बाळाला सोयराच्या हातातून उचलले आणि नामदेवांच्या हातात दिले. नामदेव त्याला घेऊन ज्ञानदेव आणि मंडळींच्या शेजारी बसले. मुक्ताबाईनं नामदेवांच्या मांडीवरून बाळाला अलगद उचलून घेतलं आणि म्हणाली, ''दादा, या तान्हुल्याचं नाव काय रे ठेवायचं? गोरोबाकाका सांगत होते की, प्रत्यक्ष पांडुरंगानं याच्या मातेची प्रसूती केली म्हणजे याच्या कर्माचा मेळ प्रत्यक्ष विठ्ठलानंच घातला असे होत नाही काय?'' तिचं बोलणं ऐकून ज्ञानदेव हसले आणि म्हणाले, ''अगदी माझ्या मनातलं बोललीस. खरोखर, याच्या कर्माचा मेळ प्रत्यक्ष पांडुरंगानंच घातला आहे!'' ज्ञानदेवांचं बोलणं संपलं आणि गोरोबाकाका उत्साहानं म्हणाले, ''हेच! अगदी हेच म्हणालो होतो मी चोखोबाला. तेव्हा माउली ज्याच्या कर्माचा मेळ प्रत्यक्ष पांडुरंगानं घातला, तो कर्ममेळा नाही काय? तेव्हा या बाळाचं नाव कर्ममेळाचं ठेवा!'' ''तथास्तु!!'' आपले दोन्ही हात उंचावत निवृत्तीनाथ म्हणाले, आणि सगळ्यांना एकच आनंद झाला. ''कर्ममेळा! कर्ममेळा!!'' सोयरा स्वत:शीच पुटपुटली. निर्मळेनं त्या तान्हुल्याच्या कानात 'कर्म मेळा' असं उच्चारत कुर्रऽऽ केलं. अभिमानाच्या भावनेनं मन भरून आलेलं, आनंदानं डोळ्यात अश्रूंची दाटी झालेली अशा विलक्षण भारावलेल्या अवस्थेत सोयराच्या तोंडून शब्द बाहेर पडले.

उपजता कर्ममेळा। वाचे विठ्ठल सांवळा।।
विठ्ठल नामाचा गजर। वेगे धांवे रुक्मिणीवर।।
विठ्ठल रुक्मिणी। बारसे करी आनंदानी।।
करी साहित्य सामुग्री। म्हणे चोखाची महारी।।

सोयराच्या तोंडून ह्या ओळी बाहेर पडल्या आणि तिथे जमलेल्या सगळ्या मंडळींना आश्चर्याचा धक्का बसला. नामदेव मात्र त्याला अपवाद होते. सोयराचं मन भक्तीनं भरलेलं आहे आणि तिला सरस्वती प्रसन्न आहे ही गोष्ट नामदेवांनी

केव्हाच जाणली होती. पण तिचे आजचे उत्स्फुर्त उद्‌गार मात्र त्यांनाही अनपेक्षित होते. बसलेल्या आश्चर्याच्या धक्क्यातून सगळे बाहेर आले आणि सगळ्यांनीच सोयराचे कौतुक केले. त्याचबरोबर चोखोबाच्या भाग्याचेही कौतुक केले. लक्ष्मी आणि सरस्वती या दोन्हीचं रूप असलेली पत्नी त्याला लाभली होती. कर्ममेळाच्या बारशाचा सोहळा असा सगळा आनंदाचा, उत्साहाचा, भक्तीनं भारलेला आणि आपुलकी, स्नेहानं भरलेला असा संपन्न होत होता. सगळी संत मंडळी इथं एकत्र जमली होतीच. पण एका महाराच्या घरी महारवाड्यात असा सगळा देखणा सोहळा होताना पाहून इतर गावकऱ्यांनीही तोंडात बोटं घातली यात नवल ते काय?

चोखोबाला मुलगा झाला याहीपेक्षा आपण त्याच्या विलक्षण संकटकाळी भक्ताच्या हाकेला धावून गेलो या गोष्टीचा एक वेगळाच आनंद कर कटेवर ठेवून विटेवर उभ्या असलेल्या त्या सावळ्या विठ्ठलाला झाला होता. त्यातच कर्ममेळ्याच्या बारशाला समाजानं जातीहीन म्हणून बहिष्कृत केलेल्या त्याच्या लाडक्या भक्तांचा, सगळ्या संतांचा मेळा जमला आणि वारकरी संप्रदायाची समानतेची ग्वाही मिरवणारे आध्यात्मिक मिरासदार इथे प्रत्यक्षात दिमाखानं मिरवले गेले. या गोष्टीचा आनंद विठ्ठलाला जास्त झाला होता. आपले सगळे भक्त जातिधर्माच्या विटाळ चांडाळाच्या पलीकडे पोहचलेले आहेत, या गोष्टींचा तर त्याला रास्त अभिमान होता. तो अभिमान तो रुक्मिणीसमोर मिरवीतही असे. पण मंगळवेढ्यात जेव्हा चोखोबाला मारहाण झाली ती केवळ विठ्ठलामुळेच, किंवा बेभान अवस्थेत चोखोबा विठ्ठलाच्या मंदिरात शिरला तो त्याच्यामुळेच अशी रुक्मिणीची धारणा होती, त्याबद्दल ती विठ्ठलाला अपराधी मानत असे. पण आज कर्ममेळ्याच्या बारशाच्या निमित्ताने सगळ्या संतांचा मेळा चोखोबाच्या घरी जमलेला बघून, पांडुरंगाला बरे तर वाटलेच, पण ते दृश्य बघून रुक्मिणीनंही डोळं विस्फारले. तेव्हा मात्र त्याच्या मनाला लागलेली अपराधाची टोचणी काहीशी कमी झाल्यासारखी वाटली. त्यातच या बारशाला उपस्थित राहून ज्ञानेश्वरांनी त्याच्या मनातल्या दुखऱ्या भावनेवर जणू मलमच लावले. अर्थात याही गोष्टीचे काही चांगले-वाईट पडसाद गावात उमटणार होतेच. त्या गोष्टीचा कदाचित चोखोबाला त्रासही होणार होता. पण आता चोखोबा त्या गोष्टीची पर्वा करणार नाही, याची पांडुरंगाला खात्री होती. अपराधाची बोचणीही कमी झालेली होती. म्हणूनच नि:शंक मनानं आणि मोठ्या उत्साहानं कर्ममेळ्याच्या त्या बारशाच्या समारंभात कर कटेवर ठेवून विटेवर उभा असलेला तो पांडुरंग आनंदानं सामील झाला.

16

निर्मळेनं बाळाच्या कानात कुर्रऽऽ केलं. बारशाचा मुख्य समारंभ आटोपला. आता जेवणाची एकच धांदल झाली. पळसाच्या पानाच्या हिरव्याकंच पत्रावळी हारीनं मांडल्या गेल्या. वांग्याची भाजी, वरण-भात, केशरी भात आणि लहानशा द्रोणात दूध असं वाढप सुरू झालं. निवृत्तीनाथ, ज्ञानेश्वर, सोपानदेव, मुक्ताई, नामदेव, सेना न्हावी, सावतांमाळी, जनाबाई, गोरोबाकाका, अशी मंडळी ओळीनं जेवायला बसली. ही विलक्षण पंगत बघण्यासाठी महारवाड्यातील आसपासची मंडळी चोखोबांच्या खोपटाभोवती जमली होती. पंगतीत वाढण्यावरून, आग्रह करण्यावरून हास्य विनोद चालले होते. केलेले सगळे प्रकार वाढून झाले आहेत की नाहीत याची शहानिशा करण्यासाठी निर्मळा आणि बंका एकदा पंगतीत येऊन फिरून गेले. सगळं काही वाढून झालं. आपल्या झोपडीत घडणारे अप्रूप भरल्या डोळ्यानं बघत चोखोबा हात जोडून मध्ये उभा राहिला आणि अत्यंत नम्रपणे डोळ्यात आसवांची दाटी घेऊनच त्यान सगळ्यांना जेवणं सुरू करायची विनंती केली. त्याच्या या विनंतीवर मिस्कीलसं हसत ज्ञानेश्वर म्हणाले, "चोखोबा! तुम्ही जेवण लौकर सुरू करण्याचा आदेश दिलात हे बरे झाले. न पेक्षा आमच्या मुक्ताईला भुकेने रडू फुटले असते." असं म्हणत मुक्ताईकडं वळून ज्ञानेश्वर म्हणाले, "काय मुक्ताई! खरं की नाही?" आपल्या नाकाचा रागाने लाल झालेला शेंडा उडवून मुक्ताई म्हणाली, "मुळीच नाही. मला इतकी भूक लागलीच नव्हती. उलट ज्ञानादादाचं मगाशी म्हणाला, "मुक्ते! केशरी भाताचा वास किती छान सुटलाय नाही? हो की नाही रे सोपानदादा?" मुक्ताईच्या या बोलण्यावर सगळी

हासली. सगळी जेवायला सुरू करणार इतक्यात, ''माउलीऽऽऽ माउलीऽऽऽ मला वाचवाऽऽ!! मला वाचवाऽऽऽ!!! संकटऽऽऽ घोर संकटऽऽऽऽ देव कोपलाय ऽऽऽऽ देव कोपलाय ऽऽऽऽ काहीतरी करा माउली काहीतरी करा ऽऽऽऽ!!'' असं ओरडत, किंचाळत केशवभट चोखोबाच्या घरापाशी आला. तशा घाबरलेल्या अवस्थेतच, पळतपळत येत असताना तो चोखोबाच्या घरात शिरता, शिरता एकदम थांबला. आपण कोण आहोत आणि कुठे प्रवेश करत आहोत, याचं त्याला भान आलं. चोखोबाच्या घरात टाकण्यासाठी उचललेला पाय त्यानं झटक्यात मागं घेतला. आणि बाहेर उभा राहूनच आरडाओरडा करायला सुरुवात केली. ''ज्ञानेश्वर महाराज, ज्ञानोबा माउली, वाचवा. महान पापापासून गावांला वाचवा. गावात काहीतरी अघटित घडतंय, याचा परिणाम देवाच्या तीर्थावर होतो आहे. कोणतं तरी भयंकर पाप गावात घडतंय. या पापापासून गावाला मुक्त करा. मुक्त करा, महाराज, मुक्त करा!!'' चोखोबाच्या खोपटासमोर उभा राहून, केशवभट आकांत करत होता. आरडाओरडा करत होता. आधीच चोखोबाच्या घरात जे काही चाललं होतं, तो चमत्कार बघायला बाहेर गर्दी जमली होतीच. त्यातच केशवभटाचा हा असा आरडाओरडा. आतातर चोखोबाच्या खोपटाच्या बाहेर जत्रेचं स्वरूप आलं. मंडळी जेवताजेवता थांबली. खोपटाच्या दरवाज्यासमोरच ज्ञानेश्वर बसले होते. नामदेवांनी मुद्दाम त्यांना तिथं बसवलं. हेतू हा की, भक्तांना ज्ञानेश्वरांचं बाहेरून दर्शन घेता यावं. साहजिकच खोपटाच्या दरवाजासमोर उभा राहून आरडाओरडा करणारा केशवभट जसा ज्ञानेश्वरांना दिसला, तसेच चोखोबांच्या घरात पटकुरावर बसून पत्रावळीत जेवणारे ज्ञानेश्वरही केशवभटाला दिसले. आपण समोर जे पाहतो आहोत ते दृष्य खरे की, खोटे हेच त्याला कळेना! स्वत:च्या डोळ्यावर त्याचा विश्वासच बसेना. मात्र आपण काय पाहतो आहोत याचे त्याला भान आले. आणि आपण काहीतरी भयंकर पाहतो आहोत अशा आविर्भावात त्याने छाती पिटून घ्यायला सुरुवात केली. केशवभटाला असा आक्रोश करताना पाहून एक क्षणभर ज्ञानेश्वरांच्या कपाळावरची शीर टरारली, क्षणभरच! दुसऱ्या क्षणाला त्यांचा चेहरा पूर्वीसारखाच शांत आणि स्नेहार्द्र झाला. तशाच हसऱ्या चेहऱ्यानं केशवभटाकडे बघत ज्ञानेश्वर म्हणाले, ''केशवभट शांत व्हा. असे आकाश कोसळल्यासारखे रडू नका. काय झाले आहे, ते नीट सांगा.'' ज्ञानेश्वरांचा अधिकारवाणीचा तो स्वर ऐकून केशवभटाने आपला आकांत थांबवला. पुढे झुकून, हात जोडून तो म्हणाला, ''माउली, क्षमा करा. तुमचे मोठेपण मी जाणून आहे. म्हणूनच धांव घेऊन तुमच्याकडे आलो आहे. गावात मोठा गहजब माजला आहे. काहीतरी अघटित असे घडले आहे किंवा घडणार आहे. गावावर घोर संकट कोसळणार आहे. त्याचा

दाखला गेले कित्येक महिने मला मिळतो आहे. माउली या संकटाचं गाऱ्हाणं घेऊन मी गावातल्या ब्रह्मवृंदाकडे गेलो. तेव्हा त्यांनी मला तुमच्याकडे जायला सांगितलं. म्हणाले, तो ज्ञानेश्वर आणि त्याची भावंडं सगळीकडं पातकं करीत हिंडत आहेत. धर्मबाह्य वर्तन करीत हिंडत आहेत. गावावर जे येऊ घातलेलं संकट आहे ते त्यांच्याचमुळं आहे. त्यामुळे देव कोपला आहे. तेव्हा त्यांच्याकडे जा आणि त्यालाच ते निस्तरायला सांग.'' असं सांगून त्या धर्मपंडितांनी मला तिथून हाकलून दिलं. हे खरे आहे की नाही मला माहीत नाही. पण माउली या संकटाचं निवारणं तुम्हीच करू शकाल. हे मला माहीत आहे. म्हणून मी इकडे धाव घेतली आहे. आता तुम्हीच यातून गावाला वाचवा. या वैकुंठपुरावर देवाचा कोप झालाय. तुम्हीच त्यातून तारून नेऊ शकता!''

केशवभटाचं ते केविलवाणं बोलणं ऐकून सगळीच मंडळी अस्वस्थ झाली. आश्वासक स्वरात ज्ञानेश्वर म्हणाले, ''केशवभट काय झाले आहे ते नीट सविस्तर आणि मोकळेपणानं सांगा. ब्रह्मवृंद काय म्हणाले याहीपेक्षा असे काय अघटित घडले आहे ते आधी सांगा. बोला नि:संकोचपणे सांगा.'' आश्वस्त होऊन ज्ञानेश्वरांनी सांगितलं. तसा केशवभट सावरला. एकवार घसा खाकरून त्यानं बोलायला सुरुवात केली. ''ज्ञानोबा राया, मी पांडुरंगाची षोडशोपचारे पूजा करतो हे तुम्हाला ज्ञात आहेच. मूर्तीला पंचामृताचा अभिषेक घातल्यानंतर अभिषेकाचं सारं जल एका मोठ्या अभिषेकपात्रात जमा होतं. नंतर ते जल, तीर्थ म्हणून सगळ्यांना दिलं जातं. पण माउली गेले कित्येक महिने एक अघटित गोष्ट घडते आहे. खरंतर पंचामृतमिश्रित ते जल एरवी गोड लागे. भक्तांना ते तीर्थ म्हणून दिल्यानंतर भक्त ते आवडीनं चाखतात. परंतु, गेले कित्येक दिवस हे तीर्थ कडू लागत आहे. त्याची मधुर चव नाहीशी होऊन एकप्रकारे उग्र वासाची कडवट चव त्याला आली आहे. हे जल इतकं कडू लागतंय की, ते देवाच्या अभिषेकाचं तीर्थ असूनही ते तोंडात घालताच, भक्तगण थूथू करून थुंकून देतात. काहींना तर ते तीर्थ प्राशन केल्यावर उलटीची भावना होते, तर ते तीर्थ प्राशन केल्यानंतर काहींच्या जीभेचा स्वाद चार-चार दिवस नाहीसा होतो. महाराज, आतापर्यंत असे कधी घडले नाही. प्रत्यक्ष पांडुरंगाच्या अभिषेकाचे जल आणि तेही कडू? हा नक्कीच देवाचा काहीतरी कोप असावा, किंवा एखाद्या भयंकर संकटाची सूचना असावी. अशी भयकारी शंका सगळ्यांना येते आहे. तेव्हा माउली वैकुंठपुरावर आणि पांडुरंगाच्या भक्तांवर आलेल्या या संकटाचे आपणच निवारण करावे, असं गाऱ्हाणं घेऊन मी आलो आहे खरा, पण या चोखा महाराच्या घरी आपणाला भोजन करताना आणि असे धर्मबाह्य वर्तन करताना पाहून मी चुकीच्या जागी आलो की काय? असा संदेह माझ्या मनात

निर्माण झाला आहे. हे विठ्ठला, पांडुरंगा. मी आता काय करू? कसं करू? कोठे जाऊ? कोणाला भेटू? आणि माझं हे केविलवाणं गाऱ्हाणं घेऊन कोणाकडे जाऊ?'' असं म्हणत केशवभट पुन्हा विलाप करू लागला. केशवभटाचं ते बोलणं ऐकून कोणालाच काय बोलावं ते सुचेना. विठोबाच्या तीर्थजलाविषयी असं काहीतरी घडत होतं खरं. पण एवढा गवगवा करण्याइतकी ही घटना प्रचंड गंभीर असेल असं कोणालाच वाटलं नाही. केशवभटाचं हे बोलणं ऐकून या प्रकरणाचं गांभीर्य किती सखोल आहे याची सगळ्यांना कल्पना आली. तरीही केशवभटाचं हे असं बोलणं कुणालाच रुचलं नाही. ज्ञानेश्वरांच्यावर त्यांचं आक्षेप घेणं तर कोणालाच रुचलं नाही. 'देवाचा कोप, महाभयानक संकट' केशवभटाच्या या असल्या बोलण्याला सर्वप्रथम आक्षेप घेतला सावता माळ्यानं. केशवभटाकडे रागानं बघत सावता म्हणाले, ''अहो केशवभट, यात कसलं आलंय भयानक संकट आणि देवाचा कोप? मंदिराच्या जनावरांना चरण्यासाठी यादव महाराजांनी ठेवलेल्या राखीव कुरणात कुठंतरी सुवर्ण खिरीची किंवा कुडाची झुडपं माजली असतील, जनावरांनी या वनस्पती खाल्ल्या की गाई, म्हशीचं दूध कडू होतं. तीच कडवट चव दुधातून पंचामृतात उतरली असेल. आणि पंचामृतातून तीर्थ जलात! ही साधी सरळ गोष्ट आहे. केशवभट! यात कसला आलाय देवाचा कोप आणि महाभयंकर संकट? क्षुल्लक गोष्टीचा काहीतरी भलता अर्थ काढून, त्याचा भलता गवगवा करण्याची जुनी खोड आहे झालं!'' सावता माळींनी या घटनेचा असा उलगडा केला. पण ते फारसं कुणाला पटलं नाही. केशवभटाला तर नाहीच नाही. उलट आपण ज्ञानेश्वरांना ही गोष्ट विचारायला आलेलो असताना, या प्रसंगाचं गांभीर्य लक्षात न घेता किंवा ब्रह्मवृंदाचा रोष लक्षात न येता, सांवता माळ्यानं या गोष्टीचा उलगडा करावा याचा केशवभटास संतापच आला. त्या संतापाच्या तिरीमिरीतच ते म्हणाले, ''माळीबुवा, मी या गोष्टींचा उलगडा ज्ञानेश्वर माउलीकडून करून घेण्यासाठी आलो आहे. कुणा आलतूफालतू सामान्य माळ्या-धोब्याकडून नाही. आणि दुसरे असे की, मंदिराच्या त्या राखीव कुरणात मंदिराची गुरं काही आजच चरत नाहीत, तेव्हा मध्येमध्ये तोंड घालण्याचा अगोचरपणा न करता, तू गप्प बसलास तर बरे होईल.'' केशवभट संतापाने उद्गारला. ज्ञानेश्वरांनी सावता काकाला हाताच्या इशाऱ्याने शांत राहायला सांगितले. एकंदर केशवभटाचा संताप आणि प्रसंगाचा रागरंग बघून, आपण यामध्ये संपूर्णपणे हस्तक्षेप करून, हा घडणारा प्रकार थांबवला पाहिजे हे ज्ञानेश्वरांच्या लक्षात आले. क्षणभर त्यांनी आपली नजर उर्ध्व लावली. दुसऱ्या क्षणाला त्यांचा चेहरा प्रसन्न झाला. ते केशवभटाला म्हणाले, ''केशवभट, चोखोबांच्या घरी येण्याचं, त्यांच्या घरी

भोजन करण्याचं धर्मबाह्य वर्तन आणि महापातक माझ्या हातून घडलंय आणि त्याचा परिणाम म्हणून विठ्ठलाचं तीर्थ जल कडू झालंय, अशुद्ध झालंय अशी वैकुंठपुरातल्या धर्मवृंदाची धारणा आहे. आणि मी केलेल्या पातकामुळं हे घडलंय, त्यामुळे मीच ते निस्तरावं असंही त्यांचं म्हणणं आहे. तसं असेल केशवभट तर या वैकुंठपुरीतील ब्रह्मवृंदाचे मी आभार मानतो. कारण माझ्यावर पातक लादायचं म्हणून का होईना त्यांनी मला खूपच मोठेपणा दिला आहे. माझ्या एकट्याच्या वागण्याने प्रत्यक्ष परमेश्वराच्या तीर्थजलावर परिणाम होतो. म्हणजे त्या केशीराजाच्या दृष्टीनं मी नक्कीच त्याचा कुणीतरी जवळचा सखा असलो पाहिजे. कारण आपल्या जवळच्या माणसाच्या वर्तनाचेच बरे-वाईट परिणाम आपल्यावर होतात. खरं आहे ना निवृत्तीदादा? तेव्हा मला एवढा मोठेपणा दिल्याबद्दल मी साऱ्या ब्रह्मवृंदाचा आभारी आहे असा माझा निरोप त्यांना सांगावा. आणि तीर्थजल कडू झाल्याबद्दल म्हणाल, तर त्याचा उपाय आपण आताच करूया. तुम्ही ते तीर्थ जलाचं पात्र दोघां-तिघां सहकाऱ्यांच्या मदतीने इथं घेऊन या. इथं आणल्यानंतर त्या तीर्थजलाचा कडवटपणा नाहीसा होईल, असा विश्वास निवृत्तीदादाच्या आज्ञेनुसार मी तुम्हाला देतो. तेव्हा क्षणाचाही विलंब न लावता, आपण इथून जावे आणि तीर्थजलाचे ते पात्र घेऊन यावे.'' ज्ञानेश्वरांचे ते बोलणे ऐकून केशवभटाला नवल वाटले. विचित्र चेहरा करून तो म्हणाला, ''माउली, तीर्थजलाचे ते पात्र इथं! या ठिकाणी? याऽऽ 'महारवाड्यात?' ज्ञानदेवा तुम्ही या महारवाड्यात येऊन भोजन करून, धर्मबाह्य वर्तन केलेच आहे. मी ही तसेच वर्तन करावे. किंबहुना त्याहीपेक्षा भयानक म्हणजे प्रत्यक्ष पांडुरंगाच्या मंदिराचे तीर्थजलाचे पात्र ते येथे घेऊन यावे, असे आपण सांगता आहात? नाही, नाही माउली! मला ते शक्य नाही. कदापि शक्य नाही.'' केशवभटाने असे स्पष्टपणे नाही म्हणून सांगितल्याने कोणालाच काय करावे सुचेना. पुन्हा ज्ञानेश्वरांनीच त्यातून सुवर्णमध्य काढला. केशवभटाचा निष्ठूर नकार ऐकल्यानंतर ज्ञानेश्वर काहीसे हासले. आणि निवृत्तीनाथाकडे बघून म्हणाले, ''दादा, आता यातून काहीतरी मार्ग काढला पाहिजे. केशवभट तरी तीर्थजलाचं पात्र येथे आणण्यास तयार नाहीत. ब्रह्मवृंद त्यांना तसे करू देणार नाहीत. आपण या सर्वांना घेऊन मंदिरात जाऊ शकणार नाही. कारण, ब्रह्मवृंद आपल्याला तसे करू देणार नाही. तेव्हा दादा आपण संमती देत असाल, तर ते तीर्थजल एका छोट्या जलकुंभामध्ये घालून तो छोटा जलकुंभ केशवभटाने इथे आणावा आणि इथून तो शुद्ध करून न्यावा, अशी आग्रहाची विनंती मी आपल्या आज्ञेवरून केशवभटांना करतो आहे. या गोष्टीसाठी दादा आपली संमती आहे ना?'' ज्ञानेश्वरांनी असे विचारल्यावर निवृत्तीनाथांनी संमत्ती देण्यासाठी मान डोलावली

आणि ते केशवभटाला म्हणाले, ''केशवभट, ज्ञाना सांगतो, त्याप्रमाणं तुम्ही करावं. ते भले मोठे जलपात्र येथे आणण्याची गरज नाही. त्याऐवजी तुम्ही त्यातील तीर्थजल एका लहानशा कलशामध्ये घालून तो कलश इकडे आणावा. ते देवाचे तीर्थ आहे. सगळ्या समष्टींचा त्यावर अधिकार आहे. तेव्हा या गोष्टीला ब्रह्मवृंदांनी हरकत घेण्याचे कारण नाही.'' निवृत्तीनाथाचे बोलणे केशवभटाला पटलेसे दिसले. सगळ्यांच्याकडे पाहत त्याने मूकपणे मान डोलवली. आणि तो झटकन तिथून निघून गेला.

केशवभटाचे तिथे ओरडत येऊन कांगावा करणे, ज्ञानेश्वरांना बोल लावणे या सगळ्या गोष्टीतून घडत असलेला प्रसंग कर्णोपकर्णी सगळ्या गावाला कळला. परिसरातील संत, चोखा महाराच्या घरी जेवायला आले आहे, ही घटना चोखोबांच्या घराबाहेर गर्दी जमवायला आधीच कारणीभूत ठरली होती. हे कमी होते म्हणून की काय, केशवभटाच्या आरडाओरड्याने जवळपास सगळे गाव महारवाड्यापाशी जमा झाले होते. सुरुवातीला ज्ञानेश्वरादी भावंडांचे दर्शन हा त्यातील बहुतेकांचा इथे जमण्याचा उद्देश होता. पण आता मात्र पुढे काय घडते? हे बघण्याची अनावर उत्सुकता प्रत्येकाला लागून राहिली होती. आणि गर्दी वाढतच होती. केशवभट तेथून त्वरेने निघाला, तो सरळ मंदिरात आला. तिथलाच एक कलश घेऊन त्यानं तीर्थपात्रातील थोडेसे जल त्या कलशात ओतले. तत्पूर्वी ते तीर्थ चाखून पाहायला तो विसरला नाही. अजुनही ते तीर्थ तेवढंच कडू झार होतं. चेहरा वेडावाकडा करत, धोतराच्या सोग्यानं आपलं तोंड पुसत केशवभटानं तो कलश उचलला आणि त्यानं महारवाड्याचा रस्ता धरला. घडलेल्या प्रसंगाला साक्षीदार असलेले काही लोक केशवभटाबरोबर मंदिरातही आले होते. आणि कलश घेऊन परत जाताना चाराचे आठ, आठाचे बारा, बाराचे पन्नास असं करत तो कलश घेऊन जाताना केशवभटाबरोबरही हीऽऽऽ गर्दी झाली. तो कलश घेऊन केशवभट पुन्हा महारवाड्यात आला. चोखोबाच्या घरी वाढून ठेवलेल्या पानावर मंडळी तशीच तिष्ठत बसली होती. पुढे काय होणार आहे याकडे साऱ्यांचेच लक्ष लागून राहिले होते. चोखोबा, सोयरा, बंका, निर्मळा या आनंद सोहळ्यात हे काय घडतंय? हे कसलं विघ्न? अशा विचारात सचिंत मुद्रेने, एका बाजूला उभे होते. केशवभट कधी येतो? या गोष्टीचा निकाल ज्ञानेश्वर कसा लावतात? याची आनिवार उत्सुकता इतरांप्रमाणेच याही सर्वांना लागली होती. आणि केशवभट आला. त्याच्याबरोबरही भरपूर गर्दी होती. त्या गर्दीत इतरेजनांबरोबरच पंढरपुरचे काही धर्ममार्तंड आणि इतरही काही ब्रह्मवृंद होता. महारवाड्याच्या वेशीपाशी आल्यावर ही सगळी मंडळी तिथंच थबकली. केशवभट आणि काहीजण हा कलश घेऊन

पुढे आले. कलश घेऊन केशवभट आलेला पाहून पानावरून उठून ज्ञानेश्वरादी भावंडांसह सगळे संत त्याला सामोरे गेले. त्यांच्या हातात असलेल्या कलशाला त्यांनी मनोभावे नमस्कार केला. ज्ञानदेव पुढे झाले. केशवभटाला सामोरे गेले. आणि त्यांनी केशवभटाला तो कलश घेऊन चोखोबांच्या खोपटात येण्यास सांगितले. केशवभटाने तोंड वाकडे केले. मागे वळून त्याने ब्रह्मवृंदाकडे पाहिले. साऱ्या ब्रह्मवृंदाचा चेहरा इरेस पेटल्यासारखा झाला होता. केशवभटांनी ज्ञानेश्वरांकडे पाहिले. ज्ञानेश्वरांच्या चेहऱ्यावर प्रसन्न हास्य होते. ते हास्य चेहऱ्यावर ठेवून ज्ञानेश्वर म्हणाले, "केशवभट हा कलश आपण आपल्याच हाताने आत आणावा. माझ्या हाताचाही स्पर्श त्याला व्हायला नको. नाहीतर, 'हा ज्ञानेश्वर काही चमत्कार करतो, जादुटोणा करतो आणि लोकांना फसवतो' असा आक्षेप माझ्यावर यायला नको. तेव्हा तो तीर्थाचा कलश घेऊन आपणच आत यावे." ज्ञानेश्वरांचे हे बोलणे ऐकून केशवभटाने पुन्हा एकदा ब्रह्मवृंदाकडे पाहिले. त्या सर्वांनी त्याला खुणेने संमती देताच, वेडावाकडा चेहरा करून केशवभट पुढे झाला. खरं तर महारवाडयाचा परिसर अतिशय स्वच्छ होता. त्यातच आज चोखोबाच्या घरी बारसे असल्याने आधीच स्वच्छता असलेला परिसर अधिकच स्वच्छ करून सुशोभितही करण्यात आला होता. केशवभटाने मात्र कलश घेऊन चोखोबांच्या घराकडे चालत येताना घाणीत पाय टाकत आहोत असा चेहरा केला होता. ते बघून भागीरथीकाकूला राहवेना, ती उसळून म्हणाली, "अरे ए बाबा, असा का शेणामुतातून चालल्यावाणी थोबाड करून चाललायस? आरं बाबा चांगलं शेणानं सारवून सोच्छ जागा करून रांगोळी घातलीय की पायाखाली!" भागीरथीकाकूचं ते बोलणं ऐकून केशवभटाचा चेहरा आणखीनच वाकडा झाला. या सगळ्या मंडळींच्यामुळं आपण एका भयंकर पातकाचे धनी होणार अशी त्याची खात्री पटत चालली होती. कुठून आपल्याला दुर्बुद्धी सुचली आणि आपण तीर्थाबद्दलची शंका घेऊन ज्ञानेश्वरांच्याकडे आलो असं त्याला झालं. पण आता माघारी जाणं शक्य नव्हतं. आता या गोष्टीचा काही तरी निकालच लावायला हवा होता. आणि तो आता काही क्षणात लागणार होता. नीर क्षीर न्याय उघड होणार होता. केशवभट कलश घेऊन चोखोबाच्या दाराशी आला. तो दाराशी थबकून उभा राहिला. तिथून आत यायला मात्र त्याच मन धजावेना. सगळीजण तो आत येईल म्हणून प्रतिक्षेत होती. त्यांच्या चेहऱ्यावरची प्रतीक्षा आणि उत्सुकता केशवभटाला बघवेना. कासावीस होत तो म्हणाला, "नाही देवा, आता माझा अंत बघू नका. मी इथेच थांबतो. यापेक्षा आणखी आत येण्याचा आग्रह मला करू नका. तुम्हाला जे काही करायचं आहे ते इथेच करा." केशवभटाची ती कासावीशी ज्ञानेश्वरांच्या लक्षात आली. आता त्याचा अधिक अंत

बघण्यात अर्थ नव्हता. हातात कलश घेऊन केशवभट चोखोबाच्या दारात तसाच उभा होता. लोकांची उत्सुकता अनावर झाली होती. ज्ञानदेवांनी ते ओळखलं. बाहेरही ऐकू जावं या उद्देशाने काहीशा मोठ्या स्वरात ज्ञानेश्वर म्हणाले, "केशवभट पांडुरंगाच्या तीर्थाचा कलश तुम्ही इथवर घेऊन आलात. आणि वैकुंठपुरातल्या साऱ्या ब्रह्मवृंदानी, साऱ्या धर्ममार्तंडानी तुम्हाला तो कलश इथपर्यंत आणण्याची संमती दिली. त्याबद्दल आम्ही सारे विठ्ठलभक्त शतश: ऋणी आहोत. न पेक्षा एरवी पांडुरंगाच्या तीर्थाचा हा कलश आम्हा सगळ्या मंडळींच्या दृष्टीस कोठून पडला असता? आपण तो कलश इथवर घेऊन आलात! या कलशामध्ये तेच तीर्थजल आहे का, जे विठ्ठल मंदिरात आहे? तसेच या तीर्थाची चव कडवट असल्याबद्दलची ते चाखून तुम्ही खात्री केली आहे काय? नसल्यास आपण पुन्हा एकवार त्याचा पडताळा पाहावा?" ज्ञानेश्वरांचे हे बोलणे ऐकून जमलेल्या सगळ्या मंडळींमधून, 'योग्य सर्वथा योग्य' असा अभिप्राय आला. केशवभटालाही त्या गोष्टीची खात्री करून घ्यावी असे वाटले. पण आता तो अधिक सावध झाला. त्यानं आपल्याबरोबर चोखोबाच्या घरापर्यंत आलेल्या चिंतोपंत कुलकर्ण्यांना आपल्या हातामधल्या कलशातले तीर्थ चाखून पाहण्यास सांगितले. तीर्थ कदाचित गोड लागेल आणि ज्ञानेश्वरांना काही चमत्कार दाखवण्याची संधी मिळणार नाही या कुत्सित बुद्धीने चिंतोपंतांनी ते तीर्थ चाखून पाहिले. आणि चेहरा वेडावाकडा केला. तीर्थ अजूनही कडूच होते, चिंतोपंतांचा चेहरा बघून ज्ञानेश्वरांनी ते ओळखले. प्रसन्न हास्य चेहऱ्यावर खेळवत ज्ञानेश्वर म्हणाले, "चला, म्हणजे अजूनही तीर्थ कडवट आहे, याची तुम्हाला खात्री पटली तर? आता असं आहे केशवभट आज आमच्या चोखोबांकडे आहे त्यांच्या बाळाचं बारसं! त्या बारशाच्या निमित्तानं त्यांनी गोडधोडाचे जेवण केले आहे. या सगळ्या गोडधोडाच्या जेवणाची सिद्धता चोखोबांनी स्वत: आपल्या हाताने केली आहे. साहजिकच आज त्यांच्या हाताची चव गोडच असणार! कडू झालेल्या तीर्थामध्ये ती चव उतरली, तर साहजिकच ते तीर्थही मधुर होईल. केशवभट तुम्ही तर चोखोबांच्या उंबऱ्याच्या आत येणार नाही असे म्हणता, ठीक आहे मग तुम्ही तो कलश घेऊन तेथे तसेच उभे रहा. निवृत्तीदादा यापुढचा आदेश देण्यास तुझी परवानगी आहे ना?" ज्ञानेश्वरांनी निवृत्तीनाथांकडे बघत प्रश्न केला. निवृत्तीनाथांनी प्रसन्नतेने मान डोलावली. तसे ज्ञानेश्वर पुढे झाले. "केशवभट तो कलश घेऊन तुम्ही तेथेच उभे रहा. चोखोबा तुम्ही पुढे व्हा. आणि केशवभटांच्याकडे असलेल्या तीर्थाच्या कलशामध्ये आपले बोट बुडवून तुम्ही एकवार ते तीर्थ कडू असल्याची खात्री करून घ्या. तुम्हालाही ते कडू लागलं, तर नक्कीच त्या पांडुरंगाचा हा काहीतरी कोप आहे असे सिद्ध होईल. चला, चोखोबा पुढे व्हा,

विचार कसला करताय? पांडुरंगावर असलेल्या माझ्या भक्तीची ही कसोटी आहे. आपण वारकरी आहोत. भक्तीसंप्रदायाचे पाईक आहोत. देव एकच आहे यावर आपला विश्वास आहे. या सगळ्या गोष्टींचा कस आज लागणार आहे. तेव्हा पुढे व्हा चोखोबा, आणि त्या तीर्थामध्ये आपले बोट बुडवून त्याची चव पाहा.'' बोलताबोलता ज्ञानेश्वरांचा आवाज चढला. स्वर अधिकच तीव्र झाला. आधीच, ते बाहेर सगळ्यांना ऐकू जावे म्हणून काहींसे उच्च आवाजात बोलत हाते आणि आता तर हा क्षण त्यांच्याच नव्हे, तर सर्वांच्याच कसोटीचा होता. परीक्षेचा होता. कसोटी होती ज्ञानदेवांच्या विठ्ठलावरच्या अधिकाराची, परीक्षा होती, त्यांच्या भगवद्भक्तीचा आणि सत्व पणाला लावणार होतं, साऱ्या संतमंडळीचं!

ज्ञानेश्वर बोलत होते. आणि ऐकणाऱ्या प्रत्येकाच्या मनावर एक ताण पसरला होता. इतका मोठा समुदाय तेथे जमला होता. पण ज्ञानेश्वरांचा शब्द न शब्द ऐकू जाईल, इतकी नीरव शांतता तेथे होती. ज्ञानेश्वरांनी चोखोबाला तीर्थात बोट बुडवायला सांगितलं आणि ब्रह्मवृंदांच्या कपाळावरच्या आठ्या अधिक गडद झाल्या. धर्ममार्तंडांच्या डोळ्यांत संताप उमटला. तर इतरेजनांनी आश्चर्याने तोंडात बोटे घातली. 'छे! हे काय भलतंच? देवाच्या तीर्थ पात्राचं दर्शनही ज्यांना दिलं जात नाही, अशा एका अस्पृश्याला ज्ञानेश्वर त्या तीर्थात बोटं बुडवायला सांगताहेत? हे तर महापातक आहे. ''या कारणासाठी प्रत्यक्ष परमेश्वर शुद्धा ज्ञानेश्वरांना क्षमा करणार नाही'' अशी तिथे जमलेल्या प्रत्येकाची धारणा होती. चोखोबाची अवस्था मात्र याहीपेक्षा विचित्र होती. ज्ञानेश्वरांच्या आदेशाने तो घाबरला, गोंधळला अंतर्बाह्य थरारला. आणि मग मात्र ज्ञानेश्वर आपल्याला हे काय करायला सांगतात हे लक्षांत आल्यावर त्या विचारानेच त्याला घाम फुटला. सगळ्यांच्या नजरा त्याच्यावर रोखल्या होत्या. काहीजणांच्या नजरेत विखार तर काहींच्या नजरेत संताप, काहीजण नजरेत उपहास तर काहींच्या नजरेत कुचेष्टा, काही जण आता कशी खाशी जिरली, या भावनेनं त्याच्याकडे बघत होते, तर काही जणांना त्याची दया येत होती. चोखोबालाही काय करावं सुचेना! इकडे आड तर तिकडे विहीर अशी त्याची अवस्था झाली. ज्ञानेश्वरांचा आदेश मोडवतही नव्हता आणि पाळवतही नव्हता. एकदा वाटत होतं सरळ पुढं व्हावं आणि त्या तीर्थात बोट बुडवून चाखून पाहावं. पुन्हा:पुन्हा अशी संधी मिळणार नाही. पण पाय जणू जमिनीला खिळल्यासारखे झाले. चोखोबाची ती अवस्था ज्ञानेश्वरांच्या लक्षात आली. त्यांनी एकवार चोखोबांकडे रोखून पाहिलं व पुन्हा म्हणाले, ''चला चोखोबा, विचार कसला करता? आपण पांडुरंगाचे निस्सीम भक्त आहोत हे सिद्ध करण्याची वेळ आता आली आहे. तेव्हा कसलाही विचार करू नका, कसलीही

भीती बाळगू नका. पुढे व्हा आणि तीर्थाच्या त्या कलशात बोट बुडवून ते तीर्थ चाखून पाहा. आणि सर्वांना सांगा ते कसं लागतंय?'' ज्ञानेश्वरांच्या या बोलण्यांनी चोखोबाला धीर आला. तरीही त्याने आपले सगळे धाडस एकवटले आणि तो केशवभटाकडे चालत गेला. चोखोबा जवळ येताच केशवभटाने आपले अंग चोरले. त्याचे पाय लटपटायला लागले. धीर धरून तो तसाच उभा राहिला. चोखोबा पुढे झाला. त्या कलशाकडे बघून अत्यंत भक्तीभावाने त्याने कलशापुढे हात जोडले. एकवार ज्ञानेश्वरांकडे पाहिले. ज्ञानेश्वरांच्या नजरेला नजर मिळताच त्याच्यात एक आत्मविश्वास जागृत झाला. त्यानं आपला उजवा हात उचलून विठ्ठलाचं नाम:स्मरण केलं आणि आपला उजव्या हाताची बोटं त्या तीर्थामध्ये बुडवली. जमलेला सगळा समुदाय ते दृश्य श्वास रोखून बघत होता. चोखोबाने बोटं बुडवली आणि बाहेर काढून आपल्या तोंडात घातली. सगळ्यांच्या नजरा चोखोबाच्या चेहऱ्यावर रोखल्या होत्या. चोखोबानी बोटं तोंडात घातली आणि अत्यंत मधुर चव लागल्याप्रमाणे त्यांचा चेहरा प्रसन्न झाला. ''आ हा हा! साक्षात अमृत. अत्यंत मधुर चव आहे या तीर्थाची!'' चोखोबाच्या तोंडातून उद्‌गार उमटले. आणि ज्ञानेश्वर प्रसन्न हसले. सगळ्याच संतमंडळींच्या चेहऱ्यावर प्रसन्नता उमटली. तीर्थात चोखोबानं बोट बुडवल्यानंतर किळस आल्यासारखा झालेला केशवभटाचा चेहरा, तीर्थाची चव अमृतासारखी मधुर आहे हे चोखोबाचे उद्‌गार ऐकल्यानंतर आश्चर्यानं भरून गेला. आपण काय करतो आहोत, याचे भान विसरून त्यानेही तीर्थात बोट बुडवले आणि चाखून पाहिले. काय आश्चर्य! खरोखरच तीर्थाची चव अमृतासारखी मधुर होती. केशवभटाचा विश्वास बसेना. तो पुन्हा:पुन्हा तीर्थ चाखून पाहू लागला. त्याचा हा मंत्रचाळेपणा बघून त्याच्या बरोबर आलेल्या चिंतोपंतानी तीर्थ चाखून पाहिले. त्यालाही ते मधुर लागले. आणि मग मात्र चिंतोपंताला राहवलं नाही. ''चमत्कार, चमत्कार! तीर्थ मधुर झाले, तीर्थ मधुर झाले!'' असे ओरडत चिंतोपंत सगळ्या जमावातून इकडे तिकडे पळू लागले. तेथे जमलेल्या समुदायाच्या आश्चर्याला पारावार राहिला नाही. ज्ञानेश्वर तर त्यांचे लाडके होतेच, पण खरे भगवद्‌भक्त सर्व जातीधर्माच्या पलीकडे गेलेले असतात हे पुन्हा एकदा सिद्ध झाले. समुदायाने ज्ञानेश्वरांचा, भावंडांचा जयजयकार तर केलाच. पण आज त्या जयजयकारात आणखी एका नावाची भर पडली होती. आज ज्ञानेश्वरांच्या नावाबरोबर लोक चोखोबांच्याही नावाचा जयजयकार करत होते. लोकांच्या उत्साहाला नुसते उधाण आले होते. लोकांनी तो तीर्थाचा कलश वाजतगाजत मिरवणुकीने मंदिरात नेण्याची तयारी केली. ढोल, ताशे, वाजंत्री या सगळ्याची जमवाजमव होईपर्यंत सगळ्या संत मंडळींची भोजने उरकली. घडलेली

घटना अभूतपूर्व तर होतीच. त्यामुळं साहजिकच कर्ममेळ्याच्या बारशाच्या सोहळ्याचा आनंद शतगुणित झाला होता. संतमेळ्यातही स्वत:ला अति सामान्य समजणाऱ्या चोखोबाची भगवद्भक्ती निरामय आहे, किती श्रेष्ठ आहे ते या घटनेनं सिद्ध झालं होतं. अर्थात ब्रह्मवृंद याला अपवाद ठरला. त्याला सगळ्यांचाच नाईलाज होता. चोखोबाला मात्र या साक्षात्काराइतकाच आपल्या आयुष्याचे सार्थक झाल्याचा एक गहिरा साक्षात्कार झाला. त्याच्या मनाची अवस्था फार विलक्षण झाली होती. आनंदानं वेडावलेला चोखोबा पुन्हा:पुन्हा उद्गारत होता,

''चंदनाच्या संगे बोरिया बाभळी। हेकळी टाकळी चंदनचि।।
संतांचिया संगे अभाविक जन। तयांच्या दर्शनं तोचि होती।।
चोखा म्हणे ऐसा परमार्थ साधावा। नाही तरी भार व्हावा खरा ऐसा।।
सप्रेम निवृत्ति आणि ज्ञानदेव। मुक्ताईचा भाव विठ्ठल चरणी।।
सोपान, सावता, गोरा तो कुंभार। नरहरी सोनार प्रेम भरित।।
कबीर कमाल रोहिदास चांभार। आणिक अपार वैष्णव जन।।
चोखा तया पायीं घाली लोटांगण। वंदितो चरण प्रेमभावें।।

चोखोबाच्या बाळाचं, कर्ममेळ्याचं बारसं असं थाटातही झालं आणि ते सगळ्या गावात गाजलंही. गावकऱ्यांनी वाजतगाजत नेलेल्या त्या कलशातलं तीर्थ मंदिरात असलेल्या तीर्थपात्रात ओतलं. आणि या आश्चर्याला दुसरही पूरक आश्चर्य तिथं घडलं. या कलशातलं तीर्थ त्या मोठ्या जलपात्रात ओतल्यावर त्या मोठ्या जलपात्रातील तीर्थही मधुर झालं. आणि या सगळ्या चमत्कारावर कळस करणारा पुढचा चमत्कार असा घडला, की त्यानंतर देवाचं अभिषेकाचं पंचामृत कधीही कडू झालं नाही. ज्ञानेश्वरांच्यावर श्रद्धा असणारे काही जण म्हणाले, की हा 'चमत्कार ज्ञानेश्वरांनी घडवून आणला' तर काही जण म्हणाले, 'मंदिराच्या राखीव कुरणातील सुवर्णखिरी आणि कुडाची झुडपं आता संपली आणि त्यामुळं गाईगुराचं दूध कडू व्हायचं थांबलं आणि देवाच्या अभिषेकाचं पंचामृत मधुर लागायला लागलं. त्याचा कडवट स्वाद नाहीसा झाला.' ते काहीही असो. पण संतांच्या मांदियाळीत चोखोबाचं स्थान आणखी वरचं झालं, हे खरं.

बराच वेळ रुक्मिणी बघत होती. कर कटेवर ठेवून विटेवर उभा असलेला पांडुरंग मिस्कील नजरेनं काहीतरी न्याहाळत होता. रुक्मिणीनं त्याला दोन-चार वेळा हटकलेही. पण चेहऱ्यावर मिस्कील भाव घेऊन काहीतरी बघण्यात पांडुरंग गढून गेला होता. शेवटी तो काय पाहतो हे पाहण्यासाठी रुक्मिणीनही तिकडे नजर लावली, तर चोखोबाच्या घरात बारशाचा कार्यक्रम चालला होता आणि तन्मय

होऊन पांडुरंग ते बघत होता. रुक्मिणीला नवल वाटलं. बारशाचा कार्यक्रम एवढा काय लक्ष देऊन बघायचा? असं ती पांडुरंगाला विचारणार, तेवढयात चोखोबांच्या घरात पुढचं सगळ नाट्य घडलेलं रुक्मिणीनं पाहिलं आणि तिला पांडुरंगाच्या मिस्कील नजरेचा अर्थ उमगला.

चोखोबाच्या घरात घडलेल्या प्रसंगानं मात्र पांडुरंगांचं मन अतीप्रसन्न झालं. संतांच्या मांदियाळीमध्ये दबकून वावरणारा, समाजाकडून लाथाडला गेलेला, सार्वजनिक ठिकाणी संकोचणारा पण विठ्ठलाची निस्सीम भक्ती करणारा चोखोबा आपल्याला किती जवळचा आहे हे सिद्धकरण्याची संधी आयतीच चालून आली होती. कृष्ण-जन्मातील मिस्कीलता आणि चतुरता त्यानं अजून बाळगलेली होतीच. मग ही संधी सोडेल तो विठ्ठल कसला? गेले चार महिने मंदिरातल तीर्थ कडू होत होतं आणि तो चोखोबांच्या स्पर्शाने मधुर होणार होतं आणि त्यामुळं चोखोबाचं भगवद्भक्त मन उजळून निघणार होतं. ही सगळी योजना पांडुरंगचीच. या योजनेचं नाट्य कुठं घडवावं या चिंतेत खरं तर पांडुरंग होता. बारशाला सगळ्या संत मंडळींना बोलवून चोखोबानं त्याचं काम सोपं केलं होतं. त्यातच नामदेवांनी ज्ञानेश्वरादी भावंडांना आमंत्रण करून या नाट्यमय प्रसंगाचा मार्ग आणखी सुकर केला. आणि विठ्ठलाचं काम आणखी सोपं झालं. कर्ममेळ्याचं बारसं हे त्या पांडुरंगाच्या दृष्टीनं एक निमित्त ठरलं, पण चोखोबाला संतपदावर पोचवण्यासाठी, त्याची भगवदभक्ती आणखी उजळ करण्यासाठी आणि तो विठ्ठलाच्या किती जवळचा आहे हे दाखवण्यासाठी पांडुरंगाला ते उपयोगी ठरलं. फक्त एकच गोष्ट राहिली होती ती म्हणजे या सगळ्या योजनेबद्दल संत नामदेवांशी बोलायचं राहून गेलं होतं. आता नामदेव रुसणार होता, रागावणार होता. पण त्याचा राग काढता आला असता. त्याची समजूत घालता आली असती, मात्र हे नाट्य साधण्यासाठी पुन्हा कोणत्या तरी प्रसंगाची वाट पाहावी लागली असती. चोखोबाचं संतपदाला पोचणं तेवढं लांबलं असतं आणि कर कटेवर ठेवून विटेवर उभ्या असलेल्या पांडुरंगाला तेच नको होतं. नामदेवाशी बोलायचं राहून गेलं, एवढी रुखरुख सोडली, तर सगळी योजना मनाप्रमाणं घडून आली होती. म्हणूनच तो पांडुरंग प्रसन्न होता, अगदी प्रसन्न होता.

17

कर्ममेळ्याचं बारसं पार पडलं. पण पंढरपुरात मात्र कित्येक दिवस तो चर्चेचा विषय ठरला. काही धर्ममार्तंड सोडले, तर चोखोबाची भगवद्‌भक्ती आणि त्याचं श्रेष्ठत्व सगळ्याच जनसामान्यांना कळून चुकलं. महार जातीत जन्माला आलेला असूनही श्रेष्ठ पदाला पोचेल असाच चोखोबा होता, याबद्दल लोकांची खात्री पटली आणि चोखोबाकडे पाहण्याची त्यांची दृष्टीच बदलली. एरवी लहानसहान गोष्टीत शुद्धा हाडत-हुडुत करणारी, चोखोबांच्या सावलीचाशुद्धा विटाळ मानणारी गावातली सामान्य माणसं त्याच्याकडे काहीशा आदरान पाहायला लागली. आपल्या जाज्वल्य भगवद्‌भक्तीनं चोखोबानं स्वत:चं असं अस्तित्व सिद्ध केलं होतं. महारवाडयात तर चोखोबा आदर्श नायक ठरला. सगळ्यांशी डाफरून बोलणारा गणाकाकाशुद्धा चोखोबाशी आदरानं आणि प्रेमानं बोलायला लागला. साहजिकच होतं ते. एरवी कणाहीन, अस्तित्वहीन असलेल्या, गावानं लाथाडलेल्या या महारवाडयाला चोखोबानं जणू संजीवनी दिली होती. नवचैतन्य दिलं होतं. एक जिवंत आणि सामर्थ्यशाली अस्तित्व दिलं होतं. एक स्वत्व दिलं होतं. गावकुसाबाहेर असलेल्या या वस्तीत एरवी गावातले भिकारीशुद्धा भीक मागायला येत नसत. सामान्य माणूस तर दूरच. पण त्याच वस्तीत पंढरपुरच्या परिसरातले संत येतात. त्या संतांमध्ये ज्ञानेश्वरादी भावंडासारखे ब्राह्मण जातीतलेही संत असतात. आणि ही सगळी मंडळी चोखोबाच्या घरी येतात, बसतात, भोजन करतात. महारवस्तीमध्ये या गोष्टीला फार मोठा अर्थ प्राप्त झालेला होता. त्यातच जे तीर्थ या शुद्रातीशुद्र लोकांना एरवी दृष्टीसही पडायचे नाही, तेच तीर्थ आणि तो तीर्थाचा कलश त्या

महार वस्तीत चोखोबांच्या घरी आला, एरवी ज्या तीर्थाचे चार शिंतोडे अंगावर उडले किंवा चाखायला मिळाले तर अस्पृश्य समजली जाणारी ही माणसं स्वत:ला धन्य समजत. तेच देवाच्या अभिषेकाचं तीर्थ, अगदी कलशात बोट बुडवून चोखोबाला चाखायला मिळालं. त्याच्या बोटं बुडवण्यानं कडू असलेलं ते तीर्थ मधुर झालं, आणि ही घटना 'याची देही याची डोळा' शेकडो डोळ्यांनी प्रत्यक्ष पाहिली. महारवाडयात घडलेल्या या घटनेचा केद्रबिंदू चोखोबा होता आणि त्याच्या इथं असण्यामुळं का होईना, पण ही घटना महारवाडयात घडली एवढं कारण वस्तीवरच्या जल्लोषाला पुरेसं होतं.

असेच काही दिवस जल्लोषात आणि चोखोबाच्या कोडकौतुकात गेले. आणि एक दिवस गणाकाकाच्या डोक्यात एक कल्पना आली. तीर्थ आणि तीर्थाचा कलश वस्तीवर येऊन गेला होता. या ही गोष्टीला बरेच दिवस होऊन गेले होते. खरं तर हे अघटित घडलं होतं. ब्रह्मवृंदाच्या म्हणण्याप्रमाणं एखाद्या महान विनाशाची ही नांदी होती. या महान पातकामुळे गावात काहीतरी भयंकर घडणार होतं. यात काही शंकाच नव्हती. कारण धर्ममार्तंडानी तशी भविष्यवाणीच केली होती. या भविष्यवाणीला घाबरून 'आता काय घडतं' या भयशंकेनं सामान्यजन काही दिवस हवालदिलही झाले होते. पण जसजसे दिवस उलटत गेले, तसतसं गावातही काही घडलं नाही आणि त्यामुळे लोकांच्या मनातील भयशंकाही कमीकमी होत गेली. आणि आता तर गावात पुन्हा पूर्वीसारखे व्यवहार होऊ लागले. पण घडलेल्या घटनेच्या अपूर्वाईतून महारवाडा अजून बाहेर आला नव्हता. सकाळ, संध्याकाळ अंगणा-अंगणात, पार-कट्ट्यावर याच गोष्टीची पुन्ह:पुन्हा चर्चा होई. या चर्चेतूनच गणाकाकाच्या डोक्यात एक कल्पना सुचली. वस्तीवरच्याच चार-पाच ज्येष्ठांच्यासमोर त्यानंही कल्पना मांडली. त्यांनाही ती आवडली. त्यांनीही ती उचलून धरली. आणि आता सगळ्यांच्यासमोर अगदी ब्रह्मवृंदासमोरशुद्धा ही कल्पना आपण धीटपणे मांडायची असं सर्वसंमतीनं आणि एकमतानं ठरलं. कल्पना अशी होती, अस्पृश्यांची वस्ती गावकुसाबाहेर होती. देवाच्या दर्शनासाठी मंदिराची पायरी चढण्याची शुद्धा त्यांना परवानगी नव्हती. महाद्वाराच्या खालच्या पायरीजवळ उभा राहूनच त्यांना झाले तर देवाचे नाही, तर कळसाचे दर्शन घ्यावे लागत असे. देवाचा अंगारा, तीर्थ, तीर्थकुंभ, देवाची वस्त्रप्रावरणे यातली कोणतीही गोष्ट कधीही त्यांच्या नजरेस पडत नसे. तसा कोणी हट्ट केलाच, प्रयत्न केलाच किंवा तसे काही घडले, तर महान पातक्यात त्याची गणना होत असे आणि गाव त्याला वाळीत टाकीत असे. या सगळ्या पार्श्वभूमीवर चोखोबांच्या घरात तीर्थकलश येणं आणि त्याला ते तीर्थ चाखायला मिळणं या अशक्यप्राय असलेल्या, पण प्रत्यक्ष

घडलेल्या घटनेमुळं आणि त्यानंतर गावामध्ये कोणतीही भयंकर घटना घडलेली नाही हे सिद्ध झाल्याने मिळालेल्या दिलाशामुळं महारवस्तीवर एक वेगळं वारं वाहू लागलं आणि देवाचं तीर्थ आपल्यालाही मिळालं तर गावात काही फारसं भयंकर घडत नाही आणि आपल्याला मात्र पुण्य मिळेल हा विचार महारवस्तीवरच्या काही ज्येष्ठ लोकांच्या मनात उद्‌भवला. खरं तर तो सगळ्यात आधी गणाकाकाच्या मनात उद्‌भवला आणि त्यानं तो दहा जणांना सांगितला. त्यांनाही तो पटला. आणि हळूहळू सगळ्या महारवाडयाला तो पटला. आपल्याला तीर्थ मिळाल्यानं गावावर कोणतही संकट कोसळत नाही हा विश्वास आणि तीर्थप्राशनानं पुण्याचं थोडंसं दान आपल्या पदरात पडेल, ही श्रद्धा चोखोबांच्या घरी घडलेल्या घटनेनं महारवस्तीला दिली आणि 'पांडुरंगाचं तीर्थ आम्हालाही मिळालं पाहिजे' ही विनंतीवजा मागणी पंचमंडळींसमोर करायची असं महावस्तीवर एकमुखानं आणि एकमतानं ठरलं. अर्थात या गोष्टीला चोखोबाचा संपूर्ण विरोध होता. कर्ममेळ्याच्या बारशाच्या वेळी आपल्या घरी जे काही घडले, ते आपली पुण्याई नसून तो ज्ञानेश्वरांच्या सिद्धहस्ततेचा दाखला होता, असं त्यानं पदोपदी सगळ्यांना समजावून सांगितलं, पण 'देवाचं तीर्थ आपल्या वस्तीत आलं आणि गावात काही घडलं नाही, तेव्हा ती महाभयंकर संकटाची नांदी असल्याची धर्ममार्तंडाची भविष्यवाणी धादांत खोटी होती. एवढंच नव्हे तर आपल्याला तीर्थ मिळू नये, आपल्याला पुण्य मिळू नये यासाठी त्यांनी केलेला तो निव्वळ कांगावा होता.' याबद्दल वस्तीवरच्या सगळ्या लोकांची खात्रीच पटली आणि चोखोबाचं समजावून सांगणं, विरोध करणं कुणीही मनावर घेतलं नाही. आणि एक दिवस मरीआईच्या उत्सवाच्या तयारीसाठी पंचांची बैठक भरली असताना वस्तीवरच्या चार-पाच जणांना घेऊन गणाकाकानं हा विचार पंचांसमोर मांडला.

एकच हल्लकल्लोळ झाला. "महार वस्तीवरची ही माणसं आपल्या मर्यादा सोडून वागताहेत, बोलताहेत. चातुर्वर्ण्याची परंपरा धुडकावून लावत आहेत. त्या ज्ञानेश्वरांनी चोखाला जवळ केला. तोही स्वत:ला श्रेष्ठ समजायला लागला आणि त्याच्या नादानं ही इतर महार मंडळीही माजोरडेपणानं वागून धर्मबाहय वर्तन करायला लागली आहेत." असा त्या हल्लकल्लोळाचा एकंदरीत रोख होता. धर्ममार्तंडांनी आणि पंच मंडळींनी या गोष्टीला ठाम नकार दिला, खरंपण महार वस्तीवरचे लोक ऐकायलाच तयार होईनात. त्यातच पांडुरंगाचं तीर्थ महार वस्तीवर आलं, तेव्हा ते कडू होतं. आणि महारवस्तीतून जाताना ते गोड होऊन गेलं. या घटनेचं श्रेय चोखोबाच्या भगवद्‌भक्तीला न देता ते तीर्थ महारवस्तीत येऊन गोड होऊन गेलं याच गोष्टीला देण्यात आलं आणि वस्तीवरच्या लोकांनी हीच गोष्ट

उचलून धरली. कारण काहीही असलं तरी घडलेलं सत्य पंचमंडळींनाही नाकारता येईना, ब्रह्मवृंदानाही आणि धर्ममार्तंडानाही! इतका कल्ला झाला, इतका गोंधळ माजला की शेवटी सरदारांच्या सैनिकांना हस्तक्षेप करावा लागला. चोखोबाच्या मुलाच्या बारशाच्या दिवशी घडलेली सत्य घटना, त्या घटनेचाच आधार घेऊन महारांच्या वस्तीनं केलेली तीर्थासंबंधीची मागणी यातली कोणतीच वस्तुस्थिती नाकारण्यासारखी नव्हती. तसंच महारांच्या वस्तीवर धुमसणारा असंतोष गावालाही फारसा परवडणारा नव्हता. या सगळ्या गोष्टीची चर्चा पंचमंडळीनी आणि धर्ममार्तंडांनी सखोलपणे केली. पुष्कळ खलबत झाली. वाद-प्रतिवाद झाले. विरोध-प्रत्यारोध झाले. मात्र महारवस्तीची उत्कट भावना आणि निग्रहाची मागणी या गोष्टीचा विचार करून शेवटी पंचमंडळींनी असा निर्णय घेतला, की देवाच्या अभिषेकातील एक लहानसा कलश भरून ते तीर्थ रोज महारवस्तीवर पाठवलं जाईल. तो कलश चोखोबांच्या घरी राहील. आणि रोज मंदिरातून दुसऱ्या कलशातून देवाच्या अभिषेकाचे तीर्थ केशवभटाच्या हस्ते चोखोबांच्या घरातील कलशामध्ये आणून ओतले जाईल. महारवस्तीतील सगळ्यांनी चोखोबांच्या घरात ठेवलेल्या त्या तीर्थ कलशाचे दर्शन घ्यावे आणि त्यातून पळीभर तीर्थ प्राशन करावे. त्या तीर्थाच्या कलशाच्या संरक्षणाची, सुरक्षिततेची, शुचिर्भूततेची आणि पावित्र्याची संपूर्ण जबाबदारी चोखा महार आणि त्यांच्या कुटुंबीयावर राहील. या बाबतीत कोणताही गलथानपणा, दुर्लक्ष किंवा इतर काही घडल्यास त्याबद्दल चोखोबास जबाबदार धरून तो शिक्षेचा धनी होईल. पंच मंडळीनी हा एकमुखाने निर्णय घेतला आणि पाचामुखी परमेश्वर या न्यायाने तो ब्रह्मवृंदाना, धर्ममार्तंडाना, मंदिराच्या पुजारी, बडव्यांना आणि गावातील सगळ्यांना मानावाच लागला. हा विजय महारवस्तीचा होता, चोखोबाच्या भगवद्‌भक्तीचा होता की ज्ञानेश्वरांच्या क्रांतिकारी विचारांचा होता हे काळच ठरवणार होता.

त्यानंतर दोनच दिवसांनी विठोबाच्या मंदिरातील तीर्थाचा एक छोटासा कलश केशवभटाच्या हस्ते महारवस्तीवर आला. अत्यंत श्रद्धेनं आणि आनंदानं वेडावून जात वस्तीवरच्या सगळ्यांनी ढोल ताशाच्या गजरात वाजतगाजत मोठ्या मिरवणुकीनं तो कलश वस्तीवर आणला. कर्ममेळ्याच्या बारशादिवशी झालेल्या प्रकाराने केशवभटही आता काहीसा स्थिरावला, सरावला होता. आपल्या हस्ते एक मोठी क्रांतिकारी घटना या गावात घडली जाते आहे या गोष्टीचं त्याला मोठं नवल वाटत होतं. त्यामुळं त्या मिरवणुकीमध्ये मोठ्या उत्साहानं सामील झाला. अशा तऱ्हेनं साऱ्या गावातून वाजतगाजत तो तीर्थाचा कलश चोखोबांच्या घरापर्यंत आणण्यात आला. चोखोबांनी आपल्या खोपटाच्या बाहेरच्या खणात थोड्याफार सामानाची

हालवा हालव करून एक नेमकी जागा निश्चित करून घेतली. त्या जागेला थोडेसे सुशोभित करून अत्यंत भक्तीभावाने त्या तीर्थकलशाची प्रतिष्ठापना करण्यात आली. केशवभटाबरोबर अनंत भटही तिथेच होता. दोघांनी मिळून त्या कलशाची प्रतिष्ठापना तिथं केली. जमलेल्या सर्वजणांना, वस्तीवरच्या सगळ्यांना तीर्थ दिलं. तीर्थाचा कलश आपल्या घरी आला, म्हणजे साक्षात विठूराया आपल्या घरी आला, अशीच चोखोबांची भावना झाली. त्यांच्या डोळ्यांतून अश्रू घळाघळा वाहायला लागले. त्या कलशाच्या जागी त्याला कमरेवर हात ठेवून उभा असलेला विठूराया दिसू लागला. आणि शरीराचा अणूरेणू विठ्ठलमय झालेल्या अवस्थेत चोखोबांच्या मुखातून उद्‌गार उमटले.

"विठोबा पाहुणा आला आमुचे घरा। निंबलोण करा जीवे भावे?
पंचप्राण ज्योती ओवाळुनी आरती। ओवाळीला पती रखुमाईचा।।
षड्रस पक्वानाने विस्तारिले ताट। जेवू एकवट चोखो म्हणे।।"

तीर्थाचा हा कलश चोखोबाच्या घरी असणार होता. म्हणजेच धर्ममार्तंडांनी, ब्रह्मवृंदानी आणि इतर गावकऱ्यांनी चोखोबांच्या भगवद्‌भक्तीला ही दिलेली मान्यताच होती. रोज सकाळी शुचिर्भूत होऊन चोखोबा त्या कलशाची जागा साफसूफ करत असे. रांगोळीची दोन बोटे ओढून हळदी-कुंकू घालून सोयरा त्या जागेची पूजा करत असे. तीर्थाचा तो कलश आपल्या खोपटात येतोय आणि आपल्याकडंच राहतोय याचा अर्थ प्रत्यक्ष विठ्ठलच आपल्या घरी येतोय आणि तो आपल्या घरी राहतोय असा ईश्वरी संकेत आहे. अशी श्रद्धा त्या दोघांच्याही मनामध्ये उद्‌भवली होती. प्रत्यक्ष विठ्ठलाच्या तीर्थाचा कलश आपल्या घरी येणं हा पांडुरंगानं आपल्यावर दाखवलेला विश्वास तर आहेच, पण हा आपल्या बाळाचा, कर्ममेळ्याचा पायगुणही आहे, या भावनेनं चोखोबाला जसं आणखी भक्ती करायचं बळ मिळालं, तसंच संघर्षाला सिद्ध होण्याचं सामर्थ्यही. महार जातीत जन्मलेला हा चोखोबा आता असा सगळासगळा विठ्ठलभक्त बनला होता. झालेल्या घटनेनं महारवस्तीवर नाही म्हटलं तरी चोखोबाचं वजन वाढलेलं होतं. त्याच्या वस्तीवरचेच काय, पण गावातील काही ब्राह्मणवर्ग, वतनदार मराठासमाज आणि सधन वैश्यसमाज सोडला, तर इतरेजनांतही चोखोबांच्या नावाचा त्याच्या भक्तीचा बोलबाला झाला होता. संत मेळ्यात या सगळ्या प्रसंगातून चोखोबांची श्रेष्ठता सिद्ध झाल्याबद्दलची ग्वाही एकमेकांना दिली जात होती. चोखोबांच्या भगवद्‌भक्तीवर, विठ्ठलाशी त्याच्या असलेल्या जवळीकीवर नामदेव, जनाबाई अभंग रचत होती. आत्मभान आलेला चोखोबा मात्र या सगळ्यांपासून वेगळा होता. आपल्या भगवद्‌भक्तीत रमला होता.

चोखोबाच्या घरी तीर्थकलशाचं येणं ही आता दैनंदिन घटना झाली होती. प्रथम देवाचं पंचामृताने स्नान होत असे. त्यानंतर शुद्ध जलाने स्नान होई. नंतर हे सगळं तीर्थ एका मोठ्या तीर्थपात्रात जमा होत होतं. त्यातलं थोडसं तीर्थ एका लहानशा कलशामध्ये ओतलं जायचं. तो लहानसा कलश केशवभटाच्या हस्ते महारवाड्यात चोखोबांच्या घरी जाई, चोखोबांच्या घरी प्रति स्थापित केलेल्या कलशामध्ये तो तीर्थ ओतलं जाई आणि नंतर ते तीर्थ सगळ्या महार मंडळींना दिलं जाई. अशा पद्धतीचा एक दिनक्रम आता निश्चित झाला होता. सगळ्यांनाच आता त्याची सवय झाली होती. रोजच्या रोज मिळणाऱ्या तीर्थामुळे महार मंडळी पुण्य जमा करण्यात गुंतली होती. सगळं सुखनैवं चाललं होतं. पण त्या परमेश्वराच्या मनात काही तरी वेगळंच असावं. आपल्या भक्तांना छळण्यातच त्याला सुख वाटत असावं अशी शंका येण्याजोगी एक भयंकर घटना पंढरपुरात घडली. खरं तर महार जातीत जन्मलेल्या चोखोबाचा होणारा बोलबाला, सगळ्या जातीच्या संतांबरोबर असणारी त्याची ऊठबस, गावात त्याला मिळालेली पत, प्रतिष्ठा आणि भगवद्भक्तांच्या मांदियाळीत त्याला मिळालेलं श्रेष्ठ स्थान हे सगळं नाही म्हटलं तरी स्वत:ला धर्म मार्तंड म्हणवून घेणाऱ्या, स्वत:ला शिष्टाचार्य म्हणवून घेणाऱ्या वर्ण धर्मियांना खटकत होतं, सलतचं होतं. पण काही बाबतीत प्रत्यक्ष पांडुरंगानं कौल दिल्याप्रमाणे घडले असल्यामुळे त्यांना गप्प बसावं लागलं होतं. कर्मकांडाची भीती घालून या शुद्रातिशुद्र जमातीवर बसवलेली आपली पकड देवभक्तीच्या मार्गात लुडबुड करणाऱ्या चोखोबामुळं निसटते की काय? अशी भीती त्यांना वाटू लागली होती. या लोकांच्या अज्ञानीपणाचा फायदा घेऊन यांच्यावर अनिर्बंध सत्ता गाजविण्याच्या त्यांच्या योजनांना अनवधानाने का होईना, पण चोखोबांमुळे तडा जात होता. असे होऊन चालणार नव्हते. काहीतरी करायला हवे होते. काहीतरी घडायला हवे होते. या मंडळींच्या सुदैवाने आणि चोखोबांच्या दुर्दैवाने नेमकी ती घटना घडली.

कलशाची पूजा, पांडुरंगाची भक्ती, संत मेळ्याचा सहवास, गावानं नेमून दिलेली कामं, घरातलं इतर कामकाज आणि कर्ममेळ्याशी खेळणं या सगळ्यात दिवस कधी संपायचा ते चोखोबाला कळायचं नाही. पुन्हा संध्याकाळी भजन, कीर्तन असायचं ते वेगळचं. चोखोबाचा हा दैनंदिन कार्यक्रम असा ठरलेला होता. त्यादिवशी तो असाच कीर्तनाला गेला. आज नामदेवांचे कीर्तन, कीर्तनातील कथा खुलवून सांगण्याची नामदेवांची खुबी, रसाळ वाणी, त्यातला उत्कट भक्तीभाव, देवाला केलेला आर्त पुकारा या सगळ्यामुळं नामदेवाचं कीर्तन विलक्षण रंगायचं. त्या दिवशीही ते तसंच रंगलं. मध्यरात्र कधी उलटून गेली, ते कुणालाच कळलं

नाही. चंद्र माथ्यावर आला तसं नामदेवांनी कीर्तन थांबवलं. मंडळी पांगली. आपापल्या घरी गेली. नामदेवांचा निरोप घेऊन चोखोबा घरी जायला निघाला. त्याचं घर सगळ्यात लांब होतं. कारण महारवाडा गावकुसाबाहेर होता. कीर्तनाच्या ठिकाणाहून थोडं पुढं आल्यावर चोखोबा क्षणभर थबकला. समोर विठ्ठलाचं मंदिर होतं. त्याचं मन काही क्षण तिथं रेंगाळलं. पाय जागेवरून हालायला तयार होईनात. स्वत:च्याही नकळत चोखोबा मंदिराच्या पायऱ्या चढून पटांगणात आला. वर चढून आल्यावर त्याला भान आलं. देवळाचे महाद्वार बंद होते. तिथंच उभा राहून चोखोबानं हात जोडले, डोळे मिटले. तो सावळा विठूराया त्याच्या डोळ्यांसमोर उभा राहिला. चोखोबांची जणू समाधी लागली.

''पाहता पाहतां वेधियेला जीव। सुखाचा सुखसिंधु पंढरीराव।।
माझा हा मी पणा हरपला जाणा। कळल्या आगम निगमाच्या खुणा।।
भावसागराचा दाता। विठ्ठल विठ्ठल वाचे म्हणता।।
उभा राहुनि महाद्वारी। चोखोमेळा दंडवत करी।।''

देवाच्या दर्शनानं मन भरलं, तसा चोखोबा माघारी फिरला आणि विठूरायाचं सावळं रूप डोळ्यासमोर आणतच त्यानं स्वत:ला निद्रेच्या आधीन झोकून दिलं. नेहमीप्रमाणं भल्या पहाटे चोखोबा उठला. नेमून दिलेल्या गल्ल्या लोटून झाल्यावर त्या चारी, पाची गल्लीतला मैला त्यानं भरला. आणि गावा बाहेरच्या मसणवटीच्या शेजारी काढलेल्या भल्या मोठ्या खड्ड्यात तो नेऊन ओतला. तोपर्यंत बरेच उजाडले होते. चोखोबा घरी आला. त्यानं स्वच्छ स्नान केले आणि शुचिर्भूत होऊन तीर्थाच्या कलशाची जागा साफ करण्याच्या कामाला लागला.

केशवभट शंकरभटाच्या मदतीने पांडुरंगाच्या सेवेत मग्न होते. त्यांनी मूर्तीची वस्त्रे उतरवली. आभूषणे उतरवली. काळ्या कुळकुळीत दगडाची ती विठ्ठलाची साजरी मूर्ती आता स्नानाला सिद्ध झाली होती. तूप, मध, साखर, दही आणि दूध असे सगळे घालून विठोबाला पंचामृती स्नान घालण्यात आले. त्यानंतर उष्णोदक स्नान झाले. मग भल्यामोठ्या शंखातून देवाला शुद्धोदक स्नान झाले. स्नानाचा हा सोहळा पार पडला. केशरी पंचाने देवाला पुसून काढण्यात आले. वस्त्र नेसवण्यात आले आणि एकएक करून देवाची आभूषणे त्याला घालायला त्या दोघांनी सुरुवात केली. तोवर शंकरभटाच्या मदतीला त्यांचा मुलगाही आला. आणि तीर्थपात्रात साठलेले तीर्थ छोट्या कलशात घेऊन केशवभट तो कलश घेऊन महारवस्तीत गेला. चोखोबांच्या घरातील कलशात ते तीर्थ ओतून तो परत आला. चंद्रभागेत पुन्हा एकदा डुबकी मारून तो पुन्हा गाभाऱ्यात आला. देवाची पूजा

बांधण्याचे काम अजून सुरू होते. भरजरी पीतांबर नेसवून झाले. कंबरपट्टा आणि बाजूबंद चढवून झाले होते. कर्ण लावून झाले होते. शंकरभटांनी सूर्याला दाखवून, गायत्री मंत्राचे उच्चारण करून देवाला जानवे घातले. भाळावर कस्तुरी रेखली. त्यावर उभे गंध लावले. दोन्ही कानाशिलाजवळ चंदनगंधाचे टिळे लावले. तोवर केशवभटही तिथे येऊन पोहचले. तुळशीहार, चंद्रहार, एकेक करत शंकरभट मूर्तीच्या गळ्यात आभूषणे घालू लागले आणि अचानक त्यांचा हात थबकला. रोज सावळ्या विठोबाच्या गळ्यात असणारा, अस्सल तेजाने लखलखणारा नवरत्नांचा हार दिसत नव्हता. शंकरभटांनी पुन्हा एकवार सगळी आभूषणे पुन्हा एकदा तपासली. मूर्तीच्या स्नानासाठी आणून ठेवलेले सामान जे गाभाऱ्यात विखरून पडले होते, तेही धुंडाळले. निर्माल्यही पुन्हा विस्कटून पाहिले. देवाच्या गळ्यातही पुन्हा:पुन्हा पाहिले. पण देवाच्या गळ्यात तुळशीहार आणि चंद्रहारच तेवढा दिसत होता. रत्नहार कुठेच दिसत नव्हता. शंकरभट चपापले, घाबरले. त्यांनी ही बाब केशवभटांच्या निर्दशनास आणून दिली. तोही चमकला. शंकरभटांच्या बोलण्याचा विश्वास न वाटून त्यानंही पुन्हा:पुन्हा सगळं गर्भागार धुंडाळलं. पण देवाचा रत्नहार कुठेच सापडला नाही. दोघांनाही घाम फुटला. हे काय भलतं आक्रित? ही कुठल्या अशुभाची नांदी? हा काय भलता प्रकार? काही क्षण दोघे एकमेकांकडे पाहत राहिले आणि मग मात्र शंकरभटांनी एकच आरडा ओरडा केला,

"चोरी, चोरीऽऽ देवाच्या देवळात चोरी झालीऽऽऽऽ!!! देवाच्या देवळात चोरी झाली. देवाचा हार चोरीला गेलाऽऽऽऽऽऽ!!! पांडुरंगाचा हार चोरीला गेला. विठ्ठलाचा नवरत्नाचा हार, विठ्ठलाचा नवरत्नाचा हार, चोरीला गेला भयंकर!! महाभयंकर!! ही भयंकर संकटाची नांदी. हे काहीतरी अशुभ सूचक चिन्ह! आता काहीतरी भयंकर घडणार! जगबुडी होणार!"

"महामारी येणार, प्रलय होणार, पृथ्वीचा विनाश जवळ आला आहे. माणसाचा विनाश जवळ आला आहे. या पंढरपुरावर महाभयंकर संकट ओढवणार आहे. वाचव, विठ्ठला, पांडुरंगा आता तूच वाचव. तू दयेचा सागर आहेस. कृपासिंधू आहेस. संकटातून तारणारा आहेस. यातून आम्हाला तूच वाचवू शकशील. तूच सोडवू शकशील. धांव विठूराया धांव. आमचे काही चुकलेमाकले असेल, तर आम्हाला क्षमा कर. आमचे अपराध पोटात घाल. क्षमा! विठूराया क्षमा!" शंकरभट गर्भागारात बसून कपाळ बडवत आकांत करत होते. विठ्ठलाची ती सावळी मूर्ती मात्र दगडी चेहऱ्यानं कर कटेवर ठेवून उभी होती.

शंकरभटाचा आरडाओरडा ऐकून देवळाबाहेर गर्दी जमली. जो, तो एकमेकाला "काय झाले? काय झाले?" असा प्रश्न विचारू लागला. एकाने धाडस करून

धावत जाऊन गोविंदभटांना बोलावून आणले. गोविंदभट देवळाचे प्रमुख पुजारी होते. देवळात काहीतरी दंगा झाला आहे, हे समजल्यावर गोविंदभट तातडीने तेथे आले. त्यांनी गाभाऱ्यात प्रवेश केला. शंकरभट कपाळ बडवून ओरडत होते. आणि केशवभट थरथरत कोपऱ्यात उभे होते. गोविंदभटांनी पुढे होऊन शंकरभटास धीर दिला. शंकरभटाने सगळी साद्यंत हकीकत गोविंद भटास सांगितली. देवाळाच्या मूर्तीच्या गळ्यातील रत्नहार चोरीस गेला आहे हे समजताच गोविंदभटांनाही धक्का बसला. ही बाब तशी गंभीर होती. ''हे निंदनीय कृत्य कुणी केले असावे, त्याचा छडा लागलाच पाहिजे!'' अशा घोषणा बाहेर जमलेले पंढरपुरवासी देऊ लागले. ज्याने कुणी हे केले, त्याने लोकांच्या श्रद्धेवर घातलेला हा घाव होता. लोकांच्या भक्तीची ही विटंबना होती. साहजिकच घडल्या घटनेचा तपास लावून हार चोरणाऱ्याला शिक्षा झालीच पाहिजे अशी लोकांची भावना होती. धक्क्याचा पहिला आवेग ओसरला आणि हे कसं झालं असावं? कुणी केलं असावं? याबद्दल लोकांचे तर्क-वितर्क सुरू झाले. गोविंदभटाने तातडीने निरोप पाठवून मंदिराच्या विश्वस्त आणि बडव्यांची बैठक बोलवली.

एक अर्तक्य घटना घडली होती. जो, तो आपापल्या परीनं त्या संबंधी अंदाज बांधत होता. मंदिरात रात्री कोणकोण आलं होतं? बडवे आणि पुजारी मंडळीपैकी रात्री मुक्कामाला कोण होतं? शेजारतीनंतर मंदिराचे दरवाजे कुणी लावले? काकड्याचे वेळी मंदिराचे दरवाजे कुणी उघडले? त्यावेळी मंदिराचा दरवाजा कडी कोयंडा, कुलूप सगळं शाबूत होतं कां? चोर कुठून आला असावा? देवाच्या मूर्तीवर इतरही दागिने, रत्नजडित मुकूट, देवाची चांदीची उपकरणी भांडी, चांदीचे अभिषेक पात्र, चांदीचे मखर, सोन्याची प्रभावळ हे सगळं सोडून फक्त त्याने रत्नहारच का चोरला असावा? एक ना दोन अशा अनेक शंका-कुशंका, प्रश्न यांचा ऊहापोह त्या बैठकीत चालला होता. एवढ्यात नागेश नावाच्या बडव्याला अचानक काही आठवले. तो पटकन् म्हणाला, ''थांबा! हे काम नक्की त्या चोखाचेच असणार? रात्रीचा दुसरा प्रहर संपल्यावर काळोखात मंदिरासमोर त्याला उभा राहिलेला मी पाहिलाय. गर्भागाराला कुलूप घालून मी सभामंडपात झोपलो होतो. लघुशंकेसाठी मी बाहेर आलो, त्यावेळी चंद्र माथ्यावर होता. चंद्राच्या प्रकाशात मी स्पष्टपणे पाहिले, चोखा महार मंदिरासमोर उभा होता. रस्त्यावर कुणी चिटपाखरूही नव्हते, मग हा चोखा मंदिरासमोर एवढ्या अपरात्री काय करत होता? नक्कीच देवाचा रत्नहार त्याने चोरला असणार? त्याला जादूटोणा येतो म्हणे! त्यानं नक्कीचं काहींतरी जादूटोणा करून, मंदिराचा दरवाजा उघडला असणार आणि नेमका तेवढा रत्नहार घेऊन पसार झाला असणार! नक्कीच तो

चोखा, चोखा महारच?'' नागेश बडव्यांनी असे सांगताच, सगळ्यांचा त्यावर विश्वास बसला. कारण त्याने चोखाला प्रत्यक्ष पाहिले असल्याचे, तो शपथपूर्वक सांगत होता. म्हणजे ते नक्कीच खरे असेल! त्यातच विठोबासाठी, त्याच्या दर्शनासाठी चोखोबाची होणारी तळमळ या सगळ्यांना माहीत होती. मंगळवेढ्याला असतानाही हा बेभानपणे मंदिरात शिरला होता आणि गावकऱ्यांनी त्याला बेदम चोप दिला होता. ही चोखोबाच्या भूतकाळातली घटना ही या मंडळींना माहीत होती. चोखोबावरचा त्यांचा संशय आणखी पक्का झाला. त्यात नाहीतरी परवाच्या तीर्थ प्रकरणापासून तो सगळ्यांच्या डोळ्यात सलत होताच. सगळ्यांच्या मताप्रमाणं गावगाड्याला तो डोईजडच झाला होता. ज्ञानेश्वरांसारख्या संतांनी मध्यस्थी केली म्हणून त्यावेळी नाइलाजानं त्या गोष्टीला सगळ्यांनी संमती दिली होती. पण देवाचं तीर्थ महार वस्तीवर नेण्याला सगळ्यांचा विरोधच होता. देवाचा रत्नहार चोरून चोखा महार आयताच तावडीत सापडला होता. आणि त्याच्याबरोबर सगळा महारवाडापण. अशी चर्चा चालली असताना, एकाएकी गोविंदभट म्हणाले, ''ह्या चोखा महारानं नुसता देवाचा रत्नहार चोरला नाही, तर देवाच्या अंगावरून हार काढताना त्याचा स्पर्शही देवाला झाला असावा! म्हणजे या म्हारानं देव शुद्धा बाटवला आहे. त्याच्या या गुन्ह्याबद्दल त्याला कोणतीतरी भयंकर सजा केली पाहिजे. तरच त्या चोखाला आणि सर्व महारवस्तीला चांगली दहशत बसेल.'' गोविंदभटांनी असे सांगितल्यावर सर्वांनाच ते पटले. आणि या गुन्ह्याबद्दल चोखोबाला काहीतरी जबर शिक्षा करण्याचे एकमताने ठरवले आणि बैठक संपली.

कलशात तीर्थ ओतून केशवभट गेला. चोखोबाने पुन्हा एकदा स्नान केले. तसाच ओल्या वस्त्राने तो कलशाजवळ आला. मनोभावे त्याने कलशाची पूजा केली. आणि त्यात ठेवलेली पळी घेऊन त्यानं ते तीर्थ हलवलं. रोजच त्याला असं करावं लागत असे. कारण तीर्थात असलेल्या पंचामृतातील साखर आणि मध तळाला जाऊन बसत असे. त्यामुळे तीर्थ हलवल्याशिवाय ते देणे किंवा घेणे योग्य होत नसे. आजही चोखोबाने ते तीर्थ हलवले आणि तीर्थाच्या तळाशी मध आणि साखरेशिवाय आणखी काही असल्याचे त्याच्या लक्षात आले. काय असेल बरे तळाशी? या विचाराने आपला स्वच्छ धुतलेला हात त्या तीर्थपात्रात घालून त्याने चाचपणी केली. आत काहीतरी वस्तू होती. दोन बोटात धरून त्यानं ती वस्तू वर उचलली. आणि तीर्थपात्रातून बाहेर काढली. त्याच्या स्वत:च्या डोळ्यावर विश्वास बसेना. तीर्थपात्रातून काढलेली वस्तू दुसरी-तिसरी काही नसून, प्रत्यक्ष पांडुरंगाच्या गळ्यातील रत्नहार होता. चोखोबांच्या खोपटाच्या छतातून येणारी सूर्यकिरणे त्या रत्नहारावर पडली होती. आणि तो रत्नहार आणखीच लखलखत होता. त्या

रत्नावरून परावर्तित झालेले किरण चोखोबाच्या चेहऱ्यावर पडले होते. डोळ्यांवरही पडले होते. आणि चोखोबाला आपण पाहिलेले स्वप्न आठवले. उत्तर रात्री नामदेवाचे कीर्तन ऐकून प्रसन्न मनानं चोखोबा येऊन निजला. आज नामदेवांनी त्या दिवशी रात्री हरिश्चंद्र-तारामतीची कथा आख्यानात सांगितली. प्रत्यक्ष राजा असूनही हरिश्चंद्राला डोंबाचे काम करावे लागले. तरीही त्याने सत्त्व सोडले नाही. नामदेवांचे भाषेवरील प्रभुत्त्व, त्यांची रसाळ वाणी आणि अभंगाचा आधार घेऊन केलेले अतिशय मधुर असे कीर्तन हे सगळं ऐकतच चोखोबा घरी येऊन झोपला. सत्त्व सांभाळण्यासाठी आपले राज्य, आपले तेज आपली पत्नी व मुलगा यांना पणाला लावणाऱ्या राजा हरिश्चंद्राने त्याच्या मनात घर केले. आपणही आपले सत्त्व सोडायचे नाही. विठ्ठलभक्ती हेच आपल्या जीवनाचे तत्त्व आणि जगण्याचे सत्त्व आहे. ते आपण कदापी सोडायचे नाही. मग काय वाट्टेल ते झाले तरी चालेल, अशी प्रतिज्ञा केल्यावर, त्या दिवशी चोखोबाला झोप लागली. निजतानाही त्याच्या तोंडात विठ्ठल-विठ्ठल हा मंत्रजप होताच, चोखोबाला गाढ झोप लागली. आणि अचानक त्याला असं वाटलं की, आपल्याला कुणीतरी हाका मारत आहे. खोपटाचे कवाड उघडून तो बाहेर आला. समोर एक ब्राह्मण वेशातील व्यक्ती उभी होती. चोखोबाला समोर बघताच त्या व्यक्तीने सांगितले, "चोखोबा चला, तुम्हाला पांडुरंगाने बोलावले आहे." चोखोबाला नवल वाटले. तरी काही न बोलता त्या व्यक्तीबरोबर तो मंदिरापर्यंत गेला. नेहमीच्या सवयीने त्याची पावले महाद्वाराच्या बाहेर थांबली. तशी ती व्यक्ती म्हणाली, "चला चोखोबा! येथे उभे राहू नका. आपल्याला आत जायचे आहे." चोखोबा घाबरला. म्हणाला, "महाराज, मी आत कसा येऊ? मी जातीने महार आहे. ब्राह्मण आणि बडवे मिळून मला मारतील! मी इथेच बरा आहे."

"चोखोबा, तुम्हाला पांडुरंगाने आत भेटायला बोलावले आहे. तेव्हा नि:संकोचपणे तुम्ही माझ्याबरोबर चला." असे म्हणून त्या व्यक्तीने चोखोबाचा हात धरला आणि चोखोबाला ती व्यक्ती सरळ गाभाऱ्यात घेऊन गेली. ते साजिरे, सुंदर रूपं पाहिल्यावर चोखोबाचं भान हारपलं आणि देवाच्या मूर्तीला त्यानं मिठी मारली. चोखोबाचे अश्रू अनावर झाले, ते देवालाही कळले. अत्यंत मायेनं चोखोबाला जवळ घेऊन देव त्याच्या पाठीवरून हात फिरवत राहिला. कितीतरी वेळ चोखोबा त्या उन्मनी अवस्थेतच होता. देवाला जणू भान आले. तो चोखोबाला म्हणाला, "चोखोबा झाली ना तुमची इच्छा पूर्ण. तुम्हाला माझं दर्शन घ्यायचं होतं. मला ही तुम्हाला भेटायचं होतं!" देवाच्या या उद्‌गाराने चोखोबा भानावर आला आणि उत्स्फूर्तपणे म्हणाला,

सुंदर मुखकमल कस्तुरी मळवट। उभा देखिला तटी भीवरेच्या।।
मकराकार कुंडले श्रवणी ढाळ। देती गळा वैजयंती मुक्तमाळा।।
शंख, चक्र, गदा, पद्म चहू करी। गरूड वाहन हरी देखियला।।
चोखा म्हणे सर्व सुखाचे आगर। निरा भिवरा तीर विठ्ठल उभा।।

चोखोबाच्या तोंडून आपलं हे सुंदर वर्णन ऐकून विठोबा प्रसन्न झाला. चोखोबाला म्हणाला, "चोखोबा आता मध्यरात्र उलटून गेली आहे. तेव्हा तुम्ही आता घरी जा. आता झुंजूमुंजू होईल. तुम्हाला कुणी आत पाहिले, म्हणजे काहीतरी भलतेच घडेल, तेव्हा तुम्ही आता घरी जा. तुम्ही माझे लाडके भक्त आहात. म्हणून हा माझ्या गळयातला रत्नहार मी तुम्हाला देतो आहे, तो तुम्ही तुमच्या गळयात घालून घ्या.'' असं म्हणत देवाने आपला रत्नहार काढून चोखोबाच्या गळयात घातला. या रत्नहारापेक्षाही आपल्याला देव दिसला, भेटला, आपण त्याचे अगदी जवळून दर्शन घेऊ शकलो या गोष्टीचे महत्त्व चोखोबाच्या दृष्टीन अधिक होते. तो रत्नहार गळयात घालून आयुष्याच सार्थक झाल्याच्या आनंदात चोखोबा घरी आला.

गाढ झोपलेला चोखोबा पहाटे जागा झाला तो हे स्वप्न आठवतच. अनावधानाने त्याचा हात गळयाकडे गेला देखील. पण गळयात रत्नहार नव्हता. आपल्याला पडलेल्या स्वप्नाचे, मनातल्या विचारांचे चोखोबाला हसूच आले. स्वत:शीच हासत चोखोबा दैनंदिन कामकाजाला लागला. एकट्याच हसत असलेल्या चोखोबाला बघून सोयराला अजिबात नवल वाटलं नाही. अलीकडं म्हणजे नामदेवांनी 'विठ्ठल' हा गुरुमंत्र दिल्यापासून सतत नामस्मरणात दंग असलेला चोखोबा कधीतरी असा भान हरपून बसायचा आणि त्या बेभान अवस्थेत असाच स्वत:शी हसायचा. त्यातच सोयराला आता कर्ममेळ्याकडे लक्ष द्यायला लागायचे. कर्ममेळ्याला आता पाय फुटले होते. तो सगळ्या वस्तीभर धावायचा. त्याच्या मागे धावून सोयराची दमछाक व्हायची. एकटाच हसत का हाईना पण चोखोबा दैनंदिन कामाला लागला हे बघून सोयरा आपल्या कामाला लागली. गावकीनं नेमून दिलेलं कामकाज आटोपून, शूर्चिभूत होऊन ओलेत्या वस्त्रानं तीर्थकलशाची पूजा करणाऱ्या चोखोबाच्या हातात तो रत्नहार आला आणि त्याला रात्रीचे स्वप्न आठवले. देवानंच आपल्यासाठी हा रत्नहार धाडला आहे असे त्याच्या मनानं पक्के घेतले आणि पंचामृतानं भरलेला तो रत्नहार स्वच्छ पाण्याने धुवून अत्यंत भक्तीभावानं तो त्यानं कपाळाला लावला आणि गळयात घातला. रत्नहाराचा स्पर्श गळयाला होताच एका विलक्षण अनुभूतीचा साक्षात्कार जणू चोखोबाला झाला. आपण देवाच्या जवळ, अगदी जवळ आहोत. त्यानं आपल्याला आलिंगन देऊन अगदी

जवळ हृदयाशी धरले आहे. अशी काहीशी विलक्षण जाणीव त्याला होऊ लागली. त्या कलश ठेवलेल्या चौरंगासमोरच तिथंच चोखोबा मांडी घालून बसला आणि विठ्ठलाच्या नामस्मरणात त्यानं स्वत:ला झोकून दिलं.

आपलं अभिषेकाचं तीर्थ चोखोबाच्या घरी पोचलंय आणि रोजच्या रोज त्याचा लाभ चोखोबाला होणार आहे त्याचा आनंद कर कटेवर ठेवून विटेवर उभ्या असलेल्या त्या पांडुरंगाला झाला होता. पण केलेल्या भक्तीचं फळ आणि पुण्य सहज मिळवून दिले तर तो देव कसला? भक्ताची कसोटी घेण्यातच त्याला आनंद होतो. रुक्मिणीला नेमका त्याचा हाच स्वभाव आवडायचा नाही. पण कसोटीला उतरल्याशिवाय भक्ताची योग्यता ठरत नाही, असं पांडुरंगाचं स्पष्ट मत होतं. त्यामुळंच जेंव्हा अभिषेकजलाचा कलश चोखोबाच्या घरी गेला तेव्हाच आता चोखोबालाही कसोटी द्यावी लागणार हे रुक्मिणीच्या लक्षात आलं. पण पांडुरंगाच्या त्या सावळ्या चेहऱ्यामागं काय गारूड लपलंय ते तिलाही कधी कधी कळायचं नाही. पण आपले खरे भक्त कोणत्याही कसोटीला उतरतात, खरे ठरतात याची विठ्ठलाला खात्री होती. म्हणूनच चोखोबांची ही सत्त्वपरीक्षा पाहण्याचं त्यानं ठरवलं. या परीक्षेत चोखोबा खरा उतरणार असा त्याचा विश्वासही होता. तरीही धनाची लालसा, भल्याभल्याचे सत्त्व बिघडवते हे त्याला माहीत होते. त्यातच चोखोबांवर महार जातीचा शाप होता. गावाकडून आधीच तो नाडला गेलेला होता. संतांचा आणि विठ्ठलनामाचा एवढाच काय तो त्याला आधार होता. त्याची भक्ती किती पराकोटीची आहे. हे एकदा चाचपडून बघायला हवं होतं. चांगल्या-वाईट, अत्यंत वाईट, महाभयंकर परिस्थितीतही विठ्ठलाची भक्ती तो करत राहील का? याची चाचपणी एकदा विठोबाला करायची होती. म्हणूनच त्या तीर्थकलशातून तो रत्नहार चोखोबाच्या घरी जाईल, अशी व्यवस्था त्यानं केली. आपण चोखोबांच्या गळयात रत्नहार घातला आहे असे स्वप्न बघितल्यावर चोखोबा तो रत्नहार गळयात घालून घेणार याची त्याला खात्री होती. गावातल्या ब्राह्मण मंडळींना हे कळणार होतं आणि त्यानंतर जे घडणार होतं ही चोखोबाची सत्त्वपरीक्षा होती आणि काही अघटित घडण्यापूर्वी पांडुरंगच ते सावरणार होता, हे जरी खरं असलं तरी चोखोबाला एका भयंकर संकटाला तोंड द्यावे लागणार होते. एका मोठ्या कसोटीला उतरावे लागणार होते. ही परीक्षा फक्त चोखोबाची नव्हती, तर त्याच्या भक्तीची होती. त्याच्या श्रद्धेची होती. पांडुरंगावर असलेल्या त्याच्या अढळ विश्वासाची होती. ही परीक्षा फक्त चोखोबाचीच नव्हती, तर प्रत्यक्ष पांडुरंगाची होती. भक्तवत्सल या त्याच्या बिरुदावलीची होती. विठू माउली या त्याच्या नामनिधानाची होती. चोखोबाच्या भक्तीच्या सखोलतेची होती आणि पांडुरंगाच्या भक्तवत्सलतेची

होती. एकंदरीत ही कसोटी म्हणजे सगळ्याच मांगल्याची सत्त्वपरीक्षा होती. आपणचं मांडलेल्या या डावाची अशी चिंता विठ्ठलाच्या त्या सावळ्या चेहऱ्यावर उमटली आणि एरवी सदोदित त्याचा प्रसन्न असणारा चेहरा चिंताक्रांत झालेला बघून रुक्मिणीलाही नवल वाटलं. त्याबद्दल तिने त्याला छेडलेही. पण कर कटेवर ठेवून विटेवर उभ्या असलेल्या त्या सावळ्या पांडुरंगाने त्या प्रकरणी मौन धारण करायचे पसंत केले.

18

चोखोबानं गळयांत रत्नहार घातला आणि आपण विठ्ठलाच्या आलिंगनात बद्ध असल्याच्या विलक्षण अनुभूतीने स्वत:ला झोकून देत तो नामस्मरणात दंग झाला.

त्रैलोक्य वैभव ओवाळोनी सांडावे। नाम सुखे घ्यावे विठोबाचे।।
आणि साधने आहेत बहुतांपरी। नामाची ती सरी न पवती।।
म्हणोनि सुलभ विठ्ठल एक नाम। गाता नाचतां प्रेमें मुक्ती तया।।
चोखा म्हणे माझा अनुभव उघडा। भवभय पीडा येणे वारे।।

चोखोबा असा नामस्मरणांत गुंग होता. विठ्ठलनामाची एक विलक्षण ऊर्जा त्याच्या नसानसांतून वाहत होती. रोज खरं म्हणजे यावेळी सरकार-दरबारचं एखाद काम करायचं आहे का? हे विचारण्यासाठी चावडीवर जाण्याचा त्याचा रोजचा प्रघात होता. या गावात, पंढरपुरात आल्यावरशुद्धा आपल्या चोख वागण्यानं, प्रामाणिकपणानं आणि निष्ठेनं काम करणारा असा नावलौकिक त्यान मिळवला होता. याहीपेक्षा महत्त्वाचे म्हणजे सरकार दरबारचे कोणतेही काम, मग तो कसला दस्तऐवज पोचवण्याचे असो, काही जिन्नस पोचवण्याचे असो ते काम चोखोबाला दिले की ते चोखच होणार, नेमके होणार आणि वेळेत पूर्ण होणार याबद्दल कोणाच्याही मनात शंका नसे. काही, काही वेळा तर सरकार-दरबारची गुपिते चोखोबाकरवी धाडली जात असत. महार जमात राज्यकर्त्यांशी एकनिष्ठ असतेच. खाल्ल्या मिठाला जागणारी ही जात असते, असा नावलौकिक महार जमातीचा आहेच पण कोणत्याही प्रलोभनाला बळी न पडता अत्यंत इमानीपणानं काम करणारा प्रामाणिक महार, अशी आपली स्वत:ची एक वेगळी ओळख चोखोबानं

पंढरपुरातही निर्माण केली होती. विठ्ठलाचा निस्सीम भक्त चोखोबा, अभंग रचना करणारा महार जातीतला पहिला संत चोखोबा, ज्ञानेश्वरांसारख्या ब्राह्मण संतांनीही ज्याला जवळ केले तो चोखोबा, याहीपेक्षा एक अत्यंत इमानी आणि प्रामाणिक महार चोखोबा ही चोखोबाची ओळख सगळ्यांना, सगळ्या गावाला जास्त चांगली माहीत होती. विठ्ठलाचे बाहू हार रूपानं आपल्या गळ्यांत पडले आहेत या जाणिवेत आत्मभान हरपलेला चोखोबा विठ्ठलाच्या नामस्मरणात दंग झाला होता. गावात काय घडले आहे, याची कसलीही जाणीव चोखोबाला नव्हती. चोखोबा मनस्वी शांत होता आणि गावात मात्र कोलाहल माजला होता.

विठोबाच्या देवळांत घडलेलं भयंकर नाट्य आणि त्याची चर्चा केल्यानंतर निष्कर्षाप्रत पोचलेले शंकरभट, केशवभट, गोविंदभट, नागेश बडवे, दहा-बारा पुजारी आणि बडवे शंभर एक माणसांचा जनसमुदाय घेऊन चोखोबांच्या घराजवळ आले. या जनसमुदायात जसे विठ्ठलभक्त होते तसेच हौसे, गवसे आणि नवसेही होते. त्यात जसे चोखोबाला मानणारे, त्याच्या विठ्ठलभक्तीला दाद देणारे होते तसेच त्याचा झालेला बोलबाला खुपणारे, महार असूनही त्याला मिळणारा सन्मान बघून जळणारे होते. असा सगळा समूह विटाळ चांडाळाची पर्वा न करता चोखोबाच्या दारासमोर येऊन उभा राहिला. "चोखा बाहेर ये! चोखा म्हारड्या बाहेर ये! हरामखोरा! आज तुझी खैर नाही. त्या ज्ञानेश्वर, नामदेवाच्या नादाला लागून चार अक्षरं काय लिहिलीस? तर स्वत:ला अतिशहाणा समजायला लागलास की काय? पण शिंच्या स्वत:ला महार म्हणविणाऱ्या इमानी जातीतला ना तू? मग असलं निंद्य कृत्य करतोस? ज्या गावानं तुला आसरा दिला, भाकरी दिली, काम दिलं, त्या गावाशीच बेइमानी करतोस? तुझ्यापेक्षा कुत्रं बरं की रे! निदान खाल्ल्या मिठाला जागतं तरी. बाहेर ये आधी! इतके दिवस ज्या हातानं विठ्ठलाची पूजा बांधली त्याच हातानं तुझ्यासारख्या बेईमानी माणसाची पूजा बांधायला आम्ही आलो आहोत, पातक्या बाहेर ये!"

चोखोबांच्या घराबाहेर उभा राहून त्याला अपशब्दांची लाखोली आणि शिव्यांचा भडिमार करत सगळ्यांनी चोखोबाला बाहेर येण्याची आज्ञा केली. पण चोखोबाला याचे भान होतेच कुठे? तो नामस्मरणांत इतका दंग झाला होता की, बाहेर चाललेला गदारोळ, त्याच्या कानापर्यंत पोचत नव्हता. बाहेर काहीतरी दंगा चाललाय, काहीतरी कोलाहल ऐकू येतोय आणि कुणीतरी चोखोबाला हाका मारतंय ते सोयराच्या लक्षात आलं. तिनं खोपटाच्या कवाडातून बाहेर डोकावून बघितलं, बाहेर शंभर एक माणसांचा जमाव होता आणि गोविंदभट, शंकरभट, केशवभट,सगळ्यात अग्रणी होते. जमावाच्या हातात लाठ्या-काठ्या होत्या. आणि

चोखोबाला शिव्या-शाप देत ते मोठमोठ्यांनी ओरडत, त्याला हाका मारत होते. त्यांचा एकूण रागरंग बघून सोयराला भीती वाटली. कवाडाच्या आड तिथंच उभं राहून तिनं तिथूनचं चोखोबाला हांक मारली, "धनी, आवं धनी! जरा भायेर बघा, काय गर्दी जमलीय? गावातली समदी भट-बामनं, ढीगभर मान्सांना घेऊन आपल्या खोपटासमोर उभी हाईत. तुमास्नी पुकारतायत, शिव्याशाप देताहेत. धनी कायतरी इपरीत घडलंय!" खरं तर अवघं दोन खणाचं चोखोबाचं खोपटं. पण तरीही जिवाच्या आकांतानं सोयरानं हाक मारली, तेव्हा कुठं नामस्मरणाचं अभेद्य कवच फोडून ती त्याच्या कानावर जाऊन आदळली. भावसमाधीतून चोखोबा जागा झाला. प्रथम सोयरा काय सांगते त्याचा अर्थच ध्यानात येईना! आणि जेव्हा ध्यानात आलं, तेव्हा त्याची संगती त्याला लागेना? बाहेर आपल्याला कुणी तरी बोलवतंय एवढंच त्याच्या ध्यानात आलं. निष्पापपणे तो उठला आणि बाहेर आला. या महारवस्तीत गावातला साक्षात ब्रह्मवृंद बघून त्याला नवल वाटलं. तिथूनच त्यांना जोहार घालून चोखोबानं विचारलं, "देवाधिदेवा, आज या आमच्या अस्पृश्यांच्या वस्तीवर येऊन आपण ही वस्ती पवित्र केली, पण आपल्या येण्याचे कारण मला समजेल काय?" चोखोबा असे विचारतो, तोच समूहातून पुन्हा जोरदार गलका झाला. "अरे! तो पहा, चोखाच्या गळ्यात पांडुरंगाचा रत्नहार? या पातक्याच्या निर्लज्जपणाची मात्र कमाल झाली. रांडेच्याने हार चोरला, तो चोरला आणि वर गळ्यात घालून मिरवतोय? काही लाज, लज्जा, मुर्वत, शरम? मनाची राहू दे जनाची तरी भीती! याला संत, संत म्हणून डोक्यावर घेतला, तर लगेच या हरामखोराने स्वतःची जात दाखवली. गिधाडाला कितीही दूध पाजा, शेवटी ते जातीवरच जाणार आणि मासांचे लचके तोडणार! देवाच्या गळ्यातला हार चोरताना याची बोटं झडली कशी नाहीत? देवाच्या रत्नहारावर चोरीच्या उद्देशाने नजर ठेवताना त्याचे डोळे फुटले कसे नाहीत? आणि पांडुरंगाच्या गळ्यातून चोरलेला हा रत्नहार गळ्यात घालून मिरवताना याला लाज कशी वाटली नाही? या म्हारड्यांना जरा गावगाड्याबरोबर चालू दिलं, तर लगेच डोक्यावर चढायला लागले. यांना टाचेखालीच ठेवलं पाहिजे. त्यातल्या त्यात या चोखाला तर तुटक्या वहाणेनं ठेचलं पाहिजे. मारा! झोडा. मारा त्या हरामखोराला!!!" सगळ्यांनी एकच गलका केला आणि चोखोबावर दगड-धोंड्यांचा, वहाणांचा वर्षाव होऊ लागला. संतापाने बेभान झालेले त्यातले काही जण पुढं सरसावले आणि चोखोबाला लाठ्या-काठ्यांनी मारू लागले. चोखोबाला कळेना, काय होतंय? काय चाललंय? आता यातून त्याला कोण वाचवणार? विठ्ठलाशिवाय त्याचं होतचं कोण? वेदनेनं ओथंबलेल्या, दुःखाने पिचलेल्या आणि झालेल्या

माराहणीनं दुखावलेल्या आर्त स्वरात त्यानं टाहो फोडला,

धाव घाली विठू आता चालु नको मंद।
मज मारिती बडवे काहीतरी अपराध।।
विठोबाचा हार तुझ्या कंठी कैसा आला।
शिव्या देऊनी मारा म्हणती देव का बाटला।।
तुमचे दारीचा कुतरा नका मोकलूं दातारा।
अहो चक्रपाणी तुम्ही आहां जीमेदारा।।
कर जोडोनी चोखो विनवितो देवा।
बोलिलो उत्तर याचा राग नसावा।।
असेच करणे होते तुला। तरी का जन्म दिला मला।।
जन्म देवोनी सांडिले। का हो निष्ठुर मन केले।।
कोठे गेला माझे वेळी। केले कोणाचे सांभाळी।।
चोखा म्हणे देवा नको मोकलूं केशवा।।

त्याचा तो वेदनेनं भरलेला टाहो सगळ्या पंढरपुरचं जणू काळीज चिरत गेला. विठ्ठलाला त्यानं घातलेली साद चंद्रभागेच्या पाण्यावर आदळत राहिली आणि तिचा प्रतिसाद गाभाऱ्याच्या भिंती छेदत पार विठ्ठलाच्या पायाखालच्या विटेपर्यंत पोहचला. आणि देवाच्या पायाखालची वीटशुद्धा थरारली. चोखोबानं, विठ्ठलाला घातलेली आर्त हाक त्याच्यापर्यंत पोहचवण्यासाठी चंद्रभागेचं पाणी जणू उंचबळू लागलं. चोखोबांवर झालेला अन्याय बघवला नाही म्हणून की काय, सूर्यानंही क्षणभर आपले डोळे मिटून घेतले असावेत. तेवढ्या क्षणभरासाठी आसमंतात अंधार पसरला. सगळ्या महारवाड्यानं आपले डोळे गच्च मिटून घेतले. आपल्या नवऱ्याला का मारताहेत हे न कळलेली सोयरा आडवी उभी राहून चोखोबाचा मार चुकवण्याचा प्रयत्न करू लागली. पण तिला ते शक्य होईना. मग मात्र,

येई वो विठ्ठले येई लवकरी। धावे तू सत्वरी मजलागी।।
आमुचा विचार आता काय देवा। सांभाळी केशवा मायबापा।।
आता कवणाची पाहू मी वास। अवघेंचि वास दिसतसे ।।
सोयरा म्हणे अहो पंढरीच्या राया। आमुची ती दया येऊ द्यावी।।

अशा शब्दांत सोयरानंही गहिवर घातला. पण चोखोबाला होणारी मारहाण चालूच राहिली. चोखोबांचा जीव गेला तरी चालेल पण त्याला अद्दल घडवायचीच, या उद्देशानेच आणि आवेगानेच लोकांचे हात चालत होते. माराहणीबरोबरच शिव्यांचा भडिमार होत होता. लोक चोखोबांवर थुंकत होते, लघवी करत होते. एखाद्या क्रूर जनावरालाही लाज वाटेल, अशी पशुवत क्रूरता आणि बीभत्स

अमानुषता याचं अश्लाघ्य दर्शनच लोकांच्या वागणुकीतून पदोपदी जाणवत होतं, प्रत्ययाला येत होतं. याचाही शेवट झाला. मारणाऱ्यांचे हात थकले, बोलणाऱ्यांची तोंड दमली. तशी चोखोबाला होणारी मारहाण थांबली. चोखोबांच्या डोक्याला खोक पडली होती. त्यातून रक्त वाहत होतं. हातावर, पाठीवर लाठ्या-काठ्यांचे वळ उठले होते. चोखोबाला मारहाण होत असताना सोयरा ओरडत होती, किंचाळत होती. त्याला मारू नका म्हणून विनवत होती. पण जमाव ऐकण्याच्या मन:स्थितीत नव्हता. चोखोबाला जमावाकडून मनसोक्त मारहाण करून झाल्यावर गोविंदभटांनी समाधान पावून तोंड उघडले, ''चोखा ऐक! देवाचा रत्नहार चोरला आहेस! आताही तो रत्नहार तुझ्या गळ्यातच आहे. यापेक्षा मोठ्या आणि वेगळ्या पुराव्याची गरज नाही. देवाचा रत्नहार चोरून तू महाभयंकर पातक केले आहेस. पण त्याचबरोबर तो रत्नहार चोरत असताना तुझ्या बोटांचा स्पर्श देवाच्या मूर्तीला झाला आहे. चोरी करण्याबरोबरच तू देवही बाटवला आहेस. त्याचबरोबर देवाच्या गळ्यात असलेला रत्नहार चोरी करून तो आपल्या गळ्यात घालण्याचा जो उद्धटपणा तू केला आहेस त्याला तोड नाही. असे एकाहून एक अपराध तू करत आला आहेस! पाप्या, चांडाळा, तुझ्या या अपराधाला क्षमा नाही. तेव्हा पांडुरंगाच्या भक्तीचं तुझं हे ढोंग, संतपणाचं तुझं हे सोंग, इमानीपणाचा तुझा हा कांगावा हे सगळंसगळं आजच्या आज पंचासमोर उघडकीला येणार आहे. तू एवढा मोठा गुन्हा केलेला आहेस की तुला देहदंडाची शिक्षा शुद्धा कमी होईल. परंतु, तुला शिक्षा देण्याचा अधिकार मला नाही. तो पंच मंडळींना आहे. तेच तुला काय ते शिक्षा देतील. तेव्हा चांडाळा, तू केलेल्या घोर पातकासाठी पंचाच्या समोर तुला उभं करण्यात येईल. तेव्हा शिक्षेला तयार हो!'' असं स्पष्टपणे सांगून चोखोबाला पंचांच्यासमोर उभं राहण्याची आज्ञा करून सोबत आलेल्या ब्राह्मण मंडळींना घेऊन गोविंद भट तरातरा निघून गेले. संतापानं वेड्यापिशा झालेल्या गोविंद भटांना एवढेही भान राहिले नाही की आपण महारवाड्यातून परतल्यावर स्नान करावे.

पंचांची बैठक बसली. विठ्ठलाच्या मूर्तीवरचा हार चोरीला गेला होता. तो चोखोबांच्या गळ्यात सापडला होता. मध्यरात्री नागेश बडव्याने चोखोबाला विठ्ठल मंदिराच्या बाहेर पाहिले होते आणि सगळ्यात महत्त्वाचे म्हणजे शंभर माणसाच्या जमावाने प्रत्यक्ष डोळ्यांनी चोखोबांच्या गळ्यात तो रत्नहार पाहिला होता. चोखोबांवर रत्नहार चोरल्याचा आरोप शाबीत होण्यासाठी एवढा भक्कम पुरावा पुरेसा होता. पंच प्रमुखांनीही तो ग्राह्य मानला. आणि सगळ्या पंचांनी एकमुखांनी चोखोबाला शिक्षा सुनावली. ती शिक्षा ऐकून भल्याभल्यांच्या रक्ताचं पाणीपाणी झालं. ती भयंकर शिक्षा अशी होती, चंद्रभागेच्या वाळवंटात चोखोबाला बैलाच्या

पायी जुंपून वाळवंटातून फरफटत न्यावे. 'खरं तर आपल्या हातून काय चूक घडली? कधी घडली? कशी घडली? देवाच्या गळ्यातला रत्नहार आपण कधी चोरला? कसा चोरला?' हेच त्याला आठवत नव्हतं. 'नामदेवाचं कीर्तन आटोपल्यावर आपण पांडुरंगाच्या देवळासमोरून आलो खरे, पण आपण मंदिरात शिरलो नाही. आपण मंदिरातच जर शिरलो नाही, तर देवाचा रत्नहार आपण कसा चोरू? आणि देवळात जर शिरलोच नाही, तर देव बाटवण्याचा प्रश्नच येत नाही. मग हे कसे काय घडले? आणि देवानं तर हा रत्नहार आपल्याला आपल्या स्वप्नात दिला होता. ते नक्कीच स्वप्न होतं? मग हे प्रत्यक्षात खरं कसं घडलं?' यातल्या एकाही प्रश्नाचं उत्तर चोखोबाला सापडत नव्हतं. पण ते विचारण्याची किंवा आपली बाजू मांडण्याची कोणतीही संधी त्याला मिळाली नाही. चोखोबाला शिक्षा सुनावली जात असताना, चोखोबा स्वत: शांतपणे उभा होता, पण सोयराचा जीव मात्र कासावीस होत होता. त्या पंचासमोर, ब्राह्मणमंडळींसमोर तिला काही बोलता येत नव्हतं. ना न्याय मागता येत होता, ना दाद मागता येत होती. आपला नवरा चोर नाही, देवाचा रत्नहार तर तो चोरणं शक्यच नाही. त्याबद्दल तिची खात्री होती. पण तरीही तो रत्नहार चोखोबाच्या गळ्यात कसा आला? या प्रश्नांचं उत्तर ती देऊ शकली नाही, देऊ शकत नव्हती. चोखोबा निरपराध आहे, याचा कोणताही पुरावा ना ती देऊ शकत होती, ना चोखोबा! मुकाटपणे शिक्षा भोगणं एवढचं आता क्रमप्राप्त होतं. चोखोबानं तेच करायचं ठरवलं.

देवाचा रत्नहार चोरल्याबद्दल चोखोबाला बैलाच्या पायाशी जुंपून फरफटत नेण्याची शिक्षा सुनावल्याची बातमी साऱ्या गावाला कळली आणि जो, तो चंद्रभागेच्या वाळवंटाकडे धाव घेऊ लागला. काहीजण चुकचुकत होते, तर काहीजण हळहळत होते. काहीजणांना मनापासून दु:ख झालं होतं, तर चोखोबाला दिलेली शिक्षा ऐकून काहीजण धाय मोकलून रडायला लागले. पण अशांची संख्या फार थोडी होती. बऱ्याच जणांना चोखोबाला झालेल्या शिक्षेचा आनंद वाटत होता. 'बरे झाले! चांगली जिरली. नाही तरी जरा डोक्यावरच चढला होता.' अशीच खूप जणांची प्रतिक्रिया होती. बैलाच्या पायाला जुंपून वाळवंटातून फरफटत नेल्यावर चोखोबा नक्की मरणार होता. हे दृश्य पाहण्यासाठी, यातला आसुरी आनंद उपभोगण्यासाठी बरेच जण उत्सुक होते. अशा वेगवेगळ्या भावना घेऊन पंढरपुरच्या सगळ्या गावकऱ्यांनी चंद्रभागेच्या वाळवंटाकडे धाव घेतली. नामदेवादि संत मंडळींच्या कानावर ही गोष्ट गेली, तेव्हा त्यांनाही नवल वाटल्याशिवाय राहिलं नाही. चोखोबा आणि चोरी? छे! छे! ते सर्वथा अशक्य आहे. हे काहीतरी भलतंच घडत आहे. यातून चोखोबाला वाचवलं पाहिजे. चोखोबांसारख्या निरपराध आणि

प्रामाणिक भक्तावर हा प्रचंड अन्याय होता. यातून त्यांना वाचवायलाच हवं. नामदेव, गोरोबा काका, जनाबाई आदि मंडळी चंद्रभागेच्या वाळवंटात धावले. तिथं चोखोबाला दिल्या जाणाऱ्या शिक्षेची तयारी चालली होती. काढण्या बांधून चोखोबाला एका बाजूला उभे केले होते. त्याच्या पायाशी बसून, सोयरा रडत होती. पंच परमेश्वर एका बाजूला बैठक अंथरून बसले होते. समस्त ब्राह्मण वर्ग पंचाच्या शेजारी आसुरी आनंद साजरा करत उभे होते. नामदेव आणि गोरोबाकाका पुढे झाले. त्यांनी पंचमंडळींना आणि ब्रह्मवृंदांना नमस्कार केला. नामदेवांदि संतांना तिथे बघून ब्रह्मवृंदाच्या कपाळाला आठ्या पडल्या. डोळ्यांत क्रोधाची भावना उमटली. नामदेवांनी पंचासमोर हात जोडले आणि म्हणाले, "महाराज! चोखोबा निरपराध आहे असे आम्हांस वाटते. त्यांच्यासारखा श्रेष्ठ भगवद्भक्त चोरी तेही देवाच्या रत्नहाराची! ते कदापि शक्य नाही. हा कुठेतरी गैरसमजाचा भाग असावा असे आम्हांस वाटते. चोखोबांना बाजू सांगण्याची किंवा मांडण्याची संधी मिळावी आणि त्यांना दिल्या गेलेल्या शिक्षेचा पुर्नविचार व्हावा, अशी आपणांस आम्हा सगळ्यांची नम्र विनंती आहे!" नामदेवांचे बोलणे ऐकून पंचापैकी कुणी काही बोलेना. एवढ्यात त्यांच्या मागे उभे असलेले गोविंद भट म्हणाले, "आम्हांस म्हणजे कोणास रे शिंप्या? तू आणि तुझ्या त्या चार टाळकुट्यानाच ना? या बाबतीत बोलण्याचा तुम्हास कोणालाही अधिकार नाही. वर्णव्यवस्थेनं तो तुम्हाला दिलाच नाही. त्यातच ही बाब मंदिराशी, मंदिरातील सोवळ्या-ओवळ्याशी, देवाच्या विटाळलेपणाशी आणि प्रत्यक्ष देवाच्या गळ्यातील रत्नहाराच्या चोरीशी संबंधित आहे-. त्याच्याशी तुमचा काहीही संबंध नाही आणि यातल्या कुठल्याही बाबतीत तुम्हाला कोणालाही, काहीही बोलण्याचा अधिकार नाही. धर्मानं तो तुम्हाला दिलेलाच नाही. तेव्हा आणखी अपमान करून घेण्याची इच्छा नसेल आणि गावानं बहिष्कार टाकू नये असं वाटत असेल, तर याबाबतीत तुम्ही कसलाही हस्तक्षेप न केलेलाच बरा." गोविंद भटाचे बोलणे संपतेनसंपते, तोच त्यांच्या या बोलण्याला पुष्टी देत पंचप्रमुखांनी सांगितलं, "नामदेव, गोरोबाकाका! चोखोबांबद्दलची तुमची भावना मी समजू शकतो. परंतु तो मुद्देमालासहित पकडला गेला आहे. तसेच त्यांच्याकडे हार कुठून आला या गोष्टीचे कोणतेही समाधानकारक उत्तर त्याच्याकडे नाही. यामुळे तो निरपराध असण्याचा प्रश्नच उद्भवत नाही. तेव्हा तो अपराधी आहे हे निश्चित. आणि त्यांच्या अपराधाचे स्वरूप पाहता धर्मग्रंथात फर्मावलेलीच सजा आम्ही त्याला सुनावली आहे. ही धर्मकार्याची बाब आहे. हा वर्णाश्रमाचा मामला आहे. तेव्हा तुम्ही कुणीही यात हस्तक्षेप न केल्यास बरे होईल." पंचप्रमुखाचे हे बोलणे ऐकून नामदेवास अत्यंत वाईट वाटले.

तेवढ्यात गोरोबाकाका म्हणाले, "देवाधिदेवा! या शिक्षेमध्ये चोखोबाचा मृत्यूही ओढवेल. हा त्याच्या जिवाशी खेळ आहे. त्याला असे मारू नका. तो विठ्ठलाचा निस्सीम भक्त आहे, तो असे करणार नाही. त्याला वाचवा, चोखोबाला वाचवा." गोरोबाकाकांनी काकुळतीला येऊन पंचप्रमुखांना विनंती केली. पंचप्रमुख काही बोलले नाहीत. पण शंकर भट उपहासाने म्हणाले, "तो विठ्ठलाचा परमभक्त आहे ना? मग तुम्ही कसली काळजी करताय? तुमच्या त्या पांडुरंगालाच सांगा त्याला वाचवायला. नाही तरी तो भक्तांचा पाठीराखा आहेच! आणि तुमच्या म्हणण्याप्रमाणं चोखोबा त्याचा लाडका भक्त आहे ना? मग बघू या, पांडुरंग या आपल्या लाडक्या भक्ताची पाठराखण कशी करतो ते! मोठे आलेत सांगायला, म्हणे चोखोबांचा जीव जाईल. मरू दे. नाहीतरी तो इथं जिवंत हवाय कुणाला?" चोखोबांविषयीचा तिरस्कार शंकर भटांच्या शब्दाशब्दातून प्रतीत होत होता.

गोरोबाकाकांना वाईट वाटले. मोठ्या निष्ठेनं गावकीची कामं करणारा, कुणाच्या अध्यात-मध्यात न पडणारा, आपलं काम झालं की, पांडुरंगाची भक्ती करत अभंग रचना करत बसणारा, सरळ मनाचा प्रांजळ चोखोबा! पण आज त्यांच्यावर हे नसते कुभांड आले होते. खरं म्हटलं, तर महारवस्तीवर चोरीचा आरोप येणं फारसं काही नवीन नव्हतं. महार स्वत:च्या धन्याशी इमानी आणि एकनिष्ठ असले, तरी इतर ठिकाणी लहान-मोठ्या चोऱ्या करण्याबाबत त्यांची कीर्ती होतीच. पण तरीही आजची गोष्ट निराळी होती, वेगळी होती. आजची झालेली चोरी ही लहान-सहान किंवा उचलेगिरी या शब्दात मोडणारी नव्हती. चोरीला गेलेली वस्तू जशी मौल्यवान तशीच लोकाचं श्रद्धास्थानही होती. प्रत्यक्ष विठ्ठलाच्या गळ्यातला रत्नहार चोरीला गेलेला होता. चोरीचा आळ विठ्ठलाच्या निस्सीम भक्त असलेल्या चोखोबांवर होता. आणि त्याकरता दिलेली शिक्षा तितकीच अमानवी आणि पशुवत होती. इतकी क्रूर घटना पंढरपुरात आजपर्यंत घडली नसावी. चोखोबांच्या शिक्षेबद्दल नामदेवांनी रदबदली करून बघितली, पण त्याचा उपयोग झाला नाही. चोखोबाला शिक्षा ही होणारच हे आता उघड होतं. नामदेव, गोरोबाकाका, सेना न्हावी, जनाबाई आदि संतमंडळी एका बाजूला उदासपणे उभी होती, तर जिथे चोखोबाला काढण्या बांधून उभे केले होते, तिथं शेजारी सोयरा धाय मोकलून रडत बसली होती. रडता, रडता दिनवाणेपणाने ती पांडुरंगाचा धावा करत होती. आणि तरीही तो पंढरीराया येत नाही हे बघून आपल्या अभंगामधून त्याला हाका घालत होती,

देखोनी आंधळे का बा जन होती। न कळे या गती मज लागी।।
एकाते मरता आपणचि देखती। तयासी रडती आपणची।।

हा कैसा नवलाव न कळे यांचा भाव। कोण घाव डाव आम्हालागी।।
अवघेचि मज नवलाचि परी। म्हणतसे महारी चोखियाची।।
याचिये संगती अपायची मोठा। दुःखाचा शेलवटा भागा आला।।
आता पुरे हरी आता पुरे हरी। सोडवी निर्धारी यातोनिया।।
बहुतची खंती करितसे मन। दाखवा चरण मजलागी।।
गहिवर नावरे उदास अंतरी। म्हणतसे महरी चोखियाची।।

असे पुन्हा:पुन्हा म्हणत, विठ्ठलाला हाका मारत सोयरा जमिनीवर अंग टाकून छाती पिटून आक्रोश करत होती. ना पंचांना तिची दया येत होती ना ब्राह्मणांना. आक्रोश करूनकरून सोयरा थकली. तिच्या लक्षात आलं की, आपला हा आक्रोश व्यर्थ आहे. वांझोटा आहे. इथे असलेल्या कोणावरही याचा काहीच परिणाम होणार नाही. अगदी विठ्ठलावर शुद्धा! दहा-बारा वर्षाच्या कर्ममेळ्याला जवळ घेऊन ती श्रांत, क्लांत, उदासवाणी बसून राहिली. आता पुढे काय होणार? या शंकेनं, धडधडत्या काळजानं, थरथरत्या शरीरानं आणि उद्ध्वस्त मनानं. मात्र या सगळ्या गदारोळापासून अलिप्त, चोखोबा मात्र शांत उभा होता. स्तब्ध, निश्चल, ठामपणे, निर्धारानं. मनातल्या मनात मात्र त्याचं द्वंद्व चाललं होतं. द्वंद्व होतं. सत्याचं-असत्याशी, अस्तित्वाचं-अचेतनाशी, श्रद्धेचं-अधिकाराशी, विश्वासाचं-सत्तेशी, धर्माचं-अधर्माशी, प्रांजलपणाचं-अत्याचाराशी. कसोटी होती चोखोबाचा पांडुरंगावरचा विश्वास, त्याची पांडुरंगाच्या अस्तित्वावर असलेली श्रद्धा त्याच्या देवत्वावर असलेली भक्ती आणि त्याच्या, 'भक्तांचा पाठीराखा' या नामोनिधानाबद्दल त्याला वाटत असलेली खात्री, या सगळ्याची. श्रद्धा, भक्ती आणि विश्वास या तीन अधिष्ठानावरच चोखोबा शांत उभा होता.

चंद्रभागेचं वाळवंट फुलून गेलं होतं. चोखोबाला शिक्षा होणार होती आणि या शिक्षेतून तो जिवंत राहणार की नाही? अशी धडकी सगळ्यांना भरली होती. पंचाच्या सांगण्यावरून बैल आणले गेले. ते चांगले धष्टपुष्ट बैल बघूनच जमलेल्या लोकांच्या मनात धडधड सुरू झाली. बैल चांगलं माजलेले दिसत होते. बैलाचा मालक केरबा त्याची दावणी घट्ट धरून उभा होता. तरी शुद्धा उन्मत्तपणानं ते बैल जागच्या जागी पाय नाचवत, फुरफुरत होते. "फळी आणा रे!" पंचांनी हुकूम सोडला. फळी आणली. ती फळी बैलांच्या पाठीमागच्या पायांना बांधण्यात आली. "बांधा चोखाला त्या फळीवर! देवाचा हार चोरतोय शिंदळीचा?" गोविंद भटांचा आवाज घुमला आणि काढण्या बांधलेल्या अवस्थेत चोखोबाला फळीपर्यंत नेण्यात आलं. चोखोबा अगदी शांत होता. आपण शिक्षेच्या ठिकाणी जात नसून, विठ्ठल मंदिराकडे जात आहोत असा भाव त्याच्या चेहऱ्यावर होता. कुणी कसली

जबरदस्ती करायच्या आधी चोखोबा फळीजवळ जाऊन उभा राहिला. त्यानं मंदिराच्या शिखराकडे बघत हात जोडले. सगळ्या जनसमुदायाला नमस्कार केला. पंचांना आणि ब्राह्मणमंडळींना जोहार घातला. ज्या बाजूला नामदेवादि संतमंडळी होती, त्यांना वंदन केले. चोखोबाने पाहिले, नामदेवांच्या, गोरोबाकाकांच्या डोळ्यात पाणी होते, तर जनाबाईच्या डोळ्यांतून पाण्याच्या धारा वाहत होत्या. संतमंडळींच्यावरची नजर वळवून चोखोबांनी एक कटाक्ष मातीत पडून रडणाऱ्या सोयराकडं टाकला. तिचा विलाप बघून क्षणभर त्याला वाईट वाटले. कदाचित आपली ही नजरभेट शेवटचीच. एक क्षण त्याच्या मनात आलं. पण क्षणभरच! दुसऱ्या क्षणाला पांडुरंगावरचा त्याचा विश्वास पुन्हा दृढ झाला. आणि अत्यंत शांतपणे धीमी पावलं टाकत, तो बैलाजवळ आला. अतिशय मायेनं त्यांनी बैलाच्या वशिंडावरून हात फिरवला. आणि शांतपणानं तो फळीवर जाऊन झोपला. गोविंद भटाने शंकर भटास आणि नागेश बडव्यास आज्ञा केली, "दोघेजण आसूड घेऊन बैलाच्या पाठीमागे उभे रहा." दोघांच्याही चेहऱ्यावर आसुरी समाधान दिसत होते. गोविंद भटांनी केरबाला आज्ञा दिली. त्याने एका बळकट दोरीने चोखोबाला फळीला बांधले आणि तो बाजूला झाला. चोखोबांकडे तिरस्काराने बघत शंकर भट त्याच्यावर थुंकले आणि त्यांनी आसूड उगारले. गोविंद भट म्हणाले, "शंकर भट आता थांबू नका. घ्या विठ्ठलाचं नाव आणि शिक्षेला सुरुवात करा. त्या विठ्ठलाला या म्हारडयांच्या विटाळापासून वाचवण्यासाठीच तर आपण हे सगळं करतो आहोत. या म्हारडयानं त्याला बाटवलाय! त्यातून त्याला स्वच्छ करण्यासाठी आपली ही धडपड आहे, तेव्हा आता थांबू नका!" गोविंद भटांची आज्ञा मिळाल्याबरोबर शंकर भटांनी आणि नागेश बडव्यांनी बैलाच्या पाठीवर आसूडांचा सपकारा मारला. 'सप' असा आवाज आला. आणि सगळ्यांचे काळीज चिरत गेला. त्या आवाजासरशी विठ्ठल मंदिराच्या भिंती थरारल्या. वारा स्तब्ध झाला. चंद्रभागा वाहायची थांबली. शंकर भटांनी दुसरा आसूड ओढला. 'सप'. विठ्ठलाच्या पायातली वीट थरारली. तिचे प्रतिध्वनी गाभाऱ्यात उमटले. गर्भागाराच्या भिंतीवरून आदळत ते कळसापर्यंत गेले. कळसाला छेदत त्याने आकाश व्यापले. आकाशात त्याचा प्रतिध्वनी घुमत राहिला. सप सप सप! शंकर भट आणि नागेश बडवे आसूडामागून आसूड आणि फटक्यामागून फटके बैलांच्या पाठीवर मारत होते. बैलांच्या पाठी रक्ताळल्या होत्या, पण त्यांचे पाय जणू जमिनीला खिळल्यासारखे झाले होते. आसूडाचे इतके फटकारे बसूनही, पाठ इतकी रक्तबंबाळ होऊनही बैल एक तसूभरही हालले नव्हते, की पुढे गेले नव्हते. जणू ते जिवंत बैल नव्हतेच, दगडांच्या बनवलेल्या त्या बैलांच्या मूर्ती होत्या. आसूडाचे फटके मारूनमारून त्या

दोघांचे हात दुखायला लागले, पण बैल जागचे हालेनात. मारूनमारून ब्राह्मण थकले. त्यांचे हात दुखायला लागले. सगळे वातावरण स्तब्ध झाले होते. पण आसूडाचा आवाज चंद्रभागेच्या वाळवंटात घुमत होता. ब्राम्हण दमल्यामुळे तो ही आवाज थांबला. काय चाललेलं होतं आणि काय चाललयं? हे कुणालाच कळत नव्हतं. किती विचित्र घडत होतं सगळं! पांडुरंगाचा निस्सीम भक्त म्हणून पंढरपूर परिसरामध्ये ज्या चोखामेळ्याचं नाव होतं; ज्या पांडुरंगाचा चोखामेळा हा लाडका भक्त होता, त्याच पांडुरंगाचं नाव घेऊन त्याच्याच लाडक्या भक्ताला त्याचाच रत्नहार चोरला म्हणून हे ब्राम्हण क्रूरपणाची सीमा गाठून शिक्षा करत होते. आणि वर पांडुरंगाला शुद्ध करून त्याला झालेला विटाळ घालविल्याचा, पांडुरंगावर उपकार केल्याचा आव आणत होते. माणसांच्यातल्या पशुत्वाची ही परिसीमा होती. आसुडाचे फटक्यावर फटके बसूनही बैल तसूभरही पुढे सरकले नाहीत. चंद्रभागेच्या वाळवंटात जमलेल्या शेकडो डोळ्यांनी हे पाहिलं, सगळ्यांना नवल वाटलं. पण नामदेवादि संतमंडळींच्या डोळ्यांनी जे पाहिलं ते त्या शेकडो डोळ्यांनी नाही पाहिलं. आपले सारे प्राण डोळ्यात आणून अत्यंत दु:खी अंत:करणानं नामदेवादि संतमंडळी चोखोबाला होणारी शिक्षा बघत होते. पाठी रक्ताळल्यानंतरही जसे बैल पुढे सरकले नाहीत, तसे नामदेवांनी नजर लावली आणि त्यांच्या चेहऱ्यावर एक आनंदाचे, विजयाचे, समाधानाचे स्मित उमटले. दोन्ही बैलांच्या समोर एक निळं वलय पसरलं होतं. आणि त्या वलयात प्रत्यक्ष पांडुरंग उभा होता. आपले कमरेवरचे दोन्ही हात काढून त्यानं बैलांची शिवळ धरली होती. या आधी मस्तवाल आणि माजलेले असे वाटत असलेले ते बैल माना खाली घालून दिनवाणेपणे स्तब्ध उभे होते. पांडुरंगाच्या चेहऱ्यावरही तेच प्रसन्न आणि आश्वासक हास्य होते. वात्सल्याची ती प्रेमळ सावळी मूर्ती, भक्तांचा पाठीराखा हे नामोनिधान ताठ मानेनं मिरवत होती. नामदेवांनी मनोमन त्या सावळ्या मूर्तीला वंदन केले आणि फळीवर झोपलेल्या चोखोबांकडे त्यांनी नजर टाकली. नामदेवांना जे दिसलं ते चोखोबालाही दिसलं होतं. आणि आपली श्रद्धा, विश्वास सार्थ ठरल्याचा अभिमान त्याच्या मुद्रेवर चमकत होता. शंकर भट आणि नागेश बडव्यांनी आपले दुखणारे हात खाली घेतले. फळीला बांधलेल्या दोऱ्या सुटल्या गेल्या आणि अत्यंत अभिमानानं चोखोबांच्या तोंडून उद्गार उमटले

चोखा म्हणे रांडे विश्वाचा पोषणा। संतांचा देखणा विठो माझा।।
कैवल्य देखणा सिद्धांचा तो राणा। भाविकासी खुणा विठू माझा।।
चोखा म्हणे माझ्या हृदयी बिंबला। त्रिभुवनी प्रकाशला विठू माझा।।

चोखोबांचा हा अभंग चंद्रभागेच्या त्या स्तब्ध झालेल्या वाळवंटात दुमदुमला.

लोकांच्या कानापर्यंत पोचला आणि इतका वेळ त्या साऱ्या प्रकारांनी स्तब्ध झालेल्या, सुन्न मनानं उभ्या असलेल्या लोकांनी एकच जल्लोष केला. चंद्रभागेचं ते शांत अस्तित्व विठ्ठलाच्या उद्घोषात आणि चोखोबांच्या जयघोषात दुमदुमून गेलं. मंदिरातल्या घंटा जोरजोरात वाजायला लागल्या. त्यांचा निनादणारा ध्वनी गाभाऱ्याच्या भिंतीवर आदळत, वाळवंटभर घुमला. त्या आवाजानं चंद्रभागेच्या पाण्यातही खळबळ माजली. तिच्याही आनंदाला उधाण आले असावे. लाटा उचंबळून तिनंही आपला आनंद व्यक्त केला. हे सगळं बघून मात्र गोविंद भट संतापाने पिसाळले. त्यांच्या अंगाचा नुसता तिळपापड झाला. संतापाच्या अतिरेकाने त्यांच्या डोळ्यांतून ठिणग्या उडल्या. अंग थरथरू लागले. चिरक्या आवाजात ते म्हणाले, ''शंकर भट, नागेश बडव्या! अरे बघताय काय? हातातले आसूड काय शोभेसाठी घेऊन उभे आहात? बैल हालले नाहीत म्हणून काय झालं? चोखा म्हारडा तुमच्या पायाशीच आहे. उचला तो आसूड आणि फटकवा त्याला. सोलून काढा त्याची पाठ. बघताय काय? या माजोरडयाला अशीच शिक्षा झाली पाहिले!'' संतापानं थरथरत गोविंद भटांनी आज्ञा केली. तसे मरगळलेल्या अवस्थेत गलितगात्र होऊन एका बाजूला उभे असलेल्या शंकर भट आणि नागेश बडव्याला पुन्हा चेव आला आणि पायाशी पडलेल्या चोखोबांकडे तिरस्काराने बघून शंकर भटाने हात चालवायला सुरुवात गेली. चोखोबांच्या पाठीवर सपासप आसुडाचे फटकारे बसू लागले. चोखोबा दुःखानं कळवळू लागला, वेदनेनं विव्हळू लागला. त्याच्या आर्त किंकाळ्यानी चंद्रभागेचं अवघं वाळवंट भरून गेलं. आणि मग मात्र चोखोबांच्या सहनशक्तीचा अंत झाला. टाहो फोडून त्यानं विठ्ठलाचा धावा करायला सुरवात केली. वेदनेनं किंचाळत तो त्याला हाका मारू लागला, त्याच्या आर्त स्वरांनी जणू वाळवंटालाही पाझर फुटला. चोखोबा धावा करत होता

भवाचीया भेणे येता काकुळती। धावे करूणामूर्ति देवाराया।।
पडीलोसे मायामोहाचीये जाळी। येवोनी सांभाळी देवराया।।
कवणाची आस पाहू कोणीकडे। जीविचे साकडे वारी देवा।।
गहिवर नावरे चोखियाचे मनी। धावे चक्रपाणी देवराया।।
जन्मांची वेरझारी। तुम्हावीण कोण वारी।।
जांचलो संसारी। सोडवण करी देवराया।।
राख शरण पंढरीराया। तुम्हा आलो यादवराया।।
निवारोनिया भया। मज तारा या सागरी।।

चोखोबांचा आर्त स्वर, त्यातली अपार करूणा, वेदनेनं भरलेल्या आणि आकाश फाडत जाणाऱ्या त्याच्या किंकाळ्या आणि घायाळ होऊन त्यानं केलेला

देवाचा धावा ऐकल्यावर, मग मात्र नामदेवांना राहवेना. गोरोबाकाका, सावता माळी, प्रभुतींना घेऊन नामदेव चोखोबाजवळ गेले. वाळवंटात वेदनेनं तडफडणाऱ्या चोखोबाजवळ बसून त्यांनी शंकर भटाना हात जोडले. "क्षमा प्रभू क्षमा. देवा झाली एवढी शिक्षा आता चोखोबांना पुरे झाली. या परती अधिक शिक्षा आता चोखोबांना करू नका. सोडा त्यांना, मी तुमचे पाय धरतो, तुम्हाला विनवणी करतो. आता त्यांना आणखी मारू नका. त्यांच्यावर दया करा!" नामदेवांचं हे बोलणं ऐकून शंकर भटानं मारणारा हात थांबवला. आणि गोविंद भटाकडं पाहिलं. नाही तरी शंकर भटही मारूनमारून थकले होते. आसुडाच्या वादीलाही कातड शिल्लकच राहिलं नव्हतं. रक्तानं माखलेला चोखोबा धुळीत पडून प्रत्येक फटक्यासरशी वेदनेनं किंचाळत गडबडा लोळत होता. त्याच्या शरीरावर तिळमात्रही जागा शिल्लक नव्हती, जिथं आसूडाचा वण नव्हता. त्याचं सगळं अंग रक्ताळलं होतं. ठेचाळलं होत. गोविंदभटांच्या चेहऱ्यावर समाधान दिसत होतं. चोखोबांच्या जखमातून रक्त वाहत होतं. ते बघून जमलेल्या लोकांनाही चोखोबांची दया यायला लागली होती. ते चुळबुळ करायला लागले होते. म्हणजेच त्यांच्यात अस्वस्थता वाढू लागली होती. चोखोबाला होणारी मारहाण अशीच चालू ठेवली असती, तर कदाचित लोकांचा क्षोभ वाढला असता. चोखोबांची पाठही चांगली सोलवटून रक्तबंबाळ झाली होती. महार जातीला दहशत बसायला एवढं पुरेसं होतं. ब्राह्मण मंडळींच्या मनात खदखदणारा सुडाचा अग्नी शांत झाला. गोविंद भटांनी शंकर भटांना मारहाण थांबवण्याची खूण केली. हातातला आसूड वेदनानं कळवळणाऱ्या चोखोबांवर फेकून, तिरस्काराने त्याच्यावर थुंकून शंकर भट तिथून बाजूला झाले. नागेश बडव्याने त्यांचीच री ओढली. वाळवंटात वेदनेनं तडफडणाऱ्या चोखोबाला तसंच टाकून सगळी मंडळी आपआपल्या घरी गेली. जाताजाता अनुनासिक स्वरांत खणखणीत आवाजात म्हटलेला अभंग त्यांच्या कानावर पडला,

चोखामेळा संत भला। तेणें देव भुलविला।।
भक्ती आहे ज्याची मोठी। त्याला पावतों संकटी।।
चोखामेळ्याची करणी। तेणे देव केला ऋणी।।
लागा विठ्ठल चरणीं। म्हणे नामयाची जनी।।

लोकांनी त्या दिशेनं पाहिलं. जनाबाई अतिशय तल्लीन होऊन हा अभंग गात होती.

वेदनेनं कळवळणाऱ्या चोखोबाला नामदेवांनी आधार देऊन उठवलं. सोयरानं धावत येऊन त्याला आपल्या खांद्याचा टेकू दिला. ती त्याच्या जखमांतून ओघळणारं रक्त, त्यावर लागलेली वाळू हळुवारपणे पुसू लागली. तेवढाही स्पर्श चोखोबाला

सहन झाला नाही. पण तो कण्हला विठ्ठल, विठ्ठल म्हणूनच. गोरोबाकाकांनी त्याला आणून पाणी पाजलं. एवढ्यानंही चोखोबाला बरं वाटलं. सगळ्यांनी आधार देऊन त्याला उभं केलं. आणि विठ्ठलाच्या या सगळ्या लाडक्या संतांच्या आधाराने चोखोबा आपल्या खोपटात परतला.

खोपटात आल्यावर सगळ्यांनी मिळून चोखोबाला वाकळेवर निजवले. त्याला पाठ टेकून निजताच येत नव्हतं. इतकी त्याची पाठ सोलवटली होती. तो पोटावर उपडा निजला. अंगात असलेल्या बंडीच्या चिंध्या झाल्या होत्या. सोयरा धावत स्वयंपाकघरात गेली. एका वाडग्यात तेल घेऊन त्यात तिनं बचकभर हळद घातली. चुलवणात विस्तव तसाच होता. चुलीवरच्या डेचक्यातलं पाणीही कडकडीत होतं. तिनं निखारा बाहेर ओढून त्यावर तो वाडगा ठेवला. ते चांगलं उकळायला लागल्यावर तिनं फडक्यानं उचलून बाहेर आणलं. दुसऱ्या एका वाडग्यात गरम पाणी घेऊन ती बाहेर आली. चोखोबा वाकळावर उपडा निजला होता. त्याच्याभोवती नामदेवादि संत चिंतित होऊन बसले होते. सोयरा गरम पाणी घेऊन बाहेर आली. गरम पाण्यात फडकं बुडवून तिनं चोखोबाची पाठ हळूवार हातानं पुसून काढली. आसुडाच्या फटकाऱ्यांनी सगळी पाठ सोलवटून निघाली होती. बंडीच्या कापडाचे धागे जखमेवर चिकटले होते. हळुवार हातानं तिनं सगळ्या जखमा पुसल्या. तेवढयाही स्पर्शानं चोखोबा कण्हायला लागला. काहीसा ग्लानीत असलेला चोखोबा आता चांगला सावध झाला होता. आपल्याभोवती नामदेव, गोरोबाकाका, सेना, जनाबाई सगळी मंडळी दुःखी चेहऱ्यानं बसली आहेत, हे त्याला कळलं. नामदेवांना तिथं बसलेलं बघून चोखोबाला भरून आलं. त्याच्या डोळ्यांतून पाणी वाहायला लागलं. कापऱ्या आवाजात चोखोबा नामदेवांना म्हणाला, "देवा! पांडुरंगाची शपथ, मी तो रत्नहार चोरला नाही. मी मंदिरात गेलो नाही. मी देवाला स्पर्शही केला नाही. पण मला जर तो रत्नहार चोरायचाच असता किंवा तो मीच चोरला असता तर तो रत्नहार असा राजरोसपणे गळ्यात घालून मी बसलो नसतो. आणि त्या रत्नहाराचं मूल्य मला जर अधिक वाटत असतं, तर नागेश बडव्यांनी मागितल्याबरोबर मी तो रत्नहार, गळ्यांतून काढून दिला नसता! पांडुरंगाच्या भक्तीपुढं मला त्या रत्नहाराचं मूल्य काहीच नाही. नामदेवा मी तो रत्नहार चोरला नाही, या गोष्टीवर तुमचा विश्वास आहे ना? सगळ्या जगानं माझ्यावर आळ घेतला तरी चालेल, पण गुरु माउली! तुमच्या नजरेत मी जर चोर असेन, तर मला जगायचा अधिकार नाही? गोरोबाकाका खरं सांगतो, मी तो रत्नहार चोरला नाही." असे पुनःपुन्हा म्हणत चोखोबा स्फुंदून रडायला लागला. नामदेव, जानाबाई, गोरोबाकाका सगळ्यांच्या डोळ्यात अश्रू उभे राहिले. चोखोबांचा हात

हातात घेऊन गहिवरल्या आवाजात नामदेव म्हणाले, ''चोखोबा! वाईट वाटून घेऊ नका? तुम्ही हार चोरला नाही. तो तुम्ही कधीही चोरणार नाही! यावर माझा पूर्ण विश्वास आहे. चोखोबा, तुमच्या श्रद्धेची, भक्तीची, विश्वासाची तो पांडुरंग परीक्षा घेतो आहे. आपल्या आवडत्या भक्ताची कसोटी घेणं हा त्या विठू माउलीचा लाडका खेळ आहे. खरं तर सगळेच भगवद्‌भक्त त्याचे लाडके आहेत. कारण त्याच्या दृष्टीनं, कुठल्याही जातीधर्माच्या माणसाची ओळख जर तो भगवद्‌भक्त असेल, वारकरी असेल, तर त्या विठूरायाच्या दृष्टीने तो पवित्रच आहे. परंतु, अजुन आमच्या श्रेष्ठ वर्णियांना हे समजलेले नाही. चोखोबा, पुंडलिकानं स्थापन केलेला हा भागवत धर्म प्रत्यक्ष ज्ञानेश्वर माउलीनं पुनरुज्जीवित केला. ज्ञानेश्वर माउली आणि त्यांची सगळी भावंडं खरं तर ब्राह्मण समाजातीलच! पण त्या भागवत धर्माचे दुर्दैव असे की, त्याचं पुनरूत्थापन एका ब्राह्मणाने करूनही ब्राह्मण समाजातल्या फार कमी लोकांनी तो स्वीकारला आहे. सगळ्या जाती धर्माच्या लोकांना एकाच स्तरावर आणणारा हा भागवतधर्म ब्राह्मणांनी नाकारला आणि बहुजन समाजाने तो स्वीकारला. चोखोबा आज या घडीला या भागवत धर्माची पताका ब्राह्मण समाजानेच खांद्यावर घेऊन मिरवली असती, तर असे प्रसंग घडते ना! आपण वारकरी संप्रदायाचे असूनशुद्धा ब्राह्मण समाजाने आपल्याला स्वीकारले नाही. आपण भगवद्‌भक्त असूनशुद्धा त्या पांडुरंगाचे दर्शन घ्यायचा अधिकार आपल्याला नाही. या गोष्टीबद्दल तुम्ही वाईट वाटून घेऊ नका. ज्ञानेश्वर तर ब्राह्मण जातीचे आहेत. प्रत्यक्ष ज्ञानसूर्य आहेत. पण तरीही ब्राह्मण समाजाने त्यांची अवहेलना केलीच ना! भाववेड्या भक्तीपेक्षा बुद्धीसामर्थ्यावर चालणारा हा समाज आहे. त्यामुळे जोवर भागवतधर्म त्यांच्या बुद्धीच्या कसोटीवर उतरत नाही, तोवर हा ब्रह्मवृंद भागवतधर्म स्वीकारेल, असे वाटत नाही. कदाचित भविष्यात आणखी सहस्त्रवर्षांनी कां होईना, पण या ब्राह्मण समाजाच्या विचारात काही बदल झाले तरच स्पृश्य-अस्पृश्यतेचं हे भूत गाडलं जाईल. तोवर या जातिभेदाच्या शापात बहुजन समाज असाच भरडला जाणार आहे, तेव्हा चोखोबा, हे जसं आपलं प्राक्तनं आहे, तसंच ते समाजकारणही आहे. तेव्हा झाल्या गोष्टींचा अति क्लेश करून घेऊ नका. या आधीही तुम्ही आमचे होता, आताही तुम्ही आहात आणि यानंतरही तुम्ही आमचेच राहणार आहात.'' चोखोबाची समजूत काढून स्वच्छ मनानं त्याला दिलासा देऊन नामदेवादि मंडळी त्याचा निरोप घेऊन गेली. सोयरानं लावलेल्या तेल हळदीमुळं नामदेवांनी घातलेल्या मायेच्या फुंकरीनं चोखोबांच्या मनाचा आणि देहाचा दाह बराचसा कमी झाला. आणि पांडुरंगाची मूर्ती नजरेसमोर आणत तो झोपण्याचा प्रयत्न करू लागला.

चोखोबांच्या गळ्यात आपण रत्नहार घातल्यावर त्याचे परिणाम काय होतील याची कल्पना त्या कर कटेवर ठेवून विटेवर उभ्या असलेल्या त्या पांडुरंगाला होती. आपला लाडका भक्त असे आपण ज्याला समजतो, त्याची आपल्यावर किती सखोल श्रद्धा आहे, याची चाचपणी त्या पांडुरंगाला एकदा करायची होती. या प्रसंगानंतरही चोखोबाची आपल्यावर तेवढीच भक्ती आहे कां? तेवढीच श्रद्धा आहे का? हेही त्याला एकदा तपासून पाहायचेच होतं. अशा जीवघेण्या प्रसंगानंतर मी, मी म्हणणाऱ्या श्रेष्ठ भगवद्भक्ताने कच खाल्लेली विठ्ठलाला माहीत होते. तेव्हा इतर सगळ्या संतांनी विठ्ठलाचा श्रेष्ठ भक्त म्हणून डोक्यावर घेतलेल्या या चोखोबांची भक्ती खरोखर किती सखोल आहे, याचे प्रत्यंतर या प्रसंगातून येणार होते. एवढ्यासाठीच हा सगळा मायेचा बाजार विठ्ठलानं मांडला होता. आपण जो खेळ करतो आहोत, तो कदाचित चोखोबांच्या जिवावरही बेतला जाईल, याची त्याला पूर्ण कल्पना होती. अर्थात इतकं होईपर्यंत तो थांबणारच नव्हता. थांबला असता, तर तो भक्तवत्सल कसला?

या विठ्ठलाच्या भक्तीपायी आपला जीवही जाऊ शकतो, ही भावना चोखोबाची भक्ती अधिक तीव्र करते की, त्याला विठ्ठलभक्तीपासून परावृत्त करते, हे त्या पांडुरंगाला आजमावयाचे होते. त्या खेळीयाने ते आजमावलेही. चोखोबावर हकनाक चोरीचा आळ येतो, त्याचे रुक्मिणीला मात्र वाईट वाटत होते. चोखोबाला बैलाच्या पायाला बांधले गेलेले बघून, तर ती अतिशय अस्वस्थ झाली. आता पुढे काय होणार? आपल्या नवऱ्याच्या खेळापायी त्या बिचाऱ्याचा जीव जाणार! आणि भक्तवत्सल म्हणून मिरवणाऱ्या या सावळ्या कृष्णाची बदनामी होणार, अशीही भीती तिला वाटू लागली. तिनं ती पांडुरंगाजवळ व्यक्तही केली. मिस्कील हसण्यापलीकडं त्यानं काहीही केलं नाही. पण जेव्हा बैलाच्या पाठीवर आसुडाचे फटकारे बसत होते. तेव्हा ते दृश्य भीतीदायक नजरेनं पाहणाऱ्या रुक्मिणीला, बैलाची शिवळ धरून उभा असलेला आपला नवरा दिसला आणि तिनं समाधानाचा सुस्कारा टाकला. अर्थात, तरीही चोखोबाला आसुडाचे फटके बसलेच. आणि रुक्मिणीच्या मनातली आई व्याकुळली. मग मात्र तिनं आपल्या खेळिया असलेल्या नवऱ्याची चांगलीच कान उघडणी केली. समाजाकडून आधीच नाडल्या गेलेल्या या तुझ्या लाडक्या भक्ताचा आणखी छळ करू नकोस, असा दमही तिनं त्याला दिला. कर कटेवर ठेवून विटेवर उभ्या असलेल्या त्या सावळ्या पांडुरंगानं अर्थातच आदिमायेची शक्ती ओळखली आणि तिला तसे वचन दिले. आता निदान परमेश्वराकडून होणारा चोखोबाचा छळ तरी थांबणार होता हे नक्की.

19

नामदेवांच्या विनंतीवरून चोखोबाची होणारी मारहाण गोविंदभटांनी थांबवली. पण तेवढी शिक्षा चोखोबाला पुरेशी नाही, असे पुन्हा त्यांना वाटू लागले. त्यांनी पुन्हा एकदा पंच मंडळींची बैठक घेतली. 'देवाचा रत्नहार' चोखानं चोरला, त्याच्यावरचा तो आरोप सिद्धही झालाय. समाजाच्या दृष्टीनंही तो चोर ठरलाय. तेव्हा असा चोखा महार गावात न राहिलेला बरा! त्यामुळे त्याला पंढरपुरातून हद्दपार करावे अशी गोविंद भटांनी भूमिका घेतली आणि पंचांना ती भूमिका पटवून देण्यात ते यशस्वी झाले. चोखा महारासारखा चोर पंढरपुरात राहणे कसे धोक्याचे आहे, हे त्यांनी पंच मंडळींना पटवून दिले आणि चोखोबाला हद्दपार करावा, असा फतवा पंचांनी काढला. चोखोबाने गावात राहू नये, त्याने पंढरपूर सोडून जावे, त्याला पंढरपुरात येण्यास मनाई आहे अशा पद्धतीचा आदेश देऊन मनाई हुकूम पंचांनी काढला. केशवभटातर्फे तो चोखोबाला पाठवून देण्यात आलाच, पण तराळातर्फे तो गावातही सादविण्यात आला. पंढरपुरातील बहुतेकजणांना ते ऐकून वाईट वाटले. त्या दिवशीची शिक्षा चोखोबाला कमी झाली, म्हणून हा हद्दपारीचा फतवा काढून चोखोबाला आणखी शिक्षा सुनावण्यात आली की काय, असे लोक म्हणू लागले. पण पंच मंडळींच्यासमोर तोंड उघडण्याची कुणाचीच प्राज्ञा नव्हती. त्यामुळे हळहळण्याव्यतिरिक्त लोक काहीही करू शकत नव्हते. हा फतवा ऐकून नामदेवांना वाईट वाटले. आधीच अस्पृश्य म्हणून गावापासून वेगळ्या टाकलेल्या, गावकुसाबाहेर वस्ती करून राहणारा, महार जातीतला चोखोबा आता या मनाई हुकुमावरून गावापासून आणखी दूर जाणार होता. अर्थात गावापासून दूर जाण्यापेक्षा

तो आपल्या सगळ्यांपासून दूर जाणार, संत सहवासापासून दूर जाणार याचे नामदेवांना अधिक वाईट वाटत होते. चोखोबाला जेव्हा हा हुकूम कळला, तेव्हा त्याला प्रचंड धक्का बसला.

'आपल्याला पंढरपुरातून बाहेर हाकलले? आपण पंढरपुरात राहायचं नाही? अशी जीवघेणी शिक्षा आपल्यालाच का? की आपण महार आहोत, अस्पृश्य आहोत म्हणून आणि फक्त म्हणून? खरं तर आपण निरपराध असतानाही पंचांनी आपल्याला शिक्षा ठोठावली. आपण ती मुकाटपणे सोसली. आतातरी आपल्याला पांडुरंगाची भक्ती करण्यात फारसा व्यत्यय येणार नाही.' या समाधानात चोखोबा होता. पण हा मनाई हुकूम कळला आणि चोखोबा ढसाढसा रडायला लागला. 'पंढरपूर सोडून जायचं? विठ्ठलाला सोडून जायचं?' ज्या विठ्ठलाचं दर्शन दुरून का होईना, पण घेता यावं म्हणून आपण आपलं राहतं गाव, संसाराची बसलेली घडी हे सगळं सोडून ज्या पंढरपुरला आलो, ते सोडून जायचं? जे पंढरपूर आपली कर्मभूमी आहे, असे नामदेवांनी सांगितलं, ते पंढरपूर सोडून जायचं? ज्या पंढरपुरात भगवद्भक्तीचं एक उत्कट समाधान आपल्याला मिळालं. आपल्या प्रतिभेला अंकुर फुटला, आपल्या जातीत आजपर्यंत कोणाच्या हातून घडलं नव्हतं असं अभंगरचनेचं लोकोत्तर कार्य आपल्या हातून ज्या मातीनं घडवलं, त्या पंढरपुरला सोडून जायचं? जिथं विठ्ठल सखा बनून आपल्याला भेटला, नामदेवांसारखा गुरु भेटला, गोरोबाकाकांसारखे माया करणारे स्नेही भेटले. सावता माळी, गोरा कुंभार, नरहरी सोनार यासारखे समान आचार विचारांचे मित्र भेटले. ज्ञानेश्वरांसारख्या ज्ञानसूर्याचं जिथं आपल्याला दर्शन झालं आणि ज्या पंढरपुरातल्या संत मंडळींनी माझ्यासारख्या अस्पृश्यांला आपलं म्हटलं ते पंढरपूर असं सोडून जायचं? विठोबाच्या मंदिराच्या कळसाचं दर्शन घेतल्याशिवाय आपला दिवस उजाडतही नाही आणि मावळतही नाही. मग हे सगळं इथं सोडून जायचं, तर मग जायचं कुठं? आणि हे सगळं इथं सोडून जायचं म्हणजे पंचप्राण इथं ठेवून फक्त हे निर्जीव शरीराबरोबर घेण्यासारखं आहे. विठूराया असंच जर करायचं होतंस, तर त्या शिक्षेतून मला वाचवलंस तरी कशाला? त्यातच माझा प्राण गेला असता, तर आज अशी जिवंतपणी प्राण गेल्यासारखी माझी अवस्था तर झाली नसती. नाही, नाही! मी पंढरपूर सोडून कुठेही जाणार नाही. मी माझ्या सावळ्या विठ्ठलाला सोडून कुठेही जाणार नाही''.

चोखोबा आक्रोश करत होता. खरं तर त्या माराहणीच्या घटनेनंतर त्यानं स्वत:ला जणू विठ्ठलभक्तीत झोकून दिलं होतं. गावकीनं नेमून दिलेली कामं करताना तो कोणाशी बोलत नसे. उलट विठ्ठल - विठ्ठल हेच नाव सतत त्याच्या

तोंडी असे. श्वासाबरोबर किंवा त्याही पेक्षा जास्त. फक्त संध्याकाळी संत मंडळींच्या सहवासात त्याने जाण्याचे सोडले नव्हते. तेवढाच काय तो इतरांशी त्याचा संपर्क होता. मात्र त्याचा अभंगरचनेला आणखी फुलोरा आला होता. तरीही दिवसभरात सुचलेले अभंग तो मुखोद्‌गत करून ठेवी. आणि संध्याकाळी गोरोबाकाकांचे घरी सगळी जमत. तेव्हा त्याचे हे मुखोद्‌गत केलेले अभंग अनंतभट लिहून काढत असे. त्याच्या या दिनक्रमात मात्र खंड पडला नाही. नामदेवांनी गुरुमंत्र दिल्यापासून 'विठ्ठल' या नावानं चोखोबाला जणू झपाटून टाकलं होतं. आपल्या जीवनाचं साध्य आणि साधन हे दोन्हीही फक्त विठ्ठलनामचं आहे, अशी त्याची खात्री पटली. संतांच्या विशेषत: नामदेवांच्या सहवासात राहिल्यानं त्याच्या भाषेवरही संस्कार झाले होते. नामदेवांच्या आज्ञेवरून आणि त्याचेच अनुकरण करून चोखोबा आता आपल्या अभंगामध्ये शेवटच्या चरणात 'चोखा म्हणे' अशी आपली नाममुद्राही गुंफू लागला होता. त्याच्या अभंगांची संख्याही वाढू लागली.

दुर्लभ होते ते सुलभ पैं झाले। आपण नटले सगुण रूप।।
धरोनि आवडी पंढरीये आले। उभेंचि राहिलें कर कटी।।
युगे अपरंपार न कळे ज्याचा पार। वैष्णवांचा भार शोभतसे ।।
चोखा म्हणे ऐसे धरोनिया भिडे। उभाउभी कोड पुरवितो।।

असे त्या सावळ्या विठूरायाचे अभंग रचताना चोखोबाचं जणू देहभान हरपत असे. आपल्या अभंगामधून, आपल्या शब्दकळेमधून विठ्ठलाचे सावळे, साजिरे रूप किती सांगू? त्याच्या भक्तवत्सलतेचे, त्याच्या कृपेचे किती वर्णन करू? असे त्याला होत असे!

लावण्याचा गाभा त्र्यैलोक्याची शोभा। विटेवरील उभा पंढरीये।।
पाऊले गोजिरी श्रीमुख शोभले। ध्यान मिरविले भिम तिरी।।
वैजयंती माळा किरीट कुंडले। परिधान केले पीत वस्त्र।।
चोखा म्हणे एसा लावण्य पुतळा। तो आम्ही देखिला दृष्टी भरी।।

सुंदर, सुंदर शब्दरचना करून चोखोबा त्या विठूरायाचे वर्णन करायचा. आणि नामदेवादि संत भान हरपून ऐकत रहायचे. खरंतर महाद्वारातून जेवढा विठोबा पुसटसा दिसायचा, तेवढाच चोखोबानं बघितलेला. पण तो सावळा विठ्ठल चोखोबाच्या श्वासाश्वासात भिनला होता हेचं खरं. म्हणूनच इतक्या सुंदर शब्दकळेतून चोखोबा त्या विठ्ठलाचे वर्णन करीत असे. नामदेवांना तर चोखोबांचे भारी कौतुक. मंगळवेढ्याजवळच्या एका छोट्याशा गावात खितपत पडलेलं, हे रत्न खरं तर त्यांनी पंढरपुरच्या कोंदणात आणून बसवलं आणि आपल्या भक्तीनं आणि आपल्या शब्दवैभवानं ते असं काही झळाळलं की, भल्याभल्यांनी आपल्या

तोंडात बोटं घालावी. म्हणूनच जेव्हा,

'बहुत हिंडलो देशदेशांतर। परि मन नाही स्थिर झाले कोठे।।
बहुत तीर्थे फिरोनियां आला। मनासवें झालो वेडगळचि।।
बहुत प्रतिमा ऐकिल्या पाहिल्या। मनाच्या राहिल्या येरझारा।।
चोखा म्हणे पाहता पंढरी भूवैकुंठ। मनाचे हे कष्ट दूर गेले।।''

चोखोबांनी असं म्हटलं तेव्हा चोखोबाला पंढरपुरास येण्याचा आग्रह आपण केला ते अतिशय योग्यच होतं, अशी नामदेवांना खात्री पटली.

चोखोबाला झालेल्या माराहणीच्या प्रसंगानंतर सोयरानं मात्र एक केलं. तिनं निर्मळेला आणि बंकाला पंढरपुरात बोलावून घेतलं. गणाकाकाच्या मदतीनं तिनं बंकालाही आपल्या शेजारी खोपटं बांधायची परवानगी मिळवून दिली. आणि त्याचबरोबर झाडलोटीचं कामंही. चोखोबालाही बरं वाटलं. तसं इथं पंढरपुरात ती संतमंडळी सोडली, तर त्याचं असं कुणी नव्हतच. त्यातच कर्ममेळ्याच्या बारशाला आल्यावर बंकानंही इथं येण्याचा मनसुबा चोखोबाजवळ बोलून दाखवला होता. चोखोबालाही कुणाचा तरी जवळच्या माणसाचा आधार हवाच होता. त्यातच निर्मळा त्याची एकुलती एक बहीण. तिच्यावर त्याचं प्राणापलीकडे प्रेम होतं. तर बंका त्याचा मेव्हणा. तोही चोखोबाचा लाडका होता. बारशादिवशी बंकानं चोखोबाचं संत मेळ्यातलं स्थान ओळखलं होतं. त्याला त्याच्या दाजीबद्दल पहिल्यापासून आदर. आता तर प्रत्यक्ष ज्ञानोबा माउलीसारख्या विभूतीशी तो बोलत होता. हे त्यानं प्रत्यक्ष आपल्या डोळ्यानं पाहिलं होतं. त्यानं ठरवलं, दाजीलाच आपला गुरु मानायचं. तसा तो चोखोबाला बोललाशुद्धा. चोखोबालाही आनंद झाला. बंकालाही आपल्यासारखी विठ्ठलभक्ती स्फुरावी. त्यालाही आपल्यासारखी अभंगरचना करता यावी. आता सोयराही अभंगरचना करते. तिनं ते निर्मळेला शिकवावं. आणि आपण सगळ्यांनी अगदी त्यात कर्ममेळ्यालाही सामील करून घेऊन आपण सगळ्यांनी अभंगरचना करावी. आणि विठ्ठलाच्या भजन कीर्तनाचा, त्याचे गुणगान करणाऱ्या ओवी गायनाचा एकत्रितपणे आनंद लुटावा, हे त्याचं फार दिवसापासूनचं स्वप्न होतं. बंका इथं राहायला आल्यामुळं ते प्रत्यक्षात उतरणार होतं. साहजिकच निर्मळा आणि बंका पंढरपुरला राहायला आल्याचा चोखोबाला मनापासून आनंद झाला.

तो आणि बंका सकाळी लवकर उठून कामावर जात. गावातील सगळी सफाई करून घरी येत. स्वच्छ अंघोळ करत. मग चोखोबा नामस्मरणाला बसे. बंकाही त्याच्या समवेत बसत असे. त्याची आवड बघून एक दिवस चोखोबानं त्याला आपला शिष्य केला. बंकाला खूप आनंद झाला. आता तो चोखोबांचं अनुकरण

करू लागला. त्याला प्रश्न विचारून आपले ज्ञान वाढवू लागला. चोखोबाही संतमेळ्यात ऐकलेल्या हिताच्या चार गोष्टी बंकाला सांगत असे. चोखोबा अभंगरचना कशी करतो, तेही बंका लक्षपूर्वक बघत असे. हळूहळू तोही मोडकी तोडकी अभंगरचना करू लागला. निर्मळेला सोयरानं केलेल्या अभंगरचनेचं अप्रूप वाटायचं. तिनं एक दिवस सोयराला विचारलं, "वयनी मला यिल का गं, तुझ्यासारखं शब्द रचायला? मला लयी आवडलं अभंग करायला!" सोयरा हसली, म्हणाली, "निर्मळे त्या विठूरायांवर भक्ती ठेव. तोच सुचवतो बघ!" निर्मळेलाही ते पटलं. तीही त्या सावळ्या विठ्ठलांची भक्ती करू लागली. जसा संतांच्या सहवासात राहून चोखोबांच्या भक्तीला शब्दगंध लाभला, चोखोबा बरोबर राहून सोयराच्या शब्दालाही भक्तीचा छंद मिळाला. तसंच चोखोबा-सोयराच्या सहवासात राहून बंका आणि निर्मळाही अभंगरचना करू लागले. मग या सगळ्यांच्याबरोबर राहून कर्ममेळा कसा कोरडा राहणार? भक्तीची गंगा आणि शब्दरचनेची यमुना त्यांच्या घरातून वाहत होती. या दोन्हींमध्ये कर्ममेळाही चिंब भिजला. नुकती मिसरूड फुटलेला कर्ममेळाही अभंग रचना करू लागला. आणि चोखोबाचं सगळं कुटुंबच भक्तीच्या गंगेत आणि शब्दाच्या गंधात न्हाऊन निघालं. आता तर चोखोबा बंकाला पण आपल्याबरोबर दररोज संध्याकाळी संतमेळ्यात नेऊ लागला.

चोखोबाचा मेव्हणा म्हणून बंकाला संतमेळ्यात आपुलकी आणि प्रेम तर मिळालंच आणि त्याच्या सहवासात त्याचं शब्द भांडारही वाढलं. तोही आता सराईतपणे अभंगरचना करू लागला. अर्थात चोखोबांच्या आणि त्याच्या अभंगाच्या शब्दरचनेत काहीसं साम्य असलं, तरी दोघांच्या भावनांमध्ये मात्र फरक होता. तरीही बंकाच्या अभंग रचनेवर चोखोबाचा प्रभाव मोठ्या प्रमाणावर जाणवत असे. तर नुकतीच मिसरूड फुटलेल्या कर्ममेळ्याचे अभंग काहीसे बंडखोरीच्या भाषेतले असत. त्यात विठ्ठलावरची श्रद्धा असेच, पण विठ्ठलाने आपल्याला महार जातीत जन्माला घातले, याबद्दलची तक्रारही असे. अशारीतीने चोखोबाचे सगळे कुटुंब विठ्ठलाची भक्ती, त्याचबरोबर अभंग रचना करू लागले. याचे संपूर्ण श्रेय मात्र चोखोबांचेच होते.

संतमेळ्यामध्ये चोखोबा चांगला रमत असे. तिथे त्याच्या अभंगाला, शब्द रचनेला, शब्दकळेला जशी कौतुकाची पावती मिळायची तशीच शब्दरचनेतल्या एखाद्या चुकीची दुरूस्तीही व्हायची. एखाद्या नवीन शब्दाशी, अभंगरचनेच्या नवीन प्रकाराशी, शब्दरचनेच्या वेगळ्या धाटणीशी त्याची ओळख व्हायची. चोखोबाही असा हुशार की नवनवीन ऐकलेलं, शिकलेलं तो ताबडतोब आत्मसात करायचा. कधी कधी भावसमाधी अवस्थेत गेला म्हणजे

चोखट चांग चोखट चांग। एक माझा पांडुरंग।।
सुख तयाचे चरणी। अवघी सुकृतांची खाणी।।
महाद्वारी चोखामेळा। विठ्ठल पाहातसे डोळा।।
अवघा प्रेमाचा पुतळा। विठ्ठल पाहा उघडा डोळा।।
जन्ममरणाची येरझारी। तुटे भवभय निर्धारी।।
ऐसा प्रताप आगळा। गाये नाचे चोखामेळा।।

अशी अभंगरचना करत त्याला झालेले आत्मज्ञान तो सांगत असे. आत्मज्ञान झालेल्या या चोखोबाला आत्मभानही तेवढंच जाणतेपणी झालेलं होतं. याच प्रत्यंतर देणारा प्रसंग घडला, तेव्हा चोखोबाला आलेल्या आत्मभानाचं, त्याच्या प्रांजलपणाचं, त्याच्या आत्मनिरीक्षणाचं सर्वांनाच कौतुक वाटल्याशिवाय राहिलं नाही.

प्रसंग असा होता. सगळी संतमंडळी गोरोबाकाकांच्या घरी जमली होती. त्या दिवशी भागवत एकादशी होती. गोरोबाकाकांच्या घरी सगळ्यांचा फराळ झाला आणि नामदेवांच्या डोक्यात एक कल्पना आली. हे सगळे संत श्रेष्ठ भगवद्‌भक्त तर होतेच, पण ते जर स्वत:ला जाणीवपूर्वक तसं समजत असतील, तर कुठंतरी त्यांना अहंकाराचा स्पर्श झालेला होता, हे निश्चित. याच गोष्टीची पडताळणी नामदेवांना करायची होती म्हणून फराळ झाल्यावर त्यांनी सर्वांसमोर एक कल्पना मांडली. त्यातला प्रत्येक जण अभंग रचतो, हे नामदेव जाणत होते, म्हणून ते म्हणाले, "आपल्यातला प्रत्येकजण विठ्ठलभक्ती बरोबर अभंग रचनाही करतो. पण आज मी काही वेगळे विचारणार आहे. आतापर्यंत आपण विठ्ठलावरचे अभंग लिहिले. या वैकुंठनगरीचे वर्णन करणारेही अभंग लिहिले. पण आज आपण आत्मभान दाखवायचे आहे. आपण कोण आहोत? कुठे आहोत? काय करतो आहोत? हे सांगणारी, स्वत:ची ओळख सांगणारी अभंगरचना सादर करायची आहे. तेव्हा गोरोबाकाका याची सुरुवात आज तुमच्यापासून करू या." नामदेवांची ही वेगळी कल्पना सगळ्यांनाच आवडली. नामदेवांच्या मनात काही वेगळं होतं खास, म्हणूनच आज त्यांनी एक नवा दृष्टीकोन सगळ्यांसमोर मांडला होता. उद्‌बोधन आणि मनोरंजन! नामदेवांनी गोरोबाकाकांना सुरुवात करायला सांगितली. किंचित हसून गोरोबाकाकांनी क्षणभर डोळे मिटले, हात जोडले आणि अभंग सांगितला.

देवा तुझा मी कुंभार। नासी पापाचे डोंगर।।
ऐशा संतप्त हो जाती। घडे साधूची संगती।।
म्हणे कृपा भगवंताची। गोरा कुंभार मागे हेचि।।

जन्मा येऊनिया काय केली करणी। व्यर्थ शिणविली जननी।।
नऊ महिने ओझे वागवून। नाही गेला तिचा शीण।।
ऐसा झालो अपराधी। क्षमा करा कृपानिधी।।

गोरोबाकाकांनी आपलं, आपल्या जन्माचं, आपल्या व्यवसायाचं निवेदन करून विठ्ठलभक्तीमध्ये त्यांना आलेल्या साक्षात्काराचा अनुभव सांगितला. आता पाळी होती सांवतामाळ्याची. नामदेवांनी हसून त्यांच्याकडे पाहिले आणि म्हणाले, "हं माळीबुवा, आता तुम्ही सांगा. शेतांत तुम्ही भाजी पिकवताना तुम्हाला तिथंही विठ्ठल दिसतो ना? सांगा बघू तुमचा अनुभव." नामदेवांनी असं सांगताच, माळीबुवांनी मान झुकवून नामदेवांना नमस्कार केला. डोळे मिटून एकवार विठोबाचं स्मरण केलं आणि म्हणाले,

आमुची माळयाची जात। शेत लावू बागाईत।।
आम्हा हाती मोट नाडा। पाणी जाते फूलझाडा।।
कांदा, मुळा भाजी। अवघी विठाई माझी।।
लसूण मिरची कोथिंबीरी। अवघा झाला माझा हरी।।
मोट नाडा विहीर दोरी। अवघी व्यापिली पंढरी।।
सांवता म्हणे केला मळा। विठ्ठलपायी गोविला गळा।।

आपण माळ्याच्या जातीत जन्मलो, म्हणून आपल्याला भक्तीचा मळा पिकवता आला हा आनंद सावता माळयांच्या शब्दांशब्दांतून व्यक्त होत होता. आपल्या व्यवसायाला भक्तीच्या धाग्यातून गुंफण्याच्या त्यांच्या कौशल्याला सगळ्यांनीच दाद दिली. आता नामदेव वळले, नरहरी सोनारांकडे म्हणाले, "नरहरी बुवा, आता तुम्ही सांगा? तुम्हाला काय वाटतं! ज्ञानेश्वर, नामदेवांच्या सहवासात आल्यावर शैवपंथाचे नरहरीबुबा विष्णुदास झाले होते. नामदेवांचा आदेश ऐकताच ते म्हणाले, "देवा माझा सोनारकीचा व्यवसाय आहे. तो मी निष्ठेनं करतोच. पण त्यातही मी आत्मा शोधण्याचा प्रयत्न करतो. म्हणजेच देवा, मी माझ्या व्यवसायातही विठ्ठल शोधतो म्हणून मी नेहमी म्हणतो,"

देवा तुझा मी सोनार। तुझे नामाचा व्यवहार।।
देह बागेसरी जाणे। अंतरात्मा जाण सोने।।
त्रिगुणाची करूनी मूस। आत, ओतिला ब्रम्हरस।।
जीव, शिव करूनि फुंकी। रात्रंदिवस ठोका ठोकी।।

नरहरी सोनारांची, अशा प्रकारची आपल्या व्यवसायातून विठ्ठल शोधण्याची त्यांची अभंगरचना ऐकून नामदेवांनी त्यांची पाठ थोपटली. आता सेना न्हाव्यांचा क्रम होता. सेना न्हावी काहीसे लाजाळू. तीर्थाटन करत महाराष्ट्रात आले आणि

पंढरपुरांवर भुलले. काहीसे लाजतच त्यांनी अभंग गायिला,

आम्ही वारिक वारिक। करू हजामत बारिक।।
विवेक दर्पण आयना दावू। वैराग्याचा चिमटा हालवू।।
उदक शांती डोई घोळू। अहंकाराची शेंडी पिळू।।
भावार्थाच्या बगला झाडू। काम क्रोध नखे काढू।।
चौवर्णा देऊनी हात। सेना राहिला निवांत।।

सेना न्हाव्यांच्या या अभंगरचनेवर सगळ्यांना काहीसे हसू आले. पण त्यांनीही आपल्या व्यवसायातून अध्यात्म जाणले, म्हणून नामदेवांनी त्यांचे कौतुक केले. आता क्रमवारीप्रमाणे क्रम होता नामदेवांचा. नामदेव जातीने शिंपी. त्यातचं नेटकी शब्दरचना आणि देखणी अभंगरचना करणारे म्हणून प्रसिद्ध. अतिशय सुंदर आणि भावनोत्कट कीर्तन करणारे, अशी त्यांची ख्याती. आता आपला आत्माविष्कार नामदेव कीर्तनातून कसा करतात, याबद्दल सर्वांनाच उत्सुकता लागून राहिली होती. सगळ्यांच्या डोळ्यांत ती स्पष्टपणे उमटली. अत्यंत प्रसन्न मुद्रेनं सगळ्यांच्याकडे कटाक्ष टाकून हात जोडून विठ्ठलाचे स्मरण करून नामदेवांनी अभंग गायिला.

शिंपीयाचे कुळी जन्म मज जाला। परि हेतू गुंतला सदा शिवी।।
रात्रीमाजी शिवी दिवसामाजी शिवी। आराणुक जीवी नाही माझ्या।।
सुई आणि सातुळी, कात्री, गज दोरा। मांडिला पसारा सदा शिवी।।
नामा म्हणे शिवी विठोबाचे अंगी। त्याचेनि मी जगी धन्य झालो।।

आपल्या शब्द सामर्थ्याचं असं देखणं प्रदर्शन घडवत आपल्या व्यवसायाला विठ्ठल भक्तीची जोड देत, अद्वैताचं देखणं प्रत्यंतर देत नामदेवांनी आपल्या भावना व्यक्त केल्या. त्यांच्या अभंगरचनेतील शब्दश्लेष त्याचे बुद्धीवैभव आणि शब्दवैभव निर्देशीत करीत होता. त्यांच्या या विलक्षण शब्दसामर्थ्याला बराच वेळ टाळ्या वाजवून सगळ्यांनी जणू वंदना दिली. सगळे भारावून गेले होते. ते भारावणं जसं नामदेवांच्या अभंगातील रचनेच्या सौंदर्यामुळे होतं, तसंच ते त्यातल्या भावनोत्कटतेमुळंही होतं.

चोखोबा हे सगळं भारावल्या नजरेनं टिपत होता. अगदी चातक पक्ष्यानं पावसाचे थेंब ज्या आसक्तीनं टिपावेत तसं. 'ही सगळी बहुजन समाजातली मंडळी, अगदी आपल्यापैकी नसली तरी आपल्यासारखीच. यांची विठ्ठलभक्तीही तितकीच उत्कट आणि त्याचमुळं यांची अभंगरचनाही तेवढीच भावुक. या सगळ्यांनी आपापल्या पिढीजात व्यवसायातही विठ्ठल शोधला, त्यात त्यांना तो सापडलाही. पण आपलं काय? पिढीजात व्यवसाय म्हणावा, असा आपला कोणताच व्यवसाय

नाही. आपण शुद्र जमातीतले, चौथ्या वर्णातले. पहिल्या तीन वर्णाचे आपण चाकर. त्याकामातही विठ्ठल शोधावा म्हटलं, तर आपलं काम किती घाणेरडं? मैला साफ करण्याचं, रस्ते, कचराकुंड्या साफ करण्याचं, मेलेलं ढोर सोलण्याचं. या असल्या घाणेरड्या कामात विठ्ठल कसा आणि कुठं शोधायचा? मैल्याच्या बुट्टीत? कचऱ्याच्या कुडीत? की मेलेल्या ढोराच्या चामड्यांत? शी, शी, शी शी! तो सावळा सुंदर विठोबा, तो कैवल्याचा पुतळा असल्या गलिच्छ ठिकाणी शोधायचा? नाही नाही! नकोच ते आणि जरी इतर कुठं शोधायचा म्हटलं तरी कुठं? आणि आपल्याला कुठं एवढं ज्ञान आहे? आपल्याला कुठं वेद-पुराणं ठाऊक आहेत? या चार शहाण्या माणसांच्या नादानं काही तरी बोलतो आणि शब्दाला शब्द जोडून काही तरी रचतो झालं? ही सगळी ज्ञानी संत मंडळी चांगलं म्हणतात, कवतिक करतात. तो त्यांचा चांगुलपणा. नाही तर आपल्या सारख्या महाराला कुठलं असलं काही जमायला?' चोखोबांच्या मनात विचारांची, प्रश्नांची आवर्तन उठतं होती. ती त्याच्या चेहऱ्यावर उमटत होती. नामदेवांच्या नजरेतून ते सुटलं नाही. त्यांच्या लक्षात आलं चोखोबांच्या मनात काय चाललयं ते! प्रसन्न पण काहीसं मिस्कील हसू चेहऱ्यावर खेळवत त्यांनी चोखोबाला टोकलंच! "काय चोखोबा, काय चाललंय? काय नवीन अभंग रचतांय की काय? मग सांगा तरी! नाही तरी आता तुमचीच पाळी आहे. तेव्हा कळू दे तरी आम्हाला तुमच्या मनातल्या खोल भावना. चोखोबा खरं सांगू, पण मला तुमच्याकडून काही वेगळंच ऐकायचंय आणि ही माझीच नव्हे तर या सगळ्यांचीच तशी इच्छा आहे. तेव्हा बोला चोखोबा, आम्हाला सांगा तुमचं मन! आम्हाला कळू दे तरी तुमच्या अंतर्मनातले भाव!" डोळ्यांत कौतुक आणि आवाजात मिस्कीलपणा भरून नामदेव चोखोबाला काहीसे डिवचत होते. चोखोबाच्या ते लक्षात आले.

काही क्षण तो स्तब्ध झाला. मग हात जोडून म्हणाला, "देवा, तुम्ही सगळी थोर आहात, आपापल्या व्यवसायामध्ये तुम्ही सगळ्यांनी त्या सावळ्या विठ्ठलाला शोधले, आणि त्यात तो तुम्हाला सापडलाही. पण मी पडलो महार! माझे काम म्हणजे गावाची घाण उपसणे, मेलेली गुरे सोलणे, या कामामध्ये मी विठ्ठल कसा शोधू? मला विठ्ठल सापडला, तो तुम्हा संतांच्या हृदयात. असे असताना मी काय बोलणार?" चोखोबाचे हे बोलणे ऐकून नामदेव हसले. म्हणाले, "चोखोबा तुमच्या व्यवसायात तुम्हाला विठ्ठल सापडणार नाही कदाचित, पण तुमच्या हृदयात तरी तो आहे ना? तुम्ही महार जातीत जन्मला, हा तुमचा दोष नाही. तुम्हाला ज्ञानाचा अधिकार नाही, हा तुमचा दोष नाही. पण तरीही तुम्हाला विठ्ठल सापडलाच ना? मग तो तुम्हाला कसा सापडला हेच सांगा ना?"

नामदेव बोलत होते आणि इतर सगळीजण त्यांना दुजोरा देत होती. सगळ्यांच्या चेहऱ्यावर अपार उत्सुकता होती. आणि डोळ्यात होतं कुतूहल. चोखोबालाही ते स्पष्ट दिसलं. तो काहीसा संकोचला. पण त्याची नजर पुन्हा नामदेवाकडे वळली. त्या नजरेनं त्याला दिलासा दिला. अगदी आईच्या मायेनं आंजारलं, गोंजारलं आणि चोखाबानं आपल्या खड्या, पण कापऱ्या आवाजात गायला सुरुवात केली.

आम्हा न कळे ज्ञान। न कळे पुराण
वेदांचे वचन। न कळे आम्हा
आगमाची आठी निगमाचा भेद। शास्त्रांचा संवाद न कळे आम्हा।।
योग याग तप अष्टांग साधन। न कळेचि दान व्रत तप।।
चोखा म्हणे माझा भोळा भाव देवा। गाईन केशवा नाम तुझे।।

चोखोबा गात होता. अभंग रचतरचत म्हणून दाखवत होता. त्याचा चेहरा भावुक झाला होता. डोळ्यांत एक अपराधी झाक दिसत होती. पण स्वरात आणि शब्दांत होता पूर्ण प्रांजलपणा. आपण कोण आहोत? काय आहोत? कोठे आहोत? आपली लायकी काय? यातलं संपूर्ण सत्य त्यांच्या शब्दातून, स्वरातून प्रतीत होतं होतं. तो अभंग नव्हता, तर ते होते चोखोबाचं प्रांजल, पापभीरू मन. तो अभंग नव्हता तर ती होती, त्याच्या अस्तित्वाची कबुली. तो अभंग नव्हताच, तर ते होतं चोखोबाला झालेलं आत्मज्ञान. चोखोबांचा अभंग ऐकला आणि नामदेवांच्या डोळ्यात पाणी उभं राहिलं. त्याचीच काय पण इतरांचीही अवस्था फारशी वेगळी नव्हती. चोखोबांचा अभंग संपला आणि काही क्षण तिथे स्मशान शांतता पसरली. चोखोबाच्या प्रांजल कबुलीजबाबाने सगळेच सुन्न झाले होते. शब्दही उमटत नव्हता. या शांततेचा भंग केला नामदेवांनी. त्यांनी पुढं होऊन चोखोबाला अलिंगन दिलं. त्याच्या पाठीवर थाप मारत ते म्हणाले, "वा! चोखोबा वा:! अहो तुम्ही जिंकलंत आम्हाला. मंडळी चोखोबा म्हणतात की, आम्हा नकळे हे ज्ञान - न कळे पुराण, वेदांचे वचन, न कळे आम्हा! पण चोखोबा इथंच-इथंच तुम्ही श्रेष्ठ ठरलात. अहो अध्यात्म म्हणजे आत्म्याचे अध्ययन, आत्म्याचा अभ्यास! जो भल्याभल्यांना जमत नाही, ते अध्यात्म चोखोबा तुम्ही किती सहज शब्दांत व्यक्त केलंत. अहो चोखोबा, आपण कोण आहोत, कोठे आहोत हे ज्याला कळलं त्यालाच फक्त अध्यात्म कळलं. त्यातला खरा आत्मा कळला त्यालाच खरा परमात्माही कळला आणि त्याचं अद्वैतही त्यालाचं कळलं. तेव्हा चोखोबा 'आम्हा न कळे हे ज्ञान' हे तुमचं म्हणणं हा तुमचा विनय आहे. नम्रता आहे. वा! चोखोबा वा:! खरं अद्वैत कसं असतं ते तुम्हीं जाणलंत. मंडळी, तुम्हालाही

सांगतो, खरं अद्वैत असत ते असं,''

तूं अवकाश मी भूमिका। तू लिंग मी साळुंका।
तूं समुद्र मी द्वारका। स्वयें दोन्ही।।
तूं वृंदावन मी चिरी। तू तुळशी मी मंजरी।।
तूं पावा मी मोहरी। स्वयें दोन्ही।।
तूं चांद मी चांदणी। तूं नाग मी पद्मिणी।
तूं कृष्ण मी रुक्मिणी। स्वयें दोन्ही।।
तूं नदी मी थडी। तूं तारूं मी सांगडी।
तूं धनुष्य मी भातोडी। स्वयें दोन्ही।।
तूं वेदन मी स्तविता। तूं शास्त्र मी गीता।।
तूं गंध मी अक्षता। स्वयें दोन्ही।।
नामा म्हणे पुरूषोत्तमा। स्वयें जडलो तुझ्या प्रेमा।
मी कुडी तूं आत्मा। स्वयें दोन्ही।।

नामदेवांनी अद्वैत असं अवघं सोपं करून सांगितलं, की सगळेच त्या ज्ञानदर्शनानं भारावून गेले. आपला अभंग संपवून चोखोबाच्या पाठीवर शाबासकीची थाप मारत नामदेव पुन्हा म्हणाले, ''फार आनंद झाला चोखोबा. असेच या भावनेत प्रांजल रहा आणि अशीच अभंग रचना करीत राहा. तो पांडुरंग नेहमीच तुमच्या पाठीशी आहे!''

नामदेवांनी असा आशीर्वाद दिला आणि चोखोबाला धन्य वाटलं. गुरुचा नुसता हात शिष्याच्या पाठीवरून फिरला की, त्याला धन्यता वाटते. इथं तर नामदेवांनी चोखोबाला केवढे मोठेपण बहाल केले होते. आणि आपल्या आशीर्वादाबरोबरच पांडुरंग पाठीशी असल्याचा स्पष्ट निर्वाळाही दिला होता.

आणि असं असताना, असं असताना, साक्षात पांडुरंग आपल्या पाठीशी असताना पंढरपूर सोडण्याची वेळ आपल्यावर यावी? याचंच चोखोबाला नवलं वाटतं होतं आणि तेवढंच दुःखही. या पंढरपुरच्या मातीनं त्याला आसरा दिला होता. त्याच्या जखमी मनावर फुंकर घातली होती. चंद्रभागेनं त्याला शीतलता दिली होती. तर इथल्या चंदनाचा सुगंध दरवळणाऱ्या हवेनं, त्याला प्रतिभा बहाल केली होती. अगदी चंदनासारखी, आपल्या सुगंधानं सगळीकडं दरवळणारी. आपलं अवघं आयुष्य आता पंढरपुरातच व्यतीत करायचं असं ठरवणाऱ्या चोखोबाला हा मनाई हुकूम मिळाला आणि त्याच्या पायाखालची धरणीच सरकली. आता आपण काय करावं? कुठं जावं? कुणाला विचारावं? कुणाचा सल्ला घ्यावा? कुणाची मदत घ्यावी? आपल्या मनाचं हे गाऱ्हाणं कुणाकडं मांडावं? त्याला

काहीच सुचेना. पण काही खुपलं-दुखलं की बाळाला जशी आईची आठवण येते, तशी चोखोबाला या कठीण समयी नामदेवांचीच आठवण झाली. तो आणखी कुणाची आठवण काढणार होता? आता तेच आपले तारणहार! तेच आपल्याला योग्य मार्ग दाखवतील. तो तडक उठला आणि गोरोबाकाकांच्या घरी गेला. गोरोबाकाका घरीच होते. माती कालवत बसले होते. चोखोबास पाहताच ते त्याला सामोरे आले, पण नेहमीप्रमाणे चोखोबा, ''गोरोबा-बिरोबाकाका कसे आहात?'' असे म्हणाला नाही. त्याचा चेहरा पार उतरला होता. गोरोबाकाकांनी त्याला ''काय चोखोबा? काय झाले?'' असं विचारलं आणि चोखोबा त्यांच्या पायावर कोसळलाच. त्याला खांद्याला धरून गोरोबाकाकांनी उठवलं. चोखोबांच्या डोळ्यांत दु:ख होतं. त्याचा समंजस चेहरा त्रासलेला होता. त्यावर वेदनाही होती. वेदनेनं ठुसठुसणाऱ्या स्वरातच त्यानं गोरोबाकाकांना विचारलं, ''गोरोबाकाका, नामदेव महाराज कुठं आहेत? माझ्यावर अगदी मोठं संकट कोसळलं आहे. यातून मला फक्त तेच तारू शकतात. मला त्यांची तातडीने भेट हवी आहे. गोरोबाकाका मला काही सुचत नाहीय. माझ्यावर दया करा काका, मी तुमचे पाय धरतो.'' असं म्हणत चोखोबा पुन्हा गोरोबाकाकांच्या पायावर कोसळला. गोरोबाकाकांनाही वाईट वाटले. मनाईच्या हुकूमाची बातमी त्यांच्याही कानावर आली होती. 'या सरळमार्गी, प्रामाणिक आणि भोळ्याभाबड्या भगवद्भक्ताच्या मागे हे काय शुक्लकाष्ठ लावले आहेस नारायणा? काय मिळतं तुला असं करून?' गोरोबाच्या मनात आलं, त्यांनी पुन्हा चोखोबाला उठवलं. म्हणाले, ''शांत व्हा चोखोबा, नामदेव आहेत. इथेच पंढरपुरातच आहेत. तुम्ही काही क्षण प्रतीक्षा करा. मी शेजारच्या गोपूला त्यांना बोलवायला पाठवतो. तुम्ही शांत व्हा. हे घ्या पाणी घ्या!'' गोरोबाकाकांनी चोखोबाला शांतवण्याचा प्रयत्न केला. त्याला पाणी प्यायला दिले आणि शेजारच्या गोपूला बोलावून त्याला विठ्ठल मंदिराजवळ नामदेव बसले आहेत, त्यांना बोलावून आणायला सांगितलं. गोपू पळत गेला. नामदेवही लगेच आले. पण तेवढा मधला थोडासा वेळही चोखोबाला युगासारखा वाटला. त्याक्षणी त्याला काही सुचत नव्हते. फक्त मनाच्या एका कोपऱ्यात कुठंतरी 'विठ्ठल, विठ्ठल' अशी तार झंकारत होती. तेवढाच त्याला, त्याच्या उदास मनाला काय तो आधार होता. नामदेव आले. त्यांना बघून चोखोबा त्यांच्या पायावर कोसळलाच. त्याचं सारं अंग हुंदक्यानं गदगदत होतं. नामदेवांच्या कानावर शुद्धा ही बातमी आली होती. या बातमीमुळं चोखोबा किती घायाळ झाले असतील, याची नामदेवांना कल्पना होती. आणि आज चोखोबा आपल्याला शोधत असणार याचीही त्यांना खात्री होती. चोखोबांसारख्या सरळ मनाच्या माणसांवर हा फार मोठा आघात होता. त्यातच 'तुम्ही जरूर पंढरपुरला

या. तीच तुमची कर्मभूमी आहे. हे पंढरपूर तुम्हाला नक्की आपलं म्हणेल.' अशी ग्वाही आणि आमंत्रण नामदेवांनीच त्याला दिलं होतं आणि आज हे काय होऊन बसलं होतं? जे पंढरपूर तुम्हाला नक्की आपलं म्हणेल अशी खात्री आपण त्यांना दिली होती. याचं पंढरपुरानं चोखोबांना लाथाडलं होतं. चोखोबा त्यांच्या पायावर कोसळून हुंदके देत होता. आणि नामदेवांना मात्र अपराधी वाटत होतं. 'उगीच या सरळ माणसाला आपण इथं यायला सांगितलं? असा तसा कां असेना पण मंगळवेढ्यात गावकुसाबाहेर कां होईना पण गावांबरोबर जगत होता. इथं आणून या सरळ, प्रामाणिक आणि विठोबावर निस्सीम भक्ती करणाऱ्या या भावुक माणसाला मी इथं नरकयातना भोगायला लावल्या.' नामदेवांनी चोखोबाला खांद्याला धरून उठवलं. चोखोबांच्या चेहऱ्याकडे बघवत नव्हतं. चेहऱ्यावर दु:खाची गडद छाया होती. वेदनांचे वळ होते. डोळ्यातून घळाघळा पाणी वाहत होते. आणि त्या पाण्यातून उतरत होते, हज्जार प्रश्न. आणि दुर्दैव असं की, चोखोबांचे गुरु असलेल्या, संत मंडळीत श्रेष्ठ असलेल्या नामदेवांना त्यातल्या एकाही प्रश्नाचं उत्तर देता येत नव्हतं, येणार नव्हतं! नामदेवांनी मूकपणे चोखोबाला आपल्या हृदयाशी धरले. तशाच मूकपणे ते त्याच्या पाठीवरून हात फिरवत राहिले. चोखोबा स्फुंदत होता. हुंदके देत होता. हे पाहणाऱ्या गोरोबाकाकांच्या डोळ्यातही पाणी उभे राहिले.

रडणाचा आवेग ओसरला तसा चोखोबा काहीसा सावरला. नामदेवांच्या मिठीतून स्वत:ला सोडवत तो बाजूला झाला. खांद्यावरच्या फडक्यानं आपला चेहरा, डोळे पुसून त्यानं उसनं हास्य चेहऱ्यावर आणलं आणि नामदेवांना म्हणाला, "देवा, या वैकुंठपुराला आम्ही जड झालो. त्या विठूरायाला माझी अडचण वाटायला लागली, म्हणून ब्राह्मणाकरवी मला हाकलला. देवा, आता तुम्हीच सांगा, आता मी कुठं जाऊ? कुठं राहू? कुणाला आपलं म्हणू? देवा सांगा, असं मी काय पाप केलंय? आणि ब्राह्मणांच्या दृष्टीनं केलेलं असलं, तरी त्याची शिक्षाही मी भोगलीय. नामदेवा, तुम्ही माझे गुरु आहात. हा विठ्ठलभक्तीचा, हा अभंगरचनेचा, हा वैकुंठपुराचा मार्ग तुम्हीच मला दाखवलात. आता मी कुठं जाऊ? तुम्हीच सांगा. माझ्या विठूरायाला सोडून मी कुठं जाऊ? तुम्हीच सांगा. माझ्या विठूरायाला सोडून मी कुठं जाऊ." चोखोबा आक्रोश करत होता. आणि त्याच्या शब्दागणिक नामदेवांच्या मनावर ओरखडे उठत होते. शेवटी ते त्यांना असह्य झालं. ते अस्वस्थपणे घायाळ स्वरात म्हणाले, "थांबा, थांबा, चोखोबा थांबा! आता आणखी विलाप करू नका. वर्णाश्रम व्यवस्थेत ढवळाढवळ करण्याचा अधिकार कोणालाच नाही. अगदी मला शुद्धा! तेव्हा सद्य परिस्थिती आपण पालटू

शकत नाही. त्यापेक्षा ही परिस्थिती स्वीकारून, त्यातून मार्ग काढण्यातच शहाणपणा आहे, चोखोबा! तेव्हा आता हा आक्रोश थांबवा. असं घडावं, ही कदाचित त्या पांडुरंगाचीच मर्जी असेल. त्याच्या मर्जीशिवाय जगात पानदेखील हालत नाही. तेव्हा या परिस्थितीचा स्वीकार करा. तुम्ही असं करा, चोखोबा, या चंद्रभागेच्या पलीकडच्या तीरावर जाऊन राहा. तिथून तुम्हाला मंदिराचा कळस दिसेल. तुम्हाला भेटायला येणं आम्हाला सोपं जाईल. तिथं एकान्तात राहून, तुम्ही अभंगरचना करा. नामस्मरण करा. कदाचित तुमच्या हातून आणखी बहुत अभंगरचना व्हावी, यासाठी त्या पांडूरंगानेच केलेली ही योजना असेल आणि चोखोबा 'विठ्ठल, विठ्ठल' हा मंत्र तुम्ही सतत जपता ना? मग तो मंत्र तुम्ही एकान्तात स्मरावा, तो तुमच्या नसानसांत खेळावा आणि तुमच्या हातून काही लोकोत्तर कार्य घडून तो मंत्र शेवटच्या क्षणापर्यंत तुमच्या रक्ताच्या थेंबाथेंबातून वाहावा, अशी त्या विठूमाउलीची इच्छा असेल. म्हणूनच अशी योजना त्यानं केली असेल. चोखोबा तो जाणून आहे, की याही परिस्थितीत तुम्हाला त्याचे विस्मरण होणार नाही. चोखोबा तुम्ही मला गुरु मानता ना? मग या चंद्रभागेच्या पलीकडच्या तीरावर तुम्ही जाऊन रहा. बंकाला काम आहेच, त्याच्या वेतनांमध्ये तुमचाही चरितार्थ चालेल. आणखी चरितार्थासाठी इतर काहीतरी व्यवस्था करता येईल. तेव्हा चोखोबा आता फार विचार करू नका आणि आपला संसार चंद्रभागेच्या पलीकडच्या तीरावर मांडा!'' नामदेवांनी अशी नानापरीने चोखोबाची समजूत काढली. चोखोबा काहीसा शांतवला, पण तरीही 'मी एकदा शिक्षा भोगलेली असताना मला परत ही शिक्षा कां?' हा त्याचा सवाल मात्र अनुत्तरित राहिला. मात्र नामदेवांनी त्याच्या मनातला हा सल घालवण्यासाठी एक शक्कल लढवली. चोखोबा जेव्हा गाव सोडून जाणार होते, त्याच्या आदल्या दिवशी चोखोबांनी कीर्तन करायचं असं त्यांनी संत मंडळींना सुचवलं. सगळ्यांनी ती कल्पना उचलून धरली. चोखोबा संकोचला, 'नाही, नाही' करू लागला. पण नामदेवांनी आग्रह धरला. तेव्हा गुरु आज्ञा मानून त्याने होकार भरला. त्याचा चेहराच सांगत होता की, हे ऐकून त्याला मोठी धन्यता वाटलीय. त्याच्या चेहऱ्यावरचे ते भाव बघून सगळ्यांनाच बरं वाटलं. चेहऱ्यावर आनंदाचे भाव दाखवणारे नामदेव आणि इतर संत मंडळी मनातून अत्यंत दुःखी कष्टी होती. कारण त्या सर्वांचा लाडका चोखोबा आता त्यांच्यापासून दूर जाणार होता. अंतरणार होता.

चोखोबाला बैलाच्या पायातून सोडवलं, पण परत त्याला आसूडाचे फटके बसलेच, याचं त्या कर कटेवर ठेवून विटेवर उभ्या असलेल्या त्या पांडुरंगाला फार वाईट वाटलं. पण या दोन्ही शिक्षांचा परिणाम काय होतो याकडं त्याचं विशेष

लक्ष होतं. त्याला मनातून काहीशी भीतीही वाटत होती. आपण ज्याला आपला लाडका भक्त समजतो आहोत तो या प्रसंगापासून बदलला तर? आपल्या भक्तीपासून परावृत्त झाला तर? आपल्यावरची त्याची श्रद्धा संपली तर? विश्वास ढळला तर? अर्थात तसं होणं हे त्या विठूरायाला परवडंणारं नव्हतं. त्याचा एक भक्त कमी होईल, म्हणून नव्हे तर देवाच्या भक्तवत्सलतेवरचा, त्याच्या कृपेवरच्या चांगल्या माणसांचा विश्वास उडेल म्हणून! पण तसं व्हायचं नव्हतं. उलट त्या सगळ्या प्रसंगानंतर चोखोबा माणसांतून बाजूला झाला आणि विठ्ठलाच्या जास्त जवळ गेला. आसुडाचे एवढे फटके खाल्ल्यावर, तर त्यानं विठ्ठल नामासाठीच जणू स्वत:ला वाहून घेतलं. श्वास उच्छ्वासापेक्षा जास्त तो नाम जपू लागला. विठ्ठलाला माहीत होतं की, हेच नामस्मरण त्याला कालातीत ठरवणार आहे. त्यासाठी त्यातली तीव्रता अजून वाढायला हवी होती. ती चार माणसात राहून वाढली नसती. त्यासाठी काहीतरी करावं असं त्याला वाटू लागलं. गोविंदभटांनी त्याचं काम सोपं केलं आणि चोखोबाला हद्दपार केला. घायाळ चोखोबांची समजूत काढून नामदेवांनी त्याला चंद्रभागेच्या पलीकडच्या तीरावर जाऊन राहण्याचा सल्ला दिला. चोखोबानं तो मानला आणि विठ्ठलानं सुटकेचा नि:श्वास टाकला. रुक्मिणीला मात्र तो चोखोबांच्या भावनांशी खेळतोय हे मुळीच पसंत नव्हतं. अर्थात त्यातही आपल्या भक्तांच्या भल्याचाच विचार असणार हे ती जाणून होती. पण याच्या कपटकारस्थानाचा मार्गच तिला पसंत नव्हता. पण तू आणि तुझे भक्त यांच्यामध्ये पडणार नाही, असं तिनं त्याला वचन दिलं होतं. म्हणूनच ती गप्प होती. काय काय होतयं ते बघत होती. पण चोखोबा नदीपार राहायला जाणार या बातमीनं तो कर कटेवर ठेवून विटेवर उभा असलेला सावळा विठ्ठल मात्र खूश होता. त्याचा लाडका भक्त चोखोबा श्रेष्ठत्त्वाची एक एक पायरी चढत होती, एकेक पायरी.

20

नामदेवांनी चोखोबाची समजूत घातली. पण ती त्याची त्यालाही पटली नव्हती आणि नामदेवांनाही. 'तरीही आपण नामदेवांना गुरु मानलं आहे, तेव्हा त्यांनी जो विचार केला आहे. तो आपल्या कल्याणाचाचं असणार! शिवाय विठ्ठलानं हे जे काही योजलेलं होतं, तेही आपल्या कल्याणाचंच असणार,' यावर चोखोबांचा पूर्ण विश्वास होता. म्हणूनच विठ्ठलाची इच्छा आणि गुरुची आज्ञा शिरसावंद्य मानून चोखोबानं याही परिस्थितीचा शांत मनानं स्वीकार केला. घरी येऊन झाली गोष्ट सोयरालाही सांगितली आणि नामदेवांनी त्याची घातली, तशीच त्यानं सोयराचीही समजूत घातली. तिचा जसा विठ्ठलावर विश्वास होता, तसा आपल्या नवऱ्यावरही होता. डोळ्यातून वाहणारं पाणी पुसण्याचा अयशस्वी प्रयत्न करत तिने मुकाट्याने मान डोलावली आणि मोठ्या कष्टानं जमवलेलं संसाराचं किडूक-मिडूक गोळा करायला सुरुवात केली. बंका आणि निर्मळेच्या कानावर ही बातमी गेलीच होती. निर्मळेनं तर धाय मोकून रडायला सुरुवात केली. तिची समजूत काढताकाढता सगळ्यांची पुरेवाट झाली. पण दुसरा पर्यायही नव्हता. चोखोबाचं हद्दपार होणं, पंढरपुराबाहेर जाणं आणि चंद्रभागेच्या दुसऱ्या तीरावर पलीकडच्या वाळवंटात रहायला जाणं हे निश्चित होतं.

चोखोबानं आणि सोयरानं आपलं किडूक-मिडूक गोळा केलं. जाण्याचा दिवस नक्की केला. दोन दिवसांनी आषाढी एकादशी होती. पावसानं जोर धरला होता. चंद्रभागा दुथडी भरून वाहत होती. बदाबदा कोसळणाऱ्या या पावसात, चंद्रभागेवर एका उथळ ठिकाणी घातलेल्या कच्च्या साकवावरून चोखोबा आपल्या सामानाची गाठोडी पाठुंगळीला बांधून चंद्रभागेच्या पलीकडच्या तीरावर पोहचला.

आषाढी एकादशीच्या दिवशी विठ्ठलमंदिरासमोरच्या पटांगणात नामदेवांनी त्याचं कीर्तन, भजन ठेवलं होतं. त्याच्या आधी चंद्रभागेच्या पलीकडच्या तीरावर खोपटं बांधून त्याला आपल्या संसाराचा डाव पुन्हा नव्यानं मांडायचा होता. सामानसुमानासह जाणाऱ्या चोखोबांबरोबर बंका आणि निर्मळा होते. नामदेवादि संत मंडळीही होती, आणि चोखोबाला मानणारे काही गावकरीही! उद्ध्वस्त मनानं, पाणी भरल्या डोळ्यानं, दु:खानं वाकलेल्या खांद्यानं आणि लटपटत्या पावलानं चोखोबा बायको मुलांसह चंद्रभागेच्या पलीकडच्या तीरावर पोहोचला. त्याला तिथंपर्यंत पोहोचवायला आलेल्या लोकांच्या डोळ्यात भरलेलं पाणी बघून कदाचित पाऊस लाजला असावा. त्यानं स्वत:ला आवरतं घेतलं आणि पाऊस पडायचा थांबला. चोखोबा नदीपलीकडच्या वाळवंटात पोहचला. बरोबर नामदेवादि, संतमंडळी आणि काही गावकरी होतेच. चंद्रभागेला पूर आल्यानंतर चंद्रभागेचं पाणी कुठंपर्यंत येतय हे सांगायला ज्योतिषाची गरज नव्हती. दुथडी भरून वाहणाऱ्या चंद्रभागेनंच आपला हक्क कुठपर्यंत आहे हे प्रत्यक्षात दाखवूनच दिलेलं होतं. पाण्याच्या त्या रेषेपासून काही अंतर ठेवून चोखोबानं पाठुंगळीला मारलेलं सामानं ओल्या वाळूत ठेवलं. पावसाळ्याचे दिवस असल्यामुळं अंधारून आलं होतं. पण पाऊस नुकताच थांबल्यामुळं भर दुपारी शुद्धा छान संधीप्रकाश पसरला होता. कसं प्रसन्न वातावरण होतं. चोखोबाला बरं वाटलं. पंढरपूर सोडताना होत असलेली त्याच्या जिवाची घालमेल या प्रसन्न वातावरणानं खूपशी कमी केली. चंद्रभागाही शांत होती. वातावरणात भरून राहिलेल्या त्या सोनेरी प्रकाशात तिचं पाणी चमकत होतं. शांत, गंभीर चंद्रभागा जणू चोखोबांच्या दु:खात सामील होती. तर तिचं चमकणारं पाणी आनंदानं जणू त्याचं स्वागत करत होतं. त्या पाण्याकडे पाहतापाहता चोखोबांची जणू समाधी लागली. त्या शांत प्रसन्न वातावरणात चंद्रभागेच्या लाटांवर नाजूकपणे हेलकावे खाणारा विठ्ठल त्याला दिसू लागला. आणि अभावितपणे चोखोबांच्या तोंडून उद्गार उमटले,

रात्रंदिवस पडिलो हाव भरीं। मातीची उकरी कुसुवाची।।
विसरलो रूप विसरलो ध्यान। विसरलो भजन तुझे देवा।।
भले या विठ्ठले घातले साकडे। काय माझे कोडे तुम्हा होते।।
करोनिया आस बैसलोसे द्वारी। चोखा म्हणे का बाहेरी मोकलिले।।
देहात अवसान भरलेले दिसे। म्हणोनी पंढरी निवासे मोकलिले।।
कर्माचे संचित प्रारब्धाचा भोग। न सुटे भागभाग निढळीचा।।
तया अक्षरासी न पडेचि उणे। भोग तो भोगणे सुखदु:ख।।
चोखो म्हणे देवा तुझ्याकडे काय। आमुचे ते होय पूर्व कर्म।।

चोखोबांच्या तोंडातून उद्‌गारलेली ही अभंगरचना ऐकली आणि पंढरपुरातून हद्दपार व्हावे लागल्याच्या भावनेनं चोखोबा किती घायाळ झाला आहे हे सगळ्यांच्या लक्षात आले. न राहवून नामदेवांनी पाठीवर थोपटले, तसा चोखोबा भानावर आला. चोखोबाने पाहिलं, नामदेवांच्या डोळ्यातून अश्रू वाहत होते. नामदेवांचेच काय, पण सगळ्यांचे डोळे ओलावले होते. चोखोबांच्या या अभंगाने सगळ्यांनाच रडवले. काय नव्हतं त्यात! पंढरपूर सोडावं लागलं, म्हणून होणारी कासाविशी, संतसहवासाला आपण मुकणार या वियोगाचे झालेले प्रचंड दुःख, संसाराची बसलेली घडी विस्कटावी लागली, म्हणून होणारी अपार वेदना, अशा अवस्थेत बायको-पोरांची आणि प्रपंचाची जबाबदारी नीटपणे कशी सांभाळता यायची, याबद्दलचं पडलेलं कोडं, या सगळ्यासगळ्या भावना त्या अभंगात एकवटल्या होत्या. अर्थात, त्यात कुठेही तक्रारीचा सूर नव्हता. अन्यायाविरूद्ध बंडही नव्हतं, की अत्याचार झाला म्हणून खेद नव्हता. होतं ते फक्त दुःख आणि विरहाची वेदना. नामदेवांनी पाठीवर थोपटल्याने चोखोबा भानावर आला. ''इथंच राहीन देवा मी! इथंच. या चंद्रभागेच्या संगतीनं आणि वाळवंटाच्या सोबतीनं! या वाळवंटातल्या वाळूच्या कणांइतकं मी विठ्ठल नाम जपेन. आणि चंद्रभागेच्या लाटांच्या सोबतीनं मी त्याचं भजन गाईन.'' चोखोबाचं बोलणं ऐकून डोळ्यातलं पाणी तसंच ठेवून नामदेव प्रसन्नचित्त होऊन हसले. चोखोबांचं हे बोलणं त्यानं वस्तु:स्थितीचा स्वीकार केल्याचं द्योतक होतं. त्याचा हात हातात घेऊन नामदेव म्हणाले, ''चोखोबा, तुमची व्यथा-वेदना आम्हाला कळते. पण त्या पांडुरंगाचा विरह होण्याचं किंवा त्याचा वियोग झाला म्हणून मोठ्ठं वाईट वाटून घेण्याचं काहीच कारण नाही. कारण, खरं तर आपण कुणीच पांडुरंगाचं प्रत्यक्ष दर्शन घेऊ शकत नाही. त्याचं दर्शन घ्यायचं म्हटलं तर आपल्याला महाद्वारातूनच घ्यावं लागतं. आपण त्याचं जे काही करतो, म्हणजे दर्शन घेणं, नामस्मरण करणं, भजन गाणं, कीर्तन करणं ही सगळी मानसपूजाच आहे. तुम्ही तर चोखोबा अशी मानसपूजा करण्यात अग्रणी आहात. अशी मानसपूजा तुम्ही या इथे चंद्रभागेच्या या तीरावर राहूनही करू शकता. राहता राहिला आमच्या सगळ्यांच्या विरहाचा प्रश्न. तुम्ही पंढरपुरात येऊ शकत नसला तरी आम्ही सगळी इथे येऊ शकतो, हे तर खरं. तेव्हा आता दुःख बाजूला ठेवा आणि प्रपंचाची व्यवस्था करा.'' नामदेवाचं बोलणं खरंच होतं आणि म्हणून ते चोखोबालाही पटलं. त्यानं जणू मनाशी एक निश्चय केला. डोळ्यातून वाहणारं पाणी निग्रहानं पुसून तो कामाला लागला. त्याच्याबरोबर सोबत आलेल्या गावकऱ्यांचे आणखी दहा हातही कामाला लागले. बघताबघता चंद्रभागेच्या पलीकडल्या तीरावरील त्या वाळवंटात चोखोबाचं खोपटं उभा राहिलंशुद्धा!

सगळ्यांनी मिळून खोपटं उभं केलं. सोयरा आणि निर्मळा वाघिणीसारख्या कामाला लागल्या. पोत्यातून भरून आणलेलं, गाठोड्यातून बांधून आणलेलं संसाराचं किडूक-मिडूक सामान खोपटात नेऊन त्यांनी लावून शुद्धा टाकलं. तोवर खोपटात एका बाजूला बंकानं आणि कर्ममेळ्यानं चूल घातली. गार वाऱ्यानं मंडळी गारठली होती. अशा अवघड प्रसंगातही सोयरामधली गृहिणी जागी होती. तिनं काटवट घेऊन धबाधबा भाकरी थापल्या. डाळीचं कोरड्यास केलं. थोडा मिरचीचा ठेचा केला आणि चंद्रभागेच्या त्या वाळवंटात, संधीप्रकाशाने देखण्या झालेल्या त्या वाळवंटात जणू प्रत्यक्ष अन्नब्रह्म अवतरलं. हातावर घेऊन सगळ्यांनी कोरकोर भाकरी खाल्ली. नवी चूल घातली, म्हणून सोयरानं प्रत्येकाच्या भाकरीवर उलीसा गुळाचा खडा ठेवला. सगळीजणं गोल अंगतपंगत करून भाकरी खायला बसली. ते दृश्य पाहण्यासाठी चंद्रभागाही क्षणभर वहायचं थांबली, तर ढगांचा अडथळा दूर करून, चंद्रही काही काळ बाहेर डोकावला. आणि त्यानंही ते दृश्य डोळे भरून पाहिलं. सगळी जेवायला बसली, ते बघून चोखोबाच्या जिवावरचा भार जणू पूर्ण उतरला. त्याचा चेहरा प्रसन्न झाला. आणि त्याच्या चेहऱ्यावरची प्रसन्नता जणू सगळ्यांचा चेहऱ्यावर पसरली. हसतखेळत गप्पा मारत जेवण झालं.

नामदेवांनी समजूत घातल्यावर आणि प्रसन्न वातावरणात जेवणं झाल्यावर, चोखोबांचं डोकंही काम करायला लागलं. हद्दपारीची शिक्षा फक्त चोखोबाला झाली होती. सोयरा पंढरपुरात जाऊयेऊ शकत होती. त्यामुळं तिनं धरलेली चार घरची कामं तशीच चालू राहणार होती. चंद्रभागेच्या पलीकडच्या काठाला लागून काही लोकांची वस्ती होती. तिथं चोखोबाला काही किरकोळ काम मिळू शकत होतं. प्रपंच चालण्यासाठी तेवढं पुरेसं होतं. शिवाय बंकाचीही मदत होणारच होती. म्हणजे कमी अधिक का होईना, पण दोन वेळच्या अन्नाची व्यवस्था होत होती. आणि आता तर इथं चोखोबाला विठ्ठलभक्ती करण्यापासून कोणी अडवू शकत नव्हतं. कोणी अडवायला येणारही नव्हतं. हा सगळा विचार मनात आला आणि चोखोबाचा चेहरा उजळला. त्याला त्या उजळलेल्या चेहऱ्याने तसेच तिथं सोडून मंडळी पंढरपुरात परतली. मात्र जाण्यापूर्वी नामदेवांनी दोन दिवसानंतर येणाऱ्या आषाढी एकादशीला पंढरपुरात येऊन कीर्तन करण्याचे चोखोबांकडून अभिवचन घेतले. आणि मगच त्यांनी चोखोबांचा निरोप घेतला.

संतमंडळी पंढरपुरास परतली, खरं, पण पंढरपुरात परतल्यानंतर मात्र प्रत्येकाने धारण केलेला हसऱ्या चेहऱ्याचा मुखवटा उतरवला गेला. प्रसन्न चेहऱ्यांचे आणलेले उसने अवसान चेहऱ्यावरून गुप्त झाले. आणि प्रत्येकाच्या चेहऱ्यावर एक वेदना, एक उदासीनता प्रगट व्हायला लागली. चोखोबाचा विरह प्रत्येकालाच

जाणवत होता. नुसताच जाणवत नव्हता, तर प्रत्येकाच्या हृदयात तो खुपत होता. जनाबाईनं तर पाठ वळल्याबरोबर डोळ्याला पदर लावला. बाकीच्यांच्या डोळ्यातही पाणी उभे राहिले. नामदेवांना तर आपला उजवा हातच कुणीतरी काढून नेल्यासारखे वाटले. आता चोखोबा भेटणार होता तो दोन दिवसानं. आषाढी एकादशीला. सगळ्यांचे डोळे त्या दिवसाकडे लागले होते.

आषाढी एकादशीचा दिवस उजाडला. पंढरपूर आणि आसपासच्या परिसरातील सारे वारकरी वैकुंठपुरास जमले. पावसाची अधूनमधून रिपरिप चालूच होती. किती वारकरी जमले आहेत, हे बघण्यासाठी सूर्यनारायण ढगाच्या आडून अधूनमधून डोकावत होता. चोखासारख्या महापातक्याला आपण मोठ्या खुबीने आणि युक्तीने गावाबाहेर हाकलले आणि विठ्ठलाला विटाळ-चांडाळापासून मुक्त केले, या आनंदात बडवे आणि ब्राह्मणवर्ग मश्गूल होता. या आनंदातच आषाढी एकादशीची विठ्ठलाची महापुजा मोठ्या धामधुमीत करायची ठरवली. विठ्ठलाच्या त्या सावळ्या मूर्तीला पंचामृताने मनसोक्त स्नान घातले. नंतर गरम पाण्याने स्नान घातले. शुद्ध जलाचाही अभिषेक झाला. त्यानंतर पीतांबर नेसवून इतर वस्त्र अलंकारही घातले गेले. रत्नहार, कमरपट्टा, किरीट असे हिरेजडित अलंकार घालून, गळ्यात तुळशी माळ घातली गेली. असं सगळं सालंकृत सजवून नटवून झाल्यावर त्याला आरसा दाखवला गेला. त्यानंतर विठोबाची आरती झाली. समईच्या तेजस्वी पण मंद प्रकाशात ललाटावर कस्तुरी रेखलेली विठोबाची सावळी मूर्ती अत्यंत देखणी दिसत होती. कुणालाही भूल पडावी अशी. आणि या रूपानं वेडे केलेले अनेक भगवद्भक्त आज त्याच्या या मायेच्या पसाऱ्यात स्वत:ला गुंतवून घेण्यासाठी जमले होते. आता महाप्रसादाची वेळ होती. महाप्रसाद घेण्यासाठी एकच झुंबड उडाली.

बघताबघता दिवस मावळायला आला. अर्थात आकाशात ढगांची दाटी होतीच. त्यामुळं प्रखर असा सूर्यप्रकाश नव्हताच. चोखोबा, सोयरा, बंका, निर्मळा आणि कर्ममेळा सगळीजणं देवाच्या दर्शनासाठी आली. महाद्वारातूनच त्यांनी देवाचं दर्शन घेतलं. चोखोबाला तिथं बघून बऱ्याच जणांनी भुवया उंचावल्या. पण त्याची विठ्ठलभक्ती सगळ्यांना माहीत होती, त्यामुळं 'आलं असेल म्हारड दर्शनाला! दर्शन घेईल, प्रसाद घेईल आणि जाईल परत!' असा बहुतेकांनी विचार केला. त्यामुळं कुणी काहीच आक्षेप घेतला नाही. महाप्रसाद घेण्यासाठी अस्पृश्य समाजाची वेगळी रांग होती. तिथं चोखोबा परिवारासह जाऊन उभा राहिला. त्याच रांगेत संत सेनाही होते. चोखोबाला बघून त्यांना अतिशय आनंद झाला. रांगेतला आपला हक्क सोडून ते धावतच चोखोबांकडे आले. त्याला गळामिठी घालून अलिंगन

दिले. "चोखोबा आलात? नामदेवांना भेटलात की नाही? ते कधीची तुमची वाट पाहत आहेत. केवळ तेच एकटे नव्हे, तर अर्ध पंढरपूर तुमची वाट बघतंय. आज तुम्ही कीर्तन करणार आहात, ही आनंदाची गोष्ट सगळ्या पंढरपुरात पसरली आहे. अवघं वैकुंठपूर त्या घटकेची वाट पाहात आहे. चला चोखोबा, तुम्ही महाप्रसाद घ्या. मग आपण सगळेच नामदेवांकडे जाऊ." संत सेनांचे ते बोलणे ऐकून चोखोबा काहीसा संकोचला. महाप्रसाद घेऊन संत सेनांच्या बरोबर तो नामदेव जिथे थांबले होते तिथं आला. विठ्ठल मंदिराच्या पाठीमागच्या पटांगणात नामदेव संतपरिवारासह बसले होते. संत सेनांच्याबरोबर चोखोबा आल्याचे पाहताच नामदेव प्रसन्न हसले. खरं तर नामदेव चोखोबांची वाटच बघत होते. पंढरपुरातून हद्दपार केले गेलेले, चोखोबा त्या दु:खातून बाहेर येतात की नाही आणि त्याचबरोबर पुन्हा पंढरपुरात येऊन कीर्तन करायचे या संकोचाने चोखोबा पुन्हा वैकुंठपुरास येतात की नाही, अशी काहीशी शंका नामदेवांच्या मनात रुखरुखत होती. त्यामुळेच चोखोबाला समोर पाहिल्यानंतर नामदेवांना प्रसन्नता वाटली. नामदेवांना समोर पाहिल्यानंतर चोखोबांच्या डोळ्यात अश्रू तरळले. आपल्या गुरुंचे दर्शन आपल्याला पुन्हा होते की नाही? आपण पंढरपुरास पुन्हा जातो आहोत खरं, पण आपल्याला तिथं बघितल्यानंतर बडवे पुन्हा आपल्याला मारहाण करून हाकलून देतील अशी भीतीही त्याच्या मनात होतीच. त्यामुळंच मनातली भीती सोबत घेऊन पंढरपुरात आलेल्या चोखोबाला नामदेवांच्या डोळ्यात स्नेहाचे आश्वासक भाव दिसले. आणि चोखोबा जणू निर्भय झाला. नामदेवांच्या पायावर डोकं ठेवून तो त्यांना शरण गेला. नामदेवांनी त्याला उठवलं, हृदयाशी धरलं. त्या गळाभेटीनं चोखोबांच्या मनातली उरलीसुरली भीती, उरला सुरला संकोचही नष्ट झाला. नामदेवांनी चोखोबाला आपल्या शेजारी बसवून घेतले.

आज पंढरपुरात चोखोबाचे कीर्तन आहे, ही बातमी कर्णोपकर्णी सगळ्या पंढरपुरभर पसरली होती. काही जणांनी 'हा म्हारडा, काय कीर्तन करणार? त्या नामदेव शिंप्याच्या नादाला लागून, हा ही काहीबाही बरळेल झालं! पाहू तरी काय बरळतो ते!' असा विचार करून कीर्तनाला येण्याचे ठरवले. तर काही जणांनी देवाचा रत्नहार चोरणारा आणि पंचानी तडीपार केलेला हा चोखोबा कसलं कीर्तन करतोय? असा विचार करून कीर्तनाला येण्याचे ठरवले. चोखोबाला, त्याच्या विठ्ठलभक्तीला, त्याच्या अभंगरचनेला, त्याच्या संतपणाला मानणारे बरेचजण पंढरपुरात आणि आसपासच्या परिसरात होते ते मात्र चोखोबाला बघायला, भेटायला आणि त्याचं कीर्तन ऐकायलाच आले होते. विठ्ठलमंदिराच्या पाठीमागच्या पटांगणात जिथे केवळ वारकरी संप्रदायासाठी मांडव घातलेला होता. त्या मांडवात

चोखोबाने कीर्तन करावयाचे असे नामदेवांनी ठरवले. दुपारचा प्रहर कधीचा उलटून गेला होता. मांडवावर चार शिंतोडे उडले. पाऊस आपली हजेरी लावून गेला होता. आणि काळ्या ढगाआडून डोकावत सूर्यनारायणही उत्सुकतेने कीर्तन सुरू होण्याची वाट पाहत होता. वेगवेगळी भावना ठेवून जरी लोक कीर्तन ऐकायला आले असले तरी त्याचा परिणाम मात्र असा झाला, की मांडव गर्दीनं फुलून गेला. पटांगणाच्या एका बाजूला बसून नामदेव हे सगळं बघत, ऐकत होते. चोखोबांच्या उत्कट भक्तीवर, भावनोत्कट वाणीवर आणि परिपूर्ण अभंगरचनेवर त्यांचा विश्वास होताच, तरीही त्यांच्या मनाच्या एका कोपऱ्यात कुठंतरी एक अस्वस्थ करणारी रुखरुख होती. लागोपाठ झालेले आघात त्यांच्या मनाची एकाग्रता, सावचितता भंग तर करणार नाही ना? आणि तसे जर झाले तर चोखोबांच्या वाणीतील सुश्राव्यता, अभंग रचनेतील शब्दसामर्थ्य यावर त्याचा परिणाम होणार होता आणि पर्यायाने चोखोबा तन्मयतेने कीर्तन करू शकणार नव्हता. आपल्या मनातली ही रुखरुख नामदेवांनी पांडुरंगाजवळ बोलून दाखवली. पण त्याच्या मुद्रेवरून तो निश्चिंत होता. आपणच उगीच काळजी करतो आहोत, असे नामदेवांना वाटले. मंदिरातला महाप्रसाद संपल्याची घोषणा झाली. तशी नामदेवांनी चोखोबांना कीर्तनाला उभे राहण्याचा आदेश दिला.

चोखोबा उठला. अत्यंत भक्तीभावानं नामदेवांच्या चरणावर मस्तक ठेवून त्याने त्यांचा आशीर्वाद घेतला. एक वेळ मंदिराच्या कळसाकडे बघत दोन्ही हात जोडून त्याने डोळे मिटले आणि अनन्य भावाने विठ्ठलाला शरण जात त्याने त्याचा आशीर्वाद मागितला. मग तो समोरच्या जनसमुदायाला सामोरा गेला. त्या सर्वांना त्याने एकदा मस्तक झुकवून नमस्कार केला आणि हातातली टाळांचा नाद करत त्यानं गजराला सुरुवात केली.

''जय जय राम कृष्ण हरी, जय जय राम कृष्ण हरी
जय जय राम कृष्ण हरी, जय जय राम कृष्ण हरी
विठ्ठल विठ्ठल गजरी। अवघी दुमदुमली पंढरी
होतो नामाचा गजर। दिंड्या पातकांचे भार।।''

गजर संपला आणि चोखोबानं बोलायला सुरुवात केली. भावुक, कातर पण खडा आवाज, भावनेनं ओथंबलेला स्वर आणि भक्तीचा भावतरंग. ''मायबाप हो, मी चोखा महार, मी विठोबाची चाकरी करतो. खाण्यासाठी भाकरी मागतो आणि महाद्वारी अखंड हजेरी लावतो. गावाची घाण उपसून मी गाव स्वच्छ करतो. गाव स्वच्छ करताकरता मी माझे मनही स्वच्छ करतो. माझ्या या स्वच्छ मनावर पांडुरंगाची एक अविनाशी मुद्रा मी उमटवलेली आहे. माझ्यासारख्या हीन जातीच्या

महाराला या भक्तीमार्गात आणून, माझ्या अचेतन मनाला चेतना देऊन माझ्या मेलेल्या मढ्यात पंचप्राण ओतून त्याला जिवंत केलं ते माझे गुरु नामदेव यांनी. माझे अवघे पंचप्राण त्यांच्या चरणी विलीन आहेत.

भक्तीभाव मज तुम्ही दाखविला। आनंद सोहळा सुखाचाचि।।
ते प्रेम मज न ये सांगता। कोंदटलो चित्ता सुखानंदे।।
रूपदृष्टी धाय पाहता न समायें। बोलताचि न ये काय करू।।
चोखा म्हणे धन्य नामया तूं गुरु। फेडिला आधारू जीवित्त्वाचा।।
धन्य धन्य नामदेवा। केला उपकार जीवा।।
माझा विरसिला भेवो। दाखविला पंढरिरावो।।
मंत्र सांगितला सोपा। निवारलें भव तापा।।
माझ्या कृपेची साऊली। चोखा म्हणे पान्हा घाली।।

माझ्या गुरुनं मला भक्तीमार्ग दाखवला. वारकरी संप्रदाय सांगितला. त्या विठाई माउलीला शरण जायला सांगितले. माझे जीवन धन्य केले. खरं तर मी महार. समाजानं नाकारलेल्या, लाथाडलेल्या जातीचा, देवाची भक्तीच काय पण देवाचं नाव घेण्याचीशुद्धा आमची पात्रता नाही. समाज पुरुषानं आम्हाला अधिकार दिले नाहीत. म्हणून मनात असूनही त्या सावळ्या विठ्ठलाची भक्ती करू शकत नव्हतो. त्यामुळेच माझी अवस्था

हीन याती माझी देवा। कैसी घडे तुझी सेवा।।
मज दूर दूर हो म्हणती। तुज भेटूं कवण्यारीती।।
माझा लागतांची कर। सिंतोडा घेताती करार।।
माझा गोविंदा गोपाळा। करूणा भाकी चोखामेळा।।

अशी विचित्र झाली आहे. मला देवाने या जातीत जन्माला का घातले? आणि जर याच जातीत जन्माला घालायचे होते, तर विठ्ठलभक्तीचा हा छंद माझ्या जिवाला का लावला? त्यापेक्षा मला विठ्ठलभक्तच बनवायचे होते तर

श्वान अथवा सूकर होका मार्जार। परी वैष्णवांचे घर देई देवा।।
तेणें समाधान होय माझ्या जीवा। न भाकी कीव आणिकासी।।
उच्छिष्ट प्रसाद सेवीन धणिवरि। लोळेन परवरी कवतुकाने।।
चोखा म्हणे कोणी जाता पंढरीसी। दंडवत त्यासी घालीन सुखे।।

मायबाप हो, या चोखाला तुम्ही पाहत आलात. त्याने केलेले कामकाज तुम्ही निरखले आहे. त्यानं पांडुरंगाची केलेली भक्ती तुम्ही पाहिलीत, पण तो पांडुरंग माझ्या हृदयात अहोरात्र वसला आहे तो तुम्हाला दिसत नाही. हा पांडुरंग माझा धनी आहे, माझा मालक आहे. मी त्याची चाकरी करतो. ज्ञानोबा माउलींने

सांगितल्याप्रमाणे या चराचर सृष्टीतील प्रत्येक सजीव निर्जीव वस्तूत, प्रत्येक व्यक्तीत, प्रत्येक प्राण्यात त्याचा अंश दडलेला आहे. तो सावळा विठ्ठल जसा मूर्तीत आहे, तसाच तो तुमच्यात आहे आणि माझ्यातशुद्धा आहे. तुमच्यात आणि माझ्यात जो विठ्ठल वसलेला आहे तो एकच आहे. मग असे असताना तुमचा विठ्ठल तो सोवळा आणि माझा विठ्ठल तो ओवळा असे का?

नीचाचे संगती देवो विटाळला। पाणीये प्रक्षाळोनि सोवळा केला।।
मुळिंच सोवळा कोठे तो गोवळा। पाहता पाहणे डोळा जया परी।।
चोखा म्हणे देव दोहींच्या वेगळा। तोचि म्यां देखिला दृष्टीभरी।।
वेदासी विटाळ शास्त्राशी विटाळ। पुराणे अमंगळ विटाळाची।।
जीवासी विटाळ शिवासी विटाळ। काया अमंगळ विटाळाची।।
ब्राम्हेया विटाळ विष्णूसी विटाळ। शंकरा विटाळ अमंगळ।।
जन्मतां विटाळ मरतां विटाळ। चोखा म्हणे विटाळ आदिअंती।।
काळाचा विटाळ जीवशिवा अंगी। बांधलासे जगी दृढ गाठी।।
विटाळी विटाळ चवदाही भुवनी। स्थावर जंगम व्यापुनी विटाळाची।।
सुखाची विटाळ दुःखासी विटाळ। विटाळीं विटाळ वाढलासे।।
विटाळाचे अंगी विटाळाचे फळ। चोखा तो निर्मळ नाम गाय।।

या पांडुरंगाची निर्मळ भक्ती करणारा हा चोखा, मंदिरातला देव त्याला कधीच दिसत नाही. पण मायबाप हो, मला हा सावळा विठ्ठल तुमच्यातशुद्धा दिसतो म्हणून तुमची कृपा माझ्यावरती राहू दे. मला विठ्ठलाची भक्ती करायला आवडते. पण माझ्या जातीमुळे मला तो अधिकार नाही. विठ्ठलाकडं ओढ घेणारं माझं मन या गोष्टी ऐकत नाही. आणि नकळत माझ्या हातून समाजाच्या कायदे कानूनच्या विरुद्ध वर्तन घडते. समाजाचे कायदे कानून करणाऱ्या श्रेष्ठ लोकांनी याबद्दल मला शिक्षाही सुनावली आणि मी ती सोसली शुद्धा! पण ती शिक्षा सोसल्याने माझ्या मनातला विठ्ठल गेलेला नाही. उलट ती शिक्षा सोसण्याचे सामर्थ्य त्याने मला दिले म्हणून माझ्या मनात तो जास्तच खोल रूतून बसला. आता तर माझ्या गुरुंनी, संत नामदेवांनी मला 'विठ्ठल' हा तीन अक्षरी मंत्र दिला, तेव्हापासून मला विठ्ठल या नावाशिवाय दुसरे काही सुचत नाही, दिसत नाही. आठवत नाही आणि कळतही नाही

योग याग तप व्रत आणि दान। करितां साधन नाना कष्ट।।
सुलभ सोपारे विठोबाचे नाम। सकळ साधनांचे मूळबीज।।
येणे भावव्यथा तुटेल जीवाची। प्रतिज्ञा संतांची हीच आहे।।
म्हणोनि नामाचा करा गदारोळ। म्हणे चोखामेळा विठ्ठल वाचे।।

नामाचे सामर्थ्य विष ते अमृत। ऐसी हे प्रचीत आहे जीवा।।
तें नाम सोपें विठ्ठल विठ्ठल। नको काळ वेळ जपें आर्धी।।
नेम धर्म काही नलगे साधन। सुखें नारायण जप करी।।
चोखा म्हणे मज भरंवसा नामाचा। येणें कळिकाळाचा भेद नाही।।

असे माझ्या लाडक्या विठ्ठलाचे नाव मी सतत घेतो आहे. ते नाव माझ्या श्वासा-उच्छ्वासाइतकं किंबहुना त्याहीपेक्षा जास्त मला प्रिय आहे. ते नाव माझ्या मुखातून झिरपत माझ्या हृदयापर्यंत पोहचले आहे. माझ्या हृदयातून झंकारत ते माझ्या रक्ताच्या थेंबाथेंबात मिसळले आहे आणि रक्ताच्या थेंबातून प्रवाहित होत होत हे नाम माझ्या अस्थीमध्ये जाऊन सामावले आहे. माझ्या हातून अनवधानाने घडलेल्या अपराधाबद्दल पंच परमेश्वरांनी मला हद्दपारीची शिक्षा सांगितली आहे. माझा जसा पंचांच्या न्यायबुद्धीवर विश्वास आहे, तसा विठ्ठलावरही आहे. म्हणूनच चंद्रभागेच्या पलीकडच्या तीरावर एकान्तवासात विठ्ठलनामाचा जप करत राहणे, हेच माझ्या जीविताचे उद्दिष्ट आहे. यामुळे कदाचित माझ्या हातून नकळत घडलेल्या अपराधाचे परिमार्जन होईल. माय बाप हो, मी एक साधाभोळा, विठ्ठलभक्ती करणारा चोखा महार! मला कसला आलाय मान-अपमान?

नको मज मान अथवा अपमान। दोहींचे कारण मज नाहीं।।
सुख अथवा दुःख संचिताचा ठेवा। संकल्पाचा ठेवा जैसा तैसा।।
जन्म मरण हे तो बांधिले पदरीं। वाया हाव भरी येणें संगे।।
चोखा म्हणे ऐसा नेमियेला नेम। तेचि हे वर्म भोगूं आता।।

विठ्ठल माझे आई-बाप आहे, तो माझा सखा आहे, पाठीराखा आहे. ज्ञानोबा माउलीने भागवत धर्माचा उद्धार केला आणि समाजानं अस्पृश्य म्हणून वाळीत टाकलेल्या जातीत जन्मलेल्या भगवद्‌भक्ताला या भागवत धर्मानं आपलेसे केले. विटाळ चांडाळाचा कुठलाही बडीवार न मानता, देवाच्या भक्तीचा मार्ग आमच्यासाठी खुला केला. संत नामदेव, गोरोबाकाका, जनाबाई, यांसारख्या संतांच्या संगतीत राहून माझ्या आत्म्याला अस्तित्व मिळालं. विचारांना आकार आला. शब्दांना सामर्थ्य आले. भक्तीला भावनेची जोड मिळाली. आणि माझ्यासारख्या निरक्षराच्या भक्तीला, भावनेला अभंगरचनेसारखे साधन मिळाले. विठूमाउलीच्या कृपेने माझे वेडे वाकडे शब्द अनंतभट लिहून घेतात. माझ्या सावळ्या विठ्ठलाचीच माझ्यावर कृपा आहे ही.

सरळ वांकुडें अबद्ध चोखडे। वाचें नाम पुढें विठ्ठल हरी।।
भोळेपणें गावें देवा तेंचि पाहावे। दांभिका तें न ये स्वप्नी देखा।।
कान धरोनी नाचे महाद्वारी साचें। अवघ्या तपाचे हेंचि तप।।
चोखा म्हणे मज सापडली खूण। नामयानें जाण दाखविली।।

मायबाप हो मी या वैकुंठपुरास आलो ते भाकरी मिळवायला नाही, तर त्या विठ्ठलाचा ध्यास मला लागलेला होता म्हणून इथं आलो आणि विठ्ठल माझा सखा बनला. संत नामदेव माझे गुरु बनले. माझ्या आत्म्याचा उद्धार झाला. माझ्या जगण्याला अर्थ आला.

इनामाची भरली पेठ। भूवैकुंठ पंढरी।।
चंद्रभागा वाळवंट। संत घनदाट नाचती।।
टाळ मृदंग मोहरी। वैष्णव गजरी आनंदें।।
चोखा जातो लोटांगणी। घेत पायवणी संतांची।।

अशी ही वैकुंठपुरी आणि या वैकुंठपुरीमध्ये राहणारा माझा देव, विठूराया. त्याचे रूप मी काय वर्णू?

श्रीमुखाची शोभा कस्तुरी मळवट। उभा असे नीट विटेवरी।।
कर दोनीं कटी कुंडल झळकती। तेज हे फांकती दशदिशा।।
वैजयंती माळा चंदनाची उटी। टिळक लल्लाटीं कस्तुरीचा।।
चोखा म्हणे माझ्या जीवनु। पाहतां तनु मनु भुलौनी जाय।।

असा माझा विठूराया, त्याचे वेड मला लागलेले आहे. माझे अवघे आयुष्य आता त्याच्या पायी मी वाहिले आहे. त्याने मला काम नेमून दिले आहे, ते काम करण्यातच आता माझे उरलेले आयुष्य सरावे, असा माझा त्याच्याजवळ हट्ट असणार आहे. माझ्या शेवटच्या श्वासापर्यंत माझ्या हातून त्याची सेवा घडावी. माझ्या मुखी त्याचंच नाव असावं आणि आयुष्याचे पैलतीर गाठताना माझे हात त्याच्या हातात असावेत असा आशीर्वाद मायबाप हो, तुम्ही मला द्या. पंच परमेश्वरांच्या आज्ञेवरून मी माझा संसार चंद्रभागेच्या पैलतीरावर नेला आहे. तुमची गल्ली गटारे साफ करणारा, तुमच्या उष्ट्या-खरकट्यावर अधिकार सांगणारा हा चोखा महार विठ्ठलभक्तीपायी वेडा झालेला आहे. त्या वेडेपणातूनच काही अगोचरपणा करणारा, अविचार करणारा हा चोखा महार, तुमच्या लाथा खाऊनही तुमची थुंकी झेलणारा आणि पुन्हा:पुन्हा तुमच्या दारात येणारा, गावानं लाथाडलेला आणि नामदेवादि संतांनी जवळ केलेला हा चोखा महार मायबाप हो, उद्यापासून तुम्हाला या पंढरपुरात दिसणार नाही. "वाढते कां माय?" अशी या चोखाची आरोळी उद्यापासून तुम्हाला ऐकायला येणार नाही. देवाला विटाळणाऱ्या या पापी चोखाचं तोंड उद्यापासून तुम्हाला दिसणार नाही. या वैकुंठपुरातील हे माझं पहिलं आणि शेवटचं कीर्तन आहे. माझ्या गुरुच्या आज्ञेने मी हे धाडस केलं आहे. हा चोखा पापी आहे. तुम्हा सर्व जाणकार आणि ज्ञानी लोकांसमोर कीर्तन करण्याचं धाडस करून मी माझ्या पापात भरच टाकली आहे. माझ्या जातीने देवाचे नाव घेण्याचा

अधिकारशुद्धा मला दिलेला नाही. तरीही मी या ठिकाणी कीर्तन करतो आहे. हे कीर्तन म्हणजे कोणाला उपदेश किंवा प्रबोधन नसून हे कीर्तन म्हणजे आत्म निवेदन आहे. हे कीर्तन म्हणजे नामाचा सोहळा आहे आणि तो करण्याचा अधिकार माझ्या विठूरायानं मला दिलेला आहे.

शुद्ध चोखमेळा करी नामाचा सोंहळा।।
यातीहीन मी महार। पूर्वी निळाचा अवतार।।
कृष्णनिंदा घडली होती। म्हणोनि महार जन्म प्राप्ती।।
चोखा म्हणे विटाळ। आम्हां पूर्वीचें हे फळ।।

मायबाप हो आतापर्यंत त्या विठूरायाने माझ्यावर खूप दया दाखवली. माझे खूप लाड केले, पण आता त्याच्यापासून लांब जाण्याची, त्याला सोडून जाण्याची वेळ जवळ आली आहे. माझ्या या विठूरायाचा विरह मला सोसणार नाही. मी चंद्रभागेच्या पलीकडच्या तीरावर राहणार असलो, तरी माझे प्राण इथे आणि शरीर तिथे अशी अवस्था होणार आहे. पण समाजाच्या या नीतीनियमांचे पालन मला इथे केलेच पाहिजे. समाजातल्या या थोर माणसांच्याबद्दल मी काय म्हणू? त्यांनी माझ्यातला फक्त यातीहीन महार बघितला. माझ्या अंतरात्म्यातला भगवद्भक्त त्यांना दिसला नाही. आत्म्याच्या शुद्धतेची परीक्षा अमंगळ देहाच्या शुद्ध-अशुद्धतेवरून करणारी समाजातील ही श्रेष्ठ मंडळी आत्म्याच्या शुद्धतेचे यांना काय पडले? धर्मजातीचे हे भेद त्या विठूरायाने निर्माण केलेले नसून, ते माणसानेच निर्माण केले आहेत. ते तसे नसते तर माझ्यासारख्या अस्पृश्याला विठूरायाला जवळ केले नसते. पण ही गोष्ट या समाजश्रेष्ठींना लक्षात येत नाही. आणि त्यांना ती लक्षात आणून द्यावी एवढी माझी पात्रता नाही. पण या समाजश्रेष्ठींना हात जोडून माझी कळकळीची विनंती आहे,

ऊस डोंगा परी रस नव्हे डोंगा। काय भुललासी वरलिया रंगा।।
कमान डोंगी परी तीर नव्हे डोंगा। काय भुललासी वरलिया रंगा।।
नदी डोंगी परी जळ नव्हे डोंगे। काय भुललासी वरलिया रंगा।।
चोखा डोंगा परी भाव नव्हे डोंगा। काय भुललासी वरलिया रंगा।।

तेव्हा मायबाप हो, या चोखा महाराला पापी ठरवून, त्याला मलीन ठरवून, तुम्ही ही शिक्षा केली. तिचा मी स्वीकार केला. पण विठूरायाच्या या राज्यात देहाच्या शुद्धतेची कसोटी लावून आत्म्याच्या शुद्धतेवर अन्याय करू नका अशी हा चोखोबा तुम्हाला कळकळीची विनंती करतो आहे. या विठोबाचा विरह हे माझ्या आयुष्यातले सर्वात मोठे दुःख आहे. विठ्ठलनामाचा आधार घेऊनच मला ते दुःख सोसायचे आहे. देहाच्या शुद्धतेविषयी दुराग्रह धरणाऱ्या या समाजश्रेष्ठींना माझ्या

डोळ्यातून घळाघळा वाहणारे अश्रू दिसत नाहीत. या घळाघळा वाहणाऱ्या अश्रूंतून माझ्या हातून अनवधानाने घडलेल्या पापाचे परिमार्जन होणार नाही का? की या चोखोबाला त्याच्या विठूरायापासून दूर करण्यासाठीच हे नीतीनियम लिहिले आहेत? या वैकुंठपुरातून कायमचे बाहेर जाण्याचा आणि इथे परत न येण्याचा मनाई हुकूम मला मिळाला. त्या दिवसापासून माझी अवस्था पाण्यातून बाहेर काढलेल्या मासोळीसारखी झाली आहे.

रूदन स्फुंदन अहर्निशी करी। परी वाचे हरी हरी जप सदा।।
न लागे गोड खाता पाणी पिता। आवडी सर्वथा पंढरीची।।
निद्रा न लागे करी उठी बसी। म्हणे देवा ऐसी तुटी कां केली।।
दिन रात हेचि होय मनी चिंता। चोखो म्हणे आतां काय करूं।।

पण यातून माझा विठूराया मला तारून नेईल, असा माझा गाढ विश्वास आहे. माझे गुरु नामदेव आणि माझे इतर स्नेही संत माझी विचारपूस करायला येतीलच येतील. पण माझा विठूरायासुद्धा मला दर्शन देण्यासाठी येईल, अशी माझी श्रद्धा आहे. तो भक्तांचा तारणहार आहे, भक्तांचा पाठीराखा आहे, भावाचा भुकेला आहे आणि भक्तीचा तहानलेला आहे. त्याला आपल्या भक्तांची काळजी आहे. म्हणून त्याला माझी काळजी आहे. त्याच्यावरच्या माझ्या या विश्वासाला तो तडा जाऊ देणार नाही. याच विश्वासाच्या जोरावर हा, चोखा महार चंद्रभागेच्या पलीकडच्या तीरावर जाऊन राहणार आहे. मायबाप हो या चोखा महारानं आजपर्यंत तुम्हा सगळ्यांना दिवसाकाठी रोज किती तरी जोहार घातले असतील, पण, आज या वैकुंठपुरात माझ्या विठूरायाला आणि तुम्हा सगळ्यांना माझा हा शेवटचा जोहार!!

जोहार मायबाप जोहार, जोहार मायबाप जोहार

हे विठूराया, हे पांडुरंगा, हे पंढरीनाथा या पंढरपुरच्या मातीत उभा राहून हा माझा शेवटचा जोहार घे. शेवटचा जोहार घे!

जोहार मायबाप जोहार। तुमच्या महाराचा मी महार।।
बहु भुकेला जाहलों। तुमच्या उष्ट्यासाठी आलों।।
चोखा म्हणे आस। तुमच्या दासाचा मी दास।।
चोखा म्हणे पाटी। आणिली तुमच्या उष्ट्यासाठी।।
सकाळीच मी निजून उठतो। आईबापाचे नावे पांच ग्रास घेतो।।
झाडोनी पाटी दरबार आणितों। अविद्या केर पुंजा की।।
आवास जेवा सांगोन येतो। रखुमाईस तुकडा मागून खातों।।
सारी रात गवरापासी जागतों। बीज सेवितो प्रेमाचें की।।
विठोबाची करितों चाकरी। खावया मागतो भाकरी।

अखंड चोखो महाद्वारी। कृपा दीनावरी करा की जी मायबाप।।
जोहार मायबाप जोहार। तुमच्या महाराचा मी महार।।
जोहार मायबाप जोहार। तुमच्या महाराचा मी महार।।

चोखोबा जोहार गात होता. ते फक्त कीर्तन नव्हतं, त्याच्या हृदयातील वेदना जणू त्याच्या शब्दाशब्दांतून बाहेर पडत होती. सूर्य मावळल्यानंतर सुरू झालेलं चोखोबाचं कीर्तन रात्रीचा पहिला प्रहर उजाडला, तरी चालूच होतं. चोखोबाची वाणी रसाळ होती. शब्द अंत:करणातून उमटत होते. वेदनेचा त्याला साक्षात स्पर्श होता. सरस्वतीही आज त्याला प्रसन्न होती. सगळे लोक मंत्रमुग्ध होऊन चोखोबाचं कीर्तन ऐकत होते. त्याची प्रत्येक व्यथा वेदना बनून त्याच्या शब्दातून स्रवत होती आणि लोकांच्या डोळ्यात पाणी उभा राहिलं होतं. बाया बापड्या तर स्फुंदून रडत होत्या. चोखोबांन जोहार घातला, तसं नामदेवादि संतांच्या डोळ्यातही पाणी उभा राहिलं. डोळ्याच्या ओलावलेल्या कडा बोटानं पुसतापुसता नामदेवांचं सहज समोर लक्ष गेलं आणि ते पाहताच राहिले. भगवं पागोटं डोक्यावर घेऊन वारकऱ्यांच्या वेशात साक्षात पांडुरंग कीर्तनाला हजर होता. कपाळांवर, दोन्ही कानशिलावर त्यानं गंधाचे टिळे लावले होते. बेमालूम वेषांतर केलेलं होतं. तरीही त्याचं तेज लपत नव्हतं. एका क्षणी नामदेवाची आणि पांडुरंगाची नजरानजर झाली. नामदेवाला खुणेनंच गप्प बसायला सांगून पांडुरंग पुन्हा लक्षपूर्वक कीर्तन ऐकू लागला.

विठोबाची शेजारती आटोपून गोविंदभट शंकरभटासह मंदिराच्या बाहेर पडले. बाहेर पडताना त्यांनी कड्याकुलपांचा चोख बंदोबस्त केला होता. तरीही आपण दोघे बाहेर पडल्यानंतर मंदिरातून आणखी कुणीतरी बाहेर पडल्याचा त्यांना भास झाला. दोन-तीनदा मागे वळून त्यांनी चाहूल घेतलीशुद्धा. पण कोणीच दिसले नाही. पुढच्या गल्लीत शंकरभट आपल्या घराकडं वळले आणि गोविंदभट आपल्या घरी जाण्यासाठी निघाले. मंदिरातून बाहेर पडताना दोघांच्या बोलण्याचा विषय चोखोबांचं कीर्तन हाच होता. गोविंदभट पुढे आले आणि त्यांच्या कानावर चोखोबांचा जोहार पडला. चोखोबांच्या रसाळवाणीने त्यांचेही पाय क्षणभर तिथेच थबकले. चोखोबांच्या शब्दाशब्दांतून वेदना प्रतीत होत होती. उत्स्फुर्तपणे बोलल्या जाणाऱ्या त्या शब्दात अध्यात्म्याबरोबरच भावनोत्कटताही होती. तरीही कुठेही शहाणपणाचा अभिनिवेश नव्हता. होती ती निव्वळ विनम्रता. कुठंही बंडखोरीचा आभास नव्हता, तक्रारीचा आविर्भाव नव्हता. अन्यायाची चीड नव्हती की, प्रतिकाराची भूमिका नव्हती. होता तो फक्त वस्तुस्थितीचा स्वीकार. विठ्ठलनामाचा उच्चार आणि भक्तीचा विचार. 'या पापभीरू आणि निष्पाप अशा विठ्ठलभक्ताला

पंढरपुरातून हद्दपार करून आपण फार मोठा अन्याय तर केला नाही ना?' अशी शंका क्षणभर गोविंदभटांच्या मनाला विचलित करून गेली. ती शंका झटकून लावत त्यांनी घर गाठलं.

विठु पाटलाचा महार चोखोमेळ्याचा जोहार।
सकळ संतांचा कारभार।
मज नफराचे शिरीकीजे मायबाप।।
जोहार मायबाय जोहार। तुमच्या महाराचा मी महार।।

चोखोबाने शेवटचा जोहार घातला आणि कीर्तन संपवले. हाताच्या ओंजळीत चेहरा लपवून कितीतरी वेळ चोखोबा स्फुंदत होता. कीर्तनानंतरचा, विठूरायाच्या नामघोषाचा गजर करण्याचेही भान त्याला राहिले नाही. इतकी त्याची दीनवाणी अवस्था झाली होती. जमलेले सगळे लोकंही डोळे पुसत होते. जनाबाईला तर हुंदका आवरेना. नामदेवांची अवस्था यापेक्षा वेगळी नव्हती. पण विठूरायाच्या नामाचा गजर करून प्रसाद वाटल्याशिवाय कीर्तनाची सांगता होणार नव्हती. याचेही भान नामदेवांना होतेच. ते उठले, पुढे झाले. चोखोबांच्या पाठीवर प्रेमभराने हात फिरवून त्यांनी त्याला आपल्या जवळ ओढले. एखाद्या लहान मुलासारखा स्फुंदतस्फुंदत चोखोबा, नामदेवांच्या कुशीत शिरला. नामदेवांनी असहायपणे गोरोबाकाकांकडे पाहिले. गोरोबाकाका समजले. पुढे होऊन त्यांनी चोखोबाला आपल्या मिठीत घेतले. बाजूला ठेवलेल्या ताटातला गुलाल उधळून नामदेवांनी विठ्ठल नामाचा गजर केला. साखरखोबऱ्याचा प्रसाद वाटला गेला आणि चोखोबाला डोळे भरून बघत लोक आपापल्या घरी गेली. स्फुंदून रडणाऱ्या चोखोबाला शांत करून नामदेवादि संत त्याला सोडायला त्याच्या घरी निघाले.

चोखोबाला श्रेष्ठ भक्तांच्या पायरीपर्यंत पोहोचवण्यासाठी त्यांनं एकान्तवासात राहणं अत्यंत आवश्यक होतं. ही वस्तुस्थिती कितीही मान्य केली, तरी चोखोबा पंढरपुरातून कायमचा जाणार याची रुखरुख कर कटेवर ठेवून विटेवर उभ्या असलेल्या त्या पांडुरंगाला वाटत होतीच. आपला हा भाबडा भक्त आपल्याजवळ असावा, म्हणून तर त्यानं नामदेवाला चोखोबांला पंढरपुरात आणण्यासाठी उद्युक्त केलं होतं. आणि आता तोच निष्पाप चोखोबा केवळ जातीपायी पंढरपुरातून हद्दपार केला गेला होता. घडलंय ते चांगलं की वाईट याचा निर्णय परमेश्वर असूनही पांडुरंगाला करता येत नव्हता. पंढरपुरातील बरेचसे लोक चोखोबांच्या विठ्ठलभक्तीला मानत असले, तरीही ती किती तीव्र आहे याचा अंदाज कुणालाच नव्हता. त्यामुळंच चोखोबांच्या हद्दपार होण्यामुळं हळहळणारे फार कमी होते. चोखोबांकडे कुत्सित मनानं पाहणाऱ्यांची संख्या जास्त होती. चोखोबांबद्दल त्यांच्या मनात

असणारे किल्मिष निघून जावे म्हणून तर नामदेवांकरवी चोखोबांच्या कीर्तनाचा हा प्रपंच विठोबाने मांडला. आपण केलेला हा उपद्व्याप योग्यच होता, याचं प्रत्यंतर त्याला चोखोबाचं कीर्तन ऐकताना अश्रू ढाळणारे लोक बघून आलं. आपल्या प्रांजळ भक्तीनं आणि निष्पाप श्रद्धेने चोखोबांनी लोकांच्या मनात जी जागा निर्माण केली तिच्यामुळे चोखोबा चिरकाल लोकांच्या स्मरणात राहणार होता. अगदी पंढरपुरातून हद्दपार होऊनही चंद्रभागेच्या त्या तीरावर राहिला तरीही. याचीच प्रचिती जाणून घेण्यासाठीच गोविंदभटांनी घातलेल्या कडी कुलूपातून सहजपणे निसटून तो पांडुरंग चोखोबांच्या कीर्तनाला हजर राहिला होता. गोविंदभटांना चाहूल लागली, तरी त्यांनं त्याची पर्वा केली नाही. पण नामदेवांनी मात्र त्याला बरोबर ओळखलं. आता त्याला रात्री नामदेवांच्या प्रश्नांची उत्तरं द्यावी लागणार होती. त्यांच्याकडून रागवून घ्यावे लागणार होते. नामदेवाच्या रागवण्याची पांडुरंगाला नेहमीच गंमत वाटत आली. आजही ती गंमत अनुभवायला मिळणार या विचाराने त्याच्या सावळ्या मुखावर हसू उमटले. चोखोबांच्या वियोगाने तिकडे सगळे जण रडत असताना, आपला नवरा मात्र हसतोय कसा? याचं रुक्मिणीला आश्चर्य वाटलं. तिला तसंच आश्चर्यात ठेवून कर कटेवर ठेवून विटेवर उभा असणारा तो पांडुरंग तसाच मिस्कीलपणे हसत चोखोबांला त्यांच्या खोपटापर्यंत सोडायला गेलेल्या नामदेवांच्या येण्याची प्रतीक्षा करत राहिला.

21

चोखोबाचं कीर्तन संपलं आणि जणू त्यासाठीच थांबल्यासारखा पाऊस पुन्हा पडायला लागला. जणू पंढरपुरातला हा चोखोबांचा शेवटचा दिवस आहे हे तो जाणून होता. चोखोबाच्या खांद्याला धरून लहान मुलासारखं त्याला चालवत नामदेव, गोरोबाकाका आदी संतमंडळी त्या रिमझिम पडणाऱ्या पावसातून त्याला घरापर्यंत सोडायला आली. अजूनही चोखोबा एखाद्या लहान मुलासारखा स्फुंदत होता. पंढरपुरातून त्याचा पाय निघत नव्हता. एखाद्या लहान मुलाला आईच्या कुशीतून कुणीतरी ओढून घ्यावं आणि त्याबद्दल त्या लहान मुलानं आकांत करावा तशी त्याच्या मनाची अवस्था झाली होती. देवानंच आपल्याला पंढरपुरला बोलावून घेतलं, आपल्याला जवळ केलं आणि आता त्याच परमेश्वरानं आपल्याला दूर का लोटलं? असा प्रश्न नामदेवांना तो पुन्हा:पुन्हा विचारत होता. नामदेवांकडे या प्रश्नाचं उत्तर नव्हतंच. पण आता भेट झाली की, पांडुरंगाला नक्की विचारायचं असं नामदेवांनी मनाशी पक्कं केलं. सध्यातरी चोखोबाच्या पाठीवरून हात फिरवत, त्याची समजूत काढत त्याच्या मनाविरूद्ध का होईना त्याच्या हाताला धरून चालवत त्याला त्याच्या खोपटापर्यंत नेणं एवढंच नामदेवांच्या हातात होतं आणि ते तेच करत होते.

रिमझिम पडणाऱ्या पावसाची पर्वा न करता मंडळी साकवावरून चंद्रभागेच्या पैलतीरावर पोहचली. साकवावरून चालत असताना नामदेवांच्या लक्षात आलं की, आपण चोखोबाची समजूत काढण्याच्या भरात आम्ही सगळी मंडळी रोज तुम्हाला भेटायला येऊ अस कितीही आश्वासन त्याला देत असलो तरी पावसाचा

जोर असाच वाढत राहिला तर चंद्रभागेचं पाणी आणखी वाढणार होतं. आणि मग मात्र ते पाणी ओसरेपर्यंत त्या साकवावरून ये-जा बंद होणार होती. पण आताच ही गोष्ट चोखोबाला बोलण्यात काही अर्थ नव्हता. साकव ये-जा करण्यासाठी बंद झाला, हे त्याला आपोआपच कळणार होते. पण आताच ही गोष्ट त्याच्या लक्षात आणून दिली असती, तर भाबड्या चोखोबांनं तिथंच फतकल मारली असती आणि खोपटापर्यंत जायला तो तयारच झाला नसता. चोखोबांचा एक हात नामदेवांनी धरला होता, तर दुसऱ्या बाजूनं सोयरानं. आपल्या नवऱ्याचं पंढरपुरातलं पहिलंच आणि कदाचित शेवटचं कीर्तन ऐकायला ती आवर्जून आली होती. नवऱ्याविषयीचा अभिमान तिच्या चेहऱ्यावरून ओसंडत असला तरी त्याची घायाळ अवस्था बघून तिचे डोळे सतत पाण्यानं भरून येत होते. बंका-निर्मळा, कर्ममेळा यांचीही अवस्था यापेक्षा वेगळी नव्हती. एकीकडे चोखोबांविषयीचा वाटणारा अभिमान आणि दुसरीकडं त्याची अस्वस्थ करणारी कासाविशी. आकाशातून पडणाऱ्या पावसाची कसलीही तमा न बाळगता सगळ्यांच्याच डोळ्यांतून बेबंदपणे अश्रू वाहत होते. जनाबाईसह नामदेवादि संतमंडळीही त्याला अपवाद नव्हती. सगळ्यांची वस्त्रे चिंब भिजली होती आणि त्याहीपेक्षा भिजली होती मनं!

सगळीजण चोखोबांच्या खोपटाजवळ आली. खोपटाजवळ आल्यावर तर चोखोबा धाय मोकलून रडायलाच लागला. आता आपण इथंच राहायचं, कायमचं शेवटच्या श्वासापर्यंत. या पंढरपुरचं, या पंढरपुरच्या मातीचं, या सावळ्या विठोबाचं, जगण्याचं निधान देणाऱ्या त्या कळसाचं दर्शन आता पुन्हा कधीच होणार नव्हतं. आता जो काही नमस्कार करायचा तो इथून लांबूनच. मंदिराच्या शिखराच्या टोकाकडे बघतच. चोखोबांच्या वेदनेला, हुंदक्याला जणू शब्द फुटले,

येथे तो दुःखाचे डोंगर आठवती। वाटतसे खंती मना माझ्या।।
काहो पंढरीराया परदेशी केले। कोणी न देखे आपुले काय करू।।
आठवे पंढरी आठवे महाद्वार। संतांचा भार आठवतो।।
आठवतो नामा पुंडलिक सखा। चोखा म्हणे तळमळ वाटे।।

चोखोबांच्या स्वरातील आर्त वेदना नामदेवांच्या मनालाही घायाळ करून गेली. दुःखानं, वेदनेनं चोखोबा जणू बेभान झाला. घुसमटून घुसमटून तो रडायला लागला. त्याला कसं शांत करावं, ते कुणालाच समजेना. आपल्या नवऱ्याची ती अवस्था बघून मात्र सोयरा सावरली. तिच्यातली पत्नी लोप पावून आई जागी झाली. चोखोबांच्या जवळ बसून, नामदेवांच्या मदतीनं त्याला वाकळेवर आडवा केला. त्याच्या कपाळावर अत्यंत मायेनं थोपटत आपल्या अनुनासिक स्वरात आणि करुणेनं भरलेल्या स्वरात तिनं विठ्ठलाचा धावा करायला सुरुवात केली.

आमची तो दशा विपरित झाली। कोण आम्हा घाली पोटामध्ये।।
आमचे पालन करील बा कोण। तुजविण जाण दुजे आता।।
कळेल ते करा तुमचे उचित। माझी तो नित निवेदिली।।
सोयरा म्हणे माझा जीवप्राण तुम्ही। आणिक तो आम्ही कोठे जावे।।
येई वो विठ्ठले येई लवकरी। धांवे तू सत्वरी मजलागी।।
आमुचा विचार आता काय देवा। सांभाळी केशवा मायबापा।।
आता कवणाची पाहू मी वास। अवघेचित वोस दिसतसे।।
सोयरा म्हणे अहो पंढरीच्या राया। आमुची ती दया येऊ द्यावी।।

विठ्ठलाचा असा धावा करतकरत सोयरानं आईच्या मायेनं चोखोबाला थोपटायला सुरुवात केली. सोयराचा अनुनासिक आर्त स्वर, नामदेवादि मंडळींनी त्या स्वरांच्या सोबतीनं हलकेच वाजवलेल्या टाळयांचा ठेका, घोंघावणाऱ्या वाऱ्यांचा सुरेल नाद, रिमझिम पडणाऱ्या पावसाच्या थेंबाचा ताल या सगळ्यांचा एकत्रित परिणाम चोखोबाला जणू संमोहित करून गेला आणि कीर्तन करून दमलेल्या, घायाळ मनाने थकलेल्या, आणि रडून शिणलेल्या चोखोबांला हलकेहलके झोप लागली. त्याला तसा निजलेला बघून मोठ्या दुःखी अंतःकरणाने नामदेवादि मंडळी पंढरपुरात परतली.

दुसऱ्या दिवशी सकाळी चोखोबा जागा झाला. क्षणभर आपण कुठे आहोत त्याला कळेना! नंतर मात्र एकएक घटना, प्रसंग त्याला आठवायला लागले. पंढरपुरातल्या आठवणींनी क्षणात त्याचे डोळे भरून आले. त्याच्या जागे होण्याच्या चाहुलीने लोटत असलेली सोयरा चोखोबांच्या डोळ्यात उभं राहिलेलं पाणी बघून त्याच्याजवळ गेली आणि मुद्दाम काहीशा उपहासानं म्हणाली, "देवाची आज्ञा पाळणं, गुरुच्या आदेशाचं पालन करणं तुम्हाला एवढं अवघड जात असेल, तर या दोन्ही गोष्टींवर श्रद्धा ठेवावीच कशाला? इकडं तर म्हणायचं मी गुरुच्या आदेशाचं पालन करणार! इकडं तर म्हणायचं देवाला माझ्या कल्याणाची चिंता आहे आणि मग त्यांच्या आदेशाचं पालन करताना वाईट का वाटून घ्यायचं? घडीघडी असं डोळ्यात पाणी का काढायचं म्हणते मी? मग देवावरची श्रद्धा, गुरुवरचा विश्वास हे सगळं खोटंच म्हणायचं की काय?" सोयराचं उपहासगर्भ बोलणं ऐकून चोखोबा खाडकन् भानावर आला. खरंच होतं तिचं म्हणणं. पण आता नाही! आता हा चोखोबा डोळ्यांतून अजिबात पाणी काढणार नाही. त्या पांडुरंगाची आणि माझ्या गुरु माउलीची अशीच जर इच्छा आहे, तर त्या इच्छेचा हसतमुखानं स्वीकार करणं, त्यांनी दिलेल्या आदेशाचं दृढनिश्चयाने पालन करणं आणि त्याबरहुकूम आपली दिनचर्या बनवणं हेच आता आपल्या जाविताचं लक्ष्य

बनलं पाहिजे. आणि मी आता तेच करणार आहे. चोखोबानं स्वत:शीच असा निश्चय केला आणि त्याला खूप बरं वाटलं. ''इतके दिवस पंढरपुरवासियांनी एक भाबडा, सत्शील पण हळवा चोखोबा पाहिला. पण आता या चंद्रभागेच्या पैलतीरावर राहणारा चोखोबा काहीसा वेगळाच असेल. हा चोखोबा दृढनिश्चयी आणि खंबीर मनाचा असा असेल!'' चोखोबानं स्वत:शीच असं ठरवलं आणि त्याला एक वेगळा उत्साह वाटायला लागला. नाहीतर आपल्या हातून लोकोत्तर कार्य घडावे, असा नामदेवांचा आपल्याला आदेश आहेच आणि त्यांची तशी इच्छाही आहे. आपल्या हातून काही लोकोत्तर कार्य घडावं, म्हणूनच पांडुरंगानं आपल्याला इथं असं या एकान्तवासात धाडलं आहे. नामस्मरण तर आपण करायचंच आहे, पण त्याही पेक्षा आणखी काहीतरी वेगळं आपल्याला करायचं आहे. पांडुरंगाच्या भक्तीमुळे आणि नामदेवांसारख्या गुरुंच्या संगतीमुळे आपल्या अज्ञानाने अंधारलेल्या जीवनात ज्ञानाचा प्रकाश पसरला. आपणही असं काहीतरी करू की ज्यामुळं ईश्वरभक्तीचा प्रकाश सगळीकडे पसरेल. आपण आपल्या भक्तीने या अंधारलेल्या परिसरास उजळून टाकू. तो प्रकाश बघून लोकांनी म्हटलं पाहिजे, 'अरे हा तर चोखाच्या भक्तीचा प्रकाश! चोखानं आपल्या वर्तृत्त्वानं सारा परिसर उजळून टाकला, हा बरोबर! यासाठी आपण छानशा दीपमाळाच बांधू या. त्या दीपमाळांवर तेलाचे दिवे लावले, की सारा आसमंत उजळून निघेल. महाद्वाराच्याबरोबर समोर, चंद्रभागेच्या या तीरावर अशा दीपमाळा बांधू या, की ज्यावर दिवे लावले असता, त्या दिव्याची आभा महाद्वारातून थेट पांडुरंगाच्या मुखावर पडेल. आणि त्याचं सावळं साजिरं रूप आणखी उजळून निघेल. आपल्याला या एकान्तवासात धाडणाऱ्या पांडुरंगाचा कदाचित हाच उद्देश असेल. सापडलं! मला माझ्या जगण्याचं साधन सापडलं. या पुढचं ऊर्वरित आयुष्य सार्थकी लावण्याचा मार्ग सापडला!'

भानावर येऊन चोखोबा जसजसा विचार करू लागला, तसतशी त्याची बुद्धी काम करू लागली. विठोबाचा विरह सोसून, पंढरपुरापासून लांब राहून जगायचं कसं? या गहन प्रश्नाचं उत्तर त्याला सापडलं होतं. या मिळालेल्या उत्तरात एकान्तवासातलं त्याचं जगणं आता सोपं होणार होतं. चोखोबांच्या मरगळलेल्या मनाला अमाप उत्साह आला. आता त्यानं स्वत:चा एक दिनक्रम बनवायचं ठरवलं. चोखोबा येसकर होता. त्यामुळे महार समाजातला असूनही त्याला बांधकामाची चांगली माहिती होती. चांगलं ज्ञान होतं. इतके दिवस केवळ विठ्ठलभक्तीचाच विचार केला म्हणून आपल्याजवळ असलेल्या या ज्ञानाचे त्याला विस्मरण झाले होते. पण आता त्याच्या या ज्ञानाचा उपयोग त्याला होणार होता. तो अखखा दिवस

या सगळ्या विचारात घालवल्यानंतर सोयरानं बळेबळेच खायला घातलेले, चार घास खाऊन चोखोबा शांतपणे निजला. त्याला झोपही लगेचच लागली. किती तरी दिवसांनी त्याला शांत झोप लागली. सोयरालाही या गोष्टीचे नवल वाटल्यावाचून राहिले नाही. पण चोखोबाला तसा निष्पाप मुलासारखा निजलेला बघून तिला खूपच समाधान वाटले. चोखोबांच्या मनातली घालमेल थांबली आहे आणि त्यानं समोर आलेल्या वस्तुस्थितीचा अत्यंत समर्थपणे स्वीकार केलेला आहे, असंच ती झोप सांगत होती. आता सोयरा निश्चिंत झाली. उद्यापासून ती तिच्या कामावर जाऊ शकणार होती. नवीन मांडलेल्या संसाराचा डाव कदाचित पुन्हा रंगणार होता.

चोखोबा दुसऱ्या दिवशी उठला, ते प्रसन्न मनानंच! त्यानं आता स्वत:चा एक दिनक्रम बनवला. आणि त्या आखलेल्या दिनक्रमाप्रमाणे चोखोबानं चंद्रभागेच्या या तीरावर आपलं एकान्तवासातलं जीवन व्यतीत करायला सरुवात केली. चोखोबा रोज सकाळी उठायचा. चंद्रभागेच्या वाळवंटात जायचा. मातीमिश्रित असलेली चंद्रभागेची वाळू उकरून त्याच्या खोपटाच्या पाठीमागच्या बाजूला जमा करायचा. चंद्रभागेच्या पलिकडच्या तीरावर अस्पृश्यांसाठी बांधलेला एक घाट होता. या घाटावरून मातीच्या घागरीने पाणी आणून ती माती कालवायचा. गावतलं शेण गोळा करून सोयरानं त्याच्या शेणी लावलेल्या असायच्या. चंद्रभागेच्या पलीकडच्या तीरावर बाभळीचं बन होतं. वाळून खाली पडलेल्या फांद्या गोळा करून चोखोबा लाकडं जमा करायचा. कालवलेल्या मातीच्या विटा थापून गोळा केलेल्या लाकडाची भट्टी लावून तो विटा भाजायला ठेवायचा. मगच तो स्वच्छ अंघोळ करून शुचिर्भूत व्हायचा. पण विटांचं हे कामकाज करताना सतत त्याच्या तोंडात विठ्ठलाचं नाव असायचंच. पण अंघोळ करून शुचिर्भूत झाल्यावरही तो विठ्ठलाचं नामस्मरण करत बसायचा. ते करतकरता त्याचं भान हरपायचं. त्या बेभान अवस्थेत कधी कधी विठ्ठलाच्या नामस्मरणात दंग होऊन तो बेभानपणे नाचायचा. त्या उन्मनी अवस्थेत त्याच्या डोळ्यांतून अश्रुधारा वाहायच्या. आणि विठ्ठलाचं, पंढरपुरचं, विरहाचं, एकान्तवासाचं, समाजाच्या मानसिकतेचं, नामदेवांवरच्या गुरुभक्तीचं, जातीहीनतेमुळे सोसाव्या लागणाऱ्या दुःखाचं, होणाऱ्या अत्याचाराच्या वेदनेचं वर्णन करणारे अनेक अभंग त्याच्या रसाळ वाणीतून उमटत असत. नामदेवांच्या सुचनेमुळे अनंत भट सतत त्याच्याबरोबर असे. चोखोबांच्या मुखातून बाहेर पडणारा प्रत्येक शब्द तो टिपून घेत असे. चोखोबांच्या अभंगाला हळूहळू असं लिखित गाथेचं स्वरूपही यायला लागलं.

असेच दिवस सरत होते. कित्येक उन्हाळे, पावसाळे, हिवाळे सरले. चोखोबाच्या या दिनक्रमात खंड पडला नाही. खोपटाच्या मागे हळूहळू विटांचा

ढीग साठत गेला. त्याचबरोबर चोखोबांच्या अभंगाची संख्याही वाढत गेली. चोखोबानं हा आपला दिनक्रम नक्की केल्यानंतर नामदेवादि संतमंडळी भेटायला आली होती. चोखोबानं दीपमाळ बांधण्याचा मानस त्यांना सांगितला. अति प्रसन्न चित्तानं नामदेवांनी त्यांची पाठ थोपटली. त्याने हुरूप येऊन चोखोबांने आपला दिनक्रमही त्यांच्या कानावर घातला. ते ऐकून प्रसन्न मुद्रेनं नामदेव म्हणाले, "भले शाब्बास चोखोबा! तुम्हाला मानलं पाहिजे. आहात तुम्ही खरे भगवद्भक्त. मनाच्या अशा बिकट अवस्थेतही विठ्ठलावरची श्रद्धा ढळली नाही आणि लोकांच्या कल्याणाचा विचारही तुमच्या मनातून गेला नाही. ही फार अपूर्वाईची गोष्ट आहे. अशाा बिकट परिस्थितीत भल्या भल्यांच्या मनाचा तोल ढळतो, पण तुम्ही अत्यंत संयमानं आणि निष्ठेनं या परिस्थितीवर मात केली आणि जीवनाचा मार्ग सोपा करून घेतलात. आता हा एकान्त तुम्हाला जड तर जाणार नाहीच, पण उलटा सत्कारणी लागेल. चोखोबा, माझं शिष्यत्त्व पत्करून, तुम्ही मला गुरु मानलंत. पण मला तुमचा मोठा अभिमान आहे. शाब्बास! चोखोबा असेच कार्यरत राहा!" प्रत्यक्ष गुरुंनी, नामदेवांनी असा आशीर्वाद आणि अशी प्रेरणा दिल्यामुळे आपण घेतलेला निर्णय आणि आखलेला मार्ग अत्यंत योग्य आहे, याची चोखोबाला खात्री पटली. आणि आपण योजलेले काम करायला त्याला उत्साह आला. चोखोबाला अपेक्षित असलेल्या विवक्षित विटा तयार झाल्या आणि पुन्हा एकदा नामदेव आपल्या संतपरिवारासह भेटायला आले. सगळ्यांच्या भेटीगाठी झाल्या. कुशल, मंगल विचारून झाले. चोखोबाने नामदेवांना आपल्या अभंगरचनांची पोथी नामदेवांना दाखवली. अतिशय आनंदानं चोखोबाच्या पाठीवर शाबासकीची थाप मारून गहिवरल्या आवाजात नामदेव म्हणाले, "चोखोबा, धन्य आहे तुमची. इतकी सरळ, सोपी शब्दरचना आणि शब्दाशब्दांतून प्रतीत होणारी उत्कट भावभक्ती! चोखोबा तुमचे हे अभंग युगानुयुगे असे चिरकाल टिकून राहतील. तुमच्या नावाची पताका वारकरी शतकानुशतके अभिमानाने खांद्यावर घेतील, अशी ग्वाही तुमचे हे अभंग देत आहेत. चोखोबा, असेच लिहित राहा. मी आता तीर्थाटनाला जातो आहे. मला परतायला बराच कालावधी लागेल. पण तुम्ही आता स्वयंभू झाला आहात. गुरुच्या आधाराची किंवा स्नेह्यांच्या कुबडीची आता तुम्हाला गरज नाही. तुमचा हा एकान्तवास असाच व्यतीत करत राहा. माझा आशीर्वाद आणि आम्हा सर्वांच्या शुभेच्छा सतत तुमच्या पाठीशी आहेत." चोखोबाला आशीर्वाद देऊन नामदेव संतपरिवारासह परत गेले आणि त्यानंतर नामदेव तीर्थाटनाला गेले. चोखोबाने आपल्या दिनक्रमात थोडासा बदल केला. हव्या तेवढ्या विटा बनवून झाल्या होत्या. त्याने दीपमाळेच्या बांधकामाला सुरुवात केली. आता दिवस कधी

उगवतो आणि मावळतो याकडे त्याचे लक्षच नसायचे. दीपमाळेचे बांधकाम, श्वासागणिक उच्चारले जाणारे विठ्ठलाचे नाम आणि अधूनमधून रचली जाणारी अभंगरचना चोखोबांचा असा त्रिसूत्री कार्यक्रम अविरतपणे चालूच राहिला. यात कधीतरी खंड पडायचा, तो पंढरपुरातून संतमंडळी त्याला भेटायला आली म्हणजे. त्या दिवशी चोखोबा अतीव आनंदात असायचा. त्या संत मित्रमंडळींबरोबर गप्पा-टप्पा करण्यात, त्यांना आपल्या नवनवीन अभंगरचना दाखवण्यात, पंढरपुरातील क्षेम-कुशल त्यांना विचारण्यात, आपले सांगण्यात आणि विठ्ठलाचा पंढरपुरचा महिमा वर्णन करण्यात त्याचा तो दिवस कसा निघून जात असे, हे त्याचे त्याला कळत नसे. तो संतपरिवारही अतिशय ओढीने चोखोबाला भेटायला येत असे. एक अख्खा दिवस चोखोबांबरोबर घालवून अनेक विषयांवर त्यांच्याशी चर्चा करून संतांचा तो मेळा दिवस मावळणीच्यावेळी पंढरपुरास परतत असे. सोयरासुद्धा अत्यंत अगत्याने त्यांचे आगतस्वागत करून त्यांचे आदरातिथ्य करत असे. एक प्रसंग असा घडला की, चोखोबांच्या बुद्धीचातुर्याची आणि त्याच्या अध्यात्माच्या खोलीची झलक सगळ्यांनाच पहायला मिळाली. झालं होतं असं.

नामदेव तीर्थाटनाहून आले आणि त्यादिवशी संतांचा मेळा चोखोबाला भेटण्यासाठी त्यांच्या घरी आला. नेहमी सगळ्यांच्या पुढे येऊन सोयराशी गळा भेट घेऊन, तिला मदत करताकरता तिच्याशी गप्पा मारत बसणारी जनाबाई आज त्या संतमेळ्यात नव्हती. चोखोबाला नवल वाटलं. त्यांनी गोरोबाकाकांजवळ जनाबाईची चौकशी केली. तेव्हा नामदेवांच्या घरात काही कार्य असून त्याचा बाजारहाट करण्यासाठी नामदेव आणि जनाबाई दोघेजण थांबले आहेत आणि ते मागाहून येत आहेत असे गोरोबाकाकांनी सांगितले. त्यांची वाट बघत इतर काही गप्पा मारत मंडळी बसली असता अचानक चोखोबा म्हणाले,

कैसा हा हाट कवणाची गोणी। वेगळाचि राहिला मालधणी।।
कवणाचा वाण विकितसे कवण। अवघा पसारा ठेवी झाकोन।।
मावळला दिन झाकलासे हाट। अवघा बोभाट वारलसे।।
चोखा म्हणे माप भरियेले सिंगे। आता कोणाचे पदरी देऊ उगे।।

चोखोबाच्या तोंडातून अभंगाची ही रचना उमटते न् उमटते तोच नामदेव जनाबाईसह तिथे येऊन पोहोचले. चोखोबांची रचना त्यांच्या कानावर पडली होतीच. अभावितपणे ते उद्गारले, "वा! चोखोबा वा! मनुष्याचं अवघं जीवन हा एक बाजारच आहे. शाब्बास! चोखोबा, तुम्हाला आयुष्य कळायला लागलंय आता. पण ही कवणाची गोणी आहे तिचं काय? पुढे काही तरी सांगा ना!" नामदेवांकडून, आपल्या गुरुंकडून अशी दाद मिळालेली पाहताच चोखोबांला

आणखी हुरूप आला. नामदेवांचे बोलणे संपते ना संपते तोच सोयराला भेटून जनाबाई तिथे आली. चोखोबाला म्हणाली, "चोखोबा तुमची ही हाटाची संकल्पना खूप छान आहे. तुम्हाला झालेले आत्मज्ञान, तुम्हाला कळलेले अध्यात्म आणि तुम्हाला समजलेले आयुष्याचे सार हे यातून प्रतीत होते. तेव्हा या हाट या संकल्पनेचे आणखी काही अभंग ऐकवा ना!" आता मात्र चोखोबा संकोचला. गोरोबाकाकांनी त्याच्या पाठीवर थाप मारली. म्हणाले, "ज्ञानोबा माउली आणि नामदेव यांची प्रबोधनाची परंपरा चोखोबा तुम्ही पुढे चालवता आहात! हे हाटाचे अभंग जरूर ऐकवा. त्यात नावीन्य आहे." गोरोबाकाकांनी नामदेव आणि जनाबाई यांचे म्हणणे उचलून धरले. तशी सगळीजण चोखोबाला आग्रह करू लागली. सगळ्यांचाच आग्रह बघून चोखोबांचा हुरूप वाढला. त्यानं एकदा नामदेवांना नमस्कार केला आणि बोलायला सुरुवात केली.

"परमार्थाच्या मार्गावरून चालत असताना हा प्रपंच म्हणजे एक बाजारच आहे. बाजारात अनेक वस्तू विकायला येतात. पण प्रपंचाच्या या बाजारात आपण वस्तू विकून आपण आपल्या इच्छा आकांक्षा, कामना पूर्ण करून पाहतो. पण वस्तू विकायला नेतो, त्याच मुळी नाशवंत. या नाशवंत वस्तू विकून आपण आपल्या इच्छा, आकांक्षा, कामना पूर्ण करू पाहतो. पण विकायला आणलेल्या वस्तू नाशवंत असल्यामुळे आपले माप रितेच राहते. आपल्या पदरात काहीच पडत नाही. या बाजारात कित्येकजण येतात आणि जातात, म्हणजेच जन्माला येतात आणि मरूनही जातात. हा बाजार आहे तसाच राहतो. या बाजारात खूप प्रकारचा माल असतो. तो सगळाच नश्वर असतो. आपल्याला आवडेल ते प्रत्येकजण उचलतात. पण त्यातले चिरंतन काहीच नसते. त्यामुळे आपली गोणी कधीच भरत नाही. नामदेवांसारखा ज्ञानी हे ओळखतो. आणि या बाजारातील एकही वस्तू चिरंतन नाही म्हणूनच ती आपल्या कामाची नाही, हे जाणून बाजारातून रिकाम्या हाताने परत येतो. खरं तर या बाजारातील सगळ्या मालाचा प्रत्यक्ष धनी कुणी वेगळाच असतो. आपण मात्र हे माझे, ते माझे असं करत राहतो. संध्याकाळी या बाजारातून पंचप्राण नाहीसे होतात आणि मग मात्र त्याला कुणी विचारत नाही. नाम, रूप, आकार या मानवाच्या अस्तित्वाच्या खुणा नाहीशा होतात आणि देहाचा शेवट होतो." आपण याबाबतीत कसे नशीबवान ठरलो हे सांगताना चोखोबा पुढे म्हणाला, "नामदेवांच्या परीसस्पर्शाने मला मात्र आत्म्याची ओळख पटली. हवी ती वस्तू मिळाली. माझी गोणी शिगोशिग भरली. पण मला अशी वस्तू मिळाली. सगळीकडे ती व्यापून राहिली आहे. त्यामुळे तिची विक्री होणं शक्य नाही. ती कुणाला देणं शक्य नाही. कारण सगळीकडेच ती वस्तू

भरून राहिली आहे. म्हणून मला बाजारात जाण्याची गरज नाही. देवा, असं काहीसं सांगणारे, माझ्या मोडक्यातोडक्या भाषेतले काही अभंग ऐकण्याची तुम्ही कृपा कराल काय?'' चोखोबांनं बोलणं संपवून नामदेवांकडे पाहिलं. त्यांच्या चेहऱ्यावरून अतिशय आनंद आणि आपल्या शिष्याबद्दलचा प्रचंड अभिमान ओसंडून वाहत होता. प्रसन्न चेहऱ्यानंच त्यांनी चोखोबांला अभंग गाण्याची संमती दिली. इतर सगळीजणं ही उत्सुकतेनं चोखोबांकडं पाहायला लागली. तशी पुन्हा एकदा नामदेवांना वंदन करून चोखोबाने अभंग गायला सुरवात केली.

गोणी भरियेली रितिया मापाची। भाव अभावाची बैलापाठी।।
आवडीच्या हाटा घेऊनिया जाय। आशा दंभ पाहे गिऱ्हाईक।।
मांडिले दुकान घातिला पसारा। झाला सारा वारा बाजाराचा।।
चोखा म्हणजे हाट संपोनिया नेला। एकला उरला नामदेव।।
किती या हाटासी येवोनिया गेले। आहे ते संचले जैसे तैसे।।
बहुतांचे मत बहुत प्रकार। वाण हा अपार निवडिला।।
जो जया आवडे तोचि घेतो वाण। पुढील कारण विसरोनि।।
चोखा म्हणे अवघा वाण तो देखिला। रिकामाची आला नामदेव।।
किती किती वाण एकचि प्रकार। न करिता सारासार न भरे गोणी।।
नवल वाटले हाटाते गुंतले। रिकामे आले गेले वायाविण।।
फिरत फिरत जे जे वाण पाहाती। हावचि भरती रिती गोणी।।
चोखा म्हणे हे तो न कळे लाघव। वोळखे जो धांव डाव विरळा एक।।
नामदेवे आजि उपकार केला। हाटाचा हाट चौबारा ठेला।।
अवघ्या वाणाची देवोनिया गांठ। बांधली मोट सरळ तेणें।।
अवघ्या पसारा उघड जो होता। झाकिला तत्वता निजबळे।।
चोखा म्हणे आता वाणचि पावलो। गोणी विसरलो हाटामाजी।।
सांज झाल्यावरी हाटा कोण पुसे। सहज ते ना से वाणावाण।।
नाही तो हाट नाही तो पसारा। पडिला अंधार चहूकडे।।
गोणी रिती झाली माप उंडिले। गिऱ्हाईक गेले जेथिचे तेथे।।
अवघे हे नवल नामयाने दाविलें। चोखिया लाधले जन्मोजन्मी।।

चोखोबाने अभंग संपवला. सगळ्यांनी उत्स्फुर्तपणे टाळ्या वाजवल्या. नामदेव मोठ्या कौतुकाने चोखोबांकडे पाहत होते. किंचित हसून नामदेवांनी चोखोबांच्या खांद्यावर थोपटले आणि म्हणाले, ''हाट संकल्पना ज्ञानेश्वर माउलींनी ज्ञानेश्वरीमध्ये अत्यंत समर्पक रीतीने मांडली आहे. ज्ञानोबा माउली म्हणते,''

एरव्ही त्रैलौक्य हे धनुर्धरा। तिथे गावीचा हा पसारा।।
तो हा दिनोदयी एकसरा। मांडत असे।।
पाठी रात्रीचा समो पावे। आणि आपैताचि साठवे।।
म्हणिये जेथीचे तेथं स्वभावे। साम्यासि ये।।

नामदेवांनी ज्ञानेश्वर माउलींचा अभंग सांगताच, सगळ्यांनी हात जोडले. चोखोबा म्हणाला, ''देवा, ज्ञानोबा माउली म्हणजे साक्षात ईश्वराचा अवतार. वयाच्या १८ व्या वर्षी त्यांच्या ज्ञानाचे तेज सहस्त्र सूर्याइतके होते. खरं तर त्यांची विद्वता एवढी मोठी, की सारं जग त्यांच्या पायाशी झुकलं असतं. पण पृथ्वीतलावरच आपलं जीवित कार्य संपल्याच्या जाणिवेतून त्यांनी समाधी घेतली. देवा, या अलौकिक प्रसंगाचा तुमच्याबरोबर मीही एक साक्षीदार होतो. सहस्त्र सूर्यासारखे तेजस्वी दिसणारे ज्ञानेश्वर प्रसन्न, पण निश्चयी मुद्रेनं धीमी पावलं टाकत समाधी स्थळाकडे चाललेले. बाया-बापड्या अश्रू भरल्या डोळ्यांनी त्यांच्या मार्गावर फुलांची उधळण करत होत्या. त्यावेळी तिथे असलेल्या प्रत्येकाच्या डोळ्यात अश्रूंचा महापूर लोटला होता. प्रत्येकाला ज्ञानेश्वर समाधी घेत आहेत, म्हणजे आपल्या काळजाचा तुकडा कुणीतरी काढून घेत आहेत, असे वाटत होते. सारी चराचर सृष्टी जणू आपला श्वास रोखून ज्ञानेश्वरांच्या समाधीचा क्षण पहात होते. खरं तर त्यावेळी ज्ञानेश्वर सगळ्यांची माउली बनले होते. पण तरीही संजीवन समाधी घेण्याचा त्यांचा निर्णय त्यांच्या अलौकिकत्वाला साजेसाच होता. देवा,

''ज्ञानेश्वर नामे धरिला अवतार। क्षेत्र अलंकापूर इंद्रायणी।।
अद्वैत ज्ञानाची करून उजरी। टीका ज्ञानेश्वरी ग्रंथ केला।।
अमृत अनुभवी गुरुगम्य ज्ञान। दाऊनिया जन उद्धरिले।।
बारा शते अठरा शक शालिवाहन। दुर्मुख अभिधान संवत्सर।।
कृष्ण त्रयोदशी कार्तिक हा मास। बैसे समाधीस ज्ञानदेव।।
जातिहीन चोखा विनवी जोडुनि कर। समाधी निर्धार संजीवनी।।''

आजही माझ्या डोळ्यांसमोरून तो प्रसंग जात नाही. गोरोबाकाका संतानं कसं जगावं! किती जगावं? आणि कसा या जगाचा निरोप घ्यावा, याचा एक आदर्श वस्तुपाठच ज्ञानोबा माउलींनी सगळ्यांना घालून दिला आहे. असं अलौकिक कार्य, असं लोकोत्तर जीवन आणि अशी संजीवन समाधी, हे सगळं मला प्रत्यक्ष पाहायला मिळालं, यातीहीन असूनही या सगळ्याचा मला साक्षीदार होता आलं. यापलीकडं आयुष्याचं वेगळं सार्थक कोणतं असणार? तुम्हा सर्वांच्या प्रेमामुळं, आपुलकीमुळं माझं कचराकुंडीसारखं जीवन पवित्र तीर्थक्षेत्र बनलं. संत सज्जन हो, मी धन्य आहे. मी कृतार्थ आहे, मी ऋणी आहे. मी शतशः ऋणी आहे.''

भावविवश होऊन चोखोबा बोलत होता. त्याचा गळा भरून आला होता. आवाज गहिवरला होता. डोळ्यात पाणी उभं राहिलं होतं. अत्यंत कृतार्थ मनानं सद्‍गदित होऊन पाणी भरल्या डोळ्यानं, हात जोडून चोखोबा सगळ्यांच्यासमोर स्फुंदत उभा होता. चोखोबांचे ते शब्द, ती विनवणी, ती कृतज्ञता, तो भाबडेपणा, ती प्रांजलता आणि त्याचं ते गहिवरून येणं, सगळ्या सगळ्यांच्या डोळ्यात पाणी उभं राहिलं. त्यातच अत्यंत नेमक्या आणि समर्पक शब्दात ज्ञानेश्वरांच्या संजीवन समाधीचं त्यानं केलेलं वर्णन त्यांच्या बुद्धीवैभवाची तर साक्ष देत होतंच, पण त्यांच्या शब्दरचनेचं देखणं प्रत्यंत्तर ही त्यातून होत होतं. त्यांच्या त्या शब्दवैभवानं ज्ञानेश्वरांच्या संजीवन समाधीचा सगळा प्रसंग जसाच्या तसा सगळ्यांच्या डोळ्यासमोर उभा राहिला आणि पुन्हा एकदा सर्वांना ज्ञानेश्वरांच्या स्मृतीने गहिवरून आले. चोखोबांशी बोलायला, गुजगोष्टी करायला मंडळी आली होती. खरं पण आजचा दिवस चोखोबांचाच होता हे निःसंशय! असं सगळं बोलणं चाललं होतं. तोवर जेवणाची ताटं तयार असल्याचा सोयरानं आवाज दिला. तशी सगळी जेवायला उठली. एरवी हसत खेळत गप्पा मारत बसलेली ही मंडळी आज अशी गप्प का आहेत? आणि सगळ्यांचेच डोळे पाणावलेले का आहेत, याचं कोडं सोयराला पडलं. पानावर बसतानाही सगळी गप्पगप्प होती. शेवटी "आज काय गुरु नामदेवांनी सगळ्यांना गप्प राहण्याचा आदेश दिला आहे की काय?" असे सोयरानं विचारलं तशी सगळी भानावर आली. नंतर मात्र नेहमीप्रमाणं गप्पा मारत हसतखेळत जेवणं झाली. चंद्र माथ्यावर आला होता. चोखोबांचा निरोप घेऊन मंडळी घराकडं परतली.

चोखोबांच्या प्रेमापोटी आणि त्यांचं कीर्तन ऐकण्याच्या इच्छेपोटी आपण अनवधनाने चोखोबांच्या कीर्तनाला हजर राहिलो, या पायी त्या कर कटेवर ठेवून विटेवर उभ्या असलेल्या त्या विठ्ठलानं नामदेवांकडून यथेच्छ रागवून घेतलं. आणि मग प्रसन्न मनानं त्यांनी नामदेवांला चोखोबांचे क्षेमकुशल विचारले. चंद्रभागेच्या पैलतीरावरही चोखोबा चांगलाच रमला असून, त्याने तिथे आपला एक नेटका दिनक्रम आखला आहे. हे ऐकून पांडुरंगाला बरे वाटले. त्याची योजना खरोखरीच सफल झाली होती. त्या एकान्तवासात चोखोबांच्या बुद्धीला आणखी धार चढली होती. त्याच्या भक्तीची तीव्रता आणखी वाढली होती. आणि अभंगरचनेतून प्रकट होणारी त्याची आत्मज्ञानाची व्याप्ती आणखी रुंदावली होती. माणसांचा भुकेला असलेसा चोखोबा माणसांपासून दूर फेकला जाऊनही आपलं आयुष्य व्यवस्थित सार्थकी लावत होता. म्हणजेच परमार्थाच्या मार्गावर त्याची समाधानकारक प्रगती होत आहे याचंच ते द्योतक होतं. या गोष्टींवर पांडुरंगाचं आणि नामदेवाचं एकमत

झालं. नामदेव तीर्थाटनाला गेले, तेव्हा चोखोबांकडे लक्ष ठेवायला विठोबाला सांगून गेले. अदृश्य रूपाने अधून-मधून तेथे जाऊन विठ्ठलही चोखोबांची प्रगती पाहत होताच. आपला हा लाडका भक्त हीन जातीत जन्माला येऊनही अलौकिक कीर्तीला पात्र ठरणार आहे, याची विठ्ठलाला खात्री पटली होती. त्यातच त्या दोन दीपमाळा बांधण्याचा चोखोबाचा संकल्प तर त्याच्या मनोवृत्तीला साजेसाच होता. त्याचं ते झटणं, राबणं बघितल्यानंतर चोखोबा तो संकल्प नक्की तडीस नेणार याची विठोबाला आणि नामदेवांना नक्की खात्री होती. आणि तसं जर झालं असतं, तर त्यामुळं चोखोबांच्या कीर्तीत आणखी भर पडणार होती आणि जातीभेदाचा बडेजाव मांडणाऱ्या ब्रह्मवृंदाला, चातुर्वर्णाचा पुरस्कार करणाऱ्या समाजाला मोठी चपराक बसणार होती. जो आयुष्यभर स्वत: अंधारात राहिला, खरं तर समाजानं त्याला अंधारात ठेवलं, त्यानं अंधार उजळून टाकणाऱ्या दीपमाळा बांधाव्यात आणि लोकांच्या मनातला अंध:कार दूर करण्यासाठी अत्यंत अर्थपूर्ण आणि भावपूर्ण अभंगरचना कराव्यात हे त्याच्या उत्कट विठ्ठलभक्तीचं फलित होतं. आपला लाडका भक्त चोखोबा श्रेष्ठत्वाच्या पायरीपर्यंत पोहोचतो आहे, याचा आनंद त्या कर कटेवर ठेवून विटेवर उभ्या असलेल्या त्या पांडुरंगांच्या मुद्रेवर उमटला. चोखोबांसारखा लाडक्या भक्ताचा विरह झाल्यामुळे दु:खी होण्याऐवजी आपल्या नवऱ्याला आनंद कसला झाला आहे, हे रुक्मिणीला कळलं नाही. ती त्याच्या तेजस्वी, प्रसन्न मुद्रेकडं बघतच राहिली. पांडुरंग मात्र तिच्या चेहऱ्यावरच्या प्रश्नांकित भावांचा आनंद कर कटेवर ठेवून विटेवर उभा राहून लुटत राहिला.

22

संतमंडळी घराकडं परतली, तरी नंतर किती तरी वेळ चोखोबा त्याच विचारात हरवून गेला होता. ज्ञानेश्वरमाउलींनी घेतलेली संजीवन समाधी म्हणजे समाजाचे, वारकरी संप्रदायाचे, विठ्ठलभक्तांचे फार मोठे नुकसान जरी असले, तरी समाजाकडून अस्पृश्य म्हणून लाथाडल्या गेलेल्या चोखोबांला त्या घटनेचे साक्षीदार होता आले, या गोष्टीचे त्याला अतिशय अप्रूप वाटत होते. ज्या गोष्टींबद्दल त्याने स्वप्नातही कधी विचार केला नव्हता, अशा एका अभूतपूर्व सामाजिक प्रसंगाला तो प्रत्यक्ष हजर होता. यापेक्षा वेगळे आयुष्याचे सार्थक ते कोणते? ज्ञानेश्वरमाउलींनी आळंदी इथं समाधी घेतली. त्यानंतर काही दिवसांनी सोपान देवही पंचतत्त्वात विलीन झाले. त्यांनी सासवड येथे आपला देह ठेवला. त्यानंतर पुढच्याच वर्षी ज्ञानदेवांची लाडकी बहीण मुक्ताई जी साक्षात् आदिमाया, आदिशक्ती होती तिने मेहुणं, या ठिकाणी स्वत:ला पंचतत्त्वात विलीन केले. या तीन भावंडांच्यानंतर ज्ञानेश्वरांचे गुरु आणि मोठे बंधू निवृत्तीनाथांनी त्र्यंबकेश्वर येथे आपला देह ठेवला. त्या जगंन्नियंत्याने आपल्याला ज्या कामासाठी पृथ्वीतलावर पाठवले होते, ते कार्य पूर्ण झाल्यानंतर प्रत्यक्ष परमेश्वर स्वरूप असलेल्या त्या चारही भावंडांनी स्वत:ला त्या परमेश्वराच्या स्वाधीन केले. या प्रत्येकाच्या समाधीचा आघात संत परिवाराबरोबरच चोखोबालाही दु:खी करून गेला. पण चोखोबांला खरा विरह जाणवला तो गोरोबाकाकांच्या मृत्यूचा. गोरोबाकाकांच्या मृत्यूच्या आधी सावता माळी, विसोबा खेचर, नरहरी सोनार यांचेही मृत्यू झाले. पण नामदेवांच्या पाठोपाठ चोखोबाला आधार वाटायचा तो गोरोबाकाकांचा. गोरोबाकाकांनी देह ठेवला आणि चोखोबांला

वाटलं आपण खरंच पोरके झालो. गोरोबाकाकांची या भाबड्या संतावर अतिशय माया होती. तर चोखोबांची गोरोबाकाकांच्यावर श्रद्धा! म्हणूनच नामदेव तीर्थाटनाला गेले तरी चोखोबाला गोरोबाकाकांचा आधार वाटायचा. पण त्यांनाही देवाने आपल्याकडे बोलावून घेतले. गोरोबाकाकांच्या पाठोपाठच चोखोबांवर दुसरा आघात झाला. त्याचा आवडता शिष्य आणि लाडका मेव्हणा बंका याचं निधन झालं. बंका त्याचा शिष्य आणि लाडका मेव्हणा जरी असला, तरी या सर्वापलीकडं चोखोबांचं त्याच्याशी एक वेगळं नातं होतं, जिवलग मित्राचं. चोखोबांची भावनिक, मानसिक आंदोलनं, त्यांच्या मनावर शरीरावर झालेले आघात, या सगळ्यांतून चोखोबांचं घडत जाणं, या सगळ्या परिवर्तनाला बंका अगदी जवळून साक्षीदार होता. एवढंच नव्हे तर चोखोबांचं विठ्ठलाच्या जवळ जाणं, संतपदाच्या पायऱ्या चढणं, अभंगरचनेतून व्यक्त होणं आणि ज्ञानमार्गातून त्याची होत गेलेली वाटचाल, बंका या सगळ्यांचा साक्षीदारही होता आणि भागीदारही! म्हणूनच त्याचं जाणं चोखोबांच्या मनाला चटका लावून गेलं.

या सगळ्या घटनांनंतर मध्येच एकदा नामदेव चोखोबाला भेटायला आले. नेहमी संतांच्या घोळक्यात वावरणाऱ्या नामदेवांच्याबरोबर त्या दिवशी दुसरं कुणीच नव्हतं. फक्त जनाबाई होती. हे बघूनच चोखोबांचे डोळे भरून आले. त्यांच्या डोळ्यातील अश्रूंचा अर्थ नामदेवांना उमजला. त्यांच्या डोळ्यातील पाण्यानं चोखोबांच्या अश्रूंना प्रतिसाद दिला. जनाबाई तर डोळ्याला पदर लावून रडत होती. संत परिवारातल्या बऱ्याच जणांचे झालेले मृत्यू आणि नामदेव चोखोबांची बरेच दिवसांनी झालेली भेट हे सगळं अश्रूंव्यतिरिक्त इतर कशातून व्यक्त होणार होतं? दुःखाचा आणि वियोगाचा पहिला आवेग ओसरल्यानंतर नामदेवांनी चोखोबांची गळामिठी सोडवली. तिघेही जण अंथरलेल्या वाकळेवर बसले. चोखोबांचे क्षेमकुशल विचारून पंढरपुरातील इतर काही घटना, प्रसंग यांची सविस्तर चर्चा झाली. नामदेव चोखोबाला म्हणाले, "चोखोबा! जीवनाच्या प्रवासात काही सखेसोबती आपल्याला अर्ध्या वाटेवर सोडून निघून जातात, ही ईश्वराची इच्छा असते. कुणाच्याही जाण्याने, थांबण्याने सृष्टीचे चक्र थांबत नाही. आपण या सृष्टिचक्राचा एक भाग असल्यामुळे आपणही थांबायचे नाही. तो विठ्ठल आपल्या पाठीशी आहे. कुणीच कुणाला कायमचा आधार देऊ शकत नाही. म्हणूनच आज एक गोष्ट मी तुम्हांस सांगावयास आलो आहे. विठ्ठलाच्या आज्ञेनं आणि गुरु माउलींच्या आदेशानुसार तीर्थाटन करून वारकरी संप्रदाय सर्व दूर पसरवण्याचा आणि शतकोटी अभंग लिहिण्याचा संकल्प मी केलेला आहे. वारकरी संप्रदायाची पताका खांद्यावर घेऊन मी साऱ्या महाराष्ट्रभर तीर्थाटन करून आलो आहे. आता महाराष्ट्राबाहेर तिकडे

पंजाबात जाण्याचा माझा मानस आहे. मी पंजाबात गेल्यावर यात्रा संपवून परतायला मला बरीच वर्षे लागतील. मी उद्याच प्रस्थान करणार आहे. जाण्यापूर्वी तुमची भेट घ्यावी या उद्देशानं मी आज आलो आहे. नाही चोखोबा, असे उदास होऊन डोळ्यात पाणी आणू नका. संत म्हणून तुमचा सर्वत्र बोलबाला झालाच आहे. तरीही पांडुरंगाला तुमच्याकडे लक्ष द्यायला सांगून जातो. तुम्ही शांतपणे रहा. तुमचं योजलेलं काम पूर्ण करा. विठ्ठल तुमच्या पाठीशी आहे. तुमच्या सर्व कार्यात तो तुम्हाला यश देईल. प्रकृतीमान सांभाळून रहा.'' असं बोलून नामदेवांनी जनाबाईसह चोखोबाचा निरोप घेतला. एका पाठोपाठ एक आपले सखे सोबती देवाकडे निघून गेले. आणि आता नामदेवही दूर तीर्थयात्रेला गेले. नामदेवांचे हे पाय कधी दृष्टीस पडताहेत कुणास ठाऊक? आता या पुढचे आपले दिवस आपले आपल्यालाच एकट्यानं घालवायचे आहेत. अर्थात नामदेवांनी या काळात माझी जबाबदारी विठ्ठलावर टाकली आहे. नामदेवा तू धन्य आहेस.

न करी न करी आणिक साधन। नामयानें खूण सांगितली।।
संसार सागर भरला दुस्तर। तारक निर्धार विठ्ठल हा।।
मंत्रांचा हा मंत्र त्रिअक्षरी सोपा। तुटताती खेपा जन्म मरण।।
चोखा म्हणे धन्य गुरुराव। दाखविला देव हृदयी माझ्या।।
अनुभवे सार पाडिला विसर। केला संवसार देशधडी।।
कैसे हे लाघव गुरुराया केले। मज दावियेलें माझें हित।।
बहु काळवरी वाहातसे चिंता। ती आजि सर्वथा दूर केली।।
चोखो म्हणे या नामयाचे पाय। न विसंबे वो माय जन्मोंजन्मी।।

नामदेवांबद्दलची अशी श्रद्धा चोखोबांच्या मनात उमटली. आणि त्याचे डोळे अश्रूंनी भरून आले.

दुसरे दिवशी नामदेव तीर्थाटनाला निघून गेले. चोखोबाने स्वत:ला पुन्हा नामस्मरणात आणि दीपमाळेच्या बांधकामात स्वत:ला झोकून दिले. दीपमाळेचे काम आता पूर्ण होत आले होते. चोखोबांचा दिनक्रम व्यवस्थित चालू होता. नामस्मरणात स्वत:ला झोकून दिलेल्या चोखोबांने दीपमाळेच्या प्रत्येक विटेवर 'विठ्ठल' अशी तीन अक्षरं कोरली होती. अडाणी निरक्षर असलेल्या चोखोबानं अनंत भटाच्या मागे लागून ही तीन अक्षरं शिकून घेतली होती. गिरवूनगिरवून ती पक्की केली होती. आणि आता ती तीन अक्षरं प्रत्येक विटेवर कोरली होती. चोखोबाचा श्वास विठ्ठल होता, चोखोबांचा उच्छ्वास विठ्ठल होता. चोखोबांचा नि:श्वास विठ्ठल होता. चोखोबांचे ध्यान विठ्ठल होते. चोखोबांचा ध्यास विठ्ठल होता. आणि चोखोबांचा भासही विठ्ठलच होता. नामदेव तीर्थयात्रेला गेल्यानंतर

विठ्ठल आपली काळजी घेत असणार, नव्हे घेतो आहे आणि तो आपल्याला भेटायला येणार याबद्दल त्याला प्रचंड खात्री होती. आणि एक दिवस तसेच झाले. विठ्ठलाचे नामस्मरण करत दीपमाळेच्या बांधकामात चोखोबा व्यग्र होता. अचानक एक वाटसरू तिथून चालत त्यांच्याकडे आला. चोखोबाला म्हणाला, "महाराज! आपण चंद्रभागेच्या या तीरावर ही दीपमाळ कशासाठी बांधत आहात? ही दीपमाळ कोण पाहणार? तिच्यावरचे दिवे कोण लावणार आणि कोण विझवणार? कशासाठी तुम्ही हे सगळं करत आहात?" वाटसरूचं ते बोलणं ऐकून चोखोबा म्हणाला, "चंद्रभागेच्या या तीरावर नेहमी अंधार असतो. माझी दीपमाळ बांधून झाल्यावर त्यावरचे दिवे प्रज्वलित केले, तर चंद्रभागेच्या या तीरावरचा सगळा अंध:कार उजळून निघेल. त्याशिवाय चंद्रभागेच्या तिकडच्या तीरावरून या तीरावर कोणतीच गोष्ट नीटशी दिसत नाही. चंद्रभागेच्या इकडच्या तीरावर त्या पांडुरंगाचं माझ्याकडे लक्ष असतं. या अंधारात मी त्याला दिसलो नाही तर? आणि या दीपमाळेच्या प्रकाशात मला या तीरावरून माझ्या विठोबाच्या मंदिराच्या शिखराचं दर्शन दिवस-रात्र होईल. या दीपमाळा बांधून पूर्ण करणे, हे माझ्या जीवनाचे उद्दिष्ट आहे. माझ्या आयुष्याच्या अंतिम श्वासापर्यंत मी ते पूर्ण करणार." चोखोबांचा प्रत्येक शब्दनशब्द तो वाटसरू लक्षपूर्वक ऐकत होता. चोखोबांच्या शब्दागणिक त्याचा चेहरा उजळत होता. चोखोबांचं बोलणं संपल्यावर तो चोखोबांला म्हणाला, "कोण रे बाबा तू? काय तुझं नाव? आणि पंढरपुरात राहायचे सोडून चंद्रभागेच्या या तीरावर एकटाच का राहतोस?" त्याचे प्रश्न ऐकून चोखोबा काहीसा हसला. आपल्या प्रश्नांची उत्तरे तो काय देतो, याकडं त्या वाटसरूचं लक्ष होतं. दीपमाळा बांधणारे आपले हात यत्किंचितही न थांबवता चोखोबा उत्तरला, "महाराज, आपण कोण आहात? हे मी जाणत नाही. पण मी या ठिकाणी एकटा राहतो. कारण, माझ्या देवाचा आणि माझ्या गुरुचा मला तसा आदेश आहे. विठ्ठलाचे नामस्मरण माझ्याकडून अधिक उत्कटतेने, अधिक निष्ठेने व्हावे, विठ्ठलावर केंद्रित असलेले माझे लक्ष इकडे तिकडे विचलित होऊ नये, असा कल्याणकारी विचार करून माझ्या गुरुने मला इकडे येऊन राहण्याचा आदेश दिला आहे. महाराज मी त्या आदेशाचे पालन करतो आहे." चोखोबांचं ते बोलणं ऐकून, त्या वाटसरूच्या चेहऱ्यावर एक मिस्कील हास्य उमटलं. बहुधा तो सर्व जाणत असावा. त्या मिस्कील हास्याने त्याचा सावळा, तजेलदार चेहरा आणखी उजळला. दीपमाळेच्या बांधकामात गर्क असलेल्या चोखोबानं त्याच्याकडे पाहिलंच नव्हतं. आपण दिलेल्या उत्तरावर वाटसरू काहीच बोलत नाही, हे बघून चोखोबानं त्याच्याकडे मान वळवली आणि भान हरपून तो बघतच राहिला. आपले हात

कमरेवर ठेवून आपल्या सावळ्या चेहऱ्यावर मिस्कील हास्य खेळवत साक्षात् पांडुरंग उभा होता. चोखोबांचा आपल्या डोळ्यांवर विश्वासच बसेना. आपण जागे आहोत की झोपेत हे बघण्यासाठी अनवधानाने त्याने आपले चिखलाने बरबटलेले हात आपल्या गालावर मारून घेतले. चोखोबांच्या चेहऱ्याला चिखल लागलेला बघून पांडुरंग खदखदून हसायला लागला. चोखोबा ओशाळला. भानावर येऊन त्याने विठ्ठलाच्या पायावर लोटांगण घातले. त्याच्या डोळ्यातून अविरत ओघळणाऱ्या अश्रूंनी विठ्ठलाच्या चरणावर जणू अभिषेक केला. भेटीचा पहिला आवेग ओसरल्यानंतर विठोबाने चोखोबाला खांद्याला धरून उभे केले आणि आपल्या मिठीत घेतले. हुंदके देत चोखोबा म्हणाला, "देवा, तू आलास? मला खात्रीच होती, तू येणार म्हणून. नामदेवांनी मला तसं सांगितलंच होतं. देवा हा चोखोबा आता इथं एकटा राहिला. तुझ्याशिवाय माझी काळजी घेणारा कुणी नाही. मी वाटच बघत होतो, तू माझी केव्हा विचारपूस करायला येतोस ते? तू आलास, खरंच आलास? माझे सखे सोबती दुरावल्याने आणि नामदेव तीर्थाटनाला गेल्याने निर्माण झालेली पोकळी भरून गेली

उतरले सुख चंद्रभागे तटी। पाहा वाळुवंटी बाळरूप।।
बहुता काळाचे ठेवणे योगियांचे। ध्येय शंकराचे सुख ब्रह्म।।
जयालागी अहोरात्र विवादती। तो भक्ताचिये प्रीती उभा असे।।
चोखा म्हणे सर्व सुखांचे आगर। तो न कळे ज्याचा पार श्रुति-शार।।
लावण्याचा गाभा त्र्यैलोक्याची शोभा। विटेवरी उभा पंढरीये।।
पाऊले गोजिरी श्रीमुख शोभले। ध्यान मिरविले भीमातीरी।।
वैजयंती माळा किरीट कुंडले। परिधान केले पीत वस्त्र।।
चोखा म्हणे एसा लावण्य पुतळा। तो आम्ही देखिला दृष्टी भरी।।"

विठोबाचं वर्णन करताकरता, चोखोबा भान हरपून नाचायला लागला. आणि चोखोबांच्या शब्दांची अंगभर प्रभावळ लेवून चंद्रभागेच्या पलीकडच्या तीरावर त्या वाळवंटात विठ्ठलही नाचायला लागला. कवतिकाचं हे कौतुक, अप्रुपाचं हे अप्रूप पाहण्यासाठी आकाशात देवगणांनी एकच गर्दी केली. त्यांच्या त्या गर्दीने अंधारून आल्याचा भास लोकांना होऊ लागला. आणि नाचणाऱ्या विठ्ठलाला कुरवाळण्यासाठी आणि बेभान झालेल्या चोखोबाला आशीर्वाद देण्यासाठी सहस्त्र जलधारांच्या रूपाने, लक्षावधी थेंब वेगाने खाली आले. पडणाऱ्या पावसाची यत्किंचितही जाणीव न झालेला विठोबा चोखोबांच्या अभंगानं प्रसन्नचित्त होऊन चंद्रभागेच्या वाळवंटात तसाच नाचत राहिला. पण पडणाऱ्या पावसाने चोखोबाला भान आणले. त्याने पाहिले. तो तर स्वत: चिंब भिजला होता. पण विठोबाच्या

अंगातूनही पाणी निथळत होतं. त्याचं पीतांबर, त्याचं उत्तरीय सर्व काही चिंबचिंब भिजलं होतं. चोखोबानं त्या पावसात नाचणाऱ्या विठोबाला हाताला धरून खोपटात नेले. दोघे आत आले.

पुढच्याच क्षणाला पाऊस थांबला. जणू या दोघांसाठीच तो पडत होता. कितीतरी वेळ आत दोघंजण एकमेकांकडे बघत हसत बसले होते. साठीला टेकलेला चोखोबा जणू पुन्हा लहान झाला होता. आणि विठोबा तर काय चिरबालकच होता. बऱ्याच वेळानं दोघं शांत झाली. चुलीपुढं बसून भाकऱ्या थापणारी सोयरा पावसात एकट्याच भिजणाऱ्या, एकट्याच बडबडणाऱ्या आणि खोपटात येऊन एकट्याच हसणाऱ्या चोखोबांकडं बघतच राहिली. अलीकडं आपला नवरा थोडासा भ्रमिष्टासारखा वागतो, हे तिला ठाऊक झाले होते. पण आज तो भलताच काही करत होता. एवढ्यात चोखोबा तिला म्हणाला, "बघतीस काय अशी? अगं देव आलाय. पांडुरंग आलाय. माझा विठोबा आलाय." असं म्हणून पुन्हा विठोबाकडं वळून तो म्हणाला, "देवा, बैस जरासा!" आपलं आदरातिथ्यं करण्याची चोखोबांची चाललेली धडपड बघून देवाला गंमत वाटली. तो चोखोबाला म्हणाला, "अरे चोखोबा! मला भूक लागली आहे रे! मला तुझ्या घरी आज जेवायचं आहे. पण चोखोबा बडव्याचं रोज गोड-धोडाचं जेवण जेवून मी कंटाळलोय. आज तुझ्या घरी भाकरी-उसळ, आणि मिरचीचा ठेचा खाण्याची माझी इच्छा आहे. सोयराला हे बनवायला सांग." चोखोबाला विठोबाचं बोलणं ऐकून अतिशय आनंद झाला. मंदिराच्या गर्भागारातला हा विठोबा, ज्याला रोज पुजाऱ्यांच्या घरातून पंचपक्वानांचा नैवेद्य जात आहे तो हा विठोबा, बडव्यांनी ज्याला वर्णव्यवस्थेमुळे कोंडून ठेवलाय तो विठोबा, आज एका महाराच्या घरी मिरचीचा ठेचा आणि भाकरी आसूसून मागत होता. कैवल्याच्या चांदण्यानं बीजेच्या चंद्रांची आस धरावी तसंच काहीसं होतं. चोखोबांच्या आनंदाला पारावार राहिला नाही. सोयराकडे वळून तो म्हणाला, "कारभारणे भराभरा भाकरी थाप. चवळीची उसळ कर. आणि मिरचीचा ठेचा कर. आपला पांडुरंग आज आपल्या घरी जेवणार आहे. तू लौकर स्वयंपाक कर. आम्ही इथंच बसतो." त्याचं हे बोलणं ऐकून सोयरा त्याच्याकडे पाहतच राहिली. तोवर विठोबा बोलला, "नाही चोखोबा, तिला निवांतपणे स्वयंपाक करू दे. आपण बाहेर बसू. बाहेर बघ लख्ख ऊन पडले आहे. पाऊस पडून गेल्यामुळे सारा परिसर स्वच्छ झाला आहे. तुझ्या परसदारी कडुलिंबाचा छान वृक्ष आहे. आपण त्या खाली बोलत बसू. स्वयंपाक झाला की, सोयराला तिथेच वाढून आणायला सांग. आपण तिथेच बसून जेवू." विठोबाचं ते बोलणं ऐकून चोखोबाला बरंच वाटलं. नाहीतरी आपल्या घरात असलेलं अठराविसे दारिद्र्य विठोबानं बघू

नये, अशीच त्याची इच्छा होती. "किती भोळा आहे हा चोखोबा! या सृष्टीतली कुठलीही गोष्ट माझ्या नजरेपासून लपून राहणार नाही. हे याला कळत नसेल काय? पण आपण जेवायला आलो. या आनंदाच्या भरात वेडा सगळंच विसरला." चोखोबांच्या मनातलं विठोबानं ओळखलं. पण तसं दाखवू न देता तो परसदारी आला. पाठोपाठ दोन फाटकी पसकूर घेऊन चोखोबाही आला. लिंबाच्या गर्द सावलीत ती दोन्ही बसकूर घालून देवाला पसण्याची विनंती करून चोखोबा बसला. किती तरी वेळ चोखोबा, ज्ञानेश्वर आणि त्यांच्या भावंडाबद्दल, नामदेवांबद्दल, त्यांचं चोखोबांवर असलेल्या प्रेमाबद्दल उत्साहाने बोलत राहिला. मध्येच 'देव बाटवला आणि देवाचा रत्नहार चोरला. या कारणासाठी आपल्याला झालेली शिक्षा सांगताना' त्याचा गळा भरून आला. आपण अस्पृश्य असल्यामुळे समाजाने आपल्याला कसेकसे लाथाडले, आपल्यावर किती आणि कसा अन्याय केला? हे सांगताना त्याला हुंदका आवरेना, तर अस्पृश्य असूनही वारकरी असल्यामुळे, ब्राम्हण समाजात जन्मलेल्या ज्ञानेश्वरांनी आपल्याला कसं जवळ घेतलं, हे सांगताना त्याच्या चेहऱ्यावरून आनंद आणि अभिमान उसळून आला. सगळ्या संत मंडळींनी आपल्याला कशी मानाची वागणूक दिली. आणि आपल्याला त्या सगळ्यांनी अभंगरचनेसाठी कसं उद्युक्त केलं. आणि चांगली अभंगरचना केल्यावर आपलं सगळ्यांनी कसं कौतुक केलं, हे सांगताना तो काहीसा संकोचला. त्याच्या प्रत्येक भावनेची विठोबाला गंमत वाटत होती. एवढयांत सोयरा वाढलेली ताटं घेऊन बाहेर आली. चोखोबाला दुखवायचं नाही म्हणून तिनं दोन ताटं वाढून आणली होती. पण साठीला आलेल्या या आपल्या नवऱ्याची बुद्धी चक्रावली आहे, याबद्दल तिची खात्री पटत होती.

चोखोबांनं मोठ्या आदरानं आणि अगत्यानं सोयराच्या हातातून घेऊन एक ताट विठोबाच्या समोर ठेवलं आणि अतिशय आपुलकीनं म्हणाला, "हां देवा! पोटभर खा." सोयराच्या हातातून दुसरं ताट आपल्या हातात घेऊन चोखोबांनं जेवायला सुरुवात केली. दोघेही आनंदानं जेवत होते. चोखोबांनं पाहिलं. त्याच्या घरची, एक अस्पृश्याच्या झोपडीतली ठेचा-भाकरी विठ्ठल चवीनं खात होता. एवढयात विठ्ठलाला ठसका लागला. "हळूहळू देवा! शिस्तीन जेव. तिखट लागलं कां? हे घे पाणी पी. नाही तर थांब. सोयरे ए सोयरे! अग ए सोयरा, अग दही आण लौकर. बघ देवाला ठसका लागलाय. तुला जरा तो खर्डा बेतानं तिखट कर म्हटलं होतं की नाही? अगं, रोज गोड धोड खाणारा तो, त्याला एवढं तिखट कसं सोसेल? दही जरा लौकर आण." विठ्ठलाला लागलेला ठसका बघून कासावीस झालेला चोखोबा सोयराला ओरडून दही आणायला सांगत होता.

चोखोबाचं ओरडणं ऐकून सोयरा धावतच एका वाडग्यातून दही घेऊन बाहेर आली. तिला वाटलं चोखोबालाच ठसका लागला. ती घाईघाईनं चोखोबाला दही घालण्यासाठी पुढं आली. तोच चोखोबा पुन्हा ओरडला, "अगं, अगं जरा बघ, बघ. तिथं देव जेवायला बसलाय? आंधळी झालीस का काय? अशी इकडनं या बाजूनं ये. देवाच्या अंगावर दही सांडशील. जरा बघून चाल की बाई!" चोखोबा असं सांगतोय तोच पटकुराच्या फाटक्या भागात सोयराचा पाय अडकला, तिच्या हातातला दह्याचा वाडगा हिंदकळला आणि त्यातलं थोडसं दही बाहेर सांडलं. ते बघून चोखोबा पुन्हा ओरडला. "झालं का, इतकं सांगून सुद्धा दही सांडलसंच ना? आणि ते सुद्धा देवाच्या पीतांबरावर. तुला काही अक्कल आहे की नाही? मी मगाधरनं इतकं ओरडून सांगतोय, तर तुझं आपलं तेच. अगं फुटक्या हाताचे! आता ते दही देवाच्या पीतांबरावर सांडलंस? आता पुन्हा देव इथं आला व्हता, ही गोष्ट बडव्यांना कळेल आणि त्याचा आळ माझ्यावर येऊन पुन्हा माझ्या पाठीवर कोरडे ओढले जाणार! चल चालती हो आत." असं सोयरावर ओरडून झाल्यावर चोखोबा विठोबाला म्हणाला, "देवा! आता रे काय करायचं? हे काही तरी भलंतच होऊन बसलं. तुला प्रेमानं जेवायला घालायला गेलो आणि त्याचं बक्षीस म्हणून मला आता आसुडाचे फटके बसतील. काहीही केलं, तरी मला त्याची शिक्षाच होणार! तसंच माझ्या नशिबात आहे की काय?" चोखोबा बोलत राहिला. त्याचा प्रत्येक शब्द म्हणजे त्याच्या मनोव्यथेचा उलगडणारा एकएक धागा होता.

पण चोखोबांच्या घरात देवाच्या पीतांबरावर दही सांडलं, ही गोष्ट षट्कर्णी होणारच होती. कारण पंढरपुरात राहणारा मूळचा विष्णू गुरव, नदीच्या पलीकडल्या गावात त्याची लेक दिली होती तिला भेटून येऊन पंढरपुरास परतत होता. त्यानं चोखोबांचं सोयराला दही घेऊन ये म्हणून हाका मारणं, तिचं दही सांडणं, सोयराला ओरडणं, आता बडवे मला मारतील अशी तक्रार करणं हे सगळं त्यानं पाहिलं. देव त्याला दिसण्याचा प्रश्नच नव्हता. चोखोबा एकटाच बडबडतो आहे असं त्याला दिसलं. सुरुवातीला काही वेळ चोखोबाला वेड लागलं असावं, असं त्याला वाटलं. पण नंतर चोखोबांच्या बोलण्यातली भावनांची तीव्रता जशी वाढली, तसं तो ही गोंधळात पडला. त्यातच चोखोबानं देवाच्या पीतांबरावर दही सांडल्याचा उल्लेख केला, तसा त्याला राग यायला लागला. चोखोबांच्या डोक्यावर परिणाम झालेला दिसतोय. आपण देवाचे किती लाडके आहोत! किती जवळ आहोत! आणि आपल्यावर कसा अन्याय होतोय, याचाच कांगावा तो करतो आहे, अशी त्याची खात्री झाली. त्याच तिरीमिरीत तो पुढे झाला. आणि पुढे होऊन त्याने

चोखोबाच्या मुस्काटात मारली. चोखोबा म्हणाला, “कां रे बाबा? तू कशाला मध्ये आलास? आणि कोण आहेस तू? कशाला देवावर हात उगारलास?” चोखोबांच्या या विचारण्यानं विष्णू गुरव आणखी भडकला. म्हणाला, “अरे ए, पातक्या चोखा कशाला नसती नाटकं करतोस? अरे, म्हारडया तुझ्याकडं काय देव जेवायला आलाय? अरे रांडेच्या, पूर्वी मिळालेली शिक्षा तुला अजून पुरी झाली नाही का? म्हणे देव जेवायला आला होता, त्याच्या पीतांबरावर दही सांडलं. खोटारड्या कुठं फेडशील हे पाप? तुझ्या असल्या वागण्यानं गावातून तर तू हद्दपार झाला आहेस. तुझं वागणं सुधारलं नाहीस, तर तुला नरकात सुद्धा जागा मिळणार नाही. आणि काय रे गतकाळ्या, मी देवावर हात उगारला व्हय? मी तुझ्या थोतरीत लावली. देवाला कशाला मध्ये आणतोस?” विष्णू गुरव संतापानं उसळत बोलत होता. त्याच्या संतापाचा यत्किंचितही परिणाम स्वत:वर होऊ न देता शांतपणे चोखोबा उद्‌गारला, “विष्णूदादा, मी कशाला बाबा नाटकं करू? खरंच, देव इथं जेवायला आला होता, खर्डा-भाकरी खायला. त्यात त्याला ठसका लागला म्हणून मी माझ्या बायकोला दही आणायला लावलं. तर तिनं ते देवाच्या पीतांबरावर सांडलं आणि त्याचा डाग पीतांबरावर पडला. आणि महाराजा तुम्ही मला मारण्यासाठी हात उगारला खरं. पण देव मध्ये आला आणि मला लागायच्या ऐवजी त्याला लागलं. मी खोटं बालत नाही. विठ्ठलाची शपथ!”त्याचं हे बोलणं एकून मात्र चोखोबाला पराकोटीचं वेड लागलं असावं असा विचार करून, रागारागाने हात झटकून विष्णू गुरव तिथून चालता झाला. चोखोबानं वळून पाहिलं, देवही कुठं दिसत नव्हता. कदाचित विष्णू गुरवाला आलेलं बघून देव परतला असावा. चोखोबांनं स्वत:च्या मनाची समजूत घातली. पण त्याला वाईट वाटलं. देव पोटभर जेवलाही नव्हता. हा सगळा गोंधळ सोयरामुळे झाला होता. म्हणून त्याला पुन्हा सोयराचा राग आला. त्यानंतर कित्येक दिवस चोखोबा सोयराशी बोलला नाही.

विष्णू गुरव घरी परतला. शेजारी राहणाऱ्या बंडा गुरवाला त्याने ही घटना सांगितली. चोखोबांच्या डोक्यावर परिणाम झालाय, याबद्दल दोघांचं एकमत झालं. संध्याकाळी विष्णू गुरव सायं आरतीसाठी मंदिरात गेला. वादळी पावसाचे दिवस असल्यामुळे मंदिरात गर्दी कमी होती. गाभाऱ्यात जाऊन पंचारतीची तयारी करावी या उद्देशानं फुलवाती काढण्यासाठी म्हणून त्यानं हात पुढं केला आणि त्याच्या लक्षात आलं की ‘आपल्या हाताची बोटं मिटत नसून ती जशीच्या तशी ताठ आणि एकमेकांना जशीच्या तशी चिकटलेली राहिली आहेत. आपली बोटं वळत नाहीयत, मूठ मिटता येत नाहीय. आणि आपला उजवा हात लाकडासारखा कडक झालाय.’

घाबरून जाऊन त्याने डावा हात पाहिला. तो व्यवस्थित होता. मग उजव्या हातालाच काय झालं? या हातानं असं कोणतं पाप घडलं? की त्याची अशी शिक्षा व्हावी. विष्णू गुरवाला काही कळेना! तो घाबरून रडायला लागला. "अरे देवा! पंढरीराया हे असं काय झालं? माझ्या हातून असं कोणतं पाप घडलं? ज्याची मला शिक्षा देतोस? हे दयाघना, मला असा लुळा-पांगळा करू नकोस! माझ्यावर दया कर. दया कर विठूराया, दया कर!" असं म्हणत विठ्ठलाच्या चरणावर डोकं टेकवण्यासाठी म्हणून विष्णू गुरव खाली वाकला. आणि त्याचं लक्ष देवाच्या पीतांबरानं वेधलं. त्यावर चांगला, तळहाताएवढा डाग पडला होता. तो डाग कसला आहे हे पहाण्यासाठी विष्णू गुरवाने डाव्या हातानं चाचपून पाहिला. अरे देवा! हे काय? त्यावर दही लागलेलं! दही? देवाच्या पीतांबरावर दही कुठून आलं? पंचामृताची अंघोळ घालून झाल्यावर, स्वच्छ पाण्याने स्नान घालून झाल्यावर अंग पूर्णपणे कोरडं करून मगच देवाला वस्त्र नेसवल जातं. असं असताना देवाच्या पीतांबरावर दही कुठून आलं? दही? दही? देवाच्या पीतांबरावर दही? अरेच्या, म्हणजे तो चोखा महार म्हणाला, ते खरे तर नसेल? विष्णू गुरवाच्या डोक्यात विचारांचं काहूर माजलं होतं. तोवर बंडा गुरव आरतीला देवळात आला. विष्णू गुरवाला असं सुन्न बघून बंडा बुचकळ्यात पडला. न राहवून त्यानं विचारलं, "काय रे विष्णूदादा असा का उभारलायसं? काय झालं?" विष्णू एवढा सुन्न झाला होता, की बंडा आलेला त्याला कळलंच नाही. पण त्याचा आवाज ऐकून त्याला धीर आला. विठोबाच्या पायाशी तसाच बसून राहून तो बंडाला म्हणाला, "हे बघ काय झालं? दुपारी मी तुला तो चोखा महाराचा प्रसंग सांगितला. आणि आता इथं विठ्ठलाच्या पीतांबरावर दही सांडल्याच्या खुणा आहेत. अजूनही ते दही हाताला लागतंय बघ." असं म्हणत विष्णू गुरवानं पीतांबरावरचं दही हातानं पुसून बंडाला दाखवलं. बंडालाही काहीसं आश्चर्य वाटलं, खरं पण ते झटकत तो म्हणाला, "चल रे असं कधी होतं काय? देवाची पंचामृताची पूजा आटोपल्यावर देवाला वस्त्र नेसवून झाल्यावर पंचामृताची भांडी गाभाऱ्यातून घेऊन येत असताना कोणाचा तरी धक्का लागून पीतांबरावर दही सांडलं असेल! कुठं तो चोखा महार, नदीच्या पलीकडं आणि देव कुठं नदीच्या अलीकडं. विष्णूदादा त्याच्या डोक्यावर एक परिणाम झालाय. तुझ्याही झालाय काय? चल, तू पंचारतीची तयारी कर. उचल ती पंचारती. मी धूपपात्र घेऊन येतो. असं म्हणून तो वळला, तोच विष्णू त्याला म्हणाला, "अरे, पुढचं तरी ऐक. हे दही बघितलं आणि मला आठवला चोखा, चोखा आठवला आणि मला आठवली मी त्याला मारलेली थोबाडीत. पण बंडा पाहिलंस का? मी ज्या हातानं त्याला

थोबाडीत मारली, तो माझा उजवा हात कसा लाकडासारखा कडक झालाय बघ. आता याबद्दल तू काय म्हणशील, विष्णू गुरवानं पुन्हा बंडाला विचारलं. मग मात्र बंडाला हसू आवरेना. हसतच तो विष्णूला म्हणाला, ''विष्णूदादा, अरे तू आता म्हातारा झाला आहेस. असे ढग आले, आभाळ आलं, की म्हाताऱ्या माणसांचे सांधे असे दुखतातच. वेडे वाकडे होतातच. त्याचाही संबंध आता तू चोखोबाला मारलेल्या चपराकीशी जोडायला लागला आहेस. आता मात्र हद्द झाली, त्या चोखासारखं तुलाही म्हातारचळ लागलाय. तुझ्याही डोक्यावर परिणाम झालाय, याबद्दल माझी खात्री पटलीय. चल, चल पंचारती लावू.'' विष्णूला झटकून देत बंडा धूपपात्र आणायला गाभाऱ्याच्या बाहेर आला. पण त्याचं बोलणं का कुणास ठाऊक विष्णूला पटलं नाही. चोखावर अविश्वास दाखवून, त्याला वाट्टेल ते बोलून, वाट्टेल तशा शिव्या देऊन, त्याच्या थोबाडीत मारून आपण फार मोठी चूक केली, असं त्याला वाटायला लागलं. त्यातच चोखोबाला थोबाडीत मारताना, ती देवाला लागली, असं चोखा म्हणाला. म्हणजे मी देवाला....!!' विष्णू गुरव हबकला. मूर्तीच्या पायाशी तो तसाच बसला होता. त्यानं मूर्तीच्या पायावर डोकं ठेवलं. हुंदके देत तो म्हणाला, ''पंढरीराया, माझ्या हातून फार मोठी चूक घडली आहे. चूक नव्हे, माझ्या हातून घोर पाप घडलं आहे. चोखोबा तुझा खरा भक्त आहे. त्यानं सांगितलेला प्रत्येक शब्दनशब्द खरा होता. यावर माझा विश्वास बसला आहे. मला माझ्या पापाचं प्रायश्चित करायचं आहे. त्यासाठी मी चोखोबाची माफी मागतो. मला माझी चूक कळलीय देवा. ती सुधारण्याची मला संधी दे. आजच जाऊन त्याची माफी मागतो, पण माझा हात सरळ कर.'' विठोबाच्या चरणावर डोकं आपटत विष्णू गुरव आपल्या पापाचे परिमार्जन करत होता. आपल्या डाव्या हातानं त्यानं आपला लाकडासारखा कडक झालेला उजवा हात धरला होता. अचानक त्याला जाणवलं की, हात मऊ झालाय आणि बोटं हलायला लागलीत. आणि आपण व्यवस्थितपणे बोटांची हालचाल करू शकतोय. विष्णूच्या डोळ्यातून अश्रूंच्या धारा वाहू लागल्या. पुन्हा:पुन्हा तो एवढंच म्हणत होता, ''धन्य, धन्य आहेस तू पंढरीराया आणि धन्य आहे तो तुझा चोखोबा. खरोखरंच धन्य आहे.''

विष्णू गुरवाच्या बाबतीत तो घडलेला प्रसंग, कर्णोपकर्णी, षट्कर्णी झालाच. चोखोबा पंढरपुरातून हाकलला गेल्यानंतरच्या मधल्या काळात संत सज्जनांमधला एक श्रेष्ठ भगवद्भक्त म्हणून चोखोबांचा बराच बोलबाला जनमानसात झाला होता. वर्णद्वेषाची धारही काहीशी कमी झाली होती. त्यातच नामदेवांनी भगीरथ प्रयत्न करून, वारकरी संप्रदायाचा, भागवत धर्माचा प्रचंड प्रमाणात आणि सर्व दूर असा बोलबाला केला होता. या सर्व पार्श्वभूमीवर अस्पृश्य असूनसुद्धा चोखोबांचं

भगवद्भक्त असणं, अडाणी, निरक्षर असूनसुद्धा त्याचं अभंगरचना करणं आणि गेली कित्येक वर्षे केवळ विठ्ठलभक्तीच्या आधारानं, समाजानं बहिष्कृत केलेल्या परिस्थितीत चंद्रभागेच्या पलीकडील तीरावर एकान्तवासात राहणं या सर्व गोष्टीमुळं पंढरपुरवासियांची चोखोबांकडे पाहण्याची दृष्टी काहीशी बदलली होती. त्यामुळे यावेळी विष्णू गुरवाने चंद्रभागेच्या पैलतीरावर घडलेला प्रसंग आणि त्याचे झालेले परिणाम हे जेव्हा लोकांना सांगितले, तेव्हा बऱ्याच लोकांचा त्यावर विश्वास बसला. त्यांच्या मनात असलेलं चोखोबांचं स्थान आणखी बळकट झालं. ज्यांचा विश्वास बसला नाही, त्यांनी "सगळा मूर्खपणा आहे झालं!" असं म्हणून सोडून दिलं. पण पंचक्रोशीमध्ये चोखोबांचा एक श्रेष्ठ भक्त म्हणून बोलबाला झाला हे खरं. त्याचा फायदा एवढाच झाला की, गावकऱ्यांनी येता-जाता चोखोबाला हाडत-हुडत करायचे सोडून दिले. त्यांच्या हीन जातीचा येता-जाता उद्धार करण्याचे सोडून दिले.

अर्थात या सगळ्यापासून, सगळ्या माणसांपासून, माणसांमध्ये झालेल्या मतपरिवर्तनापासून, आपल्याला 'संत चोखामेळा' म्हणून मिळालेल्या कीर्तीपासून, संपूर्णपणे अलिप्त असलेला चोखोबा मात्र विठ्ठलाच्या नामस्मरणात, अभंगरचनेत आणि दीपमाळेच्या बांधकामात दंग होता. आपल्यावरच्या प्रेमापोटी विठूरायाने मंदिरात काय-काय चमत्कार दाखवले, याबाबत संपूर्ण अनभिज्ञ असलेल्या चोखोबाला जेव्हा हे कळलं, तेव्हा त्याच्या डोळ्यात पाणी उभं राहिलं. सद्गदित होऊन तो विठोबाला म्हणाला, "पांडुरंगा! अरे काय हे? या म्हाताऱ्या कुडीसाठी तू असे आणखी किती चमत्कार करणार आहेस? माझ्यासारख्या महापापी माणसाला पुण्यवान ठरवण्याचा तुझा हा अट्टाहास का? मला दे सोडून माझ्या नशिबावर!" त्या पांडुरंगाजवळ असं गाऱ्हाणं घालून चोखोबा पुन्हा आपल्या दैनंदिन कामात व्यस्त झाला. दीपमाळा आता बांधून होत आल्या होत्या. गेली कित्येक वर्षे उन्हातान्हाची, वाऱ्यापावसाची आणि कडाक्याची थंडीची यत्किंचितही पर्वा न करता, चोखोबा अविरतपणे त्या दीपमाळेचे बांधकाम करत होता. तो येसकर असल्यामुळे कलात्मक बांधकामाची कला त्याला अवगत होती. बरीच वर्षे तो एकटा थोडंथोडं बांधकाम करत होता. आता बांधकाम संपतच आलं होतं. दीपमाळेच्या शेवटच्या टप्प्याचं बांधकाम चालू होतं. पण आता चोखोबाला घाई होती. येत्या कार्तिकी एकादशीला त्या दीपमाळा दिव्यांच्या रोषणाईने लखलखून चंद्रभागेच्या या तीरावरचा काळोखलेला सगळा आसमंत उजळून टाकायचा असा त्याचा मानस होता. भगवद्भक्त चोखोबा काय करू शकतो? हे लोकांनी पाहिलं होतं. अडाणी निरक्षर चोखोबा काय करू शकतो? तेही लोक जाणून होते. पण

खंबीर मनाचा चोखोबा काय करू शकतो? हे लोकांना आता दिसणार होतं. चोखोबाच्या या जगावेगळ्या उपक्रमांमध्ये काहीकाही वेळेला कर्ममेळ्याची मदत होत असे. कर्ममेळा आता मोठाही झाला होता. तोही अभंगरचना करीत असे. पण त्याच्या अभंगरचनेमध्ये चोखोबांबद्दलच्या आदराबरोबरच वर्णव्यवस्थेविरुद्ध तक्रार असे. त्याच्या अभंगाची भाषा काहीशी बंडखोरीची, अन्यायाची दाद मागणारी. पण हाच कर्ममेळा त्याला वेळ असेल, तेव्हा चोखोबाला मदत करण्यात मोठा तत्पर असे. चोखोबा आता थकला होता. त्याच्या हातून आता म्हणावे, इतके काम होत नसे. पण ती दीपमाळ कार्तिकी एकादशीला लखलखली पाहिजे. या एकाच ओढीने चोखोबा दिवसरात्र राबत होता. हात भराभरा बांधकाम करत होते. आणि मुखी विठ्ठलाचे नामस्मरण होते. चोखोबा हा असा अवघा विठ्ठलमय झाला.

पंजाबच्या यात्रेला जाताना चोखोबाकडे लक्ष द्या. असे नामदेव सांगून गेले आणि कर कटेवर ठेवून विटेवर उभ्या असलेल्या विठ्ठलाला मोठी गंमत वाटली. भक्तांचे नेहमी त्याच्याकडे लक्ष असायचे. इथे नामदेव त्याला भक्ताकडे लक्ष द्यायला सांगून गेले होते. आपण चोखोबांकडे लक्ष द्यायचे, म्हणजे नक्की काय करायचे हेच मुळी विठ्ठलाला समजेना. कारण ब्राह्मणाकडून काही छळ होईल म्हणावे, तर चोखोबा गावातून बहिष्कृत होता. त्या एकान्तवासात राहूनही त्याच्याकडून काही आगळीक घडेल असे म्हणावे, तर चोखोबाने नामस्मरणात स्वत:ला झोकून दिले होते. आणि दीपमाळेच्या बांधकामाचा ध्यास लावून घेतला होता. तरीही विठोबा त्याच्यावर लक्ष ठेवून होताच. एक दिवस त्याला चोखोबा काहीसा थकल्यासारखा वाटला. साहजिकच आता तो वृद्धत्वाकडे झुकला होता. ते बघून पांडुरंग त्याला भेटायला गेला. कितीही अदृश्यरूपात गेलं, तरी चोखोबांच्या ध्यानीमनी केवळ पांडुरंगच असल्यामुळे चोखोबाला तो दिसलाच. आणि देवाच्या मनानं एक नवीन खेळ केला. खरं तर, पांडुरंग आपला सखा आहे, या भावनेनं चोखोबा नेहमीच पांडुरंगाला आपल्या कामकाजात, आपल्या भावनिक वर्तुळात सामावून घेत असे. त्यादिवशी चोखोबाने तसेच केले. आणि तो दह्याचा प्रसंग घडला. चोखोबाने काहीही आगळिक न करताही बडव्यांनी त्याच्यावर आळ घेतला असता आणि मग त्यातून काही विपरीत घडलं असतं, तर नामदेवांच्या प्रश्नांच्या भडीमारास विठोबाला सामोरं जावं लागलं असतं आणि त्याशिवाय 'तुला त्याच्याकडे लक्ष ठेवायला सांगून गेलो होतो, तुला तेवढंही करता आलं नाही' असा नामदेवांनी बोल लावला असता तो वेगळाच. म्हणून मग बडव्यांच्या दोषारोपापासून चोखोबाला वाचवण्यासाठी विठोबाला मग तो खेळ खेळावा लागला. असले खेळ खेळण्यात तो माहीर होताच. कारण तो जन्मजात खेळियाच होता.

त्याच्या या खेळानं एक मात्र झालं, चोखोबा दोषारोप होण्यापासून वाचलाच, त्याशिवाय त्याच्या कीर्तीत भर पडली ती वेगळीच. नामदेवांनी आपल्यावर टाकलेली जबाबदारी आपण व्यवस्थित पार पाडली, या आनंदात कर कटेवर ठेवून विटेवर उभा असलेला पांडुरंग, प्रसन्न चित्ताने कार्तिकी एकादशीची प्रतीक्षा करू लागला.

23

कार्तिक उजाडला. पावसानं विश्रांती घेतली. लोकांची सुगीची कामं आटोपली. धान्याच्या कणग्या भरल्या गेल्या. जिकडंतिकडं खळ्यात नुसती गडबड चालली होती. काळया आईच्या कुशीत निपजलेला तो अन्नब्रह्माचा साक्षात्कार घरोघरी पोचवण्यासाठी लोकांची नुसती धांदल चालली होती. श्रीमंतांची आणि सधन शेतकऱ्यांची धान्याची कोठारं तर भरून वाहत होतीच. पण गरीब शेतकऱ्यांच्या, कष्टकऱ्यांच्या, कामकऱ्यांच्या पदरातही धान्याचं दान पडलं होत. कारभारणींच्या हाताला उसंत नव्हती. कच्च्याबच्च्यांच्या पोटात दुधात भिजलेले भाकरीचे, भाताचे घास पडत होते. अशी समृद्धी आणि आनंद घेऊन दिवाळी आली. वर्षभराच्या कष्टाचं, राबणुकीचं, कामकाजाचं, समृद्धीच्या आनंदात परीवर्तन करून, चीज करून गेलीसुद्धा! या समृद्धीचा, आनंदाच्या आपल्या पाऊलखुणा कडाक्याच्या थंडीत आणि लोकांच्या चर्चेत मागं ठेवून दिवाळी गेली. लोकांच्या अंगणात अजून कार्तिक सजलेलाच होता. कार्तिकाच्या एकवीस प्रतीक चिन्हांच्या रांगोळीने देखणेपण मिरवत अंगणे नटत होती. पंढरपुरच्या रहिवाशांना ओढं होती, ती कार्तिकी एकादशीची. कार्तिकी एकादशी. विठोबाच्या दोन एकादशींमधील महत्त्वाची मानली जाणारी एकादशी. आषाढी एकादशीला चतुर्मास सुरू होतो. आठ महिने पृथ्वीचा भार सोसल्यानंतर भगवान विष्णू चार महिन्यांसाठी शयनकक्षात जातात. आपण निजल्यावर त्यांना पृथ्वीचं कसं होणार, याची त्यावेळी त्यांना चिंता नसते. कारण वरुणदेव जलधारांच्या लक्ष नेत्रांतून पृथ्वीवर कृपादृष्टी बरसत असतो. पावसाळ्यात येणारी आषाढी एकादशी. परमेश्वराचं नामस्मरण आणि चिंतन करण्यासाठी या

वेळी बळीराजाला सवड नसते. शेतीची कामं चालू असतात. नदी नाले भरून वाहत असतात. देव झोपलेले असल्यामुळं भक्तगणही इतर कामकाजात गुंतलेले असतात. पुढे येणाऱ्या समृद्धीसाठी सगळीजण कष्टांची गुंतवणूक करण्यात दंग असतात. श्रावणाच्या आगमनाने धरित्री रूप पालटते. भाद्रपदात गणराज वाजत गाजत येतात. आश्विनात जगदंबा आपल्या नवरूपात सामोरी येते, मग येतो कार्तिक. बळीराजाच्या कष्टाचे फळ म्हणून धनधान्याची समृद्धी घेऊन, देवांसाठी भूपाळी घेऊन, थंडीचा कडाका घेऊन. कार्तिकी एकादशीला देव जागे होतात. पुन्हा पृथ्वीचा भार आपल्या खांद्यावर घेतात. सगळीकडे सर्वत्र समृद्धी असते. बळीराजा संतुष्ट असतो, समाधानी असतो. पावसाच्या पूर्णविरामाने वातावरणात एक आल्हाददायक हिरवाई असते. म्हणूनच देवांच्या उठण्याचा, जागे होण्याचा हा कार्तिकी एकादशीचा दिवस मोठा प्रसन्न आणि म्हणून तितकाच महत्त्वाचा ठरतो. म्हणूनच पंढरपुरवासी मोठ्या आतुरतेनं या महा एकादशीची प्रतीक्षा करत असतात.

चोखोबा तर कधीपासून या दिवसाची प्रतीक्षा करत होता. दीपमाळ तर कधीची बांधून झाली होती. त्याच्यावर ठेवायच्या पणत्या बनवून झाल्या होत्या. गेली कित्येक वर्षं अविरतपणे राबून घेतलेले कष्ट मूर्त रूपात समोर उभे होते. मनाशी योजलेला ध्यास पूर्ण झाला होता. घरात आणलेल्यातलं वाचवून, कुणाचं काही काम केलं तर त्याऐवजी तेल मागून सोयरानं आणि कर्ममेळ्यानं चोखोबांच्या या तेल साठवणुकीला हातभार लावला होता. अशी सगळी जय्यत तयारी झाली होती. म्हणून चोखोबाला प्रतीक्षा होती 'कार्तिकी एकादशी'ची. कार्तिकी शुद्ध दशमीचा दिवस. चोखोबा अतिशय आनंदात होता. तो पूर्ण दिवस त्याने विठ्ठलाच्या नामस्मरणात घालवला. रात्र झाली. अंधार पडला. तशी चोखोबानं आपलं काम सुरू केलं. आपण केलेल्या सगळ्या पणत्या त्यानं अंगणभर पसरल्या. प्रत्येक पणतीत वात घातली. एकावेळी दोन-दोन पणत्या एका हातात आणि दुसऱ्या हातात तेलाचं ठावकं असं घेऊन दीपमाळेच्या हातावरून त्यानं पणत्या ठेवायला सुरुवात केली. प्रत्येकवेळी दोन पणत्या आणि ठावक घेऊन तो वर चढायचा. दीपमाळेच्या पसरलेल्या एकेका हातावर एकेक पणती ठेवून तिच्यात तेल घालून खाली उतरायचा. पुन्हा दोन पणत्या आणि तेलाचं ठावकं घेऊन वर चढायचा. असं त्याचं काम रात्रभर चाललं होतं. ती आख्खी रात्र चोखोबा जागाच होता. दोन्ही दीपमाळांच्या सगळ्या हातावर पणत्या ठेवून झाल्या. सगळ्या पणत्यांतून तेल-वात घालून झाली. योजलेलं सगळं कामकाज पूर्ण झालं, तेव्हा शुक्राची चांदणी आकाशात दिसत होती. रात्रीचा दुसरा प्रहर संपला होता. तिसऱ्या प्रहराला सुरुवात

झाली होती. चोखोबानं स्वच्छ अंघोळ केली. आणि शूचिर्भूत होऊन विठ्ठलाच्या मूर्तीची पूजा केली. पंढरपुरातून त्याला हद्दपार केल्यानंतर नामदेवांनी जेव्हा त्यांची समजूत घातली होती आणि मानसपूजेचं महत्त्व त्याला पटवून दिलं होतं तेव्हा त्यानं ही मूर्ती बनवली होती. खरं तर त्यानंतर ही मूर्ती तो रोजच बघत होता. पण आज ती मूर्ती बघताना त्याला एक वेगळंचं समाधान जाणवत होतं. चोखोबाला आठवलं, ही मूर्ती करण्याचं त्यानं ठरवलं खरं. पण विठ्ठलाची मूर्ती प्रत्यक्ष कुणी बघितली होती? चार दिवस आणि चार रात्री त्यानं नुसत्या विचारात घालवल्या होत्या. त्याला आठवलं, गोरोबाकाकांच्या घरी विठ्ठलाची एक मूर्ती होती. त्यांनी स्वत: बनवलेली. त्या मूर्तीचा चेहरा उभा होता. डोळे प्रसन्न होते. गळ्यात तुळशीमाळ होती. दोन्ही हात कमरेवर होते. आणि तो विठोबा विटेवर उभा होता. विठ्ठलाचे ते रूप आठवतआठवत चोखोबानं मूर्ती बनवायला घेतली. ती बनवत असताना, त्याची तहान-भूक हरपली होती. दिवस-रात्र त्याला त्या मूर्तीचा ध्यास लागला होता. सहा दिवसांच्या अथक परिश्रमानंतर ती मूर्ती तयार झाली. चोखोबांनं शुचिर्भूत होऊन आपल्या खोपटाच्या एका कोपऱ्यात त्या मूर्तीची प्राणप्रतिष्ठा केली आणि मग त्याच्या लक्षात आलं की, आपण विलक्षण थकलोय आणि आपल्याला प्रचंड भूक लागलीय. आताही त्या मूर्तीसमोर उभे राहिल्यानंतर आपण त्यावेळी किती जेवलो? हे आठवून चोखोबाला हसू आलं. त्यानं पुन्हा मूर्तीवर मन एकाग्र केलं. आपला संकल्प तडीस नेण्यात मदत केल्याबद्दल विठोबाचे पुन्हा:पुन्हा आभार मानले. आणि सुंद्री घेऊन तो दीपमाळेजवळ आला. विठ्ठलाचा जयघोष करत त्यानं एकेक पणती पेटवली. दोन्ही दीपमाळावरच्या सगळ्या पणत्यांच्या वाती त्यानं पेटवल्या. आणि क्षणार्धात सारा आसमंत तेजस्वी प्रकाशाने उजळून निघाला. त्या गहिऱ्या अंधारात त्याची आभा क्षितिजापर्यंत पोहोचली. आणि क्षितिजही प्रकाशमान झालं. चंद्रभागेच्या पाण्यावर उठणाऱ्या तरंगामध्ये त्या पणत्यांची लक्षावधी प्रतिबिंबं हिंदकळून परावर्तीत झाली. आणि त्याच्या तेजानं चंद्रभागा नदीचा कण न् कण जणू थरारला. दोन्ही काठ लख्ख उजळून निघाले. आणि प्रकाशाची ती रेषा आसमंतातला सगळा अंध:कार छेदत चंद्रभागेच्या पलीकडच्या तीरावर वसलेल्या पंढरपुरातल्या विठ्ठल मंदिराच्या गाभाऱ्यापर्यंत पोहचली. कार्तिकी एकादशीच्या निमित्तानं अवघं पंढरपूर आज भल्या पहाटेचं उठलं होतं. चंद्र अजून आकाशातच होता. तोवर लोक चंद्रभागेच्या काठावर अंघोळीसाठी जमले होते. विठ्ठल मंदिर तर रात्रभर जागेच होते. बडवे आणि पुजारी रात्रभर जागे राहून मंदिराची सजावट करत होते. झेंडू, शेवंती यांच्या भल्या थोरल्या माळा करून मंदिरातल्या खांबाभोवती गुंडाळल्या होत्या. मंदिराचा सभा

मंडप गाभारा, झुंबर, शमादानं सगळीकडं पणत्यांची आरास करून दिवे लावले होते. काकड आरतीची तयारी चालली होती. थोड्यावेळानं लोक काकड्याला जमणार होते. त्यातच आज विठ्ठलाची महापूजा करण्यासाठी यादवांचा सरदार येणार होता. सगळीकडे यवनी साम्राज्य असलं तरी यादवांच्या या सरदाराचे पंढरपुरला चांगले संरक्षण होते. आज महापूजेला ते हजर राहणार होते. असा सगळीकडे गोंधळ आणि गडबड चालली असताना एकाएकी आकाश उजळून निघाले, असे सगळ्यांना दिसले. खरंतर अजून सूर्य उगवायला बराच अवकाश होता. हवाही पावसाळी नव्हती. त्यामुळे विजांचा लखलखाट होण्याचा प्रश्नच नव्हता. मग अचानक या अंधारलेल्या पहाटे हा लख्ख प्रकाश कुठून आला? आश्चर्यानं लोकांनी चंद्रभागेकडे नजर टाकली. चंद्रभागेचं सगळं पाणी लखलखत होतंच. पण चंद्रभागेच्या पलीकडच्या तीरावर, अंगभर पणत्याचं प्रकाश मंडल लेवून लखलखणाऱ्या दोन दीपमाळा उभ्या होत्या. त्या पणत्यांच्या प्रकाशानं चंद्रभागेचे पाणी तेजाळले होते. चंद्रभागेचे दोन्ही कांठ लखाखले होते. आणि परिसरातल्या साऱ्या अंधाराला छेदत शेकडो पणत्यांचे तेज सगळा आसमंत उजळून टाकत होते. चंद्रभागेच्या काठावरती अंघोळीसाठी आलेल्यांचे, तर त्या प्रकाशाने डोळे दिपून गेले. विठ्ठलाच्या मंदिरात त्याच्या महापूजेची चाललेली सगळी तयारी या प्रकाशानं लख्ख उजळली. महापूजेच्या तयारीत गुंतलेले बडवे आणि पुजारी सुद्धा शेकडो पणत्याचं ते प्रकाश वलय अचंबित होऊन पहात होते. विठ्ठलाच्या सावळ्या मूर्तीवर तर ते प्रकाशाचे बिंदू अंगभर लेवून जणू दिमाख मिरवत होते. पूजा बांधण्याच्या आधीच विठ्ठलाची ती सावळी मूर्ती विलक्षण देखणेपणा घेऊन उजळली होती. त्या तेजस्वी कणात न्हाऊन निघालेल्या, विठ्ठलाच्या सावळ्या चेहऱ्यांवर एक विलक्षण हास्य विलसत होते. काय नव्हतं त्या हास्यात? विलक्षण समाधान, विजयाचा कैफ, लाडक्या भक्ताबद्दलचा ओसंडून वाहणारा अभिमान, त्याचा संकल्प सिद्धीस गेल्याबद्दलचा आनंद आणि चिकाटीनं त्यानं ते पूर्ण केलं त्याबद्दलचं कौतुक.

चंद्रभागेच्या पलीकडचा काठ दीपमाळांनी उजळलेला बघितला आणि सगळीजण आपापसात चर्चा करायला लागली.'अचानक या दीपमाळा कुठून आल्या? कुणी बांधल्या? मंदिर या तीरावर असताना, पलीकडच्या तीरावर का बांधल्या?' एक ना दोन. अनेक जणांना चोखोबा त्या तीरावर राहतोय हे माहीत होतं. पण त्या म्हारड्याच्या हातून एवढं मोठं काम कसं होऊ शकेल? अशी शंका त्यांच्या मनात होती. पण हे काम चोखाशिवाय दुसऱ्या कुणी करू शकणार नाही, अशी काही जणांची खात्री होती. त्यांच्या या खात्रीला किंवा विश्वासाला मात्र बऱ्याचजणांनी

दुजोरा दिला. कारण कधीतरी नदीच्या त्या तीरावरून जाता-येता चोखोबा कसलं तरी बांधकाम करतो आहे पाहिलं होतं. त्याचं बोलणं ऐकल्यावर दीपमाळेचे हे बांधकाम चोखोबानं केलं आहे! याबद्दल सगळ्यांची खात्री पटली. जो तो चोखोबांचं गुणगान गायला लागला. पुजारी आणि बडवे यांना गप्प बसणंच भाग होतं. कारणं चोखोबांनं करून दाखवलं होतं. चोखोबांची अवस्था तर त्याक्षणी कशी होती? वर्षानुवर्षे पावसाची वाट पहात तहानेनं व्याकूळ होऊन तडफडत राहणाऱ्या चातक पक्षाला अचानक पावसाच्या वर्षावामध्ये चिंब भिजायला मिळाल्यानंतर त्याची जी तृप्ती होईल, ती तृप्ती चोखोबा अनुभवत होता. वर्षानुवर्षे उराशी जपलेलं स्वप्न पूर्ण झालं होतं. वर्षानुवर्षे मनानं घेतलेला ध्यास पूर्णत्वाला गेला होता. वर्षानुवर्षे जोपासलेली संकल्पना सिद्धीस गेली होती. संतांच्या सहवासात राहून मिळालेल्या ज्ञानानं स्वत:च्या मनातला, कुटुंबीयांच्या आयुष्यातला आणि जातीबांधवांच्या जीवनातला अज्ञानाचा अंधकार दूर करणाऱ्या चोखोबांनं आसमंतातलाही अंधकार दूर केला होता. नामदेवांनी टाकलेला विश्वास सार्थ ठरवला होता.' 'चोखोबा तुम्ही काहीतरी लोकोत्तर कार्य करा' हा त्यांचा आदेश गुरुआज्ञा मानून पूर्णत्वाला नेला होता. चोखोबा धन्य होता, कृतार्थ होता.

दीपमाळेवर तेवणाऱ्या त्या ज्योतींच्याकडे चोखोबा एकटक बघत होता. त्याचे डोळे पाण्यानं भरून आले. दीपमाळेच्या प्रत्येक पणतीतल्या ज्योतीत त्याला सोयराचा चेहरा दिसायला लागला. तिच्याही चेहऱ्यावरून समाधान ओसंडून वाहत होते. सोयरा, संसाराच्या सगळ्या खस्ता काढणारी, सर्वस्वानं त्याला साथ देणारी त्याची सोयरा, त्या दीपमाळांवरच्या पणत्यांसाठी तेलाचं साठवण करणारी सोयरा, दीपमाळ बांधून व्हावी, ती लौकर बांधून व्हावी असा जिनं धोसरा घेतला होता ती सोयरा, दीपमाळांवरच्या पणत्यांसाठी तेलाचं साठवण करणारी सोयरा, दीपमाळ बांधून पूर्ण होण्याआधीच तिनं चोखोबांचा निरोप घेतला होता. दीपमाळेच्या विटा बनून तयार झाल्या होत्या. चोखोबांच्या बरोबरीनं सोयराचाही त्यात हातभार होता. लागणार होत्या, तेवढ्या विटा बनवून झाल्या होत्या. उद्यापासून चोखोबा पणत्या बनविणार होता. रात्री झोपताना त्यानं हा बेत सोयराला सांगितला होता. सोयरालाही ते ऐकून आनंद झाला होता. चेहऱ्यावर प्रसन्न हसू खेळवत ती म्हणाली, "धनी! उद्यापासून पणत्यांना करूयाच सुरुवात. महा एकादशी आता दोन महिन्यांवर आली. त्याच्या आधी पणत्या सगळ्या तयार होऊन चांगल्या वाळल्या पाहिजेत आणि जरा पणत्या खोल करा. पुष्कळ तेल त्यात मावलं पाहिजे. म्हणजे मग खूप वेळ पणत्या जळत राहतील. धनी, कार्तिकी एकादशी दिवशी जेव्हा या दीपमाळा दिव्यांनी लखलखतील, तेव्हा पंढरपुरातल्या लोकांचे डोळे दिपून जातील. आणि

तुम्ही काय करू शकताय हे पण लोकांना कळेल. धनी काय बी हू दे. किती मोठं संकट येऊ दे. कार्तिकी एकादशीला दीपमाळा उजळवायच्या म्हणजे उजळवायच्या...!!" सोयरा बोलत होती. आणि त्या पणत्याचं तेज जणू त्याच दिवशी तिच्या डोळ्यात लखलखत होतं. जेवणं आटोपली. चोखोबा विठ्ठलाचं नामस्मरण करत होता. ते ऐकताऐकता सोयराला झोपही लागली. तिचा चेहरा प्रसन्न होता. ओठावर हास्य विलसत होतं. जणू तेवत असलेल्या दीपमाळाच तिच्या स्वप्नांत दिसत होत्या. नामस्मरणात गुंगलेल्या चोखोबालाही लगेच झोप लागली. पण स्वप्नात दीपमाळा बघणारी सोयरा त्या दिवशी रात्री निजली ती सकाळी उठलीच नाही. रात्रीच कधीतरी तिचे प्राण विठ्ठलाच्या पायाशी विलीन झाले होते. चोखोबाला वाईट वाटलं. अतिशय वाईट वाटलं. ६५-७० वर्षाच्या संसारात चोखोबाला तिची संजीवन साथ होती. तिच्या अचेतन चेहऱ्याकडे पाहताना चोखोबाला तिची नाना रूपं आठवली. परकरी पोरं असलेली सोयरा, लग्नानंतर अल्लडपणानं वावरणारी सोयरा, सावित्रीच्या हाताखाली कामकाज शिकणारी सोयरा, निर्मळेला नणंदेपेक्षा बहीण मानणारी सोयरा, चोखोबांवर आलेल्या लहान-मोठ्या वाईट प्रसंगात त्याला समर्थपणे साथ देणारी सोयरा, त्याच्या एका शब्दाखातर, मांडलेल्या संसाराचा मांड मोडून त्याच्याबरोबर पंढरपुरला येणारी सोयरा, जिला प्रत्यक्ष नामदेवांनी सरस्वती म्हटलं, ती अभंगरचना करणारी सोयरा, चोखोबाला शिक्षा झाली तेव्हा धाय मोकलून रडणारी, देवाचा धावा करणारी सोयरा आणि चोखोबाला हद्दपारीची शिक्षा झाल्यानंतर त्याच्याबरोबर येऊन चंद्रभागेच्या या तीरावर राहणारी सोयरा, तशाही परिस्थितीत चार घरची काम करून राहणारी सोयरा. एक ना दोन! सोयराच्या अचेतन चेहऱ्याकडे आणि मिटलेल्या डोळ्याकडे पाहतापाहता चोखोबाला तिची अनेक रूप आठवली. आपल्या संसारातल्या कर्तव्याला ती कधीच चुकली नाही. चोखोबाला हद्दपारीची शिक्षा मिळाल्यानंतर ती अणि चोखोबा दोघजण चंद्रभागेच्या या तीरावर राहायला लागले. त्याच दरम्यान नात्यातलीच एक मुलगी बघून कर्ममेळ्याचं लग्नही तिनं लावून दिलं होतं. आणि त्यांच्या गावातल्या जुन्या घरात त्यांचा संसारही थाटून दिला होता. अशा प्रकारे स्वत:ला आणि चोखोबाला प्रापंचिक कर्तव्यातून मुक्त करून आपल्या पतीभक्तीचा आणि चोखोबाच्या विठ्ठल भक्तीचा मार्ग तिनं सोपा केला. चोखोबाला शेवटपर्यंत साथ देण्याचं कबूल करूनही ती मात्र एकटी प्रवासाला निघून गेली होती. आता चोखोबा एकटा होता अगदी एकटा!

पण चोखोबाला थांबून चालणार नव्हतं. कार्तिकी एकादशीला दीपमाळ लखलखली पाहिजे. ही इच्छा बोलून दाखवतच जणू तिनं प्राण सोडला होता.

तिची ती इच्छा पूर्ण करणं ते आता चोखोबांचं कर्तव्यच झालं होतं. त्याचा संकल्प तर सिद्धीस जाणारच होता, पण ह्या संकल्पाला आता सोयराच्या अंतिम इच्छेचं स्वरूप प्राप्त झालं होतं. आणि आता त्याची पूर्तता करणं चोखोबांच्या आयुष्याची इतिकर्तव्यता होती. तिनं जणू मरण्याआधी चोखोबांकडून वचन घेतलं होतं. आणि आज कार्तिकी एकादशीला लखलखणाऱ्या त्या दीपमाळा बघितल्यावर आपण तिच्या वचनातून मुक्त झालो अशी चोखोबांची भावना झाली. पुन्हा:पुन्हा त्याचे डोळे पाण्यानं भरून आले. सोयराच्या वियोगाचं दु:ख तर त्यात होतंच. पण त्याही पेक्षा वचनपूर्तीचा आनंद त्या अश्रूतून वाहात होता. तोंडात विठोबाचं नाव होतंच. पण लखलखणाऱ्या त्या दीपमाळा पाहताना तो असा सोयराच्या आठवणीत दंग झाला.

सोयरा गेली. मनाशी योजलेला संकल्पही पूर्ण झाला. आता चोखोबा त्या खोपटात एकटा राहत होता. आता तर त्यानं स्वत:ला विठ्ठलभक्तीत झोकून दिलं होतं. विठ्ठलाच्या नामस्मरणाबरोबरच अभंगरचना करत राहणे हे ही त्याच्या जीविताचे मर्म बनले. आपल्या अभंगरचनामधून कधी विठ्ठलस्तुती, कधी विठ्ठलाचा धावा, कधी देवाची आळवणी तर कधी आपली मानसिकता अशा अनेक विषयाला स्पर्श करत तो अभंगरचना करत असे. पहिल्यांदा नामदेवांच्या सूचनेवरून आणि नंतर चोखोबांचे मोठेपण उमजल्याने अनंतभट मात्र सावलीसारखा चोखोबा बरोबर असे. चोखोबांच्या मुखातला शब्द न शब्द तो कागदावर उतरवित असे.

लिहिलें संचिती न चुके कल्पांती। बायां कुंथाकुंथी करूनी काय।।
जन्ममरण सुखदु:खाचे गांठोडे। हे तो मागे पुढें बांधलेसें।।
निढळींची अक्षरे साच तेचि खरे। आतां वारेबार करील कोण।।
चोखा म्हणे आमुची जैशी कां वासना। तैशीच भावना होत जात।।
बैसोनि निवांत करीन चिंतन। काया वाचा मनसहित देवा।।
नामाचा आठव हेचि सोपे वर्म । अवघे कर्मा कर्म पारूषति।।
या परतें साधन आण काही नेणों। अखंड वाचे म्हणे रामकृष्ण।।
सुलभ हा मंत्र तारक जीवासी। येणें भवासी उतार होय।।
चोखा म्हणे मज सांगितले कानी। रामकृष्ण वाणीं जप सदा।।
आम्हासी हा संसार दाखविला। गोड गोड भला म्हणो जगीं।।
प्रिया पुत्र धन आप्त हे सोयीरे। ते म्हणती साचोकारे माझें माझें।।
प्रत्यक्ष ते भुलले मृगजळासी। ममता संसाराची ऐसी आहे।।
पुढील विचार न करी साचार। यमाचा पाहुणेर भोगी सुखें।।
चोखा म्हणे यासी पडिलीसे भ्रांती। माझें माझें म्हणती घरदार।।

अशा अभंगरचना करत एकटा राहिलेला चोखोबा असा सगळीकडून विठ्ठलाच्या जवळजवळ जात होता.

त्यांन दैनंदिन कार्यक्रमात स्वत:ला कितीही गुंतवून घेतलं तरी सोयराचं नसणं चोखोबाला जाणवत होतं. दीपमाळ बांधून झाल्यापासून आपलं जीवितकार्य संपुष्टात आल्याची भावना त्याच्या मनात रुंजी घालत असे. आपलं इथलं काम झालंय. विठ्ठलानं आता आपल्याला आपल्या जवळ बोलवून घ्यावं. त्याच्या चरणाजवळच आपल्याला चिरशांती मिळावी असे विचार राहूनराहून त्याच्या मनात येत असत. असा विचार एकीकडे करत असताना तो दुसरीकडे नामदेवांची वाट बघत होता. आता त्याला पैलतीराची आस लागली होती. जिवाची नुसती तळमळ होत होती. विठ्ठलाच्या नामस्मरणात थोडी शीतलता लाभत असे. पण तरीही कुठेतरी, कसली तरी अपूर्णता राहून जात असे. यावर उपाय म्हणून असेल कदाचित चोखोबा नामदेवांची आतुरतेनं वाट बघू लागला, अगदी आतुरतेनं वाट बघू लागला. अखेर त्याच्या प्रतिक्षेला फळ आलं. नामदेव आले. चोखोबाला भेटायला आले. नामदेवांना समोर बघताच त्याच्या अश्रूंचा बांध फुटला. नामदेव नसताना सोसलेले बरेवाईट आघात, सोयराचं एकाएकी निघून जाणं, दीपमाळेचा पूर्ण झालेला संकल्प हे सगळं सगळं त्यानं नामदेवांना सांगायला सुरुवात केली. डोळे तर भरून आलेच होते. पण मनही असं भरून आलं होतं की, अभंग रचणाऱ्या चोखोबाला हे सगळं सांगायला शब्द सापडेनात. त्याचा तो कोंडमारा नामदेवांनी अचूक ओळखला. चोखोबाला मिठीत घेऊन किती तरी वेळ ते त्याच्या पाठीवर थोपटत होते. चोखोबाच्या हुंदक्यानं, गदगदणाऱ्या अंगानं, ओघळणाऱ्या अश्रूंनी, थरथरणाऱ्या आवाजानं नामदेवांना सगळं सांगितलं. नामदेव नि:शब्दपणे त्याच्या पाठीवरून हात फिरवत राहिले. आणि चोखोबा मोकळा, मोकळा होत गेला.

नामदेवांच्या नि:शब्द पण तरीही बोलक्या स्पर्शाने चोखोबाचं सगळं दु:ख, सगळी व्यथा, सगळ्या वेदना वाहून गेल्या. स्पर्शाची भाषा संपली, आणि चोखोबाच्या वेदनेला जणू शब्द फुटले. तो भडाभडा बोलायला लागला. आपल्या उरात साठलेलं सगळं दु:ख नामदेवांच्या समोर त्यानं उलगडून दाखवलं. काही न बोलता नामदेव नुसते ऐकत राहिले. चोखोबाच्या वेदनेच्या या अभिव्यक्तीवर बोलण्यासारखं काही नव्हतंच. तरीही त्यातल्या त्यात सोयराचा मृत्यू चोखोबा प्रमाणेंच नामदेवांच्या मनालाही चटका लावून गेला. त्या सुन्न करणाऱ्या प्रसंगावर काय बोलावं? चोखोबाचे कसे सांत्वन करावे? हे त्यांना कळेना! ते तीर्थयात्रेला गेले आणि इकडं बरंच काही घडलं होतं. संतमंडळींच्यापैकी बरीचजण विठ्ठलाच्या पायाशी विलीन झाली होती. एका पाठोपाठ एक चोखोबाचे मानसिक आधार तुटत

गेले होते. मराठी सारस्वताची हानी झाली होती ती वेगळीच! पण गोरोबाकाकांचा मृत्यू आणि सोयराचं जाणं चोखोबानं फारच मनाला लावून घेतलं होतं. अर्थात या दोन्ही घटना नामदेवांनाही मोठ्या वेदना देऊन गेल्या होत्या. पण ईश्वरी इच्छेपुढे इलाज नव्हता. पण तरीही सोयराच्या मृत्यूला चोखोबानं ज्या धैर्यानं तोंड दिलं होतं त्याला तोड नव्हती. त्याच धैर्यानं सोयराची अंतिम इच्छा पूर्ण करण्याचा त्यानं केलेला प्रयत्न, त्यात त्याला मिळालेले यश आणि पंढरपुरात आल्यावर कार्तिकी एकादशीच्या भल्या पहाटे चोखोबाने बांधलेल्या दीपमाळेनं उजळलेला लखलखाट ऐकल्यावर तर नामदेवांना आपल्या या शिष्याचा विलक्षण अभिमान तर वाटलाच पण त्याच्या या निश्चयाला दाद म्हणून क्षणभर त्याचे पायही धरावेसे वाटले. चोखोबा आता थकलेला दिसत होता. त्याच्या चेहऱ्यावर सुरकुत्या पडल्या होत्या. केसच काय पण मिशाशुद्धा पांढऱ्या झाल्या होत्या. पण अजून शाबूत होती त्याच्या हातातली ताकद. आणि डोळ्यांतले तेच भाव, काही तरी शिकायला सतत उत्सुक असलेले. मनाचा प्रांजलपणा दाखवणारे, विठ्ठलाच्या पायाशी शरण जाऊ इच्छिणारे, तेच डोळ्यातले आरसपानी भाव. नामदेव चोखोबांच्या डोळ्याकडे बघत राहिले. त्यांना तसं पाहताना बघून चोखोबा संकोचला. म्हणाला, "देवा! काय पाहताय? हा चोखोबा आता थकला. सगळे, सगळे सोयरे आता सोडून गेले. मनात योजलेले काही संकल्पही पुरे झाले. आता काही करायचे राहिले नाही. मनात कसलाही किंतू, किल्मिष नाही. देवा आता यातनं मला मोकळं व्हायचंय! विठ्ठलाच्या पायाशी चिरविश्रांती घ्यायचीय. देवा माउलीसारखी संजीवन समाधी घेण्याचं धाडस माझ्या अंगात नाही. एवढी माझी पात्रता नाही. पण आता आयुष्य पुरे झालं. तो पांडुरंग तुमचा सखा आहे ना! माझ्यासाठी त्याला विनंती करा, म्हणावं आता या चोखोबाला जगायचे नाही. जगण्यासारखे काही उरले नाही. माझी भक्ती खरी असेल आणि खरोखरच विठ्ठल माझ्यावर प्रसन्न असेल, तर एवढी माझी विनवणी त्याच्यापर्यंत पोचवा.

आता नका भरोवरी। तू तों उदार श्रीहरी।।
शरणांगता पायापाशी। अहर्निशी राखावें।।
ब्रीद गाजे चराचरी। कृपाळु हरी दीनाचा।।
चोखा म्हणे भरंवसा। दृढ सरसा मानला।।
अधिकार माझा निवेदन पाई। तुम्ही तो गोसावी जाणतसां।।
अवघ्या वर्णा माजी हीन केली जाती।
विटाळ विटाळ म्हणती क्षणोक्षणी।।
कोणीही अंगिकार न करिती माझा। दूर हो जा अवघे म्हणती।।

चोखा म्हणे तुम्ही घ्या पदरीं। तरीच मज हरी सुख होय।।

आणि आपल्या चरणापाशी नेऊन मला मुक्ती द्यायची नसेल, त्याच्या मनात मला पुनर्जन्म द्यायचा असेल तर

जन्म देई संताघरी। उच्छिष्टाचा अधिकारी।।
आणिक दुजी थोरी। दारीं परवरी लोळेन।।
नका मोकलं दातारा। विनंती माझी अवधारा।।
अहो रूक्मादेवीवरा। आवरा पसारा चोखा म्हणे।।

हा माझा एवढा निरोप पांडुरंगाला जाऊन सांगा. कारण नामदेवा आता मला खरोखरच जगायचं नाही.

न सुचे मज काही शेवट हा आला। आजि वरि झाला वारावार।।
आता अवसान कोणाचे चिंतन। नव्हे मज जाण माया मोहें।।
केले ते अवघें झालें फलकट। वाऊगा बोभाट करोनी काई।।
वाया गा पसारा माझें आणि तुझे। गुंतलो वाऊगे मृगजळा।।
चोखा म्हणे मज न कळे हे काही। उपायचि नाहीं दुजा आता।।
आता याचा छंद नकोसा हा झाला। वोकुठा आला संसाराचा।।
विटलें जे अन्न घेतले चिळशी। तैसे ये विषयी झाले असे।।
आतां हें अवघे दुःखाचे प्रकार। न सोसावे धीर धरवेना।।
चोखा म्हणे आता पुरे याचे जिणें। पुढील तें येणे अंतरले।।
काम क्रोध वैरी लागले पाठीं। पाडिलीसे तुटी तुमची माझी।।
आतां लवकरी सोडवी दातारा। चुकवा येरझरा जन्ममरण।।
बहु काकलतो येतो करूणा करा। न दिसे दुजा थारा तुम्हाविण।।
चोखा म्हणें तू आमुची माउली। कृपेची साऊली करी देवा।।

देवा आतापर्यंत सगळ्या भल्याबुऱ्या प्रसंगातून तुम्हीच मला तारून नेलंत. तुम्ही माझे गुरु आहात. मी अडाणी, अजाण आहे, या तुमच्या शिष्याची आस - हट्ट म्हणा फार तर, पण तो पूर्ण करा. माझं आता तुमच्याशिवाय कुणीही नाही. माझ्या हाताला धरून या जीवनमार्गावर तुम्हीच आणलत. आता शेवटच्या मुक्कामापर्यंत तुम्हीच पोचवा. नामदेवा या चोखाची एवढी मागणी तुम्ही मान्य करा.'' चोखोबा कळवळयानं नामदेवाना विनवणी करत होता. त्याचे ते जोडलेले हात, डोळ्यातून वाहणारे पाणी, कापणारा आवाज, थरथरणारा देह हे सगळं नामदेवांनी पाहिलं. आणि त्यांना चोखोबांची अत्यंत दया आली. ''खरंच! या पुण्यात्म्यानं काय काय सोसलं आहे? खरोखरच परमेश्वरानं आता याला मुक्ती द्यावी!!'' चाखोबाचा निरोप घेताना त्यांच्या मनात चोखोबांविषयीची करुणा

काठोकाठ भरली होती. अस्वस्थ मनानं नामदेव आपल्या घरी गेले.

नामदेवांच्या जवळ मन मोकळं केल्यावर चोखोबाला बरं वाटलं, हलकं हलकं वाटलं. नामदेव परत गेले. चोखोबा खोपटात पुन्हा एकटा राहिला. त्या खोपटात कुणीही नव्हतं. खोपटात फक्त चोखोबा आणि त्याचा विठ्ठल. नामदेव निघून गेल्यावर किती तरी वेळ चोखोबा विठ्ठलाच्या मूर्तीकडं एकटक पाहत बसला होता. जणू त्याच्या डोळ्यात बघून तो विठ्ठलाच्या मनातले भाव जाणून घेण्याचा प्रयत्न करत होता. त्याच्या या विचारात सूर्य मावळला. अंधार पडला. रात्र झाली. मध्यरात्रही उलटून गेली. चंद्र माथ्यावर आला. चोखोबांच्या खोपटाच्या फाटक्या छतातून चंद्राची किरण आत येत होती. तसा चोखोबा भानावर आला. तो खोपटाच्या बाहेर आला. आकाशाकडं बघून त्यानं वेळेचा अंदाज घेतला. शुक्राची चांदणी लुकलुकायला लागली होती. चोखोबा आत गेला. तेलाचं ठावकं आणि पेटवलेली सुंद्री घेऊन बाहेर आला. विठ्ठलाचं नाव घेत त्यानं प्रत्येक पणतीत तेल घातलं. आणि प्रत्येक पणती पेटवून आसमंत पुन्हा क्षितिजापर्यंत उजळला. समाधानानं त्या लखलखत्या प्रकाशकिरणाकडे चोखोबा बघत राहिला. आता चोखोबाचा हा रोजचा परिपाठ झाला. चोखोबांच्या या कामगिरीकडे बघून लोकांनी आपण होऊन तेल आणून द्यायला सुरुवात केली. त्यामुळे त्यानं बांधलेल्या त्या दीपमाळा रोजच लखलखायला लागल्या. रोजच चंद्रभागेचा काठ उजळायला लागला. आसमंतला सगळा अंधार प्रकाशमान व्हायला लागला. हे पाहण्यासाठी चंद्रभागेच्या तीरावर लोक गर्दी करायला लागले. चंद्रभागेचं वाहणारं पाणीसुद्धा काही क्षण थबकून त्या प्रकाशाच्या वलयाकडे कौतुकाची नजर टाकायला लागलं. विठ्ठल मंदिराचं शिखर या सोनेरी प्रकाशात झळाळायला लागलं. पूजा बांधणाऱ्या बडव्यांना त्या झळाळणाऱ्या सोनेरी प्रकाशात विठ्ठलाची सावळी मूर्तीसुद्धा तेजस्वी दिसायला लागली. जणू चोखोबांच्या या करणीनं ती ही सुखावली आहे. चोखोबाच्या त्या दीपमाळांचं कवतिक जणू साऱ्या आसमंतात व्हायला लागलं.

आपल्या आयुष्याची इति कर्तव्यता झाली आहे या विचाराकडे दिवसें न् दिवस चोखोबांचा कल झुकायला लागला. विठ्ठलाचं नामस्मरण करणं, त्याची पूजा करणं, मनाच्या उन्मनी अवस्थेत अभंगरचना करणं आणि भल्या पहाटे दीपमाळा लावणं हेच त्याच्या जीवनाचं उद्दिष्ट राहिलं होतं. त्याच्या या एकान्तवासात अनंत भट मात्र नेहमीच त्याच्याबरोबर असत. सुरुवाती सुरुवातीला ज्ञानेश्वर नामदेवांच्या सांगण्यावरून चोखोबांनी केलेली अभंगरचना अनंतभट लिहून घेत असत. पण नंतर मात्र चोखोबाचा भाबडा, प्रांजळ स्वभाव, त्याची उत्कट

विठ्ठलभक्ती, अभंगरचनेतलं त्याच सातत्य, शब्दांचं सौंदर्य आणि सामर्थ्य हे लक्षात आल्यावर अनंत भट सावलीसारखे चोखोबाबरोबर राहू लागले आणि चोखोबाच्या मुखोद्‌गत अभंगांना लिखीत स्वरूप मिळालं. चोखोबांसारखा अडाणी, निरक्षरं माणूस इतकी उत्तम प्रतीची काव्यरचना करू शकतो! यावर इतर कुणी सांगितलं असतं तर अनंत भटाचा विश्वास बसला नसता. पण चोखोबांला भावसमाधीत जाताना, उत्स्फुर्तपणे अभंग रचताना, प्रसंगोपात अभंगरचताना त्यानं पाहिलं होत म्हणूनच महार जातीतला हा अडाणी माणूस नामदेवांच्या तोडीची नसेल पण तितकीच भावगर्भ अभंगरचना करतो, याचं आश्चर्यमिश्रित कौतुक अनंतभटांला वाटत असे आणि या आश्चर्याचा प्रत्यय चोखोबांने एकापाठोपाठ एक अभंगरचताना प्रत्येक वेळी त्याला येत असे. चोखोबांचं लाजर बुजरेपण अनंतभटाला माहीत होतं. आपली पायरी सोडून तो कधी वागणार नाही, हे ही तो जाणून होता. एखाद्या चांगल्या अभंगरचनेचं कुणी जरूरीपेक्षा जास्त कौतुक केलं की संकोचणारा, मान खाली घालून बसणारा, समवयस्क संत मेळ्यातसुद्धा मागंमागं राहणारा चोखोबा त्यानं पाहिला होता. म्हणूनच एक दिवस या अनंतभटानं एक वेगळंच कौतुक केल. नामदेव चोखोबांना भेटून गेले हे त्याला माहीत होतं. नामदेवांच्या मनात चोखोबा किती खोलवर रुतला आहे, हे अनंत भट जाणून होता. म्हणूनच एक दिवस नामदेव पंढरपूर मुक्कामी आहेत हे त्याला कळल्यावर त्यानं चोखोबांला बरोबर घेतलं आणि तो नामदेवांना भेटायला गेला.

विठोबाच्या मंदिराच्या समोर असलेल्या आपल्या घराच्या पडवीत नामदेव आपल्या परिवारासह बसले होते. राजाई, गोणाई, मुलं बाळं आणि जनाईसुद्धा! सगळीच तिथं होती. गोणाई आणि राजाई दोघीजणी स्वयंपाकाची सिद्धता करत होत्या. नामदेव भेटायला आलेल्या लोकांशी बोलत बसले होते. अनंतभटाला पाहताच ते उठून उभे राहिले. दोघांची गळाभेट झाली. अनंतभटाला पाहून नामदेवांना आनंद झालेला दिसला. चोखोबा त्याच्या नेहमीच्या संकोची स्वभावाप्रमाणे मागेमागेच होता. नामदेवांचे त्याच्याकडे लक्षच नव्हते. त्यांनी अनंतभटाला विचारलं, "महाराज आम्हाला निरोप धाडायचा, आम्ही आलो असतो. आपण प्रत्यक्ष का आलात?" अनंत भटाने प्रत्युत्तरादाखल नुसते स्मित केले. त्याने इकडेतिकडे पाहिले, तर चोखोबा काहीसा लांब हात जोडून उभा होता. अनंतभटाने त्याला हाक मारली. "चोखोबा! असे दूर कां उभे राहिला आहात? इकडे या." त्यांनी हाक मारलेल्या दिशेकडे नामदेवांनी पाहिले. चोखोबाला बघून त्यांना अतिशय आनंद झालेला दिसला. प्रसन्नपणे ते म्हणाले, "अरे चोखोबा तुम्हीसुद्धा आलात? अहो, मग असे पुढे या. मागे कशाला थांबलात? वा! आजचा दिवस मोठा

भाग्याचा आहे. जिवा-शिवाचं दर्शन आम्हाला एकदमच होतं आहे. या चोखोबा पुढे या, असे आमच्याजवळ या." असे म्हणत, नामदेवांनी चोखोबाला हाक मारली. पुढे आलेल्या चोखोबांला त्यांनी मिठीत घेतले. "बोला, आज काही विशेष?" नामदेवांनी प्रश्न केला. "नाही देवा! काही विशेष नाही." चोखोबा चाचरत उत्तरला. "नाही कसे! विशेष आहे म्हणून तर इथंवर आलो." प्रस्तावना करीत अनंतभट म्हणाला. आणि त्यानं आपल्या काखेत धरलेली एक चोपडी नामदेवांसमोर धरली. "हे काय आहे अनंतभट?" नामदेवांनी विचारलं. "देवा, नामदेवा! ही चोपडी म्हणजे विठ्ठलभक्तीच्या चमत्काराचा साक्षात्कार आहे. ही चोपडी म्हणजे विठ्ठलाच्या कृपेचा सगुण आविष्कार आहे. ही चोपडी म्हणजे, भक्तीचा महिमा किती अगाध आहे, याचा पुरावा आहे." अनंतभट सांगत होते, पण नामदेवांच्या काहीच लक्षात येईना. शेवटी ते म्हणाले, "महाराज, मला माहीत आहे, तुम्ही जन्मजात भाषाप्रभू आहात. पण हे काय आहे? आणि इथं कशासाठी आणलयं हे जरा उलगडून सांगाल का?" मग मात्र अनंतभट वरमला. आपण जरा जास्तीच बोललो असं त्याला वाटलं. मग मात्र त्यानं सरळपणानं सांगितलं, "नामदेवा ही चोपडी म्हणजे चोखोबाचे अभंग आहेत. चोखोबाच्या मुखातून उमटलेला प्रत्येक शब्द मी यात उतरवून घेतलेला आहे. काही वेड्यावाकडया शब्दांत माझ्या मतीप्रमाणे मी दुरुस्तीही केली आहे. चोखोबाची ही अभंगरचना असलेली चोपडी तुम्हाला दाखवण्यासाठी मी घेऊन आलो आहे. चोखोबाच्या उत्स्फूर्त प्रतिभेचा हा बघा आविष्कार." असं म्हणत अनंत भटानी ती चोपडी नामदेवांच्या हातात दिली. नामदेवांच्या चेहऱ्यावर एक वेगळीच प्रसन्नता पसरली. आपण काही तरी अद्‌भूत बघत आहोत असा भाव त्यांच्या चेहऱ्यावरून उमटला. अतिशय आदराने नामदेवांनी ती चोपडी आपल्या हातात घेतली. त्यातलं एकेक पान चाळताना त्यांच्या चेहऱ्यावरून अभिमान ओसंडून वाहात होता. चोपडी बघून झाल्यावर त्यांनी त्याच अभिमानानं चोखोबांकडे पाहिलं. अनंतभट असं काही करेल याची कल्पना नसलेला चोखोबा अनंतभटाच्या या कृतीने शरमला, संकोचला आणि भारावूनही गेला. "वा! अनंतभट वा! तुम्ही अतिशय अप्रतिम कामगिरी केलीत. वारकरी संप्रदाय आणि इतिहास नेहमीच तुमचा ऋणी राहील. चोखोबांच्या उच्चारला, विचाराला, वाणीला, भावनेला आणि भक्तीला तुम्ही अस्तित्व दिलंत, अनंत भट! विठ्ठलाला देव मानणारा समाज तुमचे हे उपकार कधीही विसरणार नाही. विठ्ठलभक्तांचा मेळा नेहमीच तुमचा ऋणी राहील. तुमचं हे काम युगानुयुगे लोकांच्या स्मरणात राहील. आणि तुमच्या या कामगिरीमुळं चोखोबांला सुद्धा युगानुयुगे लोक विसरणार नाहीत. तो चिरंतन लोकांच्या स्मरणात राहील. अनंत

भट! मनुष्य प्राणी नश्वर आहे, अशाश्वत आहे. पण त्याची कीर्ती मात्र चिरंतन आहे. शाश्वत आहे. या लिखित अभंगाच्या रूपानं तुम्ही चोखोबांना शाश्वत अस्तित्व आणि चिरंतन कीर्ती दिली आहे. बघा चोखोबा, तुमच्या उत्कट भक्तीनं तुम्ही विठ्ठलाचे लाडके भक्त बनलात. पण तुमच्या अभंगरचनानी मात्र तुम्हाला भक्तश्रेष्ठत्वाच्या पंगतीत नेऊन बसवलं. तुमच्या या अभंगातून प्रत्येक विठ्ठलभक्ताच्या मनात तुम्ही चिरंतन स्मृतीत राहाल हे नि:संशय. अनंतभट आम्ही सारेच वारकरी आणि व्यक्तीश: मी तुमचा अत्यंत आभारी आहे.'' नामदेवांकडून अशी शाबासकी मिळाली आणि अनंतभटाना आपल्या केलेल्या कामाचे चीज झाल्यासारखे वाटले. तोच नामदेवांनी आपल्या पत्नीला हांक मारली आणि तिला म्हणाले, ''स्वयंपाकाची सिद्धता झाली असेल तर अनंतभट आणि चोखोबा यांच्या पंक्तीचा लाभ घ्यावा असे म्हणतो.'' राजाईने मान हलवली आणि ताटं तयार केली. चोखोबांला हे सगळं स्वप्नवत वाटत होतं. विठ्ठलभक्तीच्या उन्मादात आपण काही तरी शब्दरचना करतो काय? अनंतभट ते लिहून घेतो काय? नामदेव त्या रचनांना कालातीत ठरवतात काय आणि आज आपल्या सारख्या अस्पृश्याला नामदेवांसारख्या संताबरोबर जेवायला बसण्याचे परमभाग्य मिळते काय? हे खरंच असं घडतंय, की नेहमीप्रमाणे आपण स्वप्न बघतोय असं त्याला वाटायला लागलं. पण ते सत्यच होतं. कारण एका हातात चोखोबांचा हात आणि दुसऱ्या हातात अनंतभटाचा हात धरून नामदेवांनी दोघांना जेवायला बसवले. समोर वाढलेल्या ताटाकडे चोखोबा बघतच बसला. समोरचे ताट षड्रसाने भरलेले पाहून अन्नाला पूर्णब्रह्म का म्हणतात ते चोखोबांला आता समजले. चोखोबांला जेवणाचं धाडसच होईना! नामदेव पाठीवरून हात फिरवत होते. अनंतभट चोखोबांला, ''हं चोखोबा, करा सुरु'' असं सांगत होता. पण चोखोबा अश्रूभरल्या डोळ्यांनी त्या भरलेल्या ताटाकडे बघत राहिला. त्या ताटातल्या अन्नाला स्पर्श करायला त्यांचा हात धजवेना. एक तर इतक्या विविध अन्नपदार्थांनी भरलेलं ताट तो प्रथमच बघत होता. आणि दुसरं म्हणजे नामदेवांसारख्या माणसाच्या पंगतीला आपण असं सर्वांसमोर जेवायला बसलो आहोत म्हणजे आपण काही तरी अपराध करतो आहोत असं त्याला वाटत होतं. शेवटी नामदेवांनी एक घास उचलला आणि चोखोबांच्या तोंडासमोर धरला, तसा चोखोबा खूपच संकोचला. एक क्षणभर नामदेवांच्या नजरेला नजर देऊन त्यानं खाली मान घातली. आणि मुकाट्यानं जेवायला सुरवात केली. नामदेव हसले. आणि त्यांनीही जेवायला सुरुवात केली. गुरुशिष्याचे ते एकमेकांवरचे प्रेम बघून अनंतभटाचे डोळे मात्र भरून आले.

दीपमाळा बांधण्याचा चोखोबानं संकल्प केला होता खरा, पण तो सिद्धिस

नेण्यास तो समर्थ ठरतो की नाही, अशी भीती कर कटेवर ठेवून विटेवर उभ्या असलेल्या त्या पांडुरंगाला वाटत होती. पण तसे झाले नाही. मोठ्या चिकाटीने चोखोबांने ते काम पूर्ण केले. आणि नुसतेच पूर्ण केले नाही, तर महा एकादशी दिवशी त्यानं ती दीपमाळा उजळून सगळ्या आसमंतातला अंधार उजळवून भक्तीचे सामर्थ्य सिद्ध केले होते. पंढरपुरचा अवघा परिसर दिव्याच्या प्रकाशात उजळून निघालेला बघून विठोबाला आपल्या या भाबड्या भक्ताचा प्रचंड अभिमान वाटला. उतारवयात सुद्धा त्याची कार्यसिद्धी पूर्ण सक्षम होती. पण चोखोबांच्या निरवानिरवीच्या भाषेमुळं विठोबा अस्वस्थ झाला. चोखोबांचा मृत्यू ही कल्पनाच त्याला कशीतरी वाटत होती. या बाबतीत नामदेवांशी काही तरी बोलायला हवं. चोखोबा लोकांच्या चिरंतन स्मरणात राहायला हवा. त्याचं नाव, त्याची कीर्ती, त्याचं अस्तित्व अजरामर झालं पाहिजे. कारण चोखोबांची तेवढी योग्यता होती. त्याला ओळखण्यामध्ये कदाचित समाजाची क्षमता कमी पडली असेल, पण विठोबाचं तसं नव्हतं. वृद्धत्वाकडे झुकलेला चोखोबा आजही अस्तित्वासाठी झगडतच होता. त्याची योग्यता काय आहे? आणि किती आहे? हे विठ्ठल जाणून होता. चोखोबाला चिरंतनता देण्यासाठी फक्त ती योग्यता सिद्ध व्हायला हवी होती. हे कसे घडावे? विठ्ठल विचारात पडला होता. आणि सगळ्या जगासमोर प्रश्न निर्माण करणाऱ्या या खेळीयाला कसला प्रश्न पडलाय हे रुक्मिणीला समजत नव्हतं.

24

अनंतभटानं नामदेवांना चोखोबाची वही दाखवली. आणि अनंतभटाच्या कौतुकाबरोबरच नामदेवांनी चोखोबाच्या विद्वतेचेही कौतुक केले आणि चोखोबाला आपलं आयुष्य सार्थकी लागल्यासारखं वाटलं. कारण, 'चोखोबा विठ्ठलाचा लाडका भक्त होता. चोखोबाची विठ्ठलभक्ती श्रेष्ठ दर्जाची होती. चोखोबा चांगली अभंग रचना करतो' असे सगळे कौतुकाचे उद्‌गार चोखोबा आतापर्यंत ऐकत होताच, पण आज नामदेवांनी त्याच्या अभंगामध्ये प्रकट झालेल्या त्याच्या शब्दसंपत्तीची, त्याच्या विद्वतेची, त्याच्या अभंगामध्ये असलेल्या सखोलतेची, त्याच्या हातून घडलेल्या या कालातीत कार्याची स्पष्टपणे प्रशंसा केली. आणि आपण अभंग करतो यापेक्षाही आपण ज्ञानाने समृद्ध असलेले, शब्दसामर्थ्याने परिपूर्ण असलेले अभंग करतो याची ग्वाही नामदेवांच्या त्या शब्दाने चोखोबांला मिळाली. आणि त्यामुळेच त्याला आपलं आयुष्य सार्थकी लागल्यासारखं वाटलं. याचंच बक्षिस म्हणून की काय, नामदेवांच्याबरोबर अगदी शेजारी बसून, मिष्टान्न भोजन घेण्याचा लाभ त्याला झाला आणि तिथून घरी आलेला चोखोबा या भारल्या गेलेल्या अवस्थेतच कितीतरी वेळ होता. या उतार वयात मनाला धन्यता देणारे हे प्रसंग घडावेत. आणि पदोपदी आपले आयुष्य सार्थकी लागल्याची साक्ष या प्रसंगाने द्यावी या परत दुसरं सुख नव्हतं. डोळे पैलतीरी लागलेले असताना, चोखोबांसारख्या भगवद्‌भक्ताला यापेक्षा आणखी काय हवं होतं? इतके दिवस देवाने मला महार जातीत जन्माला का घातलं? अशी लाडिक तक्रार करणाऱ्या चोखोबांची ही भावना उतारवयात मात्र बदलली आणि विठ्ठलानं आपल्याला

महारजातीत जन्माला घालून आपल्यावर फार मोठं उपकार केलेले आहेत. अशी भावना त्याच्या मनात रुंजी घालू लागली. 'आपण महार जातीत जन्मलो, विठ्ठलाची भक्ती करायला लागलो म्हणून समाजानं आपला अतोनात छळ केला. आपल्यावर अनन्वित अत्याचार केले. त्यामुळंच आपल्याला महार जातीत का जन्माला घातलं, अशी तक्रार आपण विठूरायाकडं करत होतो. पण आपण महार जातीत जन्मल्यामुळं आपल्या उत्कट भक्तीला, अभंगरचनेला, नामस्मरणाला लोकविलक्षणतेची, अलौकिक परमार्थाची, अपूर्व भक्तीची आणि कालातीत अभंगरचनेची जी डूब मिळाली ती आपण ब्राह्मण जातीत जन्माला आलो असतो तर मिळाली नसती. आपल्या अस्पृश्यतेच्या पार्श्वभूमीवर या सगळ्याला जी एक साक्षात्कारी आविष्काराची चिरंतनता लाभली, ती आपण ब्राह्मण कुळात जन्मलो असतो, तर ती लाभली नसती. आपल्या या सगळ्या कार्याला जी कालातीत चिरंतनता लाभणार आहे. ती केवळ आपण महार आहोत, अस्पृश्य आहोत म्हणूनच. तेव्हा तक्रार करण्याऐवजी आपल्याला महार जातीत जन्माला घातल्याबद्दल आपण त्या विठूरायाचे आभारच मानले पाहिजेत. त्याच्या या उपकारामुळेच हा चोखा महार युगायुगात शाश्वत बनला, अमर बनला.''

चोखोबांच्या मनात असे विचार आले की, त्याला बरं वाटायचं. मेलेल्या ढोरासारखं आयुष्य जगणारी आपली जात, पण विठ्ठलाच्या भक्तीमुळं आपल्या नावाची मोहोर आपल्या युगायुगावर उठवता आली. चोखा समाधानी होता, परिपूर्ण होता, धन्य होता. शरीर थकलं होतं, गात्रं कुरकुरायला लागली होती. पण तरीही खोपटातल्या विठ्ठलाची शूर्चिभूत होऊन पूजा, नामस्मरण, अभंगरचना आणि दीपमाळांची तेल-वात या त्याच्या दैनंदिन कार्यक्रमात खंड पडला नव्हता. चोखोबा महार असला, तरी तो येसकर जमातीचा होता. येसकर म्हणजे वेसकर. गावकुसाबाहेर वेस बांधण्याचं, वेशीवरचे बुरूज बांधण्याचं, वेशीवरची तटबंदी बांधण्याचं काम करण्यात ही जमात कुशल होती. बुरजामधल्या चोर वाटा, तटबंदीतले चोर दरवाजे, वेशीचे पक्के बांधकाम आणि त्यातील टेहळणीसाठीची भोकं हे सगळं अत्यंत बारकाईनं बांधण्यात या येसकर जमातीचा हातखंडा होता. चोखोबानं बांधलेल्या दीपमाळेच्या बांधकामाचा नीटसपणा याचीच साक्ष देत होता. पण आपलं येसकर असणं हेच एक दिवस आपला घात करणार आहे, याची पुसटशी जाणीव चोखोबांला नव्हती. आपल्या दैनंदिन कार्यक्रमात, नामस्मरणात तो व्यस्त होता, दंग होता, रममाण होता. हे सगळं करत असताना, अत्यंत तृप्त मनानं चोखोबा वाट बघत होता, 'त्याच्या' बोलावण्याची. सगळे संकल्प सिद्धीस गेले होते. आयुष्याचं सार्थक झालं होतं.

जीवितकार्य संपुष्टात आल्याची जाणीव होत होती. शरीराची साथ सुटत चालल्याची साक्ष थरथरणाऱ्या हातातून आणि गलितगात्र झालेल्या अवयवातून मिळत होती. चोखोबा वाट बघत होता. आणि 'तो' आला. मंगळवेढ्याच्या गावकुसाबाहेर वेशीची भिंत आणि बुरूज बांधायचा होता. यासाठी सगळ्या येसकरांनी (वेसकरांनी) सरदाराला येऊन भेटावे असा सरदाराचा हुकूम घेऊन 'तो' आला होता. हुकूम मोडण्याची प्राज्ञा नव्हती. टाळण्याचे धाडस नव्हते आणि नाकारण्याची हिंमत नव्हती. पंढरपूर आणि आसपासच्या परिसरातले सगळे येसकर मंगळवेढ्याला एकत्र जमा होणार होते. दीड-दोन वर्षाचं काम होतं. हुकूम फक्त पाळायचा होता. दीड-दोन वर्षाचं लहान मुलं, आजारी माणूस किंवा म्हातारी कोतारी यांच्यासाठी सुद्धा कसलीही सवलत नव्हती. सगळ्यांना जाणेच भाग होते, चोखोबांलासुद्धा! आणि तो निघाला.

खरं तर लटपटत्या पायानं आणि थरथरत्या हातानं तिथं जाऊन चोखोबा काय करू शकणार होता? पण राज्यकर्त्यांना असले प्रश्न विचारायचे नसतात. चोखोबांनं जाण्याची तयारी केली. का कुणास ठाऊक! त्याला एक विचित्र अशी भीती लागून राहिली होती. मनात शंकाचं वादळ उठलं होतं. डोक्यात विचारांचं काहूर माजलं होतं. हृदयात कुठतरी कालवाकालव होत होती. वेदनेनं ओथंबलेला एक अस्वस्थपणा साऱ्या शरीरभर पसरला होता. त्याला कळत नव्हतं आपल्याला असं का होतंय? अशी अस्वस्थता, अशी कासावीशी, अशी हुरहूर त्याला पंढरपुरातून हद्दपार केलं आणि चंद्रभागेच्या पलीकडच्या तीरावर राहायला लावलं, तेव्हाही वाटली नव्हती. पण काहीही झालं तरी जायला हवंच होतं. चोखोबांनं जाण्याची सिद्धता केली. दोन वर्षे बांधकाम चालणार होतं. यामुळं दोन वर्षे तिथंच राहावं लागणार होतं. आपल्या खोपटात बरोबर घेण्याजोगं सामान चोखोबांनं गोळा केलं. उरलेलं किडूक-मिडूक कर्ममेळ्याला घेऊन जायला सांगितलं. कर्ममेळा विठ्ठलभक्त होता. अभंगरचनाही तो करीत असे. पण चोखोबांचं संतपण त्याच्याकडे नव्हतं. चोखोबांनं जाण्याची सिद्धता केली खरी पण त्याच्या जिवाची हुरहूर काही केल्या थांबेना. आणि त्याचं कारणही त्याला उमजेना. ज्याच्यात मन गुंतलं होतं, असे कुणीही पंढरपुरात आता राहिलं नव्हते. नामदेवानं मानसपुजेचं महत्त्व पटवून दिल्यापासून मंदिराच्या शिखराचं दर्शन चोखोबा रोजच्या रोज आससून घेतही होता. सोयरा तर कधीचीच गेली होती. पाय गुंतून पडावेत असं त्या पंढरपुरात मागे काही राहिलं नव्हतं. तरीही ही विचित्र हुरहुर जिवाला का लागली होती? काही कळत नव्हतं,

काय हे दुःख किती द्या यातना। सोडवी नारायणा यातोनिया।।
जन्मावे मरावे हेचि भरोवरी। चौऱ्यांशीची फेरी भोगाभोग।।

तुम्हासी करूणा न ये माझी देवा। चुकवा हा गोवा संसाराचा।।
चोखा म्हणे माझा निवारावा शीण। म्हणोनी लोटांगण घाली जीवे।।

अशी आपल्या मनाची समजूत घालून चोखोबा इतर येसकर मंडळींच्या समवेत मंगळवेढ्याला रवाना झाला. जाताना नामदेवांची भेट घ्यावी असे त्याच्या मनात फार होते. त्याने अनंतभटाकडे चौकशी केली तेव्हा नामदेव तीर्थाटनाला गेले असून ते आज रात्रीच परतायचे आहे असे समजले. तेव्हा दुसऱ्या दिवशी मंगळवेढ्याला जाणाऱ्या तुकडीबरोबर जावे आणि आज रात्री नामदेवांची गाठ घ्यावी असे त्याने ठरवले. त्याप्रमाणे अनंतभटाकडून त्याने नामदेवांच्या घरी निरोप पाठवला. रात्री चोखोबा नामदेवांना भेटायला गेला. नामदेव तिन्हीसांजेला घरी आले होते. चोखोबा गेला तेव्हा जेवण आटोपून मंडळी सोप्यावर बसली होती. चोखोबांने नामदेवांच्या पायावर डोकं ठेवले. नामदेवांनी चोखोबाला उचलून हृदयाशी धरले. चोखोबांचे अवघे शरीर थरथरत होते. नामदेवांना चोखोबांच्या शरीराची थरथर जाणवली. आपल्या मिठीतून दूर करून, नामदेवांनी चोखोबांच्या चेहऱ्याकडे पाहिले. घायाळ जखमी पाखरांसारखी चोखोबांची अवस्था बघून नामदेवांना वाईट वाटले. चोखोबांच्या मनातले वादळ, त्यांच्या चेहऱ्यावर स्पष्ट दिसत होते. "चोखोबा काय झालं? तुम्ही असे घायाळ का दिसता आहात? सर्व काही क्षेम कुशल आहे ना? काही विशेष घडले आहे कां?" नामदेवांनी प्रेमळपणे विचारले. त्यांच्या त्या प्रेमळ स्वरानेही चोखोबांच्या डोळ्यात पाणी उभे राहिले. "काही नाही देवा! तुमची माझी आता बहुधा ही शेवटचीच भेट. आम्हाला बोलावणे आले आहे. वर वर ते सरदाराचे आहे, पण मला खात्री आहे, हा 'त्याचाच' निरोप असणार. मागे गुंतून राहावं असं तुमच्याशिवाय पंढरपुरात आता माझं काही नाही. एक पांडूरंग आहे, पण तो माझ्या मनात आहे. तरीही यावेळी पंढरपूर सोडून जाताना मनाची मोठी विचित्र अवस्था का झाली आहे ते कळत नाही. आता प्रतीक्षा मृत्यूची तर आहेच, तो आला तरीही काही तक्रार नाहीयं. पण शेवटच्या क्षणी पंढरीरायाचा वियोग होऊ नये, त्याच्यापासून ताटातूटी होऊ नये, अशी आंतरिक इच्छा आहे. आता दोन वर्षे मंगळवेढ्याला राहायचे आहे. देवाशी ताटातूट होईल काय? याच भीतीपोटी मनात काहूर माजले आहे. त्याची इच्छा असेल तसेच होईल. पण जर या दोन वर्षात मंगळवेढ्याला माझं काही बरं वाईट झालं तर नामदेवा, माझं तुमच्या पायाशी एक मागणं आहे. हे नुसतं मागणं नाही तर हा माझा हट्टच आहे समजा. आणि तो पुरा करा." चोखोबांचं हे बोलणं ऐकून नामदेवही काहीसे उदास झाले. विमनस्कपणे हसत ते चोखोबाला म्हणाले, "चोखोबा अहो, उत्पत्ती, स्थिती, लय हे सृष्टीचे चक्र आहे. जो जन्मला, तो मृत्यू

पावला. हा नियतीचा नियम आहे. कुणी, कुठे, कधी मरायचं हे विधीलिखित आहे. मृत्यू हा आत्म्याचा सखा आहे, जिवलग मित्र आहे. परमार्थाच्या मार्गावरून चालणारे आपण हे सगळं जाणतोच आहोत. तुम्ही तर कधीपासून स्वत:ला ऐहिक सुखापासून विमुक्त केलं आहे. मग आता ही कसली हुरहुर आणि हे कसले काहूर? काय मागणे आहे तुमचे माझ्याकडे? बोला चोखोबा, नि:संकोचपणे बोला!'' नामदेवांच्याकडून असा दिलासा मिळताच चोखोबा मोकळा झाला. ''देवा! मला लागलेली ही विचित्र हुरहुर, मृत्यूच्या चाहुलीची आहे हे निश्चित. आता दोन वर्षे मला मंगळवेढ्याला राहावे लागणार आहे. देवा! मंगळवेढ्यात उकिरड्यात पडलेल्या या चोखोबाला तुम्ही उचलून पंढरपुरात आणलंत आणि माझ्या आयुष्याची दिशा बदलली. या दोन वर्षात मंगळवेढ्यात माझ्या जिवाचं काही बरं वाईट झालं तर याही वेळेला मातीत पडलेल्या या चोखोबाला तुम्हीच पंढरपुरला घेऊन यावं अशी माझी तुमच्या चरणापाशी विनंती नव्हे, हट्ट आहे. आणि तो तुम्ही पूर्ण करावा अशी माझी आग्रहाची विनंती आहे. तुम्ही मला तसा शब्द देत असाल, तरच मी निर्विघ्नपणे मंगळवेढ्याला जाईन, तेथे निर्विघ्नपणे राहीन आणि त्याच निर्विघ्नपणे मृत्यूलाही सामोरा जाईन. न पेक्षा इथंच तुमच्या चरणापाशी प्राण त्यागायला तयार आहे.'' बोलताबोलता चोखोबांचा गळा भरून आला. नामदेव सुद्धा गहिवरले. त्यांनी चोखोबांचा हात हातात घेतला. प्रेमभराने तो दाबत नामदेवांनी जणू मूकपणे चोखोबांला वचनच दिले. तो स्पर्शही खूप बोलका, खूपसं काही सांगणारा होता. दहा वाक्यांनी जे काम केलं नसतं, ते एका स्पर्शानं केलं. निश्चिंत व्हायला चोखोबाला तेवढं पुरेसं होतं. त्याच्या चेहऱ्यावर समाधान उमटलं. मनाची हुरहुर काहीशी शांत झाली. डोक्यात उठलेलं विचारांचं काहूर शमलं. आणि चोखोबा निवांत झाला. शांत मनानं, शांत विचारानं चोखोबा घरी परतला. दुसरे दिवशी मंगळवेढ्याला जाणाऱ्या तुकडीबरोबर तो गेलासुद्धा.

चोखोबा मंगळवेढ्याला गेला आणि चंद्रभागेचा तो काठ सुनासुना झाला. रितारिता झाला. दीपमाळा मलूल होऊन उभ्या होत्या. आज त्यांना कुणी वाली नव्हतं. आज त्यांना तेल-वात कुणी करणारं नव्हतं. आज त्याच्या ज्योती उजळणार नव्हत्या. अंगभर लपेटलेला अंधार आज तसाच राहणार होता. आज तो उजळवायला कुणीच नव्हतं. अंधारामध्ये मलूल होऊन उभ्या असलेल्या त्या दीपमाळा बघून, चंद्रभागासुद्धा उदासली होती. आज तिचं पाणी शांत होतं, स्तब्ध होतं. प्रकाशाचे किरण आज तिच्या लाटांवर नाचत नव्हते. आपल्या उरात काळोख डोह घेऊन चंद्रभागा सुन्नपणे वाहत होती. तिच्या काठावर असलेलं चोखोबाचं खोपटं रिकामं, रिकामं ओकं-बोकं दिसत होतं. खोपटातली चूल थंड होती. निखारे विझलेले होते.

सुंद्रीनं स्वत:लाच काळोखात बुडवून घेतलं होतं. त्यामुळे तिच्याकडून उजेडाची अपेक्षाच नव्हती. कोनाड्यातला विठ्ठल एकटाच उभा होता. कुणीतरी येईल आणि आपल्याला घेऊन जाईल याची वाट बघत! खरं तर चोखोबा आपल्या बरोबर ती विठ्ठलाची मूर्ती नेणार होता. पण आपल्या मागं आपल्या खोपटाचं, सोयराच्या या संसाराचं रक्षण करण्याचा भार त्याच्यावर टाकून चोखोबा गेला. आणि म्हणून जाताना ती विठ्ठलाची मूर्ती तिथंच टाकून गेला. पण त्या विठ्ठलाच्या मूर्तीलाही आता तिथं राहावेना. त्या ओक्या-बोक्या घरात थांबवेना. पण कुणीतरी येऊन तिथून नेल्याशिवाय मूर्तीला हालणं शक्य नव्हतं. ती तिथंच राहिली. चोखोबाच्या खोपटाचं रक्षण करत! चोखोबा मंगळवेढ्याला गेला. जाताना या सगळ्यांचा निरोप घेत असताना, त्याचे डोळे पाण्यानं भरले होते. गळ्याशी हुंदका दाटला होता. अनंत आठवणी त्याच्याभोवती पिंगा घालत होत्या. अनेक प्रसंग त्यांच्या नजरेसमोर नाचत होते. त्या सगळ्या आठवणींची, त्या सगळ्या प्रसंगांची शिदोरी बरोबर घेऊन चोखोबा मंगळवेढ्याला रवाना झाला. पाठीमागे राहिलेल्या त्याच्या सुन्यासुन्या खोपटात शिल्लक होत्या, या चोखोबांच्या अनंत आठवणी, त्याच्या मनातल्या विचाराचं काहूर, विठ्ठलाच्या भक्तीचा ओलावा आणि निरोप घेताना चोखोबाच्या हृदयात झालेली कालवाकालव, हे सगळं मागं ठेवून, चोखोबा मंगळवेढ्याला निघून गेला.

चोखोबा मंगळवेढ्याला पोहोचला पण, तेवढ्या प्रवासाची दगदग चोखोबांला सोसली नाही. मंगळवेढ्याला गावकुसाच्या बुरूजाचं काम करायचं होतं. यावनी आक्रमणाला तोंड देण्यासाठी गावाबाहेर, वेशीवर संरक्षित तटबंदी बांधायची होती. शंभर एक मजूर या बांधकामासाठी आणण्यात आले होते. त्यातले बरेचजण पंढरपुरच्या परिसरातले असल्यामुळे ते चोखोबांला ओळखत होते. जे ओळखत नव्हते, ते त्या मजुरांच्यामुळे ओळखायला लागले. चोखोबांचं कार्य आणि नाव इतकं मोठं होतं की, इथंही त्याला सगळ्यांच्याकडून आदर मिळायला लागला. चोखोबांचं वय आणि त्यांचा मोठेपणा या दोन्हीमुळे खड्डे खणणे, घमेली उचलणे अशी कष्टाची कामे आपसूकपणेच त्याला कुणी सांगेना. तरीही चोखोबाला तिथे दिवसभर काही ना काही काम असायचे. तिथंही चोखोबांनं आपला दिनक्रम ठरवून घेतला. सकाळी शूचिर्भूत होऊन तो काही काळ विठ्ठलाचे नामस्मरण करीत बसे. नंतर सरदाराने मजुरांच्या जेवणाची व्यवस्था केलेल्या अन्नछत्रात घासभर खाऊन तो कामाच्या ठिकाणी हजर होत असे. मग दिवसभर त्याचे हात कामात व्यस्त असत. तोंडाने मात्र सतत विठ्ठलाचे नामस्मरण चाललेले असायचे. दुपारी जेवणाची सुट्टी झाली की, पुन्हा घासभर खाऊन चोखोबा नामजपाला बसत असे. पुन्हा

कामाचेवेळी तो कामावर हजर राहात असे. आणि विठ्ठलाचे नामस्मरण करत तो काम करत राही. सूर्यास्ताचे वेळी काम संपत असे. दिवसभराच्या कामाने थकलेली मजूर मंडळी रात्रीची जेवणे आटोपून चोखोबाभोवती जमत. दिवसभराचे काम आणि तोंडात सतत असलेले विठोबाचे नाम, यामुळे चोखोबा स्वत:च्या मनाला जरासुद्धा इकडेतिकडे होण्याची संधी देत नसे. पण संध्याकाळी काम संपल्यानंतर मात्र पंढरपुरच्या सगळ्या आठवणी त्याच्या मनात उफाळून येत असतं. विठ्ठलाचं मंदिर, नामदेव, आपलं खोपटं, चंद्रभागा, दीपमाळा या सगळ्यांच्या आठवणी त्याच्या मनाला घेरून टाकत. त्यावेळी पांडुरंगाचा वियोग त्याला विशेषत्वाने जाणवत असे. मग तो विठ्ठलाची भजनं गाई. जेवणखाणं आटोपून आलेले मजूर त्याच्या सभोवती जमलेले असायचे. पांडुरंगाच्या वियोगानं आणि आठवणीनं दु:खी झालेल्या चोखोबांची वेदना त्याच्या अभंगरचनेतून बोलकी व्हायची.

माझी तू माउली माझी तू माउली। माझी तू माउली विठ्ठल तूं।।
मज कां मोकलिले वेगळे का केले। कां बा धाडियेले मंगळवेढ्या।।
काय माझा भार झालासे जोजार। म्हणोनि केले दूर पायांपरते।।
चोखा म्हणे मज द्रव्याची नाही चाड। तुझे नाम गोड मुखी गाता।।
आई रखुमाई आठवे सत्यभामा। धरिलासे प्रेमा मजवरी।।
संत समारंभ आठवे मानसी। गजर वाळुवंटी आठवे तो।।
आठवे निरा आणि ती भिवरा। आठवे माहेरा पंढरीये।।
चोखा म्हणे आठवे श्रीमुख चांगलें। ते डोळिया परते झाले देवा।।

चोखोबा भजन गायला लागला. म्हणजे ते ऐकताना ते मजूर अगदी तल्लीन होतं असतं. त्याच्या शब्दातल्या भावनोत्कटतेत तेही रंगून जात असत. मग चोखोबाची वेदना, त्यांची स्वत:ची वेदना बनत असे. भजन गाताना चोखोबाला तर भान नसायचेच पण त्याच्याशी एकरूप होऊन मजुरांचेही भान हरपायचे. त्या मजुरांमध्ये कुणीतरी मोडकंतोडकं लिहायला, वाचायला, शिकलेलं असायचं. चोखोबांच्या या अभंगरचना ते लिहून घेत असत. चोखोबांचा कापरा आवाज, भावनोत्कट शब्दरचना, त्या भावनेपाठीमागचा प्रामाणिकपणा, विठ्ठलाची लागलेली खरीखुरी आस आणि या सगळ्यांमुळं स्वरात येणारा गोडवा. मग चोखोबाचं भजनं उत्तररात्रीपर्यंत रंगत असे. अभंगरचना करताकरता तो कधी पंढरपुरच्या आठवणी सांगे, तर कधी नामदेवांच्या. कधी ज्ञानेश्वरांचे मोठेपण सांगे, तर कधी मुक्ताईचे कौतुक. कधी जनाबाईचे गुण सांगे, तर कधी गोरोबाकाकांचं वात्सल्य! या सगळ्या भावनांशी समरस होऊन तादात्म्य पावलेल्या चोखोबांची समाधी लागत असे. त्या समाधिस्थ अवस्थेमध्ये त्याला त्याचे हे जिवाचे जिवलग असलेली ही

सगळी मंडळी भेटत असत की काय कुणास ठाऊक? पण या भावसमाधीतून जागा झालेला चोखोबा त्यानंतर मोठ्या उत्साहात वावरत असे. कधी, कधी पांडुरंगाच्या विरहानं व्याकूळ झालेला चोखोबा निरवानिरवीची भाषा बोलत असे. आयुष्याचा कंटाळा आल्याचं बोलून दाखवत असे आणि मग -

केधळा सुटेन ऐसे जाले जीवा। गोवियेले देवा काही येथे।।
आता झडकरी धांवे लवकरी। सोडवी बाहेरी मजलागी।।
प्राण हा कंठी धरीला तुजसाठी। निर्वाण दृष्टी पाहसी काय।।
चोखो म्हणे वाया चालिलासे वेळ। आला असे काळ निकट दिसे।।
माझा तो समज निकट दिसे आला। लेख तो लेखिला तैसे झाले।।
जन्मोनी पोसणा तुमचाच दास। आता निकट सहवासी अंतरलो।।
उच्छिष्टांची आस सरलीसे दिसे। प्रारब्धा सरसे वोढवले।।
चोखा म्हणे माझा दंडवत पायी। करी आता साई कृपेची तू।।

अशी निरवानिरवीची भाषा करणारी अभंगरचना चोखोबा करत असे. असेच दिवस चालले होते. मंगळवेढ्याला येऊन चोखोबाला चार महिने होऊन गेले होते. थंडीचा कडाका काहीसा कमी झाला होता. तरी अजुनी हवेत सुखद गारवा होता. चैत्रातलं कोवळं ऊन, शरीरात भरलेली हुडहुडी कमी करत होतं. चैत्रपाडवा आला आणि गेलासुद्धा. नव्या पालवीचा साज अंगावर लेवून झाडं आनंदात डोलत होती. कोकिळेचं कूजन आल्हाददायक वाटत होतं. चैत्रपाडव्या दिवशी मजुरांना गोडाधोडाचं जेवण देण्यात आलं होतं. दुपारच्या सत्रात कामालाही सुट्टी देण्यात आली होती. दुपारची लहानशी झोप काढून सगळे मजूर चोखोबांभोवती जमले. त्यात काम करणाऱ्या मजुरांच्या सोबत त्यांची घरची मंडळीही होती. त्या मजुरांमध्ये गोविंद म्हणून एक मजूर होता. इतर मजुरांप्रमाणेच आपल्या बायको मुलांसह तो तिथे आला होता. त्याना एक छोटा मुलगा होता तान्ह्या म्हणून,. हा तान्ह्या म्हणजे दोन-अडीच वर्षाचं बाळ होतं. तो छोटा तान्ह्या सारखा चोखोबांच्या मागेमागे असायचा. मजुरांच्या त्या वस्तीत असलेल्या चोखोबांच्या झोपडीत तो सारखा खेळायला यायचा. चोखोबांलाही ते बाळ खूप आवडायचं. त्याच्याबरोबर लहान होऊन चोखोबा त्याच्याशी खेळायचा. तो तान्ह्यासुद्धा आईनं दिलेल्या भाकरीचा तुकडा घेऊन चोखोबांच्या घरी यायचा आणि तो भाकरीचा तुकडा चोखोबांला भरवायचा. चोखोबांला त्याचा चांगलाच लळा लागला होता. आजही तो तान्ह्या आपल्या आईबाबांच्या बरोबर सगळे मजूर कीर्तन ऐकायला जमले होते तिथं आला होता. आज त्याच्या आईनं त्याला छान नटवला होता. का कुणास ठाऊक? चोखोबांला आज त्याच्या रूपात खट्याळ बाळकृष्णच दिसत होता. तोच

सावळा रंग, तेच लुकलुकणारे डोळे, चेहऱ्यावरचा तो खट्याळ भाव. भान हरपल्यासारखा चोखोबा तान्ह्याकडे पाहत राहिला. आपल्या भोवती मजूर जमलेत याकडे चोखोबांचं लक्षच नव्हतं. एवढ्यात मजुरांनी आग्रह केला, "चोखोबा भजन म्हणा, भजन!" चोखोबा एकदम भानावर आला. मजुरांकडे बघत त्यानं मान हलवली. क्षणभर त्याचे मन मागे गेले. पंढरपुरात नामदेवांच्या आग्रहावरून केलेले पहिले कीर्तन त्याला आठवले. त्यानं डोळे मिटले. मनोमनी विठ्ठलाचे स्मरण करून त्यानं मनातल्या मनात नामदेवांनाही वंदन केलं. आणि त्यानं डोळे उघडले, समोरच त्याला तान्ह्या दिसला. का कोण जाणे त्या तान्ह्याच्या चेहऱ्यात आज त्याला क्षणभर विठ्ठल दिसला. आणि दुसऱ्या क्षणाला गोपालकृष्ण दिसला. ती दोन्ही रूपं पाहून, चोखोबांचं भान हरपलं. अत्यंत भक्तीभावानं नमस्कार करून, त्यानं अभंग गायला सुरुवात केली,

नेणते तयासी नेणता लहान। थोरा थोरपणे दिसे बरा ।।
पावा वाहे वेणे खांदिया कांबळा। रूळताती गळा गुंजहार।।
मुखी दहीभात कवळ काल्याचे। उष्टे गोपाळाचे खाय सुखे।।
चोखा म्हणे ऐसा वैकुंठीचा हरी। गोपाळा गजरी काला वाटी।।
कवतुक गोकुळी करी गोपाळासी। खाय उचिष्टासी दही भात।।
चोरितसे लोणी घरोघरी त्यांचे। खावोनी तयाचे म्हणे नाही।।
गौळणी गाऱ्हाणे देता मातेपासी। देखोनी तियेसी हासतसे।।
डाई धरोनिया जाय तिचे घरा। करी चाराचुरा खापराचा।।
गोधने चारी गोपाळासवे। चोरूनी शिदोऱ्या त्यांच्या खाय।।
नाही म्हणोनी खरी आण वाहे। खोटे खरे तेथे न पाहे।।
ऐसा वैकुंठीचा सावळा हरी। खेळु खेळे गोकुळा माझारी।।
बाळपणी केल्या दैत्या भोवरी। पांडवा साहाकारी हरि जाला।।
इंद्रा कोपता शिळा धारी। नखावरी धरियेला गिरी।।
काळिया कंसासुरा मारी। तोचि श्रीहरी पंढरीये।।
चोखो म्हणे भावाचा लंपट। म्हणोनी नावडे वैकुंठ।।
येथे आवडले वाळवंट। पुंडलिक पेठ आवडी।।

चोखोबानं गोपाळकृष्णाच्या बालक्रीडांचं नेमकं आणि देखणं वर्णन अशा छान अभंगातून केलं. त्याचा कापरा आवाज, त्यातून प्रकट होणारा उत्कट भक्तीभाव, भावनेनं ओथंबलेला स्वर आणि साक्षात समोर दृश्य उभं राहील असे परिणामकारक शब्द. ऐकायला बसलेले मजूर अशिक्षित होते, अडाणी होते. बालकृष्णाच्या या लीला इतक्या साक्षेपानं त्यांना माहीत नव्हत्या. पण चोखोबांच्या

भजन, कीर्तनातून त्याचं ते सावळं रूप, खट्याळ मुद्रा, खोडकरपणा, वेड लावणारं त्याचं हास्य आणि त्यानं दाखवलेल्या सगळ्या करामती हे सगळं हुबेहूब त्या मजुरांच्या डोळ्यासमोर उभं राहिलं आणि जणू चोखोबानं त्यांना आपल्या शब्द सामर्थ्यावर द्वापार युगात नेऊन सोडलं. असा पंढरपुरापासून लांब गेलेला, विठ्ठलापासून दूर गेलेला चोखोबा इथंही असा विठ्ठल-विठ्ठलमय होऊन गेला.

दुसरा दिवस उजाडला, तो एक विलक्षण घटना घेऊनच. ज्या बुरूजाचं काम चाललं होतं, त्या बुरुजामध्ये एक गुप्त दरवाजा ठेवायचा होता. हे काम अत्यंत जोखमीचं आणि गुप्ततेचं होतं. त्यासाठी चोखोबा आणि त्याच्यासारखीच इतर काही वयस्क आणि अनुभवी मंडळी यांना सरदाराने बोलावणं पाठवलं. सरदारानं हुकूम सोडला की, या चारजणांनी मिळूनच चोवीस तासात म्हणजे एक दिवस आणि एका रात्रीत हे काम पूर्ण करायचं. म्हणजे चोवीस तास न थांबता, न थकता हे काम करायला हवं होतं. या कामासाठी खास नेमलेली चौघंही वयस्क होती. त्यामुळंच याची पूर्तता होणं अवघड दिसत होतं. पण हुकुमापुढं इलाज नव्हता. सत्तेपुढं शहाणपण नव्हतं, नियतीला हरकत मान्य नव्हती. हे काम करायलाच हवं होतं. चोखोबाला तर हे अशक्यच वाटत होतं. आता फक्त विठ्ठलावर भरवसा होता. दुसरा दिवस उजाडला, तो या चौघांनी भल्या पहाटे सुरू केलेल्या कामकाजानेच. चोखोबा आणि त्याच्या सारखेच त्याचे तीन सहकारी असे चौघेजण मिळून भल्या पहाटेच बुरुजातल्या गुप्त दाराच्या कामाला लागले होते. सकाळी काही काळ चैत्रातलं ऊन सुखावह ऊब देत होतं. पण हळूहळू सूर्याने उग्र अवतार धारण करण्यास सुरुवात केली. माध्यान्हीच्या वेळी तर तो आपल्या संपूर्ण तेजाने चमकू लागला. तरीही चौघेजण अथक काम करत होते. डोक्यावर मी म्हणणारं ऊन, शिणलेली गात्रं, थकलेलं मन, लटपटणारे पाय, थरथरणारे हात अशा क्षीण झालेल्या तनमनानं कितीही काम केलं, तरी ते आवरत नव्हतं, आवरणार नव्हतं, आवरण्यासारखंही नव्हतं. तरीही चौघेजण काम करतच होते. बघता, बघता माध्यान्ह्य उलटून गेली. संध्याकाळही उलटून गेली. रात्रही झाली. आता काही काळ चौघांनाही विश्रांती हवी होती. कारण शरीर आणि मन प्रमाणाबाहेर थकलं होतं. पोटालाही दोन घास खायचे होते. चौघांनी काम थांबवलं. आणि चौघेहीजण भाकरतुकडा खायला बसले. भाकर तुकडा खाताखाता उरलेल्या कामाविषयी त्यांच्या गप्पा चालल्या होत्या. अजून काम बरंच बाकी होतं. आता कुठे बुरुजातल्या भुयाराच्या एका बाजूच्या भिंतीतली अर्धी भिंत बांधून झाली होती. उरलेलं सगळं काम येणाऱ्या रात्रीत पूर्ण करायचं होतं. कठीणच होतं ते. म्हाताऱ्यांनाच काय पण तरुण पोरांनाही अशक्य वाटावी अशी ती गोष्ट होती. काम पूर्ण झालं तर मोठी

बक्षिसी मिळणार होती. पण अर्धवट राहिलं असतं, तर देहदंडाची शिक्षा फर्मावली जाणार होती. प्रसंग मोठा बांका होता. काळ कठीण होता. प्रश्न तर अवघड होताच, पण उत्तर नव्हतंच. या चिंतेतच चौघांची जेवण झाली. मन थकलं तर होतंच पण शरीरही थकलं होतं. थकलेल्या मनानं असहकार पुकारला, शरीरानं त्याला साथ दिली आणि बसल्या, बसल्या चौघहीजण तिथंच कलंडली. चौघांचाही क्षणात डोळा लागला. दिवसभराच्या कामानं किंबहुना अतिश्रमानं थकले, भागलेले ते चार जीव त्यांना काही कळायच्या आतच झोपेच्या आधीन झाले. त्यांच्या थरथरणाऱ्या त्या शिणलेल्या देहानां निद्रादेवीनं अलगद आपल्या कुशीत कधी घेतलं, हे त्यांना तर कळलं नाहीच, तिलाही कळलं नसावं. आपल्याला एक जोखमीच्या कामगिरीवर सरदारानं नेमलं आहे. ते पूर्ण करायचंच आहे, नव्हे तसा सरदाराचा हुकूमच आहे. ते काम पूर्ण झालं नाही, तर देहदंडाची शिक्षा आहे. हा सगळा विचार सुचायला, समजायला त्यांची मन भानावर असायला हवी ना? विचारशक्ती जाणती असायला हवी होती ना? या सगळ्याचा कसलाही विचार न करता थकलेली ती चौघंजण गाढ झोपी गेली. जागेपणाची जाणीव हरपण्यापूर्वी मात्र चोखोबानं एकदा विठ्ठलाला साकड घातलं. 'विठूराया आता तारणारा किंवा मारणारा तूच आहेस बाबा!' आणि त्याचे भान हरपले.

मध्यरात्र उलटून गेली होती. मजूरवस्तीत राहणारा आणि तान्ह्याचा बाप असणारा, बांधकामावरचा मजूर गोविंदा रात्रीच्या तिसऱ्या प्रहरी लघवीला जाण्यासाठी बाहेर आला. स्वच्छ चांदण्याची रात्र होती. निरव शांतता होती. आणि त्या शांततेला छेद देणारा चप चप असा कसला तरी आवाज ऐकू येत होता. कुतूहलानं गोविंदा आवाजाच्या रोखानं चालत गेला. त्यानं पाहिलं, तो आवाज बुरुजाच्या भिंतीच्या बांधकामाच्या तिथून येत होता. कुतूहल वाटून तो पुढे गेला. त्यानं पाहिलं. त्या मध्यरात्रीच्या नीरव शांततेत, चांदण्यांच्या प्रकाशात चोखोबा एकटाच बुरूजाच्या भिंतीचं बांधकाम करत होता. एरवी लटपटणारे त्याचे पाय ठामपणे पायाडाच्या फळीवर उभे होते. तर एरव्ही थरथरणारे त्याचे हात अत्यंत वेगाने आणि कुशलतेने बांधकाम करत होते. चांदण्याच्या शुभ्र प्रकाशात चोखोबांचा काळा सावळा चेहरा काम पूर्तीच्या उत्साहाचे तेज घेऊन चमकत होता. गोविंदाला नवल वाटले. गात्र शिणलेला, वयोमानामुळे थकलेला, थरथरणारा, लटपटणारा, कापऱ्या आवाजात बोलणारा, सुरकुतलेल्या चेहऱ्याचा चोखोबा हाच का? असा त्याला प्रश्न पडला. त्यानं चोखोबाला दोन-चार हाकाही मारल्या. पण चोखोबा कामात इतका मग्न होता, की गोविदानं मारलेल्या हाका त्याला ऐकूच आल्या नाहीत. गोविंदानंही नाद सोडून दिला. आणि तो झोपायला गेला. दुसरे दिवशीची

सकाळ उजाडली, ती एक विलक्षण प्रश्न घेऊनच. थकून भागून निजलेल्या या चौघांना जाग आली ती सकाळीच, सूर्य उगवल्यानंतर. त्यांना जाग आली आणि दुसऱ्या क्षणाला ते अक्षरश: खडबडून उठले. झोपेच्या आधीन असलेल्या त्यांच्या सगळ्या जाणीवा खाड्कन जाग्या झाल्या. आपल्याला काय करायचं होतं, आपण काय करत होतो आणि आपण काय करून बसलो या सगळ्याचं भान क्षणार्धात त्यांना आलं. आणि जेव्हा या गोष्टीची जाणीव झाली, तेव्हा त्यांच्या अंगाचा थरकाप उडाला. बक्षिसी तर दूरच राहिली, पण मृत्युदंड डोळ्यांसमोर नाचायला लागला. झोपेनं घेरलेल्या त्या एका बेसावध क्षणानं सगळं संपवलं होतं. त्या चौघांनाही आपला मृत्यू डोळ्यासमोर दिसू लागला. कोण कुणाचं सांत्वन करणार? आता कशाचाच काही उपयोग नव्हता. चोखोबांचे डोळे भरून आले. तो मृत्यूला घाबरत नव्हता. पण विठ्ठलाच्या या लाडक्या भक्ताला असा अपराधी म्हणून मृत्युदंड मिळावा हे या भगवद्भक्ताला तर लांछन होतंच पण भक्तवत्सल म्हणून मिरवणाऱ्या विठ्ठलालाही होतं. आपल्या मूर्खपणामुळं, आपल्या आळशीपणामुळं विठ्ठलालाही लांच्छन लागणार होतं. आपल्याला मृत्यूदंड मिळणार या गोष्टीपेक्षासुद्धा आपल्यामुळं विठ्ठलावर किटाळ येणार होतं याचं चोखोबाला अतिशय दु:ख झालं होतं. आणि आपल्या हातून केवढं मोठं पाप घडलंय याची जाणीव होऊन चोखोबा ढसढसा रडायला लागला. बाकीचे तिघंही सचिंत मुद्रेनं त्याच्या शेजारी उभे होते. आता पतीक्षा होती ती मृत्यूची! आणि वाट बघायची होती ती शिक्षा सांगायला येणाऱ्या सैनिकाची. आणि तो आलाच. पण सैनिक नव्हे. खुद्द सरदार! आपल्या दोन सैनिकांसमवेत आला. त्या दोन्ही सैनिकांजवळ नंग्या समशेरी होत्या. घोडयांच्या टापांचा आवाज ऐकून वस्तीवरील इतर मजूरही तिथे जमा झाले. चोखोबा आणि त्याच्या तीन साथीदारांनी डोळे मिटून घेतले. आता सरदारची आज्ञा होईल, 'मारून टाका या कामचुकारांना!' आणि मग सगळं संपेल. सरदाराचा आवाज कानावर पडला. पण हे काय? तो सजा फर्मावत नव्हता तर दुसरंच काही तरी बोलत होता. चोखोबानं डोळे उघडले. सरदाराचं बोलणं त्याच्या कानावर पडलं. "शाब्बास रे माझ्या वाघांनो! खरे मर्द हैसा. इतकं वय झालं पण जवानीतली जिगर काय कमी झाली न्हाई. दिलेल्या मुदतीच्या आतच भुयाराचं काम तुम्ही पूर्ण केलंत. शाब्बास मर्दानो शाब्बास. तुमची बक्षिसी तुम्हाला लगोलग दिली जाईल. उद्यापासून बुरुजाच्या पलिकडल्या तटबंदीचं काम सुरू करायचं हाय. शाब्बास गडयांनो शाब्बास!" पुन्हा एकदा शाबासकी देऊन सरदार निघून गेला. चोखोबांचा तर आपल्या कानावर विश्वासच बसेना. बाकीच्या तिघांची अवस्था त्याच्यापेक्षा वेगळी नव्हती. भुयाराचं बांधकाम पूर्ण झालं? कधी? कसं? आणि कुणी केलं? आपण

चौघं तर झोपलो होतो? मग बांधकाम कुणी केलं? चोखोबा आणि त्याच्या तीन मित्रांसमोर प्रश्न होता. एवढयात गोविंदा तिकडून आला. आणि चोखोबांला म्हणाला, "चोखादादा, खरोखरीच तुमची जिगर आम्हाला लाजवेल अशीच आहे. मध्यान्हरात्री एवढया उंच पायाडयावर चढून चांदण्याच्या प्रकाशात तुम्ही एकट्यांनी हे काम पूर्ण केलंत. भले बहाद्दर! आता सरदार दांडगी बक्षिसी देईल बघा तुम्हाला!" त्याचं बोलणं ऐकून बाकीची तिघं गप्प बसली. पण चोखोबांला मात्र अतिशय आश्चर्य वाटल. "कोण मी? मी मध्यान्ह रात्रीला बांधकाम करत होतो? ते देखील पायाड्यावर उभा राहून? काय तरी काय सांगतोस? कुणी सांगितलं तुला?" चोखोबानं चमकून विचारलं. "कुणी सांगाय कशाला पाजये! मी सोता प्रत्यक्ष माझ्या ह्या, ह्या डोळ्यांनी बघितलंय. अगदी मध्यान्हरात्रीच्या समयाला तुम्ही पायाडावर उभा राहून बांधकाम करीत होता. मी तुमाला हाका सुदीक मारल्या. पर तुमचं ध्यानच नव्हतं. तुमी ओ सुद्धा दिली न्हाई." गोविंदा पुन्हा:पुन्हा तेच सांगत होता. "तू कशाला मध्यान्हरातीचा भाईर आला होतास? का सपान बिपान बघितलस? झोपे बिपेत होतास काय?" आण्णाप्पानं, चोखोबाच्या सहकाऱ्यानं विचारलं, "न्हाई, न्हाई मी पुरता जागा होतो. लघवीसाठी उठलो होतो म्हणून मध्यान्हरात्रीचा भाईर आलो होतो. चप चप असा आवाज आला म्हणून मी इथं आलो. तर ह्यो चोखादादा पायाडयावर उभा राहून बांधकाम करत होता. मी अगदी जागेपणी, उघड्या डोळ्यांनी चोखादादाला बघितल." गोविंदानं पुन्हा आपलं म्हणणं स्पष्ट करून सांगितलं. बाकीच्या तिघांना त्याचं विशेष काही वाटलं नाही. पण चोखोबांचे डोळे मात्र भरून आले. तो समजला, उमजला. आपण निजलेलं असताना बांधकाम कसं झालं. कुणी केलं? हे अशक्य ते शक्य कसं घडलं? याचा त्याला अंदाज आला. या पांडुरंगानं आपलं भक्तवत्सल हे नामोभिसधान सार्थ ठरवलं होतं. आपल्याला होणारी देहदंडाची शिक्षा आणि प्रत्यक्ष पांडुरंगावर येणारं लांछन या दोन्हीपासून वाचवलं होतं. तो जनाबाईबरोबर लुगडी धुवायचा, गोराकुंभाराबरोबर माती मळायचा हे त्याला माहीत होतं. निर्मळेचं रूप घेऊन त्यानं सोयराचं बाळंतपण केल होतं हे ही त्याला माहीत होतं. तर बैलाच्या पायात फरफटले जाण्यापासून चोखोबाला त्यानं वाचवलं हे ही त्याला माहीत होतं. पण हे सगळं घडलं होत पंढरपूर परिसरात. पण पंढरपुरपासून दूर या मंगळवेढयात इथं येऊन त्या विठ्ठलानं आपली मदत करावी. आपण इतक्या दूर असूनसुद्धा विठ्ठलाचं आपल्याकडे लक्ष आहे असाच याचा अर्थ होता. हे सगळं लक्षात आलं आणि चोखोबाला हुंदका आवरेना. आपण काय करतो आहोत? कोठे आहोत? आपल्या भोवती कोण, कोण आहेत याचं सगळं भान विसरून जमिनीवर डोके

टेकून चोखोबा हुंदके द्यायला लागला. तो इतका हुंदके देऊन का रडतोय? आणि त्याची कशी समजूत काढावी हे कुणालाच समजेना. चोखोबा तसाच मातीत पडून राहिला. त्या पांडुरंगाचे, त्या विठ्ठलाचे पुन्हा पुन्हा आभार मानत राहिला.

चोखोबा पंढरपुरपासून दूर गेला, आपल्यापासून दूर गेला ही गोष्ट कर कटेवर ठेवून विटेवर उभ्या असलेल्या त्या पांडुरंगाला सलतच होती. पण त्याचं मंगळवेढयाला जाणं विधीलिखितच होतं. आदिमायेच्या या व्यवहारात विठ्ठल ढवळाढवळ करत नव्हता. पण आपल्यापासून दूर गेला, तरी आपल्या या लाडक्या भक्तावर पांडुरंगाचं लक्ष होतं. तिथं राहूनही चोखोबा आपल्याला विसरलेला नाही याचा प्रत्यय त्याला पदोपदी येत होता. नामदेव तीर्थाटनाला गेल्यामुळे पांडुरंगाला स्वत: तिथे जाऊन चोखोबांची खुशाली पाहवी लागत होती. तसा तो अधून-मधून जातही होता. तिथंही चोखोबानं मिळवलेली लोकप्रियता, त्याचं भगवद्भक्तीत रमणं, अभंगरचनेत रमणं आणि इतर मजुरांना भगवद्भक्तीचं महत्त्व भजन कीर्तनातून पटवून देणं, हे सगळं बघून विठ्ठलाला आपल्या या भक्ताचा अतिशय अभिमान वाटला. आपल्या लाडक्या भक्ताच्या गणतीत आपण चोखोबांची गणना केलेली आहे, याबद्दल त्याला स्वत:चीच प्रशंसा करावीशी वाटली. पण जेव्हा पांडुरंगाला चोखोबावर आलेलं हे संकट दिसलं तेव्हा चोखोबाला मृत्युदंडाची शिक्षा होणार यापेक्षाही, एक अपराधी म्हणून त्याला मृत्यू येणार या गोष्टीबद्दल त्याला चिंता वाटायला लागली. या पृथ्वीतलावर जन्मलेल्या प्रत्येकाचा मृत्यू हा एक अनिवार्य सखा आहे, हे अटळ सत्य आहे हे विठ्ठल जाणून होता. पण चोखोबा सारख्या प्रांजल आणि श्रेष्ठ भगवद्भक्ताला अशा पद्धतीनं मृत्यू यावा, एक अपराधी म्हणून त्याची गणना व्हावी ही गोष्ट विठ्ठलाच्या भक्तवत्सलतेला निश्चितच लांच्छनास्पद होती. म्हणूनच पांडुरंग धावला आणि त्यानं भिंतीचं काम पूर्ण केलं. चोखोबाचं भक्तीतलं झपाटलेपण सगळ्यांनी पाहिलं होतं. मनात आलं तर कामही तो तितकच झपाटल्यासारखं करतो हे ही सगळ्यांना माहीत होतं. त्याच्या या याच झपाटलेपणाचा, त्याच्या याच बेभानपणाचा फायदा कर कटेवर ठेवून विटेवर उभ्या असलेल्या त्या विठ्ठलानं उचलला आणि भिंतीचं ते कठीण काम चोखोबानंच झपाटल्यासारखं पूर्ण केलं असाच सगळ्या मजुरांचा समज झाला. त्यांचा तो समज तसाच कायम ठेवत विठ्ठलानं आपली भक्तवत्सलता तशीच अबाधित ठेवली. चोखोबाचंही काम झालं होतं. विठ्ठलाचंही काम झालं होतं. भक्त आणि भक्तवत्सल दोघेही आपआपल्या जागी अढळ होते. कर कटेवर ठेवून विठेवर उभ्या असलेल्या त्या विठ्ठलाला आणखी काय हवं होतं?

25

बुरुजातील गुप्त मार्गाचं आणि त्याच्या भिंतीचं काम पूर्ण झालं खरं, पण मजुरांच्यामध्ये अजूनही ते काम चोखोबानं झपाटल्याप्रमाणं केलं, की खरोखरच प्रत्यक्ष विठ्ठलानं येऊन हे काम पूर्ण केलं, याबद्दल चर्चा चालत असे. काहीही मान्य केलं, तरीही या प्रसंगानंतर आणि या प्रसंगामुळे चोखोबांबद्दलचा लोकांच्या मनातला आदर वाढला. हे जरी कितीही खरं असलं तरी या प्रसंगानंतर चोखोबांची कासावीशी मात्र आणखी वाढली. आधीच पंढरपुरापासून दूर, विठूरायापासून दूर, नामदेवांपासून दूर येऊन राहावे लागल्यामुळे चोखोबा अस्वस्थ होता, तळमळत होता. एखाद्या मुंगीलाही आपल्यापासून त्रास होऊ नये अशी मानसिकता असणारा पापभीरू चोखोबा देवाला आपल्यामुळे इतका त्रास पडला, त्याला आपल्यासाठी इतकं लांब यावं लागलं, या विचारानं कासावीस झाला. त्याचं कशातच लक्ष लागेना, त्याला जेवण जाईना की झोप येईना! इतका त्रास घेण्यापेक्षा देवानं आपल्याला इथं पाठवलंच नसतं तर? आपल्यासाठी इतक्या दूर धावून येण्यापेक्षा आपल्याला तिथंच ठेवलं असतं, म्हणजे आपल्यासाठी देवाला एवढी यातायात करावी लागलीच नसती. असे विचार त्याच्या मनात येत असत आणि मग पाण्यातून बाहेर काढलेल्या माशासारखी त्याच्या जिवाची तडफड होत असे. आणि उरातली वेदना मग

पुढे आता मज उपजवी पंढरी। अथवा हरिदासा घरी देई जन्म।।
हेचि वारंवार मागणे तुम्हा देवा। विसाविया जीवा मायबापा।।

अंतकाळी मज परदेशी केले। माझेचि फळले पाप दिसे।।
चोखा म्हणे विठ्ठला हेचि मज देई। जन्मोजन्मी घेई सेवा माझी।।

अशा शब्दातून प्रकट होत असे. असेच दिवस चालले होते. चैत्र संपला. वैशाखाबरोबरच सूर्यदेवानंही आपलं उग्र रूप धारण केलं. संतापल्यासारखा तो तळपायला लागला. अंगाची काहिली, काहिली व्हायला लागली. तशा तळपत्या उन्हातही गावकुसाच्या तटबंदीचं कामही जोरात सुरू होतं. वैशाखाच्या त्या उन्हात काम करताना मजुरांच्या अंगातून घामाच्या धारा वाहात होत्या. परवाच्या प्रसंगानंतर चोखोबांकडे बघण्याचा सगळ्यांचा दृष्टीकोनच बदलला होता. चोखोबांचं वय आणि त्याचा मोठेपणा या दोन्हीबद्दल आदर आणि आत्मीयता दाखवत मजुरांनी आपसातच एक निर्णय घेतला. आता ते चोखोबांला भिंतीवर चढण्याची, वर चढून करण्याची कामं सांगेनासे झाले. चोखोबानं तटबंदीच्या भिंतीच्या पायथ्याशी मदतनीस म्हणून काम करावं असा एक लाडिक हट्ट मजूर त्याच्याजवळ करू लागले. आणि चोखोबाला तो मानावाच लागला. काम चालूच होतं. तटबंदीची भिंत उंच, उंच चढत होती. काही दिवसानंतर ती दिमाखात उभी राहणार होती. तिच्या तशा उभे राहण्यामुळे साऱ्या नगराला संरक्षण मिळणार होतं. यावनी आक्रमणाची टांगती तलवार सतत डोक्यावर घेऊन दिवस कंठणाऱ्या नागरजनांना या सततच्या भीतीमधून थोडीशी मुक्तता मिळणार होती. नीटसपणे झालेलं बांधकाम, बांधकामाची गती आणि दर्जा याबाबत सरदारही खूश होता. जसजशी भिंतीची उंची वाढत होती, तसातसा मजुरांना काम करण्यास उत्साह येत होता. काही वेळा तो उत्साह अति उत्साह व्हायचा, आणि या अति उत्साहाच्या भरात मग त्यांच्याकडून काही चुकाही व्हायच्या पण एवढया मोठ्या बांधकामात त्या नजरेआडही केल्या जायच्या. पण एकंदरीत मजुरांच्या या श्रमातून गावकुसाच्या तटबंदीची भिंत आकारली होती हे निश्चित. वैशाखातील पौर्णिमा अंगभर चांदण लेवून आली आणि गेलीसुद्धा!

कालची आख्खी रात्र चोखोबा जागाच होता. एक क्षणभरही त्याचा डोळा लागला नाही. गतआयुष्यातील साऱ्या आठवणी त्या रात्री जणू त्याच्या भोवती फेर घालत होत्या. त्याची सावित्रीमाय, त्याचा बाप, त्याची पत्नी सोयरा, बहीण निर्मळा, बंका कर्ममेळा या सगळ्यांच्या बरोबरच नामदेव, गोरोबाकाका, ज्ञानेश्वर माउली त्याच्या मन:पटलावर जी जी माणसं असा कायमचा ठसा उमटवून गेली होती त्या त्या माणसांच्या सगळ्या, सगळ्या आठवणी आज त्याच्या मनात जाग्या झाल्या होत्या. त्या रात्री चोखोबा जणू आपलं सगळं गतजीवन पुन्हा एकदा जगून आला. रात्र सरली, दिवस उजाडला. पण चोखोबांचं मन भूतकाळातल्या आठवणीतून बाहेर येईना. तशाच भारावलेल्या अवस्थेत त्यानं आपलं सकाळचं काम आटोपलं.

गतआयुष्यातील आठवणींनी फेर धरल्यामुळे की आणखी कशामुळे? कुणास ठाऊक? पण चोखोबाला आज उदासउदास वाटत होते. मनामध्ये एक अनामिक हूरहूर लागली होती. एक विचित्र अशी घालमेल होत होती. हे असं का होतंय? आज आपलं मन असं सैरभैर का झालंय? हे त्याला कळत नव्हतं. पण आज काहीतरी विशेष घडणार असल्याचा हा काही तरी संकेत असावा असं त्याला राहूनराहून वाटत होतं. पण तो त्याला ना ओळखता येत होता, ना कुणाला विचारता येत होता. नुसती घुसमट, घुसमट होत होती. धावत जाऊन विचारायला इथे नामदेव नव्हते, की बेभानपणे धाव घ्यायला इथे विठ्ठलही नव्हता. आपल्या मनात उद्‌भवलेल्या या वादळाला आपणच सामोरे जायचे होते. आणि वाट काढत त्यातून पारही व्हायचे होते. पण मनाच्या या सगळ्या प्रवासात या वेळेला चोखोबा एकटा होता. अगदी एकटा. 'काय असावं याचं कारण?' मनात उद्‌भवलेल्या या प्रश्नांशी चोखोबा झटत होता. एवढयात बाहेरून हाक आली. "चोखादादा, येताय न्हवं? सगळी गेली पुढं!" बाहेरून गोविंदाची हाक आली, तसा चोखोबा भानावर आला. "विठ्ठल, विठ्ठल!" मनात सतत चाललेल्या या नामजपाला उच्चारत, उद्‌गारत चोखोबा बाहेर पडला. गोविंदा त्याची वाट बघत बाहेर थांबलाच होता. दोघंहीजण कामाच्या ठिकाणी आले. बरेचसे मजूर तिथे जमले होते. आज दोन टप्प्यात काम करायचं होतं. तटबंदीच्या भिंतीचे वरचे काम तर करायचेच होते, पण त्याच बरोबर तटबंदीच्या पायथ्याशी मजबूत चौथरा बांधून तटबंदीला भक्कम आधार होईल असेही पाहायचे होते. नाईकानं घंटेचा टोल दिला आणि मजूर कामाला लागले. त्यांच्या हातांना गती आली. पांढरी माती आणि चुना यांचं मिश्रण करून मोठे मोठे दगड एकावर एक रचले जाऊ लागले. त्याच मिश्रणाने मधल्या भेगा मुजवल्या जाऊ लागल्या. ज्या पद्धतीचं काम वरच्या स्तरावर चाललं होतं त्याच पद्धतीचं काम खालच्या स्तरावर तटबंदीच्या भिंतीच्या पायाशीही चाललं होतं. कामाला गती होती, हाताला वेग होता. दगडावर दगड भराभरा रचले जात होते. कामाचा शीण घालवण्यासाठी मजूर एकमेकांशी गप्पा मारत होते. एकमेकांची चेष्टा करत होते. नामदेव-जनाबाईच्या ओव्या गात होते चोखोबा मात्र सावचित्तानं, एकाग्र चित्तानं काम करीत होता. हात कामात गुंतलेले असले तरीसुद्धा तोंडात सतत आणि सतत विठ्ठलाचे नाव घेत होता. आपल्या प्रत्येक श्वासा-उच्छवासागणिक चोखोबा विठ्ठलाचे नाव घेत होता. प्रत्येक दगडावर तो विठ्ठलांचे नाव कोरत असे आणि मगच तो दगड चौथऱ्याला बसत असे. चोखोबा आणि त्याच्या सारखेच काही वृद्ध चौथऱ्याचं काम करत होते. चोखोबांचे थरथरणारे पण कुशल हात, विठ्ठलाचे नामस्मरण करत त्याचं चाललेलं काम यातून तो चौथरा आकार घेत

होता. मध्येच आण्णाप्पा म्हणाला, "चोखोबा, लै पुण्यवान बाबा तू! इतकं पुण्य साठवूनसुद्धा अजून बी तुझ्या तोंडात त्या इठूचं नाव आहे. एवढं काय मागणं मागायचंय त्याच्यापाशी? आता आपलं वय झालंय! गोवऱ्या गेल्या मसणात. आता काय बी जगायचं शिल्लक राहिलं नाही. कसलीबी इच्छा राहिली नाही. आमचे तर डोळे पैलतीराला लागलेत. आणि तू काय अजून इट्टल, इट्टल करतोयस? काय मागतोस तरी काय एवढं त्याच्याजवळ?" आण्णाप्पानं असं विचारलं आणि इतर दोघा-तिघांनी त्याचीच री ओढली. मग मात्र चोखोबाला उत्तर देणं भाग होतं. चोखोबा काहीसा हसला. एकवार आकाशाकडं बघत त्यानं हात जोडले आणि म्हणाला, "माझा विठूराया नेहमी माझ्याबरोबर असतो. त्यानं मला काहीच द्यायचं बाकी ठेवलेलं नाही. माझ्या लायकीपेक्षाही मला त्या पांडुरंगानं भरपूर दिलय. आता मला त्याच्याकडे जास्त काहीच मागायचं नाहीयं पण

राहिली वासना पायासवे चाड। आन नाही कोड माझे काही।।
तुमची कृपादृष्टी असावी मजवरी। आणि नामया शेजारी सुखवस्ती।।
महाद्वारापुढे मज ठाव द्यावा। हेचि केशवा मागतसे।।
चोखा म्हणे आजि वाटते उदास। घडिये घडिये आस पंढरीची।।

एवढंच आता माझं मागणं आहे. पण विठूरायानं ते पूर्ण केलं नाही, तरीही माझी काही तक्रार नाही. कारण त्या पंढरीरायानं मला भरपूर दिलेलं आहे. माझ्या योग्यतेपेक्षा जास्त असा मानसन्मान, असा आदर, असं बुद्धीवैभव, अभंगरचना करणारी अशी प्रतिभा, हे सगळंसगळं विठूरायानं मला दिलं. तेव्हा या पेक्षा काही मी वेगळं मागायचं म्हणजे ती माझी कृतघ्नता ठरेल आणि मी कृतघ्न नाही. मला कृतघ्न व्हायचंही नाही. उलट या सगळ्याबद्दल मी त्या पांडुरंगाचा ऋणी आहे. देवा मी कृतज्ञ आहे. कृतार्थ आहे. विठ्ठल, विठ्ठल!" चोखोबानं बोलणं संपवलं आणि पुन्हा त्याचे हात कामात गुंतले. मन मात्र विठ्ठलाच्या नामस्मरणात गुंग होतं.

माध्यान्ह झाली. जेवणाची सुट्टी झाली. सगळे मजूर भाकरी खायला बसले. पण चोखोबा एकटाच काम करत होता. आज त्याला भूकच नव्हती. काही खाण्या-पिण्याची इच्छाही नव्हती. आज एक विचित्र अशी गोष्ट त्याच्या बाबतीत घडत होती. दगड चौथऱ्याला लागण्यापूर्वी त्या दगडावर तो चुन्याच्या खडयाने विठ्ठल असे लिहित असे. गेल्या कित्येक महिन्यापासून त्याचा हा शिरस्ता होता, अगदी दीपमाळेच्या बांधकामापासून. पण आज काही तरी वेगळं घडत होतं. त्यानं विठ्ठल असं नाव दगडावर लिहिलं, की त्या अक्षरांच्या जागी त्याला पांडुरंगाची मुर्ती दिसायची. यात नवल नव्हतं. चोखोबाला एरव्हीसुद्धा जळी, स्थळी, काष्ठी-पाषाणी पांडुरंगाची मूर्ती दिसायचीच. नवल वेगळया गोष्टीचं होतं. चोखोबांला

आज प्रत्येक दगडावर विठ्ठल लिहिलेल्या ठिकाणी पांडुरंगाची जी मूर्ती दिसत होती ती नेहमीच्या मूर्तीसारखी नव्हती. म्हणजे रंग सावळा तोच होता. डोळ्यांतले स्निग्ध भाव तेच होते. मुद्राही तशीच प्रसन्न होती. पण एरव्ही सतत युगानुयुगे कमरेवर असणारे त्याचे हात आज कमरेवर नव्हते. आज ते हात डोक्याच्यावर उंच असे होते. जणू आपले दोन्ही हात उंचावून तो चोखोबाला बोलावत होता. त्याला मिठीत घ्यायला तो उत्सुक होता. आपल्या मिठीत येण्याबद्दल चोखोबाला आमंत्रण देत होता. दगडावर दिसणाऱ्या पांडुरंगाच्या या आविर्भावाकडे चोखोबा डोळे विस्फरून पाहातच राहिला होता. पांडुरंगाच्या या निमंत्रणाचा अर्थ त्याला उमगत होता ही आणि नव्हताही. पांडुरंग त्याला बोलावत होता, पण कुठं? कधी? आणि केव्हा? चोखोबा विचार करत होता. मरणाला तो घाबरत नव्हता, पण पंढरपुरापासून लांब, विठ्ठलापासून दूर, इथं आपलं असं जवळ कुणीही नाही अशा या अपरिचित ठिकाणी मृत्यू यावा असं त्याला वाटत नव्हतं. पंढरपुरात पांडुरंगाच्या पायाशी, नामदेवांच्या सान्निध्यात आपण अखेरचा श्वास घ्यावा अशी त्याची इच्छा होती. आणि याच गोष्टीसाठी तो पांडुरंगाला साकडं घालत होता. आपण त्याचे लाडके भक्त आहोत, तेव्हा आपली ही शेवटची इच्छा तो पांडुरंग नक्की पूर्ण करेल असा त्याचा विश्वास होता. आपल्या लाडक्या भक्ताचा हा विश्वास पांडुरंग सार्थ ठरवणार होता की नाही याचे उत्तर काळच देणार होता.

कदाचित याचे उत्तर काळालाही सापडले असावे. मजुरांची जेवणं झाली. ते पुन्हा वेगाने कामाला लागले. चोखोबा आणि त्यांच्यासारखेच त्यांचे ५-६ वृद्ध सहकारी चौथऱ्याचं बांधकाम करत होते. चोखोबाचे हात कामात गढले होते. मन विठ्ठलाकडे धाव घेतच होते. आणि तोंड विठ्ठलाच्या नामस्मरणात गुंतलं होतं. श्वास, उच्छवास आणि विठ्ठलाचं नामस्मरण यांची त्यानं अशी काही गुंफण घातली होती की, श्वास, उच्छवासाला विठ्ठलाच्या नामस्मरणाची लय प्राप्त झाली होती. चोखोबा असा अवघा विठ्ठलमय झाला होता. अचानक, अचानक तटबंदीच्या पायथ्यामधून कसला तरी गडगड असा भयंकर आवाज यायला लागला. सरकत-सरकत तो आवाज तटबंदीच्या भिंतीच्या वरच्या थरापर्यंत गेला आणि आकस्मिकपणे, कोणाला काही कळायच्या आत तटबंदीच्या बुरुजाची आदल्यादिवशी बांधलेली भिंत धडाड धूम- धडाड धूम आवाज करत कोसळली. तिच्याबरोबर मोठं मोठाले दगडही कोसळले आणि कोणाच्या काही लक्षात यायच्या आत भिंतीच्या पायाड्यावर काम करणारे मजूर, आणि भिंतीच्या पायाशी चौथऱ्याचं काम करणारे मजूर त्या दगडांच्या राशीखाली गाडले गेले. खाली वाकून बांधकाम करणारा चोखोबा दगडाच्या मारानं उताणा पडला. काय झालं हे त्यालाही कळेना? ते जाणून

घेण्यासाठी त्यानं डोळे किलकिले करून वर पाहण्याचा प्रयत्न केला आणि त्याला दिसले आपले शेकडो हात समोर धरून एखाद्या लहान बाळासारखा त्याचा सावळा विठ्ठल, त्याचा पंढरीनाथ, त्याचा विठूराया, त्याच्याकडे झेपावतो आहे! चोखोबा घाबरला. हा लहान बाळासारखा विठ्ठल एवढ्या उंचीवरून खाली झेपावतोय, त्याला लागणार नाही का? भक्ताला भेटायची एवढी कसली अनिवार ओढ! आता हा वरून खाली झेपावतोय, जमिनीवर आदळला म्हणजे? छे! असं होता कामा नये. तो पडला, तर त्याला लागेल. माझ्या विठूरायाला लागेल. त्याला झेललंच पाहिजे. अगदी अलगद फुलासारखं बरोब्बर हातावर झेललं पाहिजे. थांब विठूराया थांब. अरे असा खाली झेपावू नकोस? मी ... मी झेलतो तुला. मा... मी अगदी अल्लाद झेलतो. ये... ये, ये असा माझ्या मिठीत ये. ये विठूराया ये...!!!''

वरून दगडामागून दगड पडत होते. पण चोखोबाला मुळी ते दगड वाटतच नव्हते. त्या दगडाच्या जागी त्याला दिसत होते विठ्ठलाचे झेपावणारे हात. आणि दगडांच्या वर्षावानं जखमी झालेला, रक्ताळलेला चोखोबा पुन्हा:पुन्हा हात वर करून उठण्याची धडपड करत होता. वरून झेपावणाऱ्या विठ्ठलाला झेलण्यासाठी पुन्हा:पुन्हा उठत होता. आणि दगड अंगावर पडला की, जखमी होऊन खाली पडत होता. त्याचं सगळं अंग ठेचकाळलं होतं. चेहरा रक्तानं माखला होता. पायावर मोठे दगड पडून पाय जायबंदी झाले होते. तरीही ''थांब, विठूराया थांब'' असं ओरडत चोखोबा उठण्याची धडपड करत होता. एका मागून एक दगडाचा वर्षाव होतच होता. आता मोठाले दोन-तीन दगड चोखोबांच्या छाती, पोटावरही पडले होते. आता त्याला उठणं अशक्य होतं. तोंडातून शब्द फुटणं अवघड झालं होतं. श्वास अडकायला लागला होता. शुद्ध हरपायला लागली होती. डोळे किलकिले करून अजूनही चोखोबा उंचावरून झेपावणाऱ्या विठोबाला बघत होता. आवाज फुटत नव्हता. तरीही सगळे प्राण कंठाशी आणून चोखोबा पुटपुटतच होता, ''थांब विठूराया थांब!'' आता तेही त्याला शक्य नव्हतं. आता श्वास तुटकतुटक यायला लागला होता. डोळ्यापुढं अंधाराचं साम्राज्य पसरलं होतं. चोखोबा अंधाराच्या खोल, खोल गर्तेत बुडायला लागला होता. आणि... आणि चमत्कार झाला. शुद्ध हरपण्यापूर्वी चोखाबानं एकदा विठूरायाला हाक मारली. ''पांडुरंगा धाऽऽव!'' त्याच्या जाणिवेतली ती शेवटची हाक असावी. कारण त्यानंतर चोखोबानं मान वळवली. आपण खोल खोल असलेल्या एखाद्या विहीरीत पडतो आहोत असं त्याला वाटलं. सगळे प्राण एकवटून त्यांन त्या खोल अंधारात पाहिलं आणि... आणि इतका वेळ विठोबाला झेलण्याचा प्रयत्न करणाऱ्या चोखोबाला आता मात्र त्या अंधाराच्या तळाशी उभारलेल्या विठोबानंच आपल्या

हातात झेललं होतं, अगदी अलगद फुलासारखं! डोळ्यात प्राण एकवटून चोखोबानं शेवटची नजर त्या विठूरायावर टाकली. त्यानं आपल्याला झेललंय म्हटल्यावर एक अस्फुटसे स्मित त्याच्या ओठांतून ओघळले आणि चोखोबा विठ्ठलात मिसळून गेला. जिवात जीव मिसळला. त्याच्या मिटल्या डोळ्यात समाधान होते. चेहऱ्यावरून तृप्ती ओसंडून वाहत होती. त्याच्या चेहऱ्यावरचं ते अस्फुटस स्मितहास्य तो विठ्ठलाशी तादात्म्य पावल्याचं सांगत होतं. विठ्ठलाच्या चरणाजवळ आत्मसमर्पण करण्याची चोखोबाची इच्छा लौकिकार्थानं अपुरी राहिली होती. पण शेवटच्या क्षणी त्याचा विठ्ठल त्याच्याजवळ होता, नव्हे तो त्याला बोलवायलाच आला होता. याची साक्ष त्याच्या चेहऱ्यावर विलसत असलेल्या या अस्फूट हास्यातून दृग्गोचार होत होती.

शुद्ध भाव, शुद्धमती। ऐसे पुराणे वदती।।
जयासाठी जप तप। तो हा विश्वाचाचि बाप।।
नामे पातकी तारिलें। जड जीव उद्धरिले।।
विश्वास दृढ धरा मनी। चोखो मिठी घाली चरणी।।

असं प्रांजलपणे आणि उत्कट भावनेनं सांगणारा चोखोबा आज खरोखरंच विठ्ठलाच्या चरणाला मिठी घालून लीन झाला होता. आता दगडावर विठ्ठल असं कोरून दगडाला कोणी अस्तित्व देणार नव्हतं. विठ्ठल, विठ्ठल असं श्वासोच्छवासाच्या लयीत कुणी म्हणणार नव्हतं. नामदेवांना प्रश्न विचारून कुणी भंडावणार नव्हतं. तर अट्टाहासानं कुणी दीपमाळ बांधणारही नव्हतं. बेभानपणे विठ्ठलाला कुणी मिठी घालणार नव्हतं. आणि ती घालण्यासाठी माथेफिरूपणा करून समाजाचे नीती नियमही कुणी मोडणार नव्हतं. महार जातीत जन्माला येऊन अशी उत्कट भगवद्‌भक्तीही कुणी करणारं नव्हतं. आणि अस्पृश्य म्हणून जगताना इतकी भावोत्कट अभंगरचनाही कुणी करणार नव्हतं. लौकिक जीवनात दुर्दशा असूनही आत्मभान राखून जाणीवपूर्वक आत्मगानही कुणी करणार नव्हतं. नाम हेच परब्रह्म असल्याचं कुणी ठासून सांगणारही नव्हतं. आणि उच्छिष्टासी आस ठेवूनही अध्यात्माच्या मार्गावर एवढा अधिकारही कुणी मिळवणार नव्हतं. इतकी पराकोटीची विठ्ठलभक्ती करणारं कुणी असणार नव्हतं. आणि श्वासाश्वासातून नामजपत ते रक्ताच्या थेंबाथेंबापर्यंत नेऊन पोहचवणारंही कुणी नव्हतं. विठ्ठलाचा हा लाडका भक्त, संतपरिवारात मानाचे स्थान लाभलेला हा संत चोखोबा वैशाख महिन्यातल्या वद्य पंचमीला असा विठ्ठलाच्या चरणी समर्पित झाला.

"अरे भिंत पडली, भिंत कोसळली. धावा, धावा! पळा, पळा! ... धावा.. पळा, पळा ....!" असा एकच हलकल्लोळ झाला आणि मंगळवेढ्याच्या त्या

गावकुसाजवळ एकच हाहा:कार माजला. कुणाला काहीच कळेना? काय झालं? काय पडलं? काय कोसळलं? कोणाच्याच काही लक्षात येईना. जो, तो सैरावैरा धावायला लागला. कोण धावतंय, कुठं धावतंय, कुठं धावायचंय, काहीच लक्षात येत नव्हतं. असा नाही तसा पण कसा तरी जीव वाचवायचा होता. एवढंच कळतं होतं. प्रत्येकजण तेच पाहत होता, तेच करू पाहत होता. धडाधड भिंत कोसळत होती. मोठमोठाले दगड वरून खाली पडत होते. त्यांचा आवाज भीतीदायक वाटत होता. पांढऱ्या मातीचा एक मोठा ढगच जणू त्या अवघ्या परिसराला व्यापून राहिला होता. त्यामुळं काहीच दिसत नव्हतं. काय चाललंय? कोण धावतंय? कोण पडलंय? कोण जखमी आहे? कोण मेलंय? कोण कुठं पडलंय? कोण जिवंत आहे? किती जिवंत आहे? कशा कश्श्याचा मेळ म्हणून लागत नव्हता. भीतीनं भरलेल्या किंकाळ्या, मदतीसाठी टाहो फोडणाऱ्या आर्त हाका, वेदनानी भरलेलं तीव्र स्वरातलं कण्हणं आणि विव्हळणं, छाती पिटून केलेला आक्रोश, मृत्यूच्या त्या भीषण तांडवाने तो सगळा परिसर शोकाकुल होऊन गेला होता. कुणाचे वडील तर कुणाचा भाऊ, कुणाचा पती तर कुणाचा मुलगा, काळाच्या या कराल दाढेत सापडले होते. कुणी घरचा कर्ता परुष होता तर कुणी कुणाचा तरी लाडका लेक. काळाच्या या एका फटकाऱ्यासरशी किती घरं बसणार होती, पोरकी होणार होती. हे त्यालाच ठाऊक? बराच वेळ असा हलकल्लोळ माजल्यानंतर पांढऱ्या मातीचा तो थर हळूहळू खाली बसला. आणि नक्की काय घडलंय आणि आत्ता काय परिस्थिती आहे हे लोकांना बघता आलं. सगळ्यांनी भिंतीजवळ धाव घेतली. जवळ, जवळ दोन पुरूष उंचीची बांधलेली भिंत कोसळली होती. आणि पायाडं लावून काम करणारे, दगडांची ने-आण करणारे, माती आणि चुना कालवणारे, त्यांच्या पाट्या भरून देणारे, बांधकामासाठी पाणी आणून देणारे आणि भिंतीच्या पायथ्याशी चौथऱ्याचं बांधकाम करणारे मिळून अंदाजे साठ-सत्तर मजूर दगडाच्या माराने आणि ढिगाऱ्याखाली सापडून मृत्यूमुखी पडले होते. झालेल्या दुर्दैवी घटनेची माहीती कळताच सरदाराचे सैनिक मदतकार्यासाठी धावून आले. पण दगडांचा खचच एवढा प्रचंड पडला होता की, मदतकार्य तातडीने सुरू करणं अशक्य होतं. तरीही ते सुरू झालं. या दगड-मातीच्या ढिगाऱ्यात एक श्रेष्ठ भगवद्भक्त, एक श्रेष्ठ संत, चिरविश्रांती घेतो आहे याची त्या सैनिकांना काय कल्पना?

पण ही कल्पना जशी विठोबाला होती, तशीच जणू ती साऱ्या चराचरालाही आली. आपल्याला विठ्ठलाच्या कवेत बघितल्यानंतर एक तृप्त हसू चेहऱ्यावर घेऊन चोखोबानं शेवटचा श्वास सोडला. त्या क्षणी... त्या क्षणी ते चंद्रभागेलाही

कळलं. तिच्यात मोठी खळबळ माजली. पाण्यात उंच लाटा तयार झाल्या. त्या वाळवंटाकडे झेपावू लागल्या. चोखोबांनं बांधलेल्या दीपमाळांना स्पर्श करण्याची जणू त्यांची धडपड सुरू झाली. त्या लाटांच्या आघातानं वाळवंटाचाही जणू थरकाप उडाला. त्याचा तो थरकाप दीपमाळांपर्यंत पोहोचला. आणि त्याही हादरायला लागल्या. त्याचं हादरणं एवढं भयंकर होतं की, त्या दीपमाळांनाही तडे गेले. चंद्रभागेचं ते उसळणारं पाणी बघून सूर्यालाही भीती वाटली असावी. त्यानंही वैशाखातल्या चुकार ढगाआड आपला चेहरा लपवून घेतला. चंद्रभागेच्या उसळलेल्या पाण्यानं चोखोबाच्या वाळवंटातल्या खोपटाला वेढा घातला. आणि आधीच मोडकळीला आलेल्या त्या खोपटाला आपल्या लाटांनी प्रहार करत ते खोपटं जमीनदोस्त केलं. ''दोन वर्षांनी परत येतो, माझ्या खोपटाचा सांभाळ कर'' असं चोखोबा तिला जाताना सांगून गेला होता. पण आता तो परतणार नव्हता. चोखोबा आपल्या वाळवंटात आपल्या सोबतीनं राहतो आहे, स्वतःच्या सुखदुःखात आपल्याला भागीदार करून घेतो आहे, याचं मोठं अप्रूप चंद्रभागेला वाटत असे. पण चोखोबानं या जगाचा निरोप घेतला. तिला न सांगता, न कळवता आणि चंद्रभागा रागावली, रुसली. चोखोबा परत नाही येणार म्हटल्यानंतर तिचा राग आणि दुःख दोन्ही अनावर झालं. त्या भरात तिनं चोखोबांचं खोपटं उद्ध्वस्त केलं. नाहीतरी त्या खोपटात आता चोखोबा परतणार नव्हता. या दुःखाच्या जाणिवेनं चंद्रभागा पुन्हा मूक झाली. आणि हे डोंगराएवढं दुःख आपल्या डोहात साठवून पुन्हा संथ गतीनं वाहायला लागली.

दूर तिकडे परमुलखात नुकतेच जेवण आटोपून नामदेव लिहायला बसले होते. शतकोटी अभंग रचण्याचा त्यांनी संकल्प सोडला होता. तो संकल्प आपल्या हयातीत पूर्ण व्हावा, यासाठी त्यांची धडपड चालली होती. सर्वथैव संचार करणारे नामदेवसुद्धा आता थकले होते. मनात उदंड उत्साह होता, पण शरीर तितकेसे साथ देईनासे झाले होते. पण तीर्थाटन करून वारकरी संप्रदाय सर्व दूर पोहचवण्याची आणि भागवत धर्माचा प्रचार आणि प्रसार सर्वत्र करण्याची त्यांची धडपड अजूनही चालूच होती. आज असेच सकाळी लौकर उठून एका धर्मसभेला भेट देण्यासाठी जाण्याच्या तयारीत होते, पण कां कोण जाणे आज त्यांच्या हातून सारखे काही तरी चुकत होते. आपल्या पोशाखाच्या बाबतीत नामदेव नेहमीच दक्ष असत. पण आज पोशाख चढवतानाही त्यांचा हात कापत होता. आज त्यांनी बाराबंदी उलटी घातली. तर उत्तरीय अंगावर घेण्याऐवजी मुंडाशांसारखं डोक्याला गुंडाळलं. आज असं का होतयं हे त्यांना कळेना! 'आता आपण खरोखरंच म्हातारे झालो', त्यांच्या मनानं ग्वाही दिली आणि ते किंचित हसले. पुन्हा सगळे नीट आटोपून ते

धर्मसभेस गेले देखील. पण एरवी भाषाप्रभू असलेले, रसाळवाणीने, मधुर बोलणारे नामदेव, सरस्वती ज्यांच्यावर नेहमीच प्रसन्न असायची ते नामदेव आज त्या धर्मसभेत बोलताना अडखळत होते. भागवत धर्म ज्यांच्या नसानसात भिनलेला होता आणि वारकरी संप्रदाय ज्यांच्या श्वासा-उच्छ्वासातून उमटत होता, त्या नामदेवांना आज या दोन विषयांवर बोलताना शब्द सापडत नव्हते. धर्मसभेतलं आपलं प्रवचन कसं तरी आटोपून नामदेव मुक्कामाच्या जागी परतले खरे, पण आजच्या दिवसानं त्यांना कोड्यात टाकलं होतं. आज हे असं कां होतंय, याचा तपास लावायचाच अशा निश्चयानं नामदेव मुक्कामाच्या जागी परतले. पण त्या निश्चयाची अंमलबजावणी त्यांना लगेच करता आली नाही. त्यांच्याबरोबर तीर्थाटनाला आलेली मंडळी जेवायची खोळंबली होती. त्यांच्याबरोबर जेवण करताना झालेल्या चर्चेच्या भरात नामदेव ती गोष्ट विसरले. आणि भोजन आटोपून आपल्या खोलीवर परतून लिहायला बसले. मनातल्या मनात अभंगाची जुळणी करून, त्यांनी तो कागदावर उतरावयाला सुरुवात केली. पण काही तरी भलतंच घडायला लागलं. नामदेवांच्या मनातली शब्दरचना वेगळीच होती आणि कागदावर लिहिले जाणारे शब्द वेगळेच होते. नामदेवांनी मनाशी अभंग रचला होता,

अमृताहुनि गोड नाम तुझे देवा। मन माझे केशवा कां बा न घे।।
सांग पंढरी राया काय करू यासी। का रूप ध्यानासि न ये तुझे।।
कीर्तनी बैसता निद्रे नागविले। मन हे भुलले विषयसुखा।।
हरिदास गर्जती हरिनामाच्या कीर्ती। न ये माझ्या चित्ती नामा म्हणे।।

पण हा अभंग लिहितालिहिता नामदेवांच्या लेखणीतून कागदावर शब्द मात्र उमटत होते.

चोखा माझा जीव चोखा माझा भाव।
कुलधर्म देव चोखा माझा।।
काय त्याची भक्ती, काय त्याची शक्ती।
मी हि आलो व्यक्ती तयासाठी।।

आपण काय लिहिलंय हे कळल्यावर नामदेव चमकले, अस्वस्थ झाले. इतके दिवसांनी अचानक आज चोखोबांची आठवणं कां यावी? चोखोबांना मंगळवेढ्याला जाऊन पाच-सहा मास होऊन गेले होते. ते तिथे रमल्याची आणि सुखरूप असल्याचीही खबर एका स्नेह्याकडून त्यांना मिळाली होती. आता हा एवढा वैशाख मास संपला की, ज्येष्ठी पौर्णिमेला नामदेव पंढरपुरास परतणार होते, त्यावेळी चोखोबांची गाठ घेण्यासाठी मंगळवेढ्याला जाऊन यायचे त्यांनी ठरवलेही होते. पण आज अचानक त्यांच्या लेखणीतून आज चोखोबांच्या संदर्भातला अभंग

उमटला आणि नामदेव अस्वस्थ झाले. त्यांच्या जिवाला हुरहूर लागून राहिली. अभंगरचना करायचे सोडून त्यांनी समाधी लावली. आणि त्याचं मन चरकलं. काहीतरी अघटित घडलं होतं, घडत होतं, कुणीतरी संकटात होतं आणि आर्त स्वरात विठूरायाला हाका मारत होतं. त्याच्या हाका विठ्ठलापर्यंत पोहचत होत्याही आणि नव्हत्याही. आणि यातलं काहीही असलं, तरी त्या ठिकाणी नामदेवांची आत्यंतिक गरज होती. हे लक्षात येताच, मग मात्र नामदेवांनी जास्त विचार केलाच नाही. काहीतरी अघटित घडलं होतं हे त्यांना कळलंच होतं. आणि कागदावर चोखोबाच्या संदर्भात अभंगरचना उमटली होती. म्हणजे त्या अघटित घडण्याशी चोखोबांचा काहीतरी संबंध होता, हे निश्चित. एकमेकांपासून दूर घडलेल्या या दोन्ही घटनांचा परस्परांशी काहीतरी संबंध आहे हे लक्षात आल्यावर मात्र नामदेव तिथं थांबलेच नाहीत. आपल्या सामानाची आवराआवर करण्यात त्यांनी वेळ घालवला नाही. एका घोडेस्वाराला हातापाया पडून, विनंती करून त्यांनी तडक पंढरपूर गाठले.

नामदेव कधी येतात याकडे कर कटेवर ठेवून विटेवर उभ्या असलेल्या त्या विठ्ठलाचे चित्त लागून राहिले होते. स्वत:ला परमेश्वर म्हणवणाऱ्या, भक्तांचा पाठीराखा समजणाऱ्या त्या विठ्ठलाला नियतीनं फार मोठा धक्का दिला होता. या विश्वामध्ये माणसाच्या आयुष्यात सुखदु:खाचा, संकट समाधानाचा खेळ मांडणाऱ्या या खेळियाला नियतीच्या जन्ममृत्यूच्या खेळाचा अंदाज आला नव्हता. खरं तर तो असे अंदाज येण्याच्या मन:स्थितीतही नव्हता. नुकताच रामजन्मसोहळा मंदिरात साजरा झाला होता. त्या सोहळ्याला शेकडो भाविक मंदीरात जमले होते. सगळ्या मंदिरभर पणत्यांची आरास केली होती. चैत्र असल्यामुळं फुलांना तोटा नव्हता. अनेक प्रकारच्या फुलांनी पाळणा सजवण्यात आला होता. त्रेतायुगातल्या आपल्या राम अवतारावर लोकांचे आजही किती प्रेम आहे, हे बघून विठोबा सुखावला होता. त्यातच सर्वत्र तिन्ही लाएकान्त संचार करणारे नारद रामजन्माच्या वेळी भेटायला आले होते. तेही बरेच दिवस मुक्कामाला होते. रुक्मिणीनंही द्वापार युगातला राग विसरून त्याचं चांगलचं आदरातिथ्य केलं होतं. रामजन्म होऊन बरेच दिवस लोटले होते. पण विठ्ठल अजूनही त्या आनंदातच मश्गूल होता. चोखोबा दोन वर्षासाठी मंगळवेढ्याला गेला होता, तर नामदेव तीर्थाटनाला. त्यामुळं संतांच्या मांदियाळीत तशी सामसूम होती. एक जनाबाईचा काय तो त्यांच्या मागे लकडा होता. असं सगळं सुखेनैव चाललं असताना एक दिवस सकाळी विठ्ठल जागा झाला तो बडव्यांच्या भूपाळीनं नाही, काकडं आरतीनंही नाही तर त्याच्या पायाखालची विट थरारली होती. आणि त्यानंतर एकामागोमाग एक घडलेल्या

घटनांनी तो पुरता चक्रावला. कितीही प्रयत्न केला, तरी नियतीच्या या खेळाचा अंदाजही त्याला येईना. असं काहीतरी अर्तक्य घडत होतं खास. काहीतरी विपरीत घडत होतं हे निश्चित. काय घडलं असावं, याचा आपल्यालाही बोध झालेला नाही हे कळून विठ्ठल चक्रावला. परमेश्वर असूनही चक्रावला. अर्थात नियतीपुढं, विधीलिखितापुढं त्याचं आजपर्यंत काही चाललेलं नाही, चालणारही नाही. चाललं असतं तर रामजन्मातला वनवास त्याला भोगावाच लागला नसता. किंवा कृष्णावतारामध्ये बंदीवासातला जन्म त्याला टाळता आला असता. पण नियतीचा लेखा वाचायला आणि समजून घ्यायला तो असमर्थ होता. आणि म्हणूनच त्याची कासावीशी वाढली. काय घडतंय याचा त्याला अंदाजच येईना. मनाची तडफड वाढली, तसा तो अनन्यभावाने आदिमातेला शरण गेला. या गुंत्यातून तीच त्याला बाहेर काढू शकणार होती. तो रुक्मिणीच्या महाली गेला. तर गवाक्षातून उभी राहून ती जणू अवकाशाचा अंदाज घेत होती. विठ्ठलाच्या चाहुलीनं तिनं मागे पाहिलं. तिच्या डोळ्यांतून अश्रू वाहत होते. हे बघून विठ्ठलाचा संभ्रम अधिकच वाढला. न राहवत त्याने विचारले, "देवी काय घडले आहे? माझेही मन कासावीस झाले आहे आणि तुमच्याही डोळ्यात पाणी आहे. नियतीने असा कोणता डाव साधला आहे? तुम्हाला काही समजले आहे कां?" रुक्मिणी मूक होती. अश्रूभरल्या नेत्रांनी तिनं विठ्ठलाकडं पाहिलं. एरव्ही प्रसन्न असणाऱ्या त्याच्या चेहऱ्यावरची उदासी, नेहमीच संकटनिवारणाचे आश्वासन देणाऱ्या त्याच्या डोळ्यातील भीतीची छाया आणि वात्सल्याने भरलेल्या प्रसन्न हास्याऐवजी दु:खाने थरथरणारे त्याचे ओठ बघून रुक्मिणीला पुन्हा भरून आलं. हुंदका आवरत, गहिवरल्या स्वरात ती म्हणाली, "नाथ नियतीच्या खेळापुढं आपण हतबल आहोत. ईश्वर म्हणून आपली जगावर सत्ता असली, तरी कुणाचंही विधिलिखित आपण बदलू शकत नाही. स्वामी तुमच्या लाडक्या भक्ताचा, तुम्हाला अतिशय प्रिय असणाऱ्या चोखोबाचा दुर्दैवी अंत झाला आहे. आणि तो सुद्धा पंढरपुरापासून लांब मंगळवेढ्याला. समाजातल्या वर्णाश्रमानं जिवंतपणी त्याला तुमच्यापासून लांब ठेवलाच. पण मृत्यूनंही तसाच डाव साधला. गावकुसाची भिंत अंगावर कोसळून चोखोबाना मरण आलं. जिवंतपणी त्यांच्या नशिबात उपेक्षाच होती. मृत्यूनंही त्याची तशी उपेक्षाच केली. परंतु, नाथ मृत्यूनंतरची त्याची उपेक्षा आपण थांबवली पाहिजे. आयुष्यभर अपमान सोसून तुमची भक्ती करणाऱ्या चोखोबांना निदान मृत्यूनंतर तरी सन्मान मिळाला पाहिजे. नियतीच्या लेखावर किंवा विधिलिखितावर आपली सत्ता चालत नसेल. पण एकदा कुडीतून प्राण निघून गेला की नियतीची सत्ता संपते. विधिलिखितालाही तिथे पूर्णविराम मिळतो. म्हणूनच स्वामी मृत्यूनंतर कां

होईना पण चोखोबांना त्यांच्या योग्यतेचा सन्मान आणि त्यांना शोभेल अशी जागा मिळाली पाहिजे. नियतीच्या या खेळामुळं तुमच्या भक्त वत्सलतेला तडा गेला आहे. परंतू, चोखोबांना मृत्यू उपरान्त मृत्युंजय ठरवून त्या तडा गेलेल्या जागेवर तुमच्या भक्त वत्सलतेचं लिंपण करा. चोखोबा आता नाहीत, पण जोपर्यंत तुमचं नाव आणि अस्तित्व या जगात आहे, तोपर्यंत चोखोबांचीही स्मृती चिरंतन राहिली पाहिजे.'' रूक्मिणीला पुढं बोलवेना. विठ्ठलाची अवस्था तर चैतन्य हरवून बसल्यासारखी झाली होती. ''चोखोबा गेले. ज्याला आपण आपला मानला असा लाडका भक्त चोखामेळा, मलिन असूनही जो चोख होता, अपवित्र असूनही जो पवित्र होता असा आपला प्रांजल, प्रामाणिक, पापभीरू, विनम्र आणि अतिशय प्रेमळ असलेला लाडका भक्त चोखोबा, ज्यानं श्वासाश्वासात आपलं नाव भरलं, त्याचा शेवटचा श्वास आपल्यापासून दूर संपावा हेच हे विधिलिखित असेल तर ते अग्राह्य आहे, हीच नियती असेल तर ती क्रूर आहे हे निश्चित.'' विठ्ठलाच्या डोळ्यातून घळाघळा पाणी वाहत होतं. रुक्मिणी म्हणाली, त्याप्रमाणं काहीतरी केलं पाहिजे. इतके दिवस आपण चोखोबाच्या हृदयात होतो. पण तितक्याच उत्कटतेनं चोखोबाही आपल्या हृदयात होता हे लोकांना कळलं पाहिजे असं काहीतरी करायला हवं. नामदेव, यासाठी नामदेवालाच प्राचारण केलं पाहिजे. तोच काहीतरी करू शकेल. नामदेवही चोखोबांच्या तितकाच निकट होता. त्यालाही काहीतरी जाणवलं असावं. विठ्ठलानं ठाव घेतला. त्याच्या दिव्य दृष्टीला दिसलं, नामदेव पंढरपुरच्या वेशीपर्यंत आले आहेत. इतर कुठेही न थांबता ते आपल्यापर्यंत येणार याची त्याला खात्री होती. डोळ्यातून अश्रू वाहत असतानाही उदासलेल्या विठ्ठलाच्या चेहऱ्यावर काहीसं समाधान उमटलं. आता नक्की काहीतरी करता येणार होतं. मृत्यू उपरान्त का होईना, पण आपल्या लाडक्या भक्ताला, चोखोबाला उचित सन्मान मिळणार होता, योग्य तो न्याय मिळणार होता, असा कर कटेवर ठेवून विटेवर उभ्या असलेल्या त्या विठ्ठलाला विश्वास वाटला आणि नामदेव आपल्याला भेटायला कधी येतात याची तो आतुरतेनं प्रतीक्षा करत राहिला. डोळ्यात वाहणारं पाणी तसंच होतं. आणि नजरेत होती नामदेवांची प्रतीक्षा!

26

त्या घोडेस्वारानं नामदेवांना पंढरपुरच्या वेशीजवळ उतरवलं. एवढ्या सलग आणि दीर्घ प्रवासाची आणि तीही घोड्यावरच्या प्रवासाची नामदेवांना सवय नव्हती. वयोमानाप्रमाणं त्यांचं शरीर तर थकलं होतच, पण कालपासून आलेल्या मनाच्या अस्वस्थतेमुळं मनही थकलं होतं. खरं तर घोड्यावरून उतरल्यानंतर नामदेवांना एक पाऊलही चालवत नव्हतं. पण घायाळ झालेलं मन विश्रांतीला तयार होईचना. ही अनामिक हुरहुर, ही जीवघेणी काळजी, काळीज पोखरणारी चिंता आणि दडपलं गेलेलं हृदय या सगळ्या पाठीमागचं कारण काय असावं? याचा घोर त्यांच्या जिवाला लागून राहिला होता. या प्रश्नांची उत्तरं मिळवणं अत्यंत गरजेचं होतं आणि त्यासाठी त्यांना थांबून चालणार नव्हतं, तर विठ्ठलाची तातडीनं भेट घ्यावी लागणार होती. कारण या जीवघेण्या प्रश्नांची उत्तरे कदाचित त्याच्याकडे असणार होती. आपल्या थकलेल्या शरीराकडे आणि मरगळलेल्या मनाकडे दुर्लक्ष करून त्यात उसने अवसान भरून नामदेव विठ्ठलाला भेटायला निघाले. नामदेव पंढरपुरात पोहचले तेव्हा तिन्हीसांज झाली होती. पंढरपुरातले सर्व व्यवहार नेहमीप्रमाणे सुरू होते. दारादारात तुळशी वृंदावनापुढे सांजवाती तेवत होत्या. सांजवातीच्या मंद प्रकाशात गावकरी गप्पा मारत बसले होते. चिमणीच्या थरथरणाऱ्या ज्योतीच्या उजेडात आयाबाया भाकरीला बसलेल्या होत्या. चुलीतल्या ज्वाळांच्या प्रकाशात त्यांच्या चेहऱ्यावर अन्नपूर्णेचे तेज विलसत होते. गोठ्या-गोठ्यातून धारकऱ्यांचा हुंकार आणि दुधाच्या धारेचा सर्र सर्र असा आवाज त्यांना ऐकू येत होता. बैलांच्या गळ्यात किणकिणाऱ्या घंटांच्या नादांनी वातावरणात

गोडवा निर्माण झाला होता. मधूनच कुठून तरी जात्यांची घरघर आणि किनऱ्या आवाजातल्या ओव्या कानावर पडत होत्या.

हे असं सगळं सुखेनैव चाललेलं असताना आपल्याच मनात अशी घालमेल का व्हावी? याचं नामदेवांना कोडं पडलं. आपलं थकलेलं शरीर, शिणलेल्या पायांनी कसंबसं ओढत ते मंदिराकडे चालले होते. पंढरपुरातलं वातावरण नेहमी सारखंच असलेलं बघून आता त्यांच्या मनात शंका यायला लागली. "खरोखरच काही घडलंय की, आपल्यालाच तसं उगीच वाटतंय! म्हातारपणी मन हळवं होतं, भित्रं होतं, कातर होतं असं म्हणतात. आपलंही तसंच काहीसं झालं असावं. जिवाचा एवढा आटापिटा करून आपण उगीचच इथं आलो नाही ना?" या शंकेनं त्यांना घेरलं. पण छे! काहीच घडलेलं नसत, तर विठ्ठलाचा अभंग लिहितालिहिता आपल्या लेखणीतून चोखोबाला गौरवणारा अभंग कसा उमटला? प्रश्नांच्या घोंघावणाऱ्या या वादळात सापडलेले नामदेव पुरते निष्प्रभ झाले होते. जिवाला हुरहूर लावणारे प्रश्न मनात उद्‌भवले आणि त्यांची उत्तर मिळाली नाहीत, की ते प्रश्न काळीज फाडत जातात हेच खरं. असं आपलं फाटलेलं काळीज घेऊन नामदेव विठ्ठल मंदिरात पोहचले. मंदिरासमोरच असलेल्या आपल्या घरात न जाता ते मंदिरासमोर उभे राहिले. मंदिर समोर दिसल्यानंतर त्यांना थोडं बरं वाटलं, मनाला आधार मिळाल्यासारखं वाटलं. थकलेली गात्रं आणि घायाळलेलं मन आणि त्यात उठणारी प्रश्नांची वादळं या सगळ्यांशी सामना करत करत पाय ओढत वेशीपासून विठ्ठल मंदिरापर्यंत यायला आपल्याला बराच वेळ लागला हे त्यांच्या लक्षात आलं. कारण ते मंदिराजवळ पोहचले तेव्हा शेजारती चाललेली होती. ते बघून त्यांना एकापरीने बरेच वाटले. कारण शेजारतीनंतर मंदिरात सामसूम व्हायची आणि पांडुरंगाशी त्यांना निवांतपणे भेटता, बोलता यायचे. मागच्या ५० वर्षात पुलाखालून बरेच पाणी वाहून गेले होते. संत संप्रदायातील आपली योग्यता, भक्त मेळ्यातली आपली जागा आणि परमार्थातील आपला अधिकार नामदेवांनी सिद्ध केला होता. त्यामुळं कपाळावर नापसंतीची आठी घालत का होईना पण विठ्ठल मंदिरात बडवे नामदेवांना प्रवेश देत असत. पण गर्दीच्या वेळी गर्भागाराबाहेरून निव्वळ दर्शन घेऊन नमस्कार करण्या व्यतिरिक्त नामदेवांचा विठ्ठलाशी संवाद व्हायचा नाही. म्हणूनच शेजारती झालेली बघून नामदेवांना बरेच वाटले. आता विठ्ठलाशी मोकळेपणाने निवांत बोलता येणार होते. शेजारती संपून, प्रसाद घेऊन भाविक परत जाईपर्यंत नामदेव मंदिराच्या पायरीवर बसून राहिले. शेजारती संपली. प्रसाद घेऊन लोक घरी गेले. मंदिरात सामसूम झाली. श्रीधरपंतांना मंदिराच्या पायरीवर बसलेले नामदेव दिसले. श्रीधरपंतांनी त्यांना नमस्कार केला. प्रसाद दिला आणि

विचारलं, "प्रभू आपण आत का आला नाहीत? बाहेरचं का थांबलात? सारे काही क्षेमकुशल आहे ना?" पायरीवर जरासा विसावा घेतल्यामुळं नामदेवांच्या थकलेल्या जिवाला काहीसा आराम मिळाला होता. श्रीधरपंत नामदेवांचे निरीक्षण करत होते. नामदेवांच्या चेहऱ्यावर आता वय दिसायला लागले होते. पागोट्यातून बाहेर आलेले केस पांढरे दिसत होते. पण श्रीधरपंतांना नवल वाटलं, ते दुसऱ्याचं गोष्टीचं. एरव्ही प्रसन्न असणारा नामदेवांचा चेहरा आज म्लान दिसत होता. काहीतरी हरवल्याचे उदास भाव त्यांच्या चेहऱ्यावर दिसत होते. एरव्ही कोणत्याही प्रश्नाला प्रसन्नपणे हांसून उत्तर देणारे, अडी-अडचणीच्यावेळी, संकटाच्या वेळी, धीराचे चार बोल सांगून हेही दिवस सरतील अशी आशा दाखवणारे नामदेव आज स्वत:च उमेद हरवून बसल्यासारखे केविलवाणे दिसत होते. श्रीधरपंतांनाही यांचं कारण उमजेना. त्यांनी नामदेवांना तसं विचारलही. पण त्यांच्या प्रश्नाचं उत्तर देण्याऐवजी नामदेवांनीच त्यांना प्रति प्रश्न केला, "पंत, पंढरपुरात सर्व काही क्षेमकुशल आहे ना? पाऊस-पाणी, शेती-भाती सारे व्यवस्थित आहे ना? परकीय आक्रमणाचा काही धोका? माझा... माझा पांडुरंग सुक्षेम आहे ना?" नामदेवांच्या मनातली घालमेल त्यांच्या स्वरात उमटली होती. श्रीधरपंतांनी ती ओळखली. नामदेवांचा देवावरचा अधिकार त्यांना माहीत होता. म्हणूनच पहाटेच्या काकड आरतीपासून ते शेजारतीपर्यंतच्या दिवसभराच्या काळात त्यांच्या मनाला अस्वस्थ करणारी गोष्ट नामदेवांना सांगावी असं त्यांना वाटून गेलं. मनात शब्दांची जुळवाजुळव करून त्यांनी सांगायला सुरुवात केली. "प्रभो! पंढरपुरात सारे काही क्षेमकुशल आहे. पाऊस-पाणी यथायोग्य आहे. परकीय आक्रमणाचाही धोका नाही. परंतु, पांडुरंगाचेच काहीतरी बिनसलेले असावे असे वाटते. आज पहाटे काकड आरतीसाठी जेव्हा मी गाभाऱ्यात गेलो तेव्हा, ... एरव्ही आम्हा भक्तांना पाहून खुलणारा, काकड आरतीच्या प्रकाशात तेजस्वी दिसणारा पंढरीनाथ आज उदास दिसत होता. त्या सावळ्या मूर्तीच्या चेहऱ्यावर खिन्नता दाटून आली होती. आणि आज दिवसभर अगदी आता शेजारतीपर्यंत ती उदासीनता त्या सावळ्या चेहऱ्यावर तशीच होती. तुमचेही मुख म्लान दिसते आहे. तुमचा अधिकार मोठा आहे. आता तुम्हीच विठोबाच्या या खिन्नतेचे कारण शोधून काढा." असे सांगून नामदेवांना पुन्हा एकवार नमस्कार करून प्रसादाचा वाडगा, गर्भागारात ठेवून श्रीधरपंत घरी गेले. त्यांच्या पाठमोऱ्या आकृतीकडं पाहत, त्यांनी सांगितलेल्या शब्दांचे अर्थ लक्षात घेत नामदेव पायरीवरून उठले.

ते मंदिरात आले. मंदिरात सामसूम होती. इकडे तिकडे न पाहता त्यांनी गर्भागार गाठले. समोर विठ्ठलाची सावळी मूर्ती कर कटेवर ठेवून उभी होती.

श्रीधरपंतांनी सांगितल्याप्रमाणे खरोखरच त्या सावळ्या चेहऱ्यावर दु:ख दिसत होतं. नामदेवांना पाहिल्यावर क्षणभरच त्या मूर्तीच्या डोळ्यात चमक आली. आणि दुसऱ्या क्षणाला ते डोळे अश्रूंनी भरले. समोर विठोबाला बघितल्यावर बेभानपणे नामदेवांनी मूर्तीला मिठी मारली. खूप दिवसांनी आज विठ्ठलाच्या या सगुण सावळ्या मूर्तीचं त्यांना दर्शन होत होतं. विठ्ठलाला आवेगानं मिठी मारूत नामदेव रडायला लागले. विठ्ठलालाही भरून आलं होतं. कमरेवरचा हात काढून तो नामदेवांच्या पाठीवरून हात फिरवत राहिला. काही वेळ असाच गेला. भेटीचा पहिला आवेग ओसरल्यानंतर नामदेव भानावर आले. त्यांनी आपले डोळे पुसले. हात जोडून ते विठ्ठलासमोर बसले. नामदेवांच्या चेहऱ्यावरची घालमेल विठ्ठलाला समजली आणि विठ्ठलाच्या मनातली कासाविशी नामदेवांना उमजली. या सगळ्यांचा अर्थ लावत दोघंही नि:शब्दपणे एकमेकांकडे पाहत राहिले. आणि डोळ्यातून ओघळणारा अश्रू तसाच ठेवून कापऱ्या आवाजात पांडुरंगाने सांगितले, "नामया, आपला चोखोबा गेला. देहाच्या कुडीतून त्याचा आत्मा मुक्त झाला!" पांडुरंगाचं हे बोलणं ऐकून नामदेवांना प्रचंड धक्का बसला. मनाच्या होणाऱ्या घालमेलीवरून कुठंतरी चटका बसणार आहे, याचा अंदाज बांधणाऱ्या नामदेवांना त्या चटक्याऐवजी, विजेचा लोळ अंगावर पडावा तसे झाले. पांडुरंग काय बोलतोय आणि आपण काय ऐकतोय हेच त्यांना कळेना. मती कुंठित झाली, तोंडातून शब्द फुटेना. करपलेल्या आवाजात त्यांनी विचारलं, "काय......ऽऽ? चोखोबा गेले? पण ते ..... ते तर मंगळवेढ्याला गेले होते ना! मग असे कुणाला न सांगता, सवरता! कुणालाही न भेटता चोखोबा जाऊच कसे शकले? आणि विठूराया, तू प्रत्यक्ष इथं हजर असताना आणि त्यांची काळजी घे, असं मी तुला सांगून गेलो असताना, तू त्यांना जाऊच कसं दिलंस? अरे पंढरीराया, तू भक्तवत्सल, भक्तांचा पाठीराखा आहेस ना! मग तुझा लाडका भक्त असलेला चोखोबा तिकडे दूर मंगळवेढ्यात प्राण सोडतो आणि ते तुला समजत नाही? माधवा मी यावर विश्वास ठेवावा काय? अरे तू सर्वसाक्षी आहेस ना! मग तुझ्या परोक्ष हे कसं घडलं? नाही-नाही, देवा चोखोबा गेला हे जरी सत्य असलं तरी कुठेतरी, काहीतरी गफलत होतीय! चोखोबाऽऽऽ चोखोबाऽऽऽ असे कसे हो आमच्यावर रुसलात! मला न भेटताच असे कसे हो गेलात?....!!!"

नामदेव विलाप करत होते. त्यांच्या डोळ्यातून अश्रूंच्या धारा लागल्या होत्या. चोखोबा न भेटताच गेले, हे दु:ख त्याचं काळीज चिरत होतं. प्रत्येकाला कधी ना कधी जायचंच होतं. परमार्थाच्या मार्गावर चालणाऱ्यांचा हा पहिला धडा होता. पण इतक्या दूर, जवळ कुणीही आपलं माणूस नसताना चोखोबा असे आकस्मिक गेले

ही भावना नामदेवाचं काळीज कुरतडत होती. त्याचं आक्रंदन विठोबालाही बघवेना. त्यातच 'विठोबाने त्यांच्याकडे म्हणावे तेवढे लक्ष दिले नाही' हा नामदेवाचा आरोप विठ्ठलाच्या मनाला यातना देऊन गेला. चोखोबा गेल्याचं दु:ख तर होतंच पण त्याच्या भक्तवत्सलतेवरचा हा आरोप त्या दु:खावर डागण्या देणारा होता. नामदेवांची समजूत तर घालायची होतीच, पण त्याचबरोबर त्यांना वस्तुस्थितीची जाणीव करून द्यायची होती. विठोबाने स्वत:ला सावरले. आपले डोळे पुसले. नि:शब्दपणे तो नामदेवांच्या पाठीवर थोपटत राहिला. त्यांच्या स्पर्शानं नामदेव भानावर आले. त्यांचा आक्रोश थांबला. त्यांनी अंगावरील उपरण्याने आपले डोळे, चेहरा पुसला आणि सुन्नपणे ते बसून राहिले. विठोबानं ठरवलं आता सगळं नामदेवांना सांगायचं. त्यांनी भावनावेगात केलेल्या आरोपाचेही खंडन करायचं.

"नामदेवा! चोखोबा गेला हे सत्य आहे. आणि तो मंगळवेढयात मृत्यू पावला हे अत्यंत कटू सत्य आहे. तू मला त्याच्यावर लक्ष ठेवायला सांगितल होतंस, हे खरं आहे आणि माझं लक्ष असतानाही त्याचा मृत्यू ओढावला हे भयानक वास्तव आहे. नामया अस्पृश्य, अस्पृश्य म्हणून जिवंतपणी त्यान यातना भोगल्या आणि त्याला मृत्यूही यातनामयच आला. माझा अत्यंत लाडका भक्त ठरूनही केवळ जातीनं महार म्हणून वर्णद्वेषी समाजानं जन्मभर त्याला माझ्यापासून दूर ठेवलं आणि त्याच वर्णद्वेषी समाजाच प्रतिनिधीत्व करत मृत्यूनही तो माझ्यापासून दूर असतानाच त्याला गाठलं. नामा, माझ्या मित्रा, चोखोबाला मृत्यू इतका अचानक आला की नियतीनं घातलेल्या या आकस्मिक घावापुढे मीही हतबल ठरलो. नामया! मी सर्वसाक्षी परमेश्वर आहे खरा, पण माझ्या या सर्वसाक्षीपणावर प्रत्येक वेळा नियतीनं मात केली आहे. माझंच विधी लिखित जिथं मी जाणू शकत नाही तिथं इतरांच विधिलिखित मी काय जाणणार आणि बदलणार? या नियतीनं मला रामावतारात वनवास भोगायला लावला, पितृवियोग दिला, पत्नीवियोग दिला. तर कृष्णावतारात बंदिवासात जन्म घ्यायला लावला आणि जन्मताच मला माता पित्यापासून अंतरवले. मी ईश्वर असूनसुद्धा ही नियती नेहमीच माझ्यावर मात करत आली आहे. भविष्य हे तिचे हत्यार आहे आणि मृत्यू हा तिचा चाकर! चोखोबांचं आयुष्यभर जे भविष्य होत तेच भवितव्य मृत्यूनंतरही राखण्यात तिला यश मिळालयं नामया! मी तिच्यापुढं हतबल आहे, असहाय्य आहे. माणसाच्या देहावर तिचाच अधिकार आहे. पण आता चोखोबाचा देह मातीमध्ये विलीन झाला आहे. मंगळवेढ्याला बांधकाम चालू असलेल्या बुरूजाची दगडी भिंत अंगावर कोसळून जे पन्नास-साठ मजूर मृत्यूमूखी पडले त्यात आपला चोखोबा होता. नामदेवा आता चोखोबाच्या देहाची माती झालीय. आता नियतीचा त्याच्यावरचा

अधिकार संपलाय. तिनं लिहिलेल्या विधिलिखितामुळं आयुष्यभर चोखोबावर अन्याय झालाय. पण आता तिचा अधिकार संपलाय. चोखोबांचा आत्मा माझ्यात कधीच समर्पित झालाय. पण नियतीनं त्याच्यावर आयुष्यभर केलेल्या अन्यायाचं आता आपण परिमार्जन करायचं आहे. आणि आपल्याला आता तो अधिकार आहे. तेव्हा ज्या सन्मानापासून, ज्या हक्कापासून, ज्या न्यायापासून जन्मभर चोखोबा आणि त्याची भक्ती वंचित राहिली तो सन्मान, तो हक्क, तो न्याय आता आपण चोखोबाला मिळवून द्यायचाय. तेव्हा नामदेवा ऊठ. पूस ते डोळे आणि मी सांगतो तसे कर!''

विठ्ठलाचं बोलणं नामदेव लक्षपूर्वक ऐकत होते. चोखोबांच्या मृत्यूच्या दुःखाचा पहिला आवेग तर ओसरलाच होता. पण विठ्ठलाच्या या बोलण्याने त्यांचे हरपलेले भान ताळयावर आले. सुन्न झालेल्या सगळ्या जाणिवा जाग्या झाल्या. काय घडलंय कसं घडलंय, आपण त्याला कसं सामोरं जायला पाहिजे आणि आता पुढं काय करायचं आहे? या सगळ्या प्रश्नांची उत्तरं हळूहळू त्यांना मिळायला लागली. मनावरचे दुःखाचे सावट काहीसे दूर झाले आणि विठ्ठलाचं संपूर्ण बोलणं ऐकल्यावर तर नियतीनं पण आणि विठ्ठलानं पण आपल्यावर केवढी मोठी जबाबदारी टाकली आहे याची जाणीव त्यांना झाली. खरंच वर्णाश्रम व्यवस्थेमुळं, केवळ वर्णाश्रम व्यवस्थेमुळं आयुष्यभर विठ्ठलापासून दूरदूर राहिलेल्या चोखोबाला नियतीनं मृत्यूचा घाव घालतानाही विठ्ठलापासून दूरच ठेवले. इतका श्रेष्ठ भगवद्‌भक्त पण असं करंटं नशीब घेऊन जन्माला आला होता. या करंट्या नशिबानं जन्मभर त्याची पाठ सोडली नाही. पण त्याच्या मृत्यूनं आता त्याचे दुर्दैवाचे दशावतार थांबवले होते. विठ्ठल आणि नामदेव दोघं मिळून चोखोबांच्या मृत्यूनंतर का होईना, पण त्याचं करंटं नशीब बदलणार होते. चोखोबाला आयुष्यभर जे मिळालं नाही ते त्याला आत्ता मिळवून देणार होते. हे सगळं पार पाडण्यासाठी विठ्ठलानं काय योजना आखली होती, ते पाहायला हवे होते. नामदेवांच्या चेहऱ्यावर उत्सुकता उमटली. ती विठ्ठलानं वाचली. नामदेव दुःखावेगातून बाहेर आल्याचे बघून त्यालाही बरे वाटले. चोखोबांच्या अशा आकस्मिक मृत्यूचा धक्का या उतारवयात नामदेवांना सहन होईल की नाही अशी भीती विठ्ठोबाला वाटत होती. हा धक्का सहन न होऊन नामदेवांचच काही बरं-वाईट झालं, तर एकाच वेळी आपले दोन अत्यंत प्रिय भक्त गमावून नियतीला जिंकू द्यायचं नव्हतं. नामदेव सावरलेत आणि आपला बेत ऐकण्यासाठी उत्सुक आहेत हे बघून विठ्ठलानं समाधानाचा सुस्कारा टाकला. आता फक्त प्रश्न उरला होता, चोखोबांना मृत्यू उपरान्त का होईना न्याय मिळवून देण्याचा, सन्मान मिळवून देण्याचा. विठ्ठलाने आपला बेत नामदेवांना सांगायला

सुरुवात केली. "नामदेवा, चोखोबांचा मृत्यू जरी मंगळवेढ्याला झाला असला, तरी त्याची खरी जागा पंढरपुरातच आहे. या गोष्टीची खात्री होती म्हणूनच तर ना तुम्ही त्याला पंढरपुरास येण्याच आमंत्रण दिलं होतं! तेव्हा चोखोबाला नाही, तरी चोखोबांच्या पार्थिवाला पंढरपुरात जागा मिळाली पाहिजे. नामदेवा, त्यासाठी तुला मंगळवेढयाला जायला पाहिजे. तू मंगळवेढयाला जा आणि जिथं ही दुर्दैवी घटना घडली तिथे जा. चोखोबांच पार्थिव तिथे अंत्यसंस्काराची वाट बघत असेल. दगडांच्या आघातामुळे कदाचित देहाचा नाश झाला असेल परंतु, अस्थी तरी नक्की असतील! त्यांच पार्थिव मिळालं नाही, तर निदान त्यांच्या अस्थी तरी गोळा करून इथे पंढरपुरात घेऊन ये. नामया त्या अस्थी जोपर्यंत पंढरपुरास येत नाहीत तोपर्यंत, माझ्यात समर्पित झालेला असला, तरीही चोखोबांचा आत्मा सूक्ष्म रूपाने तेथे घुटमळत राहिला असेल आणि आपल्या अस्थी तरी पंढरपुरास पोचतात की नाही याची डोळ्यात प्राण आणून प्रतीक्षा करत असेल. अगदी दुसऱ्या कोणाची नाही तरी नामा तो तुझी तरी वाट नक्की बघत असेल. तेव्हा अजिबात वेळ न दवडता तू मंगळवेढयाला जा आणि चोखोबांच्या अस्थी गोळा करून तातडीनं त्या पंढरपुरास घेऊन ये." विठोबाचं बोलण ऐकून नामदेव बुचकळयात पडले. 'चोखोबाच्या अस्थी मंगळवेढयातून पंढरपुरास आण' हे सांगण्यामागे विठोबाचा काय उद्देश आहे हे नामदेवांना कळेना. त्यांनी विठ्ठलाला विचारले, "देवा, चोखोबा तर गेलेच. पण आता त्यांच्या अस्थी पंढरपुरास आणून आपण काय साधणार आहोत? अस्थी इथे आणण्याने आपण चोखोबांचे असे कोणते हित साधणार आहोत हे मला जरा उलगडून सांगाल का?" नामदेवांच्या या प्रश्नाने विठोबाही गोंधळला. असा प्रश्न नामदेव करतात याचा अर्थ अजून त्यांना पुरते भान आलेले नाही. चोखोबाच्या मृत्यूच्या धक्क्यातून अजून ते पुरते सावरले नाहीत, हे विठ्ठलाच्या लक्षात आले. त्याच्या मनातला गोंधळ दूर करायचा, तर आपली सगळी योजना त्यांना समजावूनच सांगितली पाहिजे, हे ही या महागुरुच्या लक्षात आले. तात्काळ गुरुच्या भूमिकेत शिरून विठ्ठल समजावणीच्या स्वरात म्हणाला, "नामदेवा, अरे चोखोबांचा मृत्यू मंगळवेढ्याला झालाय. तिथं त्यांच्या अस्थी अनाथासारख्या पडल्या असतील. माझ्या या लाडक्या भक्ताला मृत्यू तर असा यातनादायक आला आहे. पण मृत्यू उपरान्त त्यांच्या अस्थी अनाथपणाची यातना सोसत बेवारस अवस्थेत तिथे तशाच पडून राहाव्यात, हे माझ्यातल्या भक्तवत्सलतेला मानवणारे नाही. चोखोबांनी तुझ्या सांगण्यावरून पंढरपूर हीच आपली कर्मभूमी मानली, ती त्यांची धर्मभूमी व्हावी असं मला वाटतं. माझं दर्शन घेण्यासाठी चोखोबा ज्या महाद्वारी तास न् तास तिष्ठत उभे राहायचे, त्याच महाद्वाराच्या

पायरीजवळ चोखोबांच्या अस्थींना स्थान मिळावं, असं मला वाटतं. त्या महाद्वारांजवळ पायरीजवळच्या मातीत उमटलेल्या त्यांच्या पाऊलखुणा आजही त्यांच्या तिथं असणाऱ्या अस्तित्वाची साक्ष देत आहेत. तिथेच त्यांच्या अस्थींना जागा दिली, तर त्या मातीवर जिथं त्यांच्या चरणमुद्रा उमटल्या आहेत तिथं त्यांची चिरंतन नाममुद्रा राहील आणि मृत्यू उपरांत का होईना पण आपण चोखोबाला माझ्या चरणाजवळ स्थान दिलं या मला मिळालेल्या समाधानात, माझ्या हातून त्याच्यावर नकळत झालेल्या अन्यायाचं परिमार्जन होईल. तेव्हा नामदेवा, तू मंगळवेढ्यास जाऊन चोखोबाच्या अस्थी इकडे घेऊन ये. तू त्वरित जा.''

नामदेवांच्या मनातला विचारांचा गोंधळ काहीसा कमी झाला असावा. तरीही अजून एक महत्त्वाचा प्रश्न त्यांच्या मनात घोळत होताच आणि त्याचं उत्तर मिळाल्याशिवाय मंगळवेढ्याला जाणे संयुक्तिक ठरणार नव्हते. ''पांडुरंगा, तुझी सगळी योजना माझ्या पूर्ण लक्षात आली. धन्य तो श्रेष्ठ भगवद्भक्त चोखोबा आणि धन्य त्याचा भक्तवत्सल परमेश्वर पांडुरंग! आपल्या भक्ताबद्दल देवाला इतकी, आस्था वाटते आहे हे बघून मी धन्य झालो. परंतु, विठूराया अरे ती दगडी तटबंदी कोसळण्याच्या दुर्दैवी घटनेत ५०-६० मजुरांचा चोखोबांसह अंत झाला. म्हणजे याचा अर्थ त्या ५०-६० मजुरांची छिन्न-विछिन्न पार्थिवं अथवा भंगलेल्या अस्थी त्या ठिकाणी एकत्रितपणे पडलेल्या असणार! नव्हे तिथे अस्थींचा ढीगच असणार. या सगळ्यातून आपल्या चोखोबांच्या अस्थी नेमक्या मी कशा ओळखणार? का मृत्यू उपरांतही चोखोबांच्यावर उपेक्षितपणाचा शिक्का बसून बेवारस स्थितीतच त्यांच्यावर अंतिम संस्कार होणार? देवा मृत्यूनंतरही उपेक्षेनं आणि दुर्दैवानं चोखोबांची पाठ सोडली नाही की काय?'' नामदेवांना पडलेला प्रश्न खरोखरंच गहन होता, विचार करायला लावणारा होता. अस्थींच्या त्या ढीगातून नेमक्या चोखोबांच्या अस्थि सापडल्या नाहीत, तर चोखोबांच्या आतापर्यंतच्या सचेतन अस्तित्वाला काही अर्थच उरणार नव्हता. पण तसं व्हायचं नव्हतं. म्हणूनच पांडुरंगानं गहिवरल्या आवाजात नामदेवांना सांगितलं, ''तुझा प्रश्न अत्यंत योग्य आहे, नामदेवा. पण चोखोबांची भगवद्भक्ती पराकोटीची होती. त्यांच्या श्वासात विठ्ठल होता, त्यांच्या उच्छ्वासात विठ्ठल होता. त्यांच्या पंचेन्द्रियात विठ्ठल होता, त्यांच्या रक्तात विठ्ठल होता. त्यांचा विचार विठ्ठल होता, त्यांचा उच्चार विठ्ठल होता. त्यांच्या देहाच्या अणुरेणूत विठ्ठल आणि फक्त विठ्ठलच होता. मग त्यांच्या देहाच्या अणूरेणूत भिनलेला हा विठ्ठल त्यांच्या अस्थिमध्ये असणारचं असणार, नव्हे आहेच. त्यामुळं तिथं अस्थिंचा कितीही मोठा ढीग असला तरीही त्यातून चोखोबांच्या नेमक्या अस्थि ओळखणं फारसं अवघड नाही. त्या ढिगातली प्रत्येक

अस्थि उचलून तू कानाला लाव. आणि नामया ज्या अस्थीमधून तुला ''विठ्ठल-विठ्ठल'' असा नाद ऐकायला येईल, त्या अस्थी माझ्या लाडक्या चोखोबाच्या आहेत, हे ओळख आणि नेमक्या तेवढ्याच अस्थी घेऊन तू पंढरपुरास ये. मला खात्री आहे नामदेवा, माझ्या लाडक्या चोखोबाच्या रक्ताच्या प्रत्येक थेंबात मी म्हणजे विठ्ठल भिनलेला होता. तसाच तो अस्थीमध्येही असणार आहे. जा नामया लवकर जा! माझ्या या लाडक्या भक्ताच्या अस्थींना तिनं बेवारशासारखं असं फार वेळ तिष्ठत ठेवू नकोस. या अस्थि तुझ्या प्रतीक्षेत आहेत आणि मी त्या अस्थिंच्या! तेव्हा नामदेवा अजिबात वेळ न दवडता माझी आणि अस्थिरूपात असलेल्या माझ्या लाडक्या भक्ताची लवकरात लवकर भेट घडवून आण. मी तुझ्या परतण्याच्या वाटेकडे डोळे लावून बसेन. जा नामदेवा, जा!'' विठ्ठलाच्या आवाजातला कंप नामदेवांना जाणवला. त्यांच्या डोळ्यातून ओघळलेले अश्रूही त्यांना दिसले आणि भक्तवत्सल असलेल्या या विठू-माउलीनं आपल्यावर टाकलेलं हे काम किती महत्त्वाचं, किती जबाबदारीचं आणि तातडीचं आहे हे त्यांच्या लक्षात आलं. त्यांनाही गहिवरून आलं. डोळ्यातून अश्रू ओघळायला लागले. याच भावभिजल्या अवस्थेत विठ्ठलाच्या चरणावर मस्तक ठेवून ते तातडीने मंदिराबाहेर आले. तेव्हा झुंजु-मुंजु झालं होतं. मग मात्र त्यांनी वेळ घालवला नाही. मंदिराशेजारी राहणाऱ्या श्रीधरपंतांना उठवून त्यांनी त्यांना घडला वृत्तांत सांगितला आणि कर्ममेळ्याला तातडीने बोलावून घ्यायला सांगितले. मग मात्र बातमी पंढरपुरभर पसरली. जो, तो नामदेवांना गाठून त्यांना काही विचारण्यासाठी धडपडू लागला. पण त्यांना उत्तर देण्याच्या कसल्याही फंदात न पडता, कर्ममेळ्यासह श्रीधरपंतांना आणि इतर दोघा-चौघांना घेऊन, नामदेवांनी मंगळवेढ्याची वाट धरली. तेव्हा त्यांना सोबत करण्यासाठी, सूर्यही नुकताच पूर्व क्षितिजावर आला होता.

आपल्यावर सोपवलेली कामगिरी अत्यंत त्वरेनं पूर्ण करायची आहे हे ओळखून नामदेवादि मंडळी कुठेही न थांबता, तडक चालत राहिले. एरव्हीचे अर्ध्या एक प्रहराचे ते अंतर खरं तर त्याहीपेक्षा जलद संपत आले होते. पण तेवढाही वेळ नामदेवांना सहन होईना. दिवसाच्या दुसऱ्या प्रहरीच ते मंगळवेढ्याला पोहचले. तिथली परिस्थिती अत्यंत वाईट होती. तिथं नुसता हाहा:कार माजला होता. मृत्यूची भयंकर कळा सगळ्या गावावर पसरली होती. आक्रोश, किंचाळ्या यांनी जणू आकाश छेदत होतं. भिंत पडलेल्या परिसरात प्रचंड हलकल्लोळ होता. जो तो आपापल्या सुहृदला शोधण्याचा प्रयत्न करत होता. त्याचे पार्थिव किंवा पार्थिवाचा एखादा भाग, तो ही ओळखण्याच्या परिस्थितीत असेल, तर ओळखून घेऊन शोक करत होता. सरदाराच्या सैनिकांनी मदतकार्याला अत्यंत वेगाने

सुरुवात केली होती. दगडांचा ढिगारा उपसून झाला होता. पांढरी माती, चुना यांचाही पडलेला ढीग बाजूला करण्यात सैनिकांना यश मिळालेलं होतं. पण मृत्यूचा घाला असा भयानक होता की, त्या ढिगाऱ्याखालचं कोणीही जिवंत राहिलं नव्हतं. इतकचं नव्हे तर मृत्युमुखी पडलेल्या त्या दुर्दैवी जिवांना अत्यंत यातनामय मृत्यू आला होता. सगळ्यांची शरीरं तर छिन्नविछिन्न झाली होती. रक्ता-मासांचा नुसता चिखल झाला होता. दगडांच्या आघाताने बहुतेकांच्या शरीरावरचे मांस अलग होऊन अस्थी उघड्या पडल्या होत्या. त्यातच ही दुर्दैवी घटना घडून चार दिवस उलटून गेले होते. मातीत मिसळलेलं रक्त आता सुकलेलंही होतं. तर अस्थीपासून मांस वेगळे होऊन, मातीत मिसळून गेले होते. संपूर्ण पार्थिव तर कोणाचेच नव्हते. पण अवयवसुद्धा ओळखू येण्याच्या परिस्थितीत नव्हते. अशा परिस्थितीत नाईलाजास्तव सरदारांच्या सैनिकांनी मातीच्या त्या ढिगाऱ्यातून शोधून, शोधून मिळालेल्या अस्थी त्या अपघाताच्या ठिकाणापासून काहीशा दूर असलेल्या मोकळ्या जागेत विखरून ठेवल्या होत्या. हे समजल्यावर नामदेव आपल्या सहकाऱ्यांसह तिथे गेले. पंढरपूर आणि परिसरात राहणाऱ्या येसकर जमातीतील बहुतांश व्यक्ती बुरुजाच्या तटबंदीच्या कामासाठी आणल्या गेल्या होत्या. चोखोबांच्या मृत्यूचे कारण पंढरपुरात समजले तसे त्या परिसरातील बहुतांश येसकर जमात अपघाताच्या ठिकाणी गोळा झाली. प्रत्येकाचे कोणी ना कोणी तरी त्या दुर्दैवी घटनेत प्राणाला मुकले होते. त्या अस्थींच्या ढिगाऱ्यांतच आपल्या सुहृदांच्या अस्तित्वाच्या खुणा जो, तो शोधत होता. चोखोबांच्या अस्थी ओळखण्याची खूण नामदेवांनी बरोबर असलेल्या सगळ्यांना सांगितली होती. वडिलांच्या आकस्मिक मृत्यूने धक्का बसलेला कर्ममेळाही आता काहीसा सावरला होता. शून्य मनाने तो ही चोखोबांच्या अस्थी शोधायला लागला. आधीच चोखोबांच्या मृत्यूचे दुःख, त्यात समोर दिसत असलेले मृत्यूचे थैमान नामदेवांसारख्या कोमल हृदयाचा माणूस घायाळ झाला नसता तरच नवल. डोळ्यातून अविरत वाहणाऱ्या अश्रूंच्या सोबतीनं नामदेव चोखोबांच्या अस्थी शोधायला लागले.

खरं तर विठ्ठलानं अस्थी ओळखण्याची खूण सांगितली, तरी नामदेवांचा त्यावर विश्वास बसला नव्हता. तरीही नामदेव त्या अस्थींच्या ढिगाऱ्यातील प्रत्येक अस्थी उचलून कानाला लावत होते आणि एका बाजूला ठेवत होते. चोखोबांच्या अस्थी तर यात नक्कीच होत्या, पण त्या आपल्याला सापडतील? ओळखता येतील? विठ्ठलानं सांगितलेलं खरंच असेल? अशा अनेक प्रश्नांनी नामदेवांचं मन कासावीस झालं. प्रश्नांची ही आवर्तन मनांत एकीकडे चालू असतानाच, दुसरीकडे अस्थी उचलून कानाला लावण्याची त्यांची क्रियाही चालूच होती. बऱ्याचशा अस्थी

बघूनही झाल्या. हळूहळू नामदेवांच्या मनावर निराशा दाटायला लागली. एकेक अस्थी उचलायची, कानाला लावायची आणि बाजूच्या ढिगात टाकायची ही त्यांची क्रिया अलिप्तपणे चालूच होती. त्याच अलिप्तपणे त्यांनी एक अस्थी उचलली. कानाला लावली. आणि ते चमकले. आपल्या शेजारी बसून, नेहमीप्रमाणे चोखोबा विठ्ठल, विठ्ठल म्हणताहेत असा त्यांना भास झाला. चमकून त्यांनी इकडेतिकडे पाहिले. जवळ चोखोबा तर नव्हते. मग हे विठ्ठल-विठ्ठल कुणी म्हटलं? हा नाद कुठून आला? अचानक नामदेवांचं लक्ष हातातल्या अस्थीकडे गेलं. यातून? यातून तो नाद आला असेल? नामदेवांनी पुन्हा अस्थी काळजीपूर्वक कानाला लावली. सारे चित्त एकवटले. त्यांचा अणूरेणु थरारला, शरीरावर रोमांच उभे राहिले, डोळे विस्फारले गेले. स्वतःच्या कानावर त्यांचा विश्वास बसेना. आपण जे ऐकतो आहोत ते सत्य की, भास याचा उलगडा त्यांना होईना. खरंच! खरंच त्या अस्थींमधून आवाज येत होता. तरीही नामदेवांना खरं वाटेना. त्यांच्या पलीकडेच उभं राहून, श्रीधरपंतही तशाच अस्थी कानाला लावून शोध घेत होते. नामदेवांनी न राहवून श्रीधरपंतांना हाक मारली. "पंत, अहो श्रीधरपंत इकडे या!" नामदेवांच्या हाकेसरशी श्रीधरपंत त्यांच्याजवळ आले. नामदेवांच्या चेहऱ्यावर उमटलेले भाव त्यांना बरंच काही सांगून गेले. काहीही न बोलता, नामदेवांनी निःशब्दपणे हातातली अस्थी श्रीधरपंतांच्या हातात दिली. त्यांच्याकडे आणि त्या अस्थीकडे कुतूहलाने प्रश्नांकित नजरेनं बघत श्रीधरपंतांनी मूकपणे ती अस्थी आपल्या हातात घेतली. आणि नामदेवांकडे एकटक बघत ती अस्थी कानाला लावली. अस्थी कानाला लावता क्षणीच श्रीधरपंतांचे डोळे विस्फारले. त्यांच्या कपाळावर धर्मबिंदू जमा झाले. त्यांच्या श्वासोच्छ्वासाची गती वाढली. त्यांनी कानाला लावलेल्या अस्थींमधून 'विठ्ठल-विठ्ठल' असा नाद येत होता. नामदेवांनी श्रीधरपंतांना काही विचारण्याची किंवा श्रीधरपंतांनी नामदेवांना काही सांगण्याची गरज उरली नव्हती. श्रीधरपंतांच्या चेहऱ्यावरचे भाव सगळं सांगून गेले होते. नामदेव आणि श्रीधरपंत एकत्र आलेले आहेत आणि काहीतरी ऐकताहेत, करताहेत हे कर्ममेळ्याला लांबून दिसलं. उत्सुकतेनं तो त्या दोघांच्याजवळ आला. नामदेवांनी खूण करताच श्रीधरपंतांनी ती अस्थी कर्ममेळ्याच्या हातात दिली. कर्ममेळ्याने उत्सुकतेने ती कानाला लावली. आणि आपसुकच त्याचे डोळे विस्फारले गेले. त्याच्या वडिलांचा म्हणजे चोखोबांचा "विठ्ठल-विठ्ठल" असं मंत्र जपणारा आवाज स्पष्टपणे ऐकायला येत होता. विस्फारल्या नजरेनं त्यानं नामदेवांकडे पाहिलं. आता मात्र नामदेवांचा चेहरा बदलला. त्यांच्या चेहऱ्यावरून समाधान ओसंडून वाहत होतं. काहीतरी गवसल्याचा आनंद त्याच्या स्नेहल नजरेतून स्पष्ट दिसत

होता. तटस्थपणे अस्थींची परीक्षा घेणारे नामदेव आता मात्र उत्साहानं कामाला लागले. त्यांच्या हाताला गती मिळाली. कानाची आतुरता वाढली. हालचालीत वेग आला. याची लागण श्रीधरपंत आणि कर्ममेळ्यालासुद्धा झाली. आणि मग मात्र विठ्ठल-विठ्ठल या मंत्रानं भरलेल्या आणि भारलेल्या चोखोबांच्या अस्थी भराभर सापडायला लागल्या. उचललेली अस्थि कानाला लावली आणि त्यातून विठ्ठल-विठ्ठल असा नाद ऐकायला आला की, प्रत्येकवेळी नामदेवांच्या तोंडून “धन्य, धन्य, धन्य चोखोबा धन्य!” असे उद्‌गार निघत. बघताबघता नामदेवांनी बाजूला अंथरलेल्या उपरण्यावर बऱ्याच अस्थी गोळा झाल्या. उपरण्यावरचा तो अस्थींचा ढीग बघून मात्र नामदेवांच्या डोळ्यातून अश्रूंची धार लागली. तर कर्ममेळ्याला आपला हुंदका आवरेना. श्रीधरपंत आपल्या डोळ्यातील अश्रू तसेच मुक्तपणे वाहू देत त्या दोघांच्या पाठीवरून मूकपणे हात फिरवत राहिले. काहीक्षण तसेच गेले. ‘नामदेवांना आपल्यासाठी अश्रू ढाळताना बघून, चोखोबांच्या अस्थीसुद्धा समाधान पावल्या असाव्यात.” श्रीधरपंतांना उगीचच वाटून गेलं. समोर असलेला अस्थींचा ढीग आता जवळपास संपलेला होता. नामदेव आणि त्यांच्या सहकाऱ्यांनी आपलं शोधकार्य थांबवलं. उपरण्यावर पसरलेल्या अस्थींकडे एकवार बघून सगळ्यांनी हात जोडले. मनोमन चोखोबांना आठवत आपल्या डोळ्यातल्या अश्रूंचा त्या अस्थींवर अभिषेक घालत जणू त्यांनी चोखोबांना आदरांजली वाहिली. मग मात्र डोळ्यातलं पाणी निग्रहानं पुसून नामदेवांनी भावना आवरत्या घेतल्या. अस्थी ठेवलेल्या उपरण्याची टोक एकत्र करून त्यांनी त्यांची गाठ मारली. आणि अत्यंत जबाबदारीने ते उपरणं उचलून खांद्यावर अडकवत नामदेवांनी आपल्या सहकाऱ्यांसोबत तातडीने पंढरपुराची वाट धरली.

दिवसाचा तिसरा प्रहर संपत आला होता. वैशाखातला वणवा चांगलाच जाणवायला लागला होता. ऊन चांगलंच तळपत होतं. पायात वहाणा असल्या तरी चालताना फुफाटा उडत होता. आणि पावलं भाजून निघत होती. सगळ्यानाच थकवा जाणवत होता. पण सगळ्यात दमले होते ते नामदेव. दोन दिवस, आधीचा घोडेस्वाराबरोबर घोड्यावरून केलेला सततचा प्रवास, त्यानंतर विठ्ठलाबरोबरच्या चर्चेत घालवलेली ती दुःखी रात्र, पहाटेपासून एका वेगळ्या ओढीनं केलेला मंगळवेढ्यापर्यंतचा प्रवास या सगळ्यामुळे नामदेव विलक्षण दमले होते, थकले होते, शिणले होते. त्यांना अतिशय तहानही लागली होती. त्यात नखशिखान्त भाजणारं रणरणतं ऊन. चोखोबांच्या अस्थी लवकरात लवकर पंढरपुरला विठोबापर्यंत पोहचवायच्या हा ध्यास मनानं घेतला असला तरी शरीर त्यांना साथ द्यायला तयार नव्हते. पाय बोलायला लागले होते. शरीर विश्रांती मागत होतं. चोखोबांच्या अस्थी

सापडेपर्यंतची मनाची आस्था आणि त्या आस्थेला असलेली शरीराची साथ चोखोबांच्या अस्थी सापडल्यावर विसावली होती. विश्रामली होती. नामदेवांची अवस्था श्रीधरपंतांना बघवेना. ते अजिजीने म्हणाले, ''नामदेवा, आता आपण कुठंतरी विसावा घ्यावा. चोखोबांच्या अस्थी सापडेपर्यंत आपल्या जिवाला चैन आणि शरीराला विश्रांती नव्हती. पण आता चोखोबांच्या अस्थी सापडल्या आहेत. जे काम व्हावं म्हणून जिवानं ओढ घेतली होती, ते काम आता पूर्ण झालं आहे. या वटवृक्षाखाली आपण काहीवेळ विश्राम करू या. आपण पहाटे इतक्या तातडीने निघालो आहोत की, ना बरोबर पाणी घेतले आहे ना शिदोरी. आपण काहीवेळ या झाडाखाली थांबा. तिकडे समोर दोन-चार घर दिसतात. छोटीशी वाडी असावी. मी तिथे जाऊन 'भिक्षांदेही' करून चार घास मागून आणतो. पाणीही आणतो. दोन-दोन घास पोटात ढकलू आणि मग पुन्हा मार्गस्थ होऊ.''

भावेविण भक्ती। भक्तीवीण मुक्ती।
बळेविण शक्ती। बोलू नये।।

असं ज्ञानोबामाउलीनं म्हटलंच आहे. म्हणूनच मनाची शक्ती धरून ठेवण्यासाठी शरीराचे सामर्थ्य सांभाळणे गरजेचे आहे. तेव्हा प्रभू माझे ऐका, आपण या झाडाखाली काही काळ विश्रांती घेऊ.''

श्रीधरपंतांचं सांगणं योग्य आणि औचित्यपूर्ण होतं. नामदेवांनी त्यांना संमती दर्शविली आणि रस्त्याच्या कडेला असलेल्या एका विशाल वटवृक्षाच्या सावलीत ते जाऊन बसले. त्यांच्या बरोबर कर्ममेळा व आणखी एक जण थांबला तर श्रीधरपंत अन्नपाण्याची व्यवस्था करण्यासाठी त्या घरांकडे वळले. इतर पाच-सहा जी तरणीताठी मंडळी होती, त्यांनी पंढरपुरास जाऊन चोखोबांच्या महायात्रेची तयारी करावी, त्यांच्या अस्थींची महायात्रा गावाच्या वेशीबाहेर असलेल्या महार वस्तीतून निघून महाद्वारपर्यंत नेण्याची सर्व व्यवस्था करावी असा आदेश नामदेवांनी त्या तरुण मंडळींना दिला. नामदेवांना निश्चिंत राहण्याचा दिलासा देऊन ती मंडळी पंढरपुराकडे परतलीसुद्धा! चोखोबांच्या अस्थी मात्र नामदेवांनी आपल्याबरोबर नेण्याचे ठरवले. मंडळी मार्गाला लागलेली बघून वटवृक्षाच्या बुंध्यावर मान टेकून नामदेवांनी डोळे मिटले.

रूक्मिणीने चोखोबांच्या मृत्यूची वार्ता सांगितल्यापासून कर कटेवर ठेवून विटेवर उभ्या असलेल्या त्या विठ्ठलाचे मन थाऱ्यावर नव्हते. एकीकडे चोखोबांच्या मृत्यूचे दु:ख, तर दुसरीकडे तो मृत्यू चोखोबा आपल्यापासून दूर असताना यावा या विचित्र ओढाताणीत विठ्ठल सापडला होता. आयुष्यभर समाजाकडून उपेक्षा सोसलेल्या चोखोबांची मृत्यूनं शेवटीही उपेक्षाच केली होती. आपली भक्तवत्सलता

सिद्ध करण्याची जबाबदारी मात्र यानंतर विठ्ठलावर होती. त्यासाठी त्याची नामदेवांशी भेट होणं गरजेचं होतं. या वार्तेनं नामदेवांना किती धक्का बसेल, याची तो फक्त कल्पनाच करू शकत होता आणि तसेच झाले. विठ्ठलाकडून चोखोबांच्या मृत्यूचे वृत्त कळताच नामदेवांनी आकांत मांडला. एवढंच नव्हे तर त्याबद्दल त्यांनी विठ्ठलालाच दोषी धरलं. नामदेवांची समजूत घालून त्यांनी केलेला आरोप खोडून काढेपर्यंत विठ्ठलाची पुरेवाट झाली. पण नियतीच्या नियमात ढवळाढवळ करण्याचा अधिकार नसलेला विठ्ठल, आता मात्र मागे हटणार नव्हता. त्याच्या लाडक्या भक्ताला उचित जागा देऊन मरणोत्तर कां होईना पण त्याचा यथोचित सन्मान करण्याचा निश्चय विठ्ठलानं केला. तो रुक्मिणीला बोलूनही दाखवला. तिनं त्याच्या निश्चयाचं स्वागतच केलं. नामदेवांशी चर्चा करून, त्यानं हा निश्चय अंमलात आणण्याच्या योजनेची त्यानं निश्चिती केली. आता फक्त चिंता होती ती चोखोबांच्या पार्थिव शरीराची, आणि इतक्या आघातानंतर ते पार्थिव सगळ्या अवशेषांसकट सापडेल याची शक्यता नव्हतीच. तेव्हा आता आणायच्या होत्या त्या अस्थीच. पांडुरंगासमोर अस्थींबाबत कोणताही संदेह नव्हताच. कारण शेवटी त्या अस्थी चोखोबांच्या होत्या. ज्यांच्या मुखात जन्मभर विठ्ठल-विठ्ठल या नावाशिवाय दुसरे काहीच नव्हतं, त्या चोखोबांच्या अस्थीसुद्धा विठ्ठल-विठ्ठल हेच गात असणार हे सूर्यप्रकाशाइतकं स्वच्छ होतं. चोखोबांच्या जाज्वल्य भक्तीवर विठ्ठलाचा पूर्ण विश्वास होता. रुक्मिणीनंही या विश्वासाला साथ दिली होती. आणि याच विश्वासानं विठ्ठलानं नामदेवांना 'चोखोबांच्या अस्थी नेमक्या आणि अचूकपणे तुम्हाला निश्चित ओळखता येतील.' असं सांगून मंगळवेढ्याला पाठवलं होतं. नामदेव तिथे तातडीने जाणार, विठ्ठल-विठ्ठल असे नादणाऱ्या चोखोबांच्या अस्थी त्यांना नक्की तिथे मिळणार आणि त्या घेऊनच नामदेव पंढरपुरास येणार याबद्दल त्यांच्या मनात कोणताही संदेह नव्हता. म्हणून आज पुन्हा एकदा तो अत्यंत आतुरतेनं नामदेवांची प्रतीक्षा करत होता... चोखोबांच्या अस्थी घेऊन येणाऱ्या नामदेवांची.

27

काही काळ विश्रांती घेतल्यानंतर नामदेवांना अंमळ बरे वाटले. त्यातच श्रीधरपंतांनी चार घरातून मागून आणलेल्यातली घासभर भाकरी त्यांनी खाल्ली आणि त्यांचा थकवा कुठल्याकुठे पळाला. शरीराला हुशारी आणि मनाला तरतरी आल्यावर मग मात्र त्यांना पंढरपुरचे वेध लागले. चोखोबांच्या अस्थी घेऊन आपण कधी एकदा पंढरपुरला पोहचतो असे त्यांना झाले होते. 'पांडुरंग तेथे किती आतुरतेने आपली वाट बघत असेल! चोखोबांच्या अस्थींना डोळे भरून एकदा पाहण्यासाठी तो किती उत्सुक असेल' याची त्याना कल्पना होती. त्यामुळेच काहीसे बरे वाटताच ते झटक्यात उठले. चोखोबांच्या अस्थी अत्यंत आदरपूर्वक उचलून, मान झुकवून त्यांनी अस्थींना वंदन केले. आणि श्रीधरपंतांना समवेत घेऊन त्यांनी भराभर पावले टाकायला सुरुवात केली. दिवसाचा तिसरा प्रहर संपला. सूर्य मावळतीकडे झुकला होता. उन्हाचा तडाखा काहीसा कमी झाला होता. गरम का असेना, पण काहीसे वारे सुटले होते. घामेजलेल्या शरीरावर ते फुंकर घालत होते. नामदेव आणि श्रीधरपंत झपाझप चालायला लागले. पुढे गेलेल्या माणसांनी तिथली सगळी व्यवस्था चोख केली असणार याबद्दल नामदेवांना खात्री होती. आता त्यांचे मन स्वच्छ होते, शांत होते. चोखोबांच्या आकस्मिक मृत्यूचे दुःख, त्यांच्या अस्थी पाहताना दाटून आलेले अश्रू, चोखोबांच्या अस्थीतून येणारा विठ्ठल-विठ्ठल हा नाद ऐकल्यावर तनमनावर उठलेले रोमांच आणि चोखोबांचा मोठेपणा दाखविणारी साक्ष मिळाल्यावर भरून आलेलं हृदय या सगळ्यांचा आवेग आता काहीसा ओसरला होता. संथ जलाशयात खडा मारल्यानंतर जशी

एका पाठोपाठ एक वर्तुळे उठत जातात, तरंग उठत जातात तशी नामदेवांच्या शांत मनात चोखोबांच्या अनंत आठवणींची वर्तुळे एका पाठोपाठ उठत होती. नामदेवांना थेट चोखोबा पहिल्या भेटीपासून आठवत होते आणि अगदी पहिल्या भेटीच्यावेळी भेटलेल्या, गोंधळलेल्या चोखोबांपासून ते अगदी परवा-परवापर्यंतचे तृप्त, कृतार्थ चोखोबा. चोखोबांची अनंत रूपं नामदेवांच्या मनात रुंजी घालत होती. पण त्या प्रत्येक रूपात एकसमयावच्छेदेकरून सातत्याने नामदेवांना आठवत होता तो त्यांचा प्रामाणिकपणा, प्रांजलपणा आणि उत्कट भक्ती. चोखोबांच्या अशा अनंत आठवणी बरोबर घेऊनच नामदेव पंढरपुरास पोहचले.

नामदेवांच्या विश्वासाला राखून पुढे गेलेल्या मंडळींनी खरोखरच चोखोबांच्या महायात्रेची चोख व्यवस्था केली होती. मुख्य म्हणजे चोखोबांच्या दुःखद मृत्यूची बातमी पंढरपुरात घराघरात पोहचली होती आणि सगळा गाव अस्थींचे दर्शन घेण्यासाठी आणि चोखोबांच्या महायात्रेसाठी जमला होता. नामदेव दृष्टीक्षेपात आले. ते पाहताच गावकऱ्यांनी विठ्ठलाचा गजर सुरू केला.'हा गजर ऐकून चोखोबांच्या अस्थी आनंदून त्या गजराला प्रतिध्वनी देत असतील' सहज नामदेवांच्या मनात येऊन गेलं. एवढ्यात तांब्याचा कलश घेऊन कर्ममेळा पुढे आला. नामदेवांनी आपल्या उपरण्यातील अस्थी त्या तांब्याच्या कलशात ओतल्या आणि आपल्या उपरण्याने त्या कलशाचे तोंड बांधले, तोपर्यंत बाकीची मंडळी पालखी घेऊन आली. चोखोबांच्या अस्थींचा तो कलश पालखीत ठेवण्यात आला. आणि टाळ मृदंगाच्या तालात अवघ्या जनसमुदायानं एकच गजर केला.

विठ्ठल-विठ्ठल जय हरी विठ्ठल
विठ्ठल-विठ्ठल जय हरी विठ्ठल
संत चोखामेळा की जय
संत चोखामेळा की जय

जनसमुदायाने अत्यंत उत्स्फूर्तपणे आणि एकत्रितपणे केलेला हा चोखोबांच्या नावाचा गजर आकाश भेदत विठ्ठल मंदिराच्या शिखरावर जाऊन निनादला. त्या आवाजाने मंदिराचे गर्भगृह भरून गेले. विठ्ठलाच्या मूर्तीची चलबिचल झाली. त्याच्या पायाखालची वीट थरारून गेली. त्या गजराचा ध्वनी चंद्रभागेच्या पाण्यावर जाऊन आदळला. चंद्रभागेच्या लक्षात आले चोखोबा आलाय. ती उसळली. लाटा उचंबळून तिनं आनंद व्यक्त केला. आणि ती वाळवंटाकडं धावली. सगळ्या वाळवंटभर पाणीच पाणी झालं. आकाश छेदत गेलेल्या त्या गजराने जणू साऱ्या आभाळाला जाग आली. दुःखावेगाने सूर्याने आपला चेहरा ढगाआड झाकून घेतला. क्षणात सारे झाकोळून आले, त्या झाकोळलेल्या वातावरणाला भेदत

विजेची तळपती रेषा पश्चिम क्षितिजावर लखाखली. क्षणभरात तिनं चोखोबांच्या अस्थींचं दर्शन घेतलं असावं. ती पुन्हा लुप्त झाली. गावकऱ्यांच्या निनादणाऱ्या गजराच्या ध्वनीला साथसोबत करण्यासाठी ढगांचा गडगडाट सुरू झाला. आणि दुसऱ्या क्षणाला आपल्या लक्षावधी थेंबामधून काळे मेघ अश्रू ढाळू लागले. दुपारच्या तळपत्या उन्हात चोखोबांना आलेला मृत्यू, त्यावेळी त्यांना झालेल्या यातना आणि त्या यातनामुळे वेदनांचा होणारा दाह हे सगळं सगळं शांतवण्यासाठीच जणू लक्षावधी जलधारा आकाशातून कोसळायला लागल्या. सोसाट्याचा वारा, विजांचा कडकडाट, ढगांचा गडगडाट आणि धुवांधार पाऊस. परंतू चोखोबांच्या अस्थींच्या महायात्रेला जमलेल्या अफाट जनसमुदायावर याचा काहीही परिणाम होत नव्हता. त्यांच्या डोळ्यातून ओघळणाऱ्या अश्रूंत या जलधारा मिसळून वाहत होत्या. तर विठ्ठलनामाचा आणि चोखोबांच्या नावाचा गजर ढगांच्या गडगडाटाशी स्पर्धा करत होता. आपल्याबद्दल गावकऱ्यांचे असलेले हे प्रेम, त्यांना आपल्याबद्दल वाटणारा आदर आणि विठ्ठलाच्या नामाबरोबरीने होणारा आपल्या नावाचा गजर ऐकल्यावर

कमंति वाळिले धमंति वाळीले। सर्व हारपले जेथिचे तेथे।।
विधीते वाळिले निषेधा गिळिले। सर्व हारपले जेथिचे तेथे।।
वेदाते वाळिले शास्त्राने वाळीले। सर्व हारपले जेथिचे तेथे।।
चोखा म्हणे माझा संदेह फिटला। देहीच भेटला देव आम्हा।।

अशी चोखोबांनी केलेली उत्कट आणि भावपूर्ण अभंगरचना नामदेवांना आठवली. बघता, बघता गावाच्या वेशीबाहेरील महारवस्तीतून निघालेली ती महायात्रा गावातल्या मधल्या चौकात आली. नामदेवांच्या सांगण्यावरून भोयांनी ती पालखी चौकाच्या मध्यभागी ठेवली. आतापर्यंतच्या महायात्रेच्या मार्गावर दुतर्फा जनसमुदाय जमला होता. पालखीच्या वाटेवर सडा शिंपून त्यावर फुलांची पखरण बाया बापड्या करत होत्या. पालखीवरही फुले उधळली जात होती. गुलाल उधळला जात होता. चोखोबांना पाहिलेले, न पाहिलेले, अनुभवलेले, ऐकलेले सगळेजण त्यात होते. एरव्ही आपली सावली कोणावर तरी पडेल आणि लोकांना आपला विटाळ होईल असं मानून सावधपणे अंग चोरून रस्त्यावरून चालणाऱ्या चोखोबांच्या अस्थींच्या पालखीच्या सावलीवर तरी डोकं टेकायला मिळावं म्हणून सगळी धडपडत होती. पण... चोखोबांच्या मृत्यूनंतर! या विरोधाभासाचे नामदेवांना नवल वाटलं. काही क्षण कोसळून पाऊसही थांबला. सूर्यानं पुन्हा आपली जागा घेतली.

चौकात पालखी ठेवली गेली. अवघ्या पंढरपुरानं त्या पालखीचं दर्शन घेतलं.

त्यात महार वस्तीबरोबर ब्राह्मणआळीही होती आणि वैश्य समाजाबरोबर मराठा समाजही होताच. सगळीजण त्या पालखीला नमस्कार करण्यासाठी धडपडत होते. आयुष्यभर या सगळ्यांना चोखोबा जोहार घालीत होता आणि आज त्याच लोकांना चोखोबांचं चोखपण, निर्मळपण समजलं होतं. नामदेवांना हे सगळं पाहिल्यावर चोखोबांचा मेहुणा बंका याचा अभंग आठवला. चोखोबाला त्याने गुरु केले होते. चोखोबांच्या निर्मळपणाची साक्ष देताना बंका एके ठिकाणी म्हणाला होता,

चोखा चोखट निर्मळ। तया अंगी नाही मळ।।
चोखा सुखाचा सागर। चोखा भक्तीचा आगर।।
चोखा प्रेमाची माउली। चोखा कृपेचा साऊली।।
चोखा मनाचे मोहन। बंका घाली लोटांगण।।

खरंच! चोखा असाच निर्मळ होता. चोख होता. राहूनराहून नामदेवांना चोखोबांच्या अशा सगळ्या आठवणी डोळ्यांसमोर उभ्या राहत होत्या. पालखीमध्ये ठेवलेल्या चोखोबांच्या अस्थीकलशाची कर्ममेळ्याने यथोचित पूजा केली. सभोवतीच्या जनसमुदायाने पुन्हा एकवार विठ्ठलनामाचा आणि चोखोबांचा गजर केला. पंढरपुराभोवतीचं सगळं अवकाश त्या गजरानं दुमदुमून निघालं. आणि अतिशय आतुरतेन चोखोबांच्या अस्थी घेऊन येणाऱ्या नामदेवांची प्रतीक्षा करणाऱ्या पांडुरंगाच्या कानावर तो गजर पडला. 'आला! माझा लाडका भक्त चोखामेळा आला.' विठोबाच्या कानावर पडणाऱ्या गजराची तीव्रता हळूहळू वाढत गेली. त्याने जणू अवघे पंढरपूर व्यापले, दुमदुमून गेले. विठोबाला आनंद झाला. आता त्याला त्याचा लाडका भक्त अस्थीरूपात का होईना भेटणार होता. बघताबघता पालखी महाद्वाराजवळ आलीसुद्धा! नामदेवांनी पालखी तिथं ठेवायला सांगितली. भोयानी ती पालखी काही क्षण तिथं ठेवली. पण सगळ्यांचं म्हणणं पडलं आज पालखी मंदिरात न्यावी. निदान सभामंडपात तरी न्यावी. या घडीला ते सहज शक्य होतं. निदान आज तरी पालखीला कुणीच अडवणार नव्हतं. सगळ्यांनीच हे म्हणणं उचलून धरलं. आणि पालखी आत सभामंडपात न्यायची ठरली. सगळ्यांनी एकच जल्लोष केला, विशेषत: अस्पृश्यांनी! भोई पुढे झाले. त्यांनी पालखीच्या दांडयाना हात घातला आणि ते पालखी उचलायला लागले. पण काय आश्चर्य? पालखी जागची हालेना. कुणीतरी खिळवून ठेवल्यासारखी ती महाद्वाराजवळ खिळून राहिली. ती उचलणं भोयाना शक्य होईना तेव्हा आणखी आठ - दहा हात त्यांच्या मदतीला आले पण छे:! पालखी जागची हलेचना. लोकांना नवल वाटलं. पण नामदेवांना नाही. सुरवातीला क्षणभर या घटनेकडे नामदेव पाहात राहिले. पण नंतर मात्र या घटनेमागचा पुरा अर्थ त्यांच्या लक्षात आला. महाद्वाराच्या बाहेर

चोखोबा विठ्ठलाच्या दर्शनाची आस बाळगून जिथं उभा राहात होते तिथेच पालखी ठेवली गेली होती. चोखोबाही त्या महाद्वारातून कधी आत गेले नव्हते आणि आज त्यांच्या अस्थीनीही त्या महाद्वारातून आत जायचे नाकारले होते. जिवंतपणी तर चोखोबांना आत्मभान होतेच पण मृत्यूनंतरही त्यांचे ते आत्मभान सुटले नव्हते. चोखोबांच्या या आत्मज्ञानाचे नामदेवांना तेव्हाही कौतुक वाटायचे आणि आताही वाटले. पालखी तिथून हालेना तशी पालखी तिथेच ठेवून सगळी नामदेवांच्या भोवती जमली. श्रीधरपंत पुढे झाले आणि त्यांनी नामदेवांना विचारले, "देवा! याचा अर्थ काय? आता आपण काय करायचं? पालखी महाद्वारातून पुढं जातच नाहीय. आता आपणच काही तरी मार्गदर्शन करावे." नामदेवांचे डोळे भरून आले होते. चोखोबांची निष्ठा, स्वत:ची योग्यता आणि आत्मभानाची जाणीव बघून त्यांना धन्यता वाटली. इतका थोर भक्त आपला शिष्य असल्याचा त्यांना अभिमान वाटला. शिष्यामुळं गुरु मोठा होतो तो असा! डोळ्यातून वाहणारे पाणी तसेच ओघळू देत नामदेव म्हणाले, "श्रीधरपंत, चोखोबांसारखा भक्तश्रेष्ठ दुसरा कोणीही नसेल. स्वत:बद्दलच एवढं प्रचंड आत्मभान असणारा दुसरा कोणी माझ्या पाहण्यात नाही. या महाद्वाराच्या पायरीशी जिथं, चोखोबा पांडुरंगाच्या दर्शनासाठी तास न तास तिष्ठत उभे राहायचे, जिथं त्यांच्या पाऊलमुद्रा उमटल्या आहेत तिथंच, त्याच जागी, त्याच ठिकाणी त्यांना चिरविश्रांती हवी आहे. या जागेतून पालखी उठत नाही या घटनेचा हाच आणि केवळ हाच अर्थ आहे श्रीधरपंत, तेव्हा या महाद्वाराच्या पायरीशी, इथंच या ठिकाणी आपण चोखोबांची समाधी बांधू या. चोखोबा विठूरायाच्या किती जवळ होते याची ही साक्ष आहे. श्रीधरपंत जोपर्यंत या पृथ्वीतलावर चोखोबांसारखे भक्त आहेत, तोपर्यंत माणसाच्या मनात भक्तीचं अधिष्ठान कायम राहणार. आणि जोपर्यंत चोखोबासारखे वारकरी या मराठी मुलुखात जन्माला येणार आहेत, तोपर्यंत भागवत धर्माची ही पताका आकाशाचा वेध घेत राहणार आहे. भक्तीचं हे अधिष्ठान आणि स्वत:च्या अस्तित्वाबद्दलच आत्मभान यामुळं युगानुयुगे चोखोबा लोकांच्या चिरंतन स्मरणात राहतील. तेव्हा भक्तगणहो विठ्ठल नामाच्या गजर करणाऱ्या चोखोबांच्या या अस्थींना विठ्ठलाच्या या महाद्वाराच्या पायरीशी अधिष्ठान द्यावे आणि त्यांची समाधी इथेच बांधावी ही माझी नव्हे चोखोबांची इच्छा आहे. तेव्हा करा कामाला सुरवात." असा आदेश देऊन नामदेवांनी डोळे मिटले, जणू ते चोखोबांच्या स्मृतीना उजाळा देत असावेत. त्यांच्या मिटल्या डोळ्यांतून अश्रूंच्या धारा वाहात होत्या, कंठ दाटून आला होता. गहिवरल्या आवाजात नामदेव गायला लागले,

देवाच्या अंचळी उठिला गजर। विठ्ठलनाम अंबर गर्जतसे।।
संत समुदाय पताकांचे भार। लोटले गजर ऐकावया।।
वद्य त्रयोदशी वैशाख शुक्रवार। नामाचा गजर महाद्वारी।।
ऐसी आनंदाने नामाच्या गजरी। दिली महाद्वारी समाधि त्या।।
आस्थी निक्षेपण आपलिया हाते। करूनि अनंते पाषाण ठेवी।।
राही रखुमाई कुर्वंडी करिती। सत्यभामा आरती ओवाळीत।।
नामा म्हणे धन्य विठोबाची कृपा। जाईन माझ्या बापा ओवाळीन।।
विठ्ठल, विठ्ठल, विठ्ठल, विठ्ठल, विठ्ठल, विठ्ठल,
विठ्ठल, विठ्ठल, विठ्ठल, विठ्ठल, विठ्ठल, विठ्ठल,

नामदेवांनी गजर सुरू केला. शेकडो आवाज त्यात मिसळले. महाद्वाराच्या पायरीजवळ निनादणारा तो विठ्ठलनामाचा गजर त्या पायरीपासून विठ्ठलाच्या गाभाऱ्यापर्यंत पोचला. विठ्ठलाच्या कानावरही तो गेला. आणि विठ्ठलालाही समजले. चोखोबांच्या अस्थी महाद्वाराजवळ आल्या आहेत. किती तरी वेळापासून चोखोबांच्या अस्थींची प्रतीक्षा विठोबा करत होता. त्याला वाटल होतं नामदेव चोखोबांच्या अस्थी घेऊन त्याच्या समोर येतील आणि चोखोबांच्या पार्थिवाचे नाही तरी निदान चोखोबांच्या अस्थींचे तरी दर्शन होईल. म्हणून कितीतरी वेळ तो नामदेव आत येण्याची वाट बघत होता. पण नामदेव आले नाहीत आणि आपल्या नावाचा केलेला गजर मात्र त्याच्या कानावर आला, आणि विठ्ठल समजला. समाजानं घालून दिलेले नीतीनियम आयुष्यभर काटेकोर सांभाभणाऱ्या चोखोबांनी मृत्यूनंतरही ते नियम मोडले नव्हते. जन्मभर वर्णाश्रमाचा आदर करणाऱ्या चोखोबांनी मृत्यूनंतरही त्याचा आदर केला होता. जन्मभर स्वतःच्या जातीच्या मर्यादा पाळणाऱ्या चोखोबांनी मृत्यूनंतरही आपली मर्यादा पाळली होती. विठ्ठलाच्या डोळ्यातही अश्रू उभे राहिले. रुक्मिणीला ते दिसले. तिने विठ्ठलाला कारण विचारले, तसं गहिवरल्या आवाजात विठ्ठलाने तिला महाद्वाराशी घडत असलेली घटना सांगितली, तशी रुक्मिणीही गहिवरली. ऐकू येणारा गजराचा नाद वाढत चालला तसं विठ्ठलाला आणि रुक्मिणीला राहवेना. न राहवून ती दोघंही महाद्वाराजवळ आली.

महाद्वाराजवळ शेकडोंचा जनसमुदाय जमला होता. एका बाजूला पालखीमध्ये चोखोबांच्या अस्थींचा कलश होता. तर महाद्वाराच्या पायरीजवळ चोखोबांच्या समाधीची तयारी करण्यात शेकडो हात गुंतले होते. नामदेवांच्या देखरेखीखाली समाधीचे बांधकाम चालले होते. अचानक नामदेवांचे लक्ष वरच्या पायरीकडे गेले. विठ्ठलरुक्मिणीला तिथे पाहताच नामदेवांना अश्रू अनावर झाले. त्यांनी तिथे धाव घेतली आणि विठ्ठलाच्या चरणाला मिठी मारून ते स्फुंदून स्फुंदून रडू लागले.

त्यांच्या पाठीवरून नि:शब्दपणे हात फिरवत विठ्ठल त्यांचे सांत्वन करत होता. मंदिराच्या वरच्या पायरीवर डोके ठेवून नामदेव का रडत आहेत हे कोणालाच कळेना. काही क्षण सगळीजण स्तब्ध झाली. जणू सगळे अवकाश मूक झाले. पण तरीही त्या नीरव शांततेला छेदत कापत्या स्वरात, बारीक आवाजात कुठून तरी 'विठ्ठल-विठ्ठल' असा नाद येत राहिला. जणू जनसमुदायाचं मूकपण कोणीतरी छेदत होतं, भेदत होतं. स्तब्ध झालेला लोकांचा आवाज आणि त्याला छेदणारा कांपत्या आवाजातला तो विठ्ठल-विठ्ठल नामजप. पांडुरंगाच्या चरणाला मिठी मारून रडणारे नामदेव, त्या स्तब्धतेनं सावध झाले. आणि 'विठ्ठल-विठ्ठल' नाम जपाने भानावर आले. 'चोखोबा नक्कीच, चोखोबा!' त्यांच्या मनाने कौल दिला. त्यांनी विठ्ठलाकडे पाहिले. त्यांना स्वत:ला जे जाणवले होते, तेच त्यांना विठ्ठलाच्या नजरेतही दिसले. विठ्ठलाच्या डोळ्यात तरळलेल्या अश्रूंनीही तेच सांगितले. मग मात्र दुसऱ्या क्षणाला नामदेवांनी विठ्ठलाचे चरण सोडले आणि वयाचा विसर पडून, एखाद्या तरुणाच्या चपळाईने भरभर पायऱ्या उतरत त्यांनी पालखीजवळ धाव घेतली. त्यांचा अंदाज खरा होता. ही नीरव शांतता छेदणारा, तो कांपऱ्या आवाजातला विठ्ठल-विठ्ठल नाम जप पालखीत ठेवलेल्या चोखोबांच्या अस्थीकलशातूनच येत होता. अनवधानाने नामदेवांनी त्या कलशाला मिठी मारली. आणि त्या कलशावर डोके ठेवून एक अस्फुट हुंदका देऊन तो आवरत त्यांनी पुन्हा एकदा "विठ्ठल-विठ्ठल" नामघोष करायला सुरुवात केली. मग मात्र पुन्हा साऱ्या जनसमुदायानं तो घोष उचलून धरला. आणि पुन्हा एकदा विठ्ठलाच्या त्या नामघोषाने सारे आकाश भरून गेले. तो नामघोष तसाच आकाशाला व्यापून चंद्रभागेच्या वाळवंटात जाऊन पोहचला. वाळूच्या कणाकणात शिरला. वाळूच्या कणांनीही तो नाद चंद्रभागेच्या पाण्यापर्यंत पोहचवला. चंद्रभागेनं तो नाद आपल्या उसळत्या लाटांतून आकाशाला दिला. आकाशातून उतरत तो नाद पुन्हा महाद्वाराच्या पायरीशी येऊन पोहचला. आवर्तन पूर्ण झाले होते. वर्तुळ पूर्ण झाले होते. अशी कित्येक आवर्तने नंतर तिथे निनादत राहिली.

संध्याकाळ होऊन गेली होती. पण तरीही कितीतरी वेळ सूर्य अस्ताचलावर रेंगाळत होता. जणू चोखोबांच्या समाधीचं दर्शन घेण्यासाठी तो थांबला होता. चोखोबांच्याबद्दल असलेला आदर, त्यांच्या निरामय भक्तीबद्दल असलेला पूज्य भाव, नामदेवांनी पुढे पाठवलेल्या मंडळींनी चुना-माती आणि दगड एकत्रित करून समाधीच्या बांधकामाची केलेली सिद्धता आणि ती बांधण्यासाठी मदतीला लागलेले शेकडो हात यामुळे तिन्हीसांज होण्याच्या आतच चोखोबांची समाधी बांधून झाली. भारावल्या अवस्थेत नामदेव पुन्हा-पुन्हा गात होते.

चोखा माझा जीव चोखा माझा भाव। कुळ धर्म देव चोखा माझा।।
काय त्याची भक्ती काय त्याची शक्ती। मी हि आलो व्यक्ती तयासाठी।।
ऐसी आनंदाने नामाच्या गजरी। दिली महाद्वारी समाधि त्या।।
आस्थि निक्षेपण आपुलिया हाते। करूनि अनंते पाषाण ठेवी।।
राही रखुमाई कुर्वंडी करिती। सत्यभामा आरति ओवाळीत।।

बघताबघता महाद्वाराच्या त्याच पायरीजवळ चोखोबांची नेटकी समाधी उभी राहिली. त्यांच्या अस्थींचा तो कलश पालखीतून बाहेर काढला गेला. श्रीधरपंतांनी कलशातील त्या अस्थींवर चंद्रभागेच्या पाण्याचे प्रोक्षण केले. चंद्रभागेच्या पाण्याच्या स्पर्शाने क्षणभर त्या अस्थींही थरारल्या आणि अस्थींच्या स्पर्शाने चंद्रभागेच्या पाण्यावरही रोमांच उभे राहिले. नामदेवांनी आणि कर्ममेळ्याने दोघांनी मिळून तो कलश, त्या बांधलेल्या समाधीच्या अंत:स्थळांवर ठेवला आणि विठ्ठल असे नाव कोरलेला एक पाषाण त्यावर ठेवून ते अंत:स्थळ झाकून टाकले. पुन्हा त्यावर चुना-मातीचा लेप दिला गेला. आणि चोखोबांची समाधी पूर्णत्वाला गेली. तिन्हीसांज टळून गेली. जनाबाईने त्या समाधीवर एक पणती ठेवली. तेलवात करून ती उजळली आणि चोखोबांच्या समाधीभोवतालचा अंध:कार त्या तेवणाऱ्या ज्योतीने दूर केला. विठ्ठलाचा गजर आणि चोखोबांचा जयजयकार करत लोक आपआपल्या घरी गेले. तेवणारी ज्योत शांतपणे तेवत राहिली, चोखोबांच्या अस्थींना सोबत करत.

जमलेली मंडळी घरी गेली. विठ्ठल-रुक्मिणी गर्भागारात परत गेली. नामदेव मात्र पायरीवर तसेच बसून राहिले. चोखोबांचा जीवनपट, नामदेवादि संतमंडळी समवेत त्यांनी घालवलेले क्षण न् क्षण, वर्णाश्रमाने त्यांच्यावर केलेला अन्याय, सारे काही नामदेवांच्या डोळ्यासमोर येत होते. या सगळ्या स्मृतींना उजाळा देत कितीतरी वेळ नामदेव तिथेच बसून होते. हवेतला गारठा वाढला, तसे ते भानावर आले. तिथून उठून मंदिरात गेले. न राहवून त्यांनी गर्भागारात प्रवेश केला. विठ्ठल त्यांचीच वाट बघत होता. नेहमीप्रमाणे कर कटेवर ठेवून विटेवर तो उभा होता खरं! पण आज एकीकडे त्याच्या चेहऱ्यावर आनंद होता. तर दुसरीकडे त्याच्या डोळ्यात अश्रू होते. एकीकडे त्याचा चेहरा म्लान, उदास दिसत होता. तर दुसरीकडे त्याच्या ओठावर प्रसन्न हसू तसंच होतं. नामदेवांना या सगळ्याचा अर्थ लागेना. नामदेवांच्या मनात उद्भवलेला प्रश्न विठ्ठलाने त्याच्या डोळ्यात वाचला. “नामदेवा! यात एवढं आश्चर्य वाटण्यासारखं काय आहे? माझ्या चेहऱ्यावरचे हे परस्परविरोधी भाव बघूनच तुला नवल वाटतंय ना! अरे नामया, चोखोबांच्या

मृत्यूचं मला दु:ख झालं. ते माझ्या डोळ्यातल्या अश्रूत उमटलं. तर चोखोबांच्या अस्थी तू मंगळवेढ्यास जाऊन पंढरपुरात आणल्यास आणि त्यांना योग्य जागा मिळाली म्हणून माझ्या चेहऱ्यावर प्रसन्नता आली. आता पुन्हा चोखोबांची भेट होणार नाही, म्हणून माझ्या चेहऱ्यावर उदासीनतेची छाया आहे. तर चोखोबा आता सतत महाद्वारात माझ्याजवळ राहणार म्हणून माझ्या ओठावर प्रसन्न हसू आहे. चोखोबांच नसणं आणि माझ्याजवळ असणं या दोन परस्परविरोधी घटनांचं प्रतिबिंब माझ्या चेहऱ्यावरही उमटलंय, पण नामदेवा, झाल्या गोष्टीमुळं मी अत्यंत समाधानी आहे. माझ्या मनानं चोखोबांसाठी योजलेलं जे स्थान होतं, तेच स्थान चिरविश्रांतीसाठी चोखोबांनी मागितलं. चोखोबा माझ्या मनात किंवा मी चोखोबांच्या मनात किती ठसलेले होतो, याचंच हे प्रत्यंतर नव्हे काय?'' विठ्ठल आपल्या मनातल्या गोष्टी नामदेवाजवळ सांगत होता. नामदेवांच्या मनात उद्भवलेल्या प्रश्नाचं उत्तर तर त्यानं दिलंच. पण आपलं आणि चोखोबाचं नातं किती कालातीत आहे, याचही प्रत्यंतर दिलं. नामदेवानी मूकपणाने मान हलवली. ते जरी स्तब्ध होते तरी त्यांच्या मनात खूप काही बोलायचं आहे, जे साचून राहिलंय ते सांगायचं आहे, हे विठोबानं ओळखलं. नामदेवांच्या चेहऱ्यावरून ते स्पष्टपणे प्रतीत होत होतंच. पण त्यांच्या देहबोलीतून ते स्पष्टपणे जाणवत होतं. अस्वस्थपणे ते शरीराची हालचाल करत होते. हाताची बोटं एकमएकान्त गुंफत होते, सोडवत होते. ते आपणहून बोलतील याची विठोबाने काही क्षण वाट बघितली आणि ते काहीचे बोलत नाहीत हे पाहून त्यानेच विचारले, ''नामदेवा काय झाले? कां अस्वस्थ आहेस? काय बोलायचे! काय विचारायचे आहे? मलाही नाही का सांगणार?'' विठ्ठलाच्या प्रेमळं स्वरानं हवा तो परिणाम साधला. नामदेवांनी एकवार उपरण्यानीं आपले डोळे पुसले. चेहरा खसाखसा पुसला. आणि त्यांनी बोलायला सुरुवात केली,''विठूराया, चोखोबा तुझे निस्सीम भक्त होते हे मी जाणतो. त्यांची तुझ्यावरची भक्ती किती सखोल होती हे ही मी जाणतो. पण तरीही विठूराया एक प्रश्न मनात सतावतो आहे. चोखोबांची तुझ्यावरची भक्ती कितीही सखोल असली तरीही त्यांच्या अस्थीतून ''विठ्ठल-विठ्ठल'' असा तुझ्या नामजपाचा नाद कसा काय उमटत होता? याचंच मला राहूनराहून नवलं वाटतंय! चोखोबा तर एक साधा-सरळ पापभीरू मनुष्य. योग, हठयोग, कुंडलिनीजागृती, परकायाप्रवेश या संदर्भातलं कोणतंच ज्ञान त्यांना नव्हतं. मग असं असताना तुझ्या नामाचा उद्घोष त्यांच्या अस्थींमधूनही व्हावा हे कसे? ही किमया त्यांना कशी साधली? तुझं त्यांच्यावरचं गारूड सर्वज्ञात आहे पण ही किमया साधण्यासाठी त्यांनी तुझ्यावर तर काही गारूड केलं नव्हतं ना? तू सर्वसाक्षी आहेस, सर्वव्यापी आहेस

हे मलाही ज्ञात आहे. ज्ञानेश्वरांच्यासाठी वृषभाच्या देहातही उतरला होतास हे सर्वश्रुत आहे. पण ज्ञानदेवांची योग्यताही तेवढीच महान होती आणि ती सिद्ध होण्यासाठी ते करणं गरजेचंच होतं. पण चोखोबा एक साधाभोळा समर्पित संत. अध्यात्म आणि परमार्थ याची तोंडओळख असणारा. त्यांना आत्मभानही तितकंच सखोल होतं ते खरं. पण तरीही त्याच्या अस्थीतून, पंढरीराया त्याच्या अस्थीतून, तुझ्या नामाचा नाद यावा याचा नेमका अर्थ काय? हे नेमकं कसं घडलं? हाच प्रश्न मला वारंवार सतावतो आहे. विठूराया, मी ही तुझा लाडका भक्त, सखा आहे ना! मग माझ्याही अस्थीतून तुझा नामघोष ऐकू येईल?'' नामदेवांच्या जिवाची होणारी घालमेल, त्याच्या मनाची अस्वस्थता त्याच्या शब्दांतून उमटत होती. विठ्ठल प्रसन्नपणे हसला. चोखोबांची योग्यता तो जाणत होता. तसेच नामदेवही जाणत होते. म्हणूनच त्यांना हा प्रश्न पडला होता. या प्रश्नाचं उत्तर मिळाल्याशिवाय नामदेवांना चैन पडणारं नव्हतं आणि त्याच्या मनाची ही घालमेल कमी झाल्याशिवाय विठ्ठलालाही बरं वाटणार नव्हतं. त्याशिवाय त्याला त्याचा पूर्वीचा सखा नामदेव भेटणार नव्हता. नामदेवांच्या खांद्यावर थोपटल्यासारखं करून विठ्ठलाने बोलायला सुरुवात केली, ''नामदेवा ऐक. चोखोबांची योग्यता तर तू जाणतोस. पण नामदेवा तुझ्यात आणि त्याच्यात खूप फरक आहे. तुझी योग्यता त्याच्यापेक्षा मोठी असली तरी आणि तुझी माझ्यावरची भक्ती त्याच्यापेक्षाही सखोल आणि परिपूर्ण असली तरी दोन्हींमध्ये खूप फरक आहे. तू माझा लाडका सखा आणि भक्तश्रेष्ठ आहेसच, पण तुझ्या भक्तीचं स्वरूप सर्वव्यापी आहे. नामदेवा, तू माझा भक्त तर आहेसच, पण त्याचबरोबर ज्ञानी आहेस, बहुश्रुत आहेस, व्यासंगी आहेस. म्हणूनच माझ्या भक्तीबरोबरच तू ज्ञानानं परिपूर्ण अशी अभंगरचना करतोस, वारकरीसंप्रदायाची धुरा समर्थपणे आपल्या खांद्यावर पेलून तो संप्रदाय सर्वदूर पोहचवण्याचा तुझा मानस आहे आणि तो तू तीर्थाटनातून पूर्णत्वाला नेण्याचा प्रयत्न करतोस.''

तीर्थ विठ्ठल-क्षेत्र, विठ्ठल-देव विठ्ठल देव पूजा विठ्ठल।।

असं अद्वैत एकीकडे लिहून जातोस तर दुसरीकडे

रे मन पंछिया न परसि पिंजरै। संसार माया जालरे।
येऊ दिन मैं तीन फेरा। तोहि सदा झंपै काल रे।।

असं आध्यात्मही सांगून जातोस. ज्ञानदेवांच्या कौतुकाच्या मराठीतही तू लिहितोस आणि गुरुग्रंथ साहिबाच्या खडी बोली हिंदीतही लिहितोस. तू जसा संत आहेस, तसा कवी आहेस. जसा चरित्रकार आहेस, तसा आत्मचरित्रकारही आहे. आख्यानकर्ता आहेस, तसा कीर्तनकारही आहेस. भागवतधर्माचा प्रचारक आहेस तसा संघटकही आहेस. म्हणूनच नामदेवा तू सर्व व्यापी आहेस. तुझ्या

व्यक्तिमत्त्वाला अनेक कंगोरे आहेत तसेच तुझ्या संतपणालाही अनेक पैलू आहेत. तू संतश्रेष्ठ आहेसच, नामदेवा. या उलट चोखोबांचे आहे. त्यांचा श्वास-उच्छ्वास, विचार-उच्चार, ध्यान-धारणा हे सगळं काही मी आहे. माझ्याशिवाय दुसरं त्याच्याकडे काहीच नाही. माझ्याशिवाय त्यांना काही दिसलं नाही, सुचलं नाही. आठवलं नाही. त्यांचं जगणंही मीच होतो आणि जगण्याचं कारणही मीच होतो. माझ्याशिवाय त्यांना दुसरं काही ज्ञानचं नव्हतं. नामया! माझ्या नामजपाचा त्यानी घेतलेला ध्यास त्याच्या अंतरात्म्यापर्यंत भिनला होता. त्यांच्या हाडी-मांसी खिळला होता. रक्तातून वहात होता. नामदेवा, त्यांना माझ्या चेहऱ्याचा ध्यास नव्हता, माझ्या दर्शनाची मोठी आसही नव्हती. पण माझं नाममात्र त्यांनी श्वासात भरलं होतं. नजरेत उमटवलं होतं. माझं नाम त्यांचा प्राण होता आणि अस्तित्वही होतं. आणि म्हणूनच माझं नाव त्यांच्या सगळ्या अवयवातून झिरपतझिरपत त्यांच्या अस्थीमध्ये भिनलं गेलं. त्यांच्या अस्थींवरसुद्धा माझी नाममुद्रा उमटत राहिली, आयुष्यभर! म्हणूनच चोखोबांच्या अस्थीतूनही माझा नामजप निनादत राहिला, उमटत राहिला, घुमत राहिला. नामदेवा! चोखोबा श्रेष्ठ भक्त होतेच, पण त्याचं श्रेष्ठत्व ना त्यांच्या अस्पृश्यतेत होतं ना अभंगरचनेत. त्यांचं श्रेष्ठत्व होतं त्यांनी माझ्या घेतलेल्या ध्यासात. त्याचं श्रेष्ठत्व होतं त्यांनी स्वत:ला माझ्यात केलेल्या समर्पणात. म्हणूनच अस्तित्वहीन अवस्थेत असूनसुद्धा चोखोबांच्या अस्थी माझं नावं जपत राहिल्या आणि आयुष्यभर उपेक्षित राहिलेल्या चोखोबांच्या दीनपणावर त्यांच्या मृत्यूनंतरच्या भक्तीनही मात केली. या समर्पणाने त्यांचा मृत्यू तर उजळलाच, पण बहिष्कृत असलेलं त्याचं जीवनही झळाळून उठलं. चोखोबांच्या या विलक्षणतेनं, अपूर्व अलौकिकत्वानं त्यांच्या महारपणावर, समाजाच्या वर्णाश्रम व्यवस्थेवर, निखालस मात केली आता जोपर्यंत माझं मंदिर शाबूत आहे, जोपर्यंत माझं अस्तित्व सर्वमान्य आहे, जोपर्यंत माझं नाव उच्चारलं जातंय, जोपर्यंत वारकरीसंप्रदाय आहे, जोपर्यंत चंद्रभागा आहे, आणि तिच्या वाळवंटात फुललेला हा भक्तीचा मळा आहे, जोपर्यंत आध्यात्मिक लोकशाहीचं हे राज्य अबाधितपणे नांदत आहे, जोपर्यंत हे पंढरपूर आहे आणि इथं भक्तीचं अधिष्ठान आहे, तोपर्यंत चोखोबाचं नाव चिरकाल उच्चारलं जाणार आहे. त्याचं समर्पित अस्तित्व भक्तांना सतत प्रेरणादायी ठरणार आहे. अनेक शतके उलटतील, युगं उलटतील पण चोखोबा चिरकाल स्मरणात राहतील. आज जरी ते समाधीत असले तरीही ते भक्तांच्या मनात नेहमी जिवंत राहतील. या भक्तसंप्रदायात त्याचं नाव अबीर-बुक्क्यासारखं उधळलं जाईल आणि त्यांची कीर्ती चंदनाच्या गंधाप्रमाणं दरवळत राहील!''

विठ्ठल, बोलत होता, तसंतसं नामदेवांच्या मनावरचं मळभ दूर-दूर होत

होतं. विठूरायाचं बोलणं संपलं आणि नामदेव प्रसन्नपणे हसले. नामदेवांचा प्रसन्न चेहरा बघून विठ्ठलही प्रसन्न झाला. दोघं किती तरी वेळ एकमेकांकडे पाहत राहिले. काही क्षणानंतर दोघांची एकदम नजर वळली. महाद्वारात, चोखोबांच्या समाधीकडे. दोघांनाही नवलं वाटलं. प्रसन्न हसत चोखोबा समाधीजवळ उभे होते, दोघांची नजर आपल्याकडे वळलेली बघताच, खाली झुकून त्यांनी दोघांनाही जोहार घातला. नामदेवांच्या मनात चोखोबांचे शब्द रुंजी घालत होते,

जोहार मायबाप जोहार। मी विठोबारायाचा महार।
हिशोब देतो तारोतार। दयाळू मायाळू बाप करा।
येईल मुजरा निजसत्वे की माय बाप।
विठू पाटलाचा मी महार। चोखा मेळ्याचा हा जोहार।
जोहार माय बाप जोहार। तुमच्या महाराचा मी महार।।

समाधीजवळ स्पष्टपणे दिसणारे चोखोबा, विठोबाला आणि नामदेवांना आता अस्पष्ट दिसू लागले, धूसर दिसू लागले. चोखोबा अंतर्धान पावले म्हणून, की आपल्या डोळ्यात पाणी भरलं म्हणून हे दोघांनाही कळलं नाही. चोखोबा दिसत नसले, तरी त्यांचा आवाज मात्र स्पष्टपणे ऐकू येत होता, दोघांनाही

जोहार माय बाप जोहार। तुमच्या महाराचा मी महार।।
जोहार माय बाप जोहार...!!!

■■■